நீராதிபத்தியம்

சர்வதேச தண்ணீர் நெருக்கடியும் தண்ணீர் ஓர் உரிமை என்பதற்காக எழுந்துகொண்டிருக்கும் போராட்டமும்

நீராதிபத்தியம்

சர்வதேச தண்ணீர் நெருக்கடியும் தண்ணீர் ஓர் உரிமை என்பதற்காக எழுந்துகொண்டிருக்கும் போராட்டமும்

மாட் விக்டோரியா பார்லோ

தமிழில்:

சா. சுரேஷ்

எதிர் வெளியீடு

நீராதிபத்தியம்
ஆசிரியர்: மாட் விக்டோரியா பார்லோ
தமிழில்: சா. சுரேஷ்

முதல் பதிப்பு: மார்ச் 2013
ஐந்தாம் மறுஅச்சு: ஜனவரி 2020

எதிர் வெளியீடு,
96, நியூ ஸ்கீம் ரோடு, பொள்ளாச்சி – 642 002.
தொலைபேசி: 04259 – 226012, 99425 11302.
வடிவமைப்பு: ஜீவமணி
விலை: ரூ. 250

Neeraathipathiyam
Author: Maude Victoria Barlow
© copyright 2003 by
This edition was published by arrangements with The News Press, USA
Sant Jordi Asociados Agencia Literaria S.L.U., Barcelona, Spain
All Rights Reserved
Translated by: S. Suresh

First Edition: March 2013
Fifth Impression: January 2020

Published by
Ethir Veliyeedu, 96, New Scheme Road. Pollachi - 2.
email: ethirveliyedu@gmail.com
www.ethirveliyedu.in
Price: ₹ 250

ISBN : 978-93-87333-34-5

Printed at Jothy Enterprises, Chennai.

All rights reserved. No part of this book may be reprinted or reproduced or utilised in any form or by any electronic, mechanical or other means, now known or hereafter invented, including photocopying and recording, or in any information storage or retrieval system, without permission in writing from the Publisher.

மாட் விக்டோரியா பார்லோ:

1947 ஆம் ஆண்டு, மே 24 ஆம் தேதி கனடாவில் உள்ள டொரண்டோ நகரில் பிறந்தவர். இவர் தன் வாழ்நாள் முழுவதையும் தண்ணீர் செயல்பாட்டுக்காக அர்ப்பணித்துள்ளார். தலைசிறந்த போராளி. தனியாகவும், பிறரோடு இணைந்தும் மொத்தம் பதினாறு புத்தகங்கள் எழுதியுள்ளார். Council of Canadians அமைப்பின் தலைவர்; Food and Water Watch அமைப்பின் முக்கிய நபர்; உலகமயத்திற்கான சர்வதேச மன்றத்தின் நிறுவனர்; 2008-2009 ஆம் ஆண்டு 63 ஆவது ஐ.நா. பொதுச்சபையின் தலைவருக்கு தண்ணீர் தொடர்பான விஷயங்களில் ஆலோசனை வழங்குபவராக இருந்தார். World Future Council என்ற அமைப்பில் இவர் ஒரு கவுன்சிலர்.

பதினொன்று கௌரவ டாக்டர் பட்டம் மற்றும் பல விருதுகளைப் பெற்றுள்ளார் இவர். 2005 ஆம் ஆண்டில், Right Livlihood விருது, 2008 ஆம் ஆண்டில் கனடா சுற்றுச்சூழல் விருது, 2009 ஆம் ஆண்டில் Earthday Canada Outstanding Environment Achievement விருது, அதே வருடத்தில், Planet in Focus Eco Hero விருது, 2011 ஆம் ஆண்டில் Earthcare விருது ஆகிய விருதுகளைப் பெற்றுள்ளார். இதில் Right Livlihood விருது என்பது 'Alternative Nobel' என்றழைக்கப்படுகிறது. சமீபத்தில் காமன்வெல்த் நாடுகளைச் சேர்ந்த குடிமக்களுக்கு மிகச்சிறந்த பொதுச்சேவைக்காக வழங்கப்படும் Queen Elizabeth II Diamond Jubilee என்ற விருதை வேண்டாமென்று திருப்பி அனுப்பிவிட்டார்.

தண்ணீரின் அரசியல், சமூக, பொருளாதார, சுற்றுச்சூழல் பரிமாணங்களை கையிலெடுத்து இந்த உலகத்தின் தண்ணீர் சர்வதேச கார்ப்பரேட் நிறுவனங்களால்

சூறையாடப்படுவதை கண்டித்து உலகின் மனசாட்சியை உலுக்க வைக்கும் உண்மைகளை உலகுக்கு அறிவித்து இயக்கம் கட்டி இந்த நீராதாரங்களைப் போற்றிப் பாதுகாக்க இன்றளவும் செயல்பட்டு வருகிறார். சிலியிலிருந்து பிலிப்பைன்ஸ் வரையிலும், தென் ஆப்பிரிக்காவிலிருந்து கனடா வரையிலும் உள்ள பகுதியில் ஏற்பட்டுள்ள தண்ணீர்ப் பற்றாக்குறையையும், நீர்வளச் சுரண்டலையும் உணர்ந்துகொண்ட மற்றும் உலகுக்கு அதை வெளிச்சம் போட்டு காண்பித்த மிகச்சிலரில் பார்லோ அவர்களும் ஒருவர்.

தண்ணீர் ஒர் உரிமை என்று கோரும் இயக்கத்தின் முக்கியமான நபர் பார்லோ ஆவார். இவர் இயக்கங்களின் வாயிலாக இந்தியாவின் மிகப்பெரிய பாட்டில் தண்ணீர் நிறுவனமான கொக்கக்கோலாவை எதிர்த்தும், பொலிவியாவில் தன்னை நிலைநிறுத்திக்கொண்ட பிரான்ஸ் நாட்டின் தண்ணீர் குழுமமான சூயெஸ் நிறுவனத்தை எதிர்த்தும், தென் ஆப்பிரிக்காவில் தண்ணீர் மீட்டர்கள் பொருத்தப்படுவதை எதிர்த்தும், வட அமெரிக்காவில் சுரண்டப்பட்டுக் கொண்டிருக்கும் நீர்வளங்களைப் பாதுகாக்கக்கோரியும் போராடிக் கொண்டிருக்கிறார்.

Blue Covenant, Blue Gold, Profit is not the Cure, Too close for Comfort, The big Black Book போன்றவைகள் அவரது சில முக்கியமான புத்தகங்களாகும். இவரது புத்தகங்கள் பிரஞ்ச், அரபி, ஜப்பானிய, போர்த்துகீசிய, கொரிய, கிரேக்க, துருக்கிய மற்றும் ஸ்பேனிஷ் மொழிகளிலும் மொழிபெயர்க்கப்பட்டுள்ளன.

உங்களது கைகளில் உள்ள இந்த புத்தகம் அவரது Blue Covenant என்ற புத்தகத்தின் தமிழ் மொழியாக்கமாகும். இப்புத்தகத்தில், இந்த பூமியின் நீர்நிலைகளின் வளம் என்பது என்ன, அவைகள் எவ்வாறு இருந்தன, அவைகளின் தற்போதைய நிலை என்ன, இந்த நிலை தொடர்ந்தால் அந்த நீர் நிலைகளுக்கு என்ன நேரும், இந்த நீர்நிலைகளைப் பாதுகாக்க அரசியல் மற்றும் சமூக தளங்களில் செய்ய வேண்டியது என்ன என்று ஒரு பரந்த வெளியில் இருந்து இந்த புத்தகத்தை நமக்கு வழங்கியுள்ளார் பார்லோ.

இந்த புத்தகத்தின் வாயிலாக பார்லோ கோருவது ஒன்றே ஒன்றுதான்: இந்த புவியின் தண்ணீரைக் காப்பாற்ற சர்வதேச அளவில் அனைவரையும் பொறுப்பேற்கச் செய்கின்ற, ஐ.நா. மட்டத்தில் நிறைவேற்றத்தக்க ஒரு சர்வதேச உடன்படிக்கைதான்.

உள்ளே

- மொழிபெயர்ப்பாளர் குறிப்பு 9
- ஒப்புகை 11
- அறிமுகம்: 13

பகுதி - 1

- எல்லா தண்ணீரும் எங்கே? 17
- நன்னீரின் அளவு குறைந்து கொண்டிருக்கிறது 19
- நமது மேற்பரப்பு நீர் தீர்ந்து கொண்டிருக்கிறது 24
- நமது நிலத்தடி நீராதாரங்கள்
  காலியாகிக் கொண்டிருக்கின்றன 29
- இந்த கிரகமே வறண்டு போய்க்கொண்டிருக்கிறது 35
- உயர் தொழில்நுட்பங்கள் மூலம் பெறப்படும் தீர்வுகள்தான்
  பிரச்சினையின் ஒரு பகுதியாக உள்ளன 43
- நமது அரசியல் தலைவர்கள்
  நம்மை ஏமாற்றிக் கொண்டிருக்கிறார்கள் 52

பகுதி - 2

- தண்ணீரை கார்ப்பரேட் நிறுவனங்களின் கட்டுப்பாட்டின் கீழ்
  கொண்டு வருவதற்கான ஏற்பாடுகள் செய்யப்படுகின்றன 59
- தண்ணீர் தனியார்மயமாக்கம்
  தென்கோளத்தில் புகுத்தப்பட்டுள்ளது 62
- தனியார்மயத்திற்கான உலகளாவிய ஒப்புதலை
  உலக வங்கி உற்பத்தி செய்கிறது 69
- தண்ணீர் தனியார்மயமாக்கம்
  முற்றிலும் தோல்வியடைந்துள்ளது 91
- கார்ப்பரேட் நிறுவனங்கள்
  இலாபத்தை அறுவடை செய்கின்றன 96

பகுதி - 3

- தண்ணீரை வேட்டையாடுபவர்கள் முன்னோக்கிச் சென்று கொண்டிருக்கிறார்கள் 105
- புதிய தண்ணீர் நிறுவனங்கள் சந்தையில் நுழைகின்றன 109
- அணுசக்தியிலிருந்து நானோ தொழில்நுட்பம் வரை பரிசீலனை என்பதே கிடையாது 113
- தனியார் நிறுவனங்கள் இந்த நீலத் தங்கத்தை வைத்து சம்பாதித்துக் கொண்டிருக்கிறார்கள் 130
- கார்ப்பரேட் நிறுவனங்கள் தண்ணீரைக் கைப்பற்றியது சர்வதேச தண்ணீர் நெருக்கடியை அதிகமாக்கியுள்ளது 137
- இயற்கை தன்னைத்தானே காத்துக்கொள்ள வேண்டியிருக்கும் 141

பகுதி - 4

- நீர்ப் போராளிகள் திருப்பித் தாக்குகிறார்கள் 151
- லத்தீன் அமெரிக்கா 152
- ஆசிய – பசுபிக் பகுதிகள் 162
- ஆப்பிரிக்கா 170
- ஐக்கிய அமெரிக்கா மற்றும் கனடா 173
- ஐரோப்பா 177
- தண்ணீருக்கான நீதி கோரும் சர்வதேச இயக்கம் பிறக்கிறது 180
- பாட்டில் தண்ணீருக்கு எதிரான போராளிகள் 193
- பாட்டில் தண்ணீர் நிறுவனங்கள் திருப்பித் தாக்குகிறார்கள் 198

பகுதி - 5

- தண்ணீரின் எதிர்காலம் 203
- முரண்பாட்டின் மூலசக்தியாக தண்ணீர் உருவெடுத்துக் கொண்டிருக்கிறது 204
- தண்ணீர் சர்வதேச பாதுகாப்பு சார்ந்த பிரச்சினையாக உருவெடுத்துக் கொண்டிருக்கிறது 212
- நீல உடன்படிக்கை: தண்ணீருக்கான மாற்று எதிர்காலம் 223
- தண்ணீருக்கான உரிமை: இவ்வுரிமைக்கான காலம் கனிந்துள்ளது 233

மொழிபெயர்ப்பாளர் குறிப்பு

இன்று அனைவரது கைகளிலும் பாட்டில் தண்ணீர் ஒரு குழந்தையைப் போல் தவழ்வதும், அதைவிடுத்து மற்ற தண்ணீரைப் பருகினால் உடல்நலக்குறைவு ஏற்பட்டுவிடுவதாக கூறுவதும் வாடிக்கையாகிவிட்டது. நான் கூட மாட் பார்லோ அவர்களின் Blue Covenant என்ற இந்த புத்தகத்தை மொழிபெயர்க்க கணிப்பொறியின் முன் உட்காரும்போது கின்லே பாட்டில் தண்ணீரோடும் சில பிஸ்கட்டுகளோடும் தான் உட்கார்ந்தேன். இப்புத்தகத்தை மொழிபெயர்த்து முடிக்கும்போது கின்லே பாட்டில் தண்ணீருக்குப் பதிலாக குடிப்பதற்காக ஒரு செம்பில் தண்ணீரை வைத்துக்கொண்டேன். என்னுள் ஏதோ ஒரு மாற்றத்தை இந்த புத்தகம் ஏற்படுத்தியது. இந்த புத்தகத்தை படித்து முடித்ததும், பாட்டில் தண்ணீரைக் குடிக்காமல் அதை நசுக்கி தூர எறிந்துவிடவேண்டும் என்று கோருவது இந்த புத்தகத்தின் நோக்கமல்ல. மாறாக பண்பாடு மற்றும் பொருளாதார தளத்தில் நமது நீர்வளங்கள் பற்றி இப்புத்தகம் முன்வைக்கும் விஷயங்கள் குறித்த சுயவிமர்சனத்தை ஒவ்வொருவரும் அறிவியல் தளத்தில் செய்துகொண்டால் போதுமானது.

இந்த புத்தகம் முழுவதும் எண்ணற்ற அரசு சார்ந்த, சாராத இயக்கங்கள். சங்கங்கள், குழுக்கள், மக்கள் இயக்கங்கள், நிறுவனங்களின் பெயர்கள் இடம்பெற்றுள்ளன. மேலும் வாசகர்கள் படிக்கும்போது இடறுகின்ற சில பதங்களும் உள்ளன. இந்த அமைப்புகள் மற்றும் பதங்களுக்கான விளக்கங்கள் அடிக்

குறிப்புகளாக கொடுக்கப்பட்டுள்ளன. அந்த விளக்கங்கள் என்பது வாசிப்பின் ஓட்டத்தை தடை செய்யக்கூடாது என்பதற்காக ஓரிரு வரிகளில் கொடுக்கப்பட்டுள்ளன. அவைகள் போதாது என்பதால் அவைகள் குறித்த விரிவான விளக்கங்களை வாசகர்கள் தேட வேண்டும் என்று இந்த தருணத்தில் கேட்டுக்கொள்கிறேன்.

இந்த அற்புதமான புத்தகத்தை மொழிபெயர்க்கும் வாய்ப்பை எனக்கு வழங்கிய 'எதிர் வெளியீடு' அனுஷ் அவர்களுக்கும், மொழிபெயர்ப்பு உலகுக்கு என்னை அறிமுகப்படுத்திய 'பாரதி புத்தகாலயம்' சிராஜ் அவர்களுக்கும், மின்சாரப் பிரச்சினையால் மொழிபெயர்ப்பு பாதிக்கப்பட்டபோது தனது மடிக்கணினியை கொடுத்து உதவிய திரு. பாலசுப்ரமணியன் (கோ-ஆப்டெக்ஸ் மேலாளர், திருத்துறைப்பூண்டி) அவர்களுக்கும் நன்றி தெரிவித்துக் கொள்கிறேன். மேலும், இந்த தருணத்தில் எனது அம்மா, அப்பா, எனது மனைவி கவிதா, அண்ணன், தம்பி, காமராஜ் அண்ணன், அ. ராஜேஷ்குமார் (LIC வளர்ச்சி அதிகாரி) மற்றும் தமிழ்நாடு முற்போக்கு எழுத்தாளர் மற்றும் கலைஞர்கள் சங்கத்தின் பட்டுக்கோட்டை கிளை தோழர்கள் ஆகியோருக்கு கடமைப்பட்டுள்ளதாக உணர்கிறேன்.

7.2.2013 அன்புடன்
ஆம்பலாபட்டு **சா. சுரேஷ்**

ஒப்புகை

இந்த புத்தகத்தை எழுதுவதில் நம்ப முடியாத அளவிற்கு நிறைய பேர் - அவர்கள் அனைவரையும் குறிப்பிடமுடியாத படி - உதவிகரமாக இருந்துள்ளார்கள். அவர்கள் அனைவரையும் இந்தப் புத்தகத்திலோ அல்லது கடைசியில் கொடுக்கப்பட்டுள்ள பிற வாசிப்பு பகுதியிலோ (Further Reading Section) குறிப்பிட்டுள்ளேன். உலகளாவிய தண்ணீருக்கான நீதிகோரும் இயக்கத்தின் செயல்பாட்டாளர்கள், கல்வியாளர்கள் மற்றும் நண்பர்கள் ஆகிய அனைவருக்கும் முழு மனதோடு நன்றி தெரிவித்துக்கொள்கிறேன். இவர்கள்தான் எனக்கு அறிவுரையையும், ஆற்றுப்படுத்தலையும், முக்கியமான நிகழ்வுகளையும் எனக்கு வழங்கியவர்கள்.

Council of Canadians[1] அமைப்பிலும் மற்றும் Blue Planet திட்டத்திலும் பணியாற்றியபோது இந்த புத்தகத்தின் மீதான எனது ஆவலில் பங்கெடுத்துக் கொண்ட அந்த அற்புத மனிதர்களுக்கு நன்றி சொல்ல விரும்புகிறேன். குறிப்பாக அனில் நாய்டூ (Anil Naidoo), சூசன் ஹவாட் (Susan Howatt), ஸ்டீவன் ஸ்ரைப்மான் (Steven Shrybman), மெலனீ ஓ'டெல் (Melanie O'Dell), மீரா கருணாநந்தன் (Meera Karunananthan), ப்ரெண்ட் பேட்டெர்சன் (Brent Patterson), ப்ராண்ட் தாம்சன் (Brant Thompson), ஸ்டூவர்ட் ட்ரே (Stuart Trew) மற்றும் வெனோனா ஹாடெர் (Wenonah Hauter). இவர்கள் அனைவரும் இந்த பணியை முடிப்பதில் எனக்கு மிகவும் ஆதரவாக இருந்தார்கள்.

1 முற்போக்கு எண்ணம் கொண்ட குடிமக்கள் அமைப்பு.

மேலும், இந்த புத்தகத்துக்கு தனது ஆதரவை நல்கிய கலைகளுக்கான கனடா கவுன்சில் (Canada Council for Arts), எனது பணிக்கு தேவையான நிதி உதவியில் தாராளம் காட்டிய லன்னன் பவுண்டேசன்[1] ஆகியவற்றின் உதவியை இந்த நேரத்தில் நினைவுகூர்ந்து நன்றி தெரிவித்துக் கொள்கிறேன்.

இரண்டு பத்திரிகையாசிரியர்களுடன் பணியாற்றும் பாக்கியம் எனக்கு கிடைத்திருக்கிறது. ஒன்று The New Press[2] பதிப்பகத்தைச் சேர்ந்த ஜோயல் அரியரட்னம் (Joel Ariyratnam) மற்றும் McClelland & Stewart[3] பதிப்பகத்தைச் சேர்ந்த சூசன் ரெனாஃப் (Susan Renouf); இவ்விருவரும் முதல்நாள் முதற்கொண்டு இப்புத்தகத்தினை விரும்பி போற்றினர்; மேலும் நான் தனியாக உருவாக்கியிருந்தால் எத்தரத்துடன் இருந்திருக்குமோ அதைவிட சிறப்பாகவே இப்புத்தகத்தை உருவாக்கியுள்ளார்கள். எனது காப்பி ரைட்டர் ஹெதெர் சாங்ஸ்டர் (Heather Sangster) அவர்களுக்கும், McClelland & Stewart பதிப்பகத்தை சேர்ந்த எலிசபெத் க்ரிப்ஸ் (Elizabeth Kribs) அவர்களுக்கும் நான் கடமைப்பட்டுள்ளேன். இவர்கள் தங்களது நெருக்கடியான வேலைப்பளுவினூடேயும் ஆச்சரியப்படத்தக்க வகையில் இந்த புத்தகத்தை வழிநடத்தினார்கள்.

இறுதியாக, எனது கணவருக்கு நன்றி தெரிவித்துக்கொள்கிறேன். என் பணி மீதும், தண்ணீருக்கான உரிமை மீதான எனது ஆவல் மீதும் எல்லையில்லாத ஆதரவை வழங்கிக்கொண்டிருக்கிறார் அவர். அவரும் எனது பேரக்குழந்தைகள் மேடி (Maddy), எல்லீ (Ellie), ஆங்கஸ் (Angus) மற்றும் மாக்ஸ் (Max) ஆகியோரும் என்னை எனது பணியில் ஆழ்ந்திருக்கச்செய்து, எனக்கு நம்பிக்கையையும் கொடுக்கிறார்கள்.

---

1 Lannan Foundation – ஜெ. பேட்ரிக் லன்னன் என்ற கலை, இலக்கிய ஆர்வலர் இந்த அமைப்பை 1961 ஆம் ஆண்டு அமெரிக்காவில் ஏற்படுத்தினார்.
2 பொது நலனுக்காக புத்தகங்களை வெளியிடும் அமெரிக்க பதிப்பகம்.
3 கனடாவைச் சேர்ந்த புத்தக பதிப்பக நிறுவனம்.

அறிமுகம்:

"நீரும் இதயத்திற்கு நல்லதுதான்"

– ஆண்டைன் டி சைண்ட் – எக்ஸுபெரி, தி லிட்டில் பிரின்ஸ்[1]

"திடீரென்று ஒன்றை உணரமுடிகிறது: ஆம் இந்த உலகத்தில் சுத்தமான தண்ணீர் குறைந்துகொண்டே வருகிறது"

2002 ஆம் ஆண்டு நான் எழுதிய நீலத் தங்கம்: உலகத்தின் தண்ணீரை திருடும் பெருங்குழும நிறுவனங்களின் திருட்டை நிறுத்தும் போராட்டம் (Blue Gold: The fight to stop the corporate Theft of the World Water) என்ற புத்தகத்தின் ஆரம்ப வரிகள் இவை. (இப்புத்தகம் டோனி க்ளார்க் (Tony Clarke) உடன் இணைந்து எழுதப்பட்ட ஒன்று). அப்புத்தகம் உலகத்தில் சுருங்கிக் கொண்டிருக்கும் தண்ணீர் வினியோகத்தை கபளீகரம் செய்ய ஒரு பலமான போட்டி உருவாகிக் கொண்டிருப்பதை சுட்டிக்காட்டி எச்சரித்தது. தண்ணீர் 21 ஆம் நூற்றாண்டின் எண்ணெய்யாக மாறும் என்றும் ஒரு குழுமம் வெளிப்பட்டு லாப நோக்கிற்காக உலகத்தின் தூய தண்ணீரை சொந்தம் கொண்டாட முயலும் என்றும் அந்த புத்தகத்தில் நாங்கள் எழுதினோம். இது சமூகங்களிடையே பின்விளைவுகளை ஏற்படுத்தி தண்ணீர் அனைவருக்கும் பொதுவான ஒன்று என்பதை வலியுறுத்தி ஒரு புதிய இயக்கம் வளர்வதற்கும் வழிபிறக்கும் என்று அப்புத்தகத்தில் நாங்கள் முன்னனுமானித்திருந்தோம்.

---

1 The Little Prince – பிரான்ஸ் நாட்டைச் சேர்ந்த Antoine de-Exupe'ry அவர்களால் எழுதப்பட்ட நாவல்.

நீலத்தங்கம் வெளிவந்த ஐந்து வருடங்களில் அந்த போட்டி இன்னும் பரந்துபட்டிருக்கிறது. ஒரு பக்கம் வலிமைமிக்க தனியார் நிறுவனங்கள் மற்றும், சர்வதேச நீர் மற்றும் உணவு கழகங்கள், குறிப்பாக முதல் உலகப் போர் அரசுகள், உலக வங்கி, சர்வதேச நிதியகம், உலக வாணிப அமைப்பு, உலக நீர் கவுன்சில் போன்ற சர்வதேச அமைப்புகளின் சொந்த நலம். இந்த சக்திகளுக்கு தண்ணீர் என்பது வெளிச்சந்தையில் விற்று வியாபாரம் பண்ணக்கூடிய ஒரு பொருள். இவர்கள் தண்ணீரின் மீதான தனியார் கட்டுப்பாட்டை அதிகப்படுத்த ஒரு விரிவான உட்கட்டமைப்பை உருவாக்கியிருக்கிறார்கள். மற்றும் இவர்கள் ஒருவருக்கொருவர் மிகவும் நெருக்கமாக செயலாற்றுகிறார்கள். அவர்களின் கதை இங்கே சொல்லப்படுகிறது.

இன்னொரு புறம், சூழலியலாளர்கள், மனித உரிமை செயல்பாட்டாளர்கள், உள்ளூர் ஆண் மற்றும் பெண்கள், சிறிய உழைப்பாளிகள் மற்றும் தொழிலாளிகள், ஆயிரக்கணக்கான அடித்தட்டு மக்கள் உள்ளிட்ட போராளிகள். இவர்கள் தங்களது நீராதாரத்தின் மீதான கட்டுப்பாட்டிற்காக தண்ணீருக்கான நீதி கோரும் இயக்கம் கொண்டு போராடிக் கொண்டிருக்கிறார்கள். இவ்வியக்கத்தைச் சேர்ந்தவர்கள் தண்ணீர் என்பது மனித இனம் மற்றும் அனைத்திற்குமான பாரம்பரியச்சொத்து என்று நம்புகிறார்கள். மேலும், ஒரு பொதுச்சொத்தை தனி நபரின் சுய நலனுக்காக பயன்படுத்திக் கொள்ள அனுமதிக்க முடியாது மற்றும் கட்டணம் செலுத்த கொடுக்க முடியவில்லை என்ற ஒரே காரணத்திற்காக அந்த சொத்தை மறுக்கவும் முடியாது என்றும் இந்த இயக்கத்தினர் நம்புகின்றனர். இவர்களுக்கு தண்ணீரை சூறையாடும் இப்பெருங் குழுமங்கள் வசமிருக்கும் நிதி வசதி போல இல்லாவிட்டாலும், இத்தகைய குழுக்கள் தங்களிடையே புதுமையான தொடர்பு முறைகளில் தொடர்புகொண்டு உலக அரங்கில் அசைக்கமுடியாத அரசியல் சக்தியாக உருவெடுத்திருக்கிறார்கள். இவர்களின் கதையும் இங்கே கூறப்பட்டுள்ளது.

முக்கியமான சமீபத்திய வெற்றிகளினால், தண்ணீருக்கான நீதிகோரும் சர்வதேச இயக்கங்கள் ஒரு பொது குறிக்கோளின் அடிப்படையில் ஒன்று திரண்டிருக்கிறார்கள்; தண்ணீரைப் பயன்படுத்துதல் என்பது ஒரு மனித உரிமை என்று அறிவிக்கச்செய்தல், மேலும் இந்த அறிவிப்பை ஒரு சாதாரண ஆணையிலிருந்து தேச-மாநில அமைப்புகளினூடாகவும், ஒரு முழுமையான ஐ.நா., உடன்படிக்கை மூலமாகவும் அனைத்து மட்டங்களிலும் பாதுகாக்கப்படச் செய்தல். தற்போது தண்ணீர்

என்பது அங்கீகரிக்கப்பட்ட மனித உரிமை இல்லை என்பதால் ஐ.நா. சபை மற்றும் அரசாங்கங்களின்பால் கவனத்தை செலுத்துவதற்குப் பதிலாக இவ்வுலகத்தின் தண்ணீரை வணிகமாக்க முனையும் பன்னாட்டு நிறுவனங்கள் மற்றும் தனியார் நலன்களை நோக்கி தங்களது செயல்பாடு இருக்குமாறு தங்களை வடிவமைத்துக்கொள்ள இவ்வியக்கம் முடிவெடுத்துள்ளது. இந்த முடிவு எண்ணற்ற மக்கள் அவர்கள் வாழத் தேவையான தண்ணீரைக் கோரிப்பெற எந்த சட்ட அல்லது தார்மீக அடிப்படையும் இல்லாமல் செய்து விட்டது. எளிமையாக சொன்னால், வாழ சுத்தமான தண்ணீர் தேவை, தண்ணீருக்கான உரிமையை மறுத்தல் என்பது வாழ்வதற்கான உரிமையை மறுத்தல் போன்றதாகும். தண்ணீருக்கான உரிமை கோரி போராடுதல் என்பது ஒரு திட்டம். அந்த போராட்டத்திற்கான காலம் கனிந்துள்ளது. இதுதான் இந்த இயக்கத்தை அணிவகுத்துச்செல்கின்ற கோஷமாக மாறியுள்ளதது. இந்த விஷயங்களும் கீழ்வரும் பத்திகளில் சொல்லப்பட்டுள்ளன.

இந்த சிறந்த போராட்டத்தின் ஒரு அங்கமாக இருக்கும் பெருமையையும் நான் பெற்றிருக்கிறேன் என்று தனிப்பட்ட முறையில் தெரிவித்துக்கொள்கிறேன். இப்போராட்டம் என்னை உலகம் முழுதும் உள்ள ஒவ்வொரு கண்டத்திற்கும், பழம்பெரும் கிராமங்களுக்கும், ஏழை மக்களை நோக்கியும் அழைத்துச்சென்றது. எதிர்காலத்தில் சர்வதேச தண்ணீர் கொள்கையை கட்டுப்படுத்த நினைக்கும் தண்ணீர் குழுமங்களின் தீர்மானமான முயற்சியை நானும் என்னோடு பலரும் எதிர்த்து நிற்கும் அளவிற்கு இப்போராட்டம் என்னை அழைத்துச்சென்றது. இப்பயணங்கள் உண்மையில் எனக்கு மிகவும் முக்கியமானது. இப்பயண அனுபவங்கள் உங்களையும் எங்களோடு போராடும் ஒரு போராளியாக மாற ஊக்கப்படுத்தும் என்ற நம்பிக்கையில் அவைகளை உங்களுக்கு வழங்குகிறேன்.

பகுதி - 1

எல்லா தண்ணீரும் எங்கே?

சூழலியல் விதி

எல்லா பொருள்களும் உட்பிணைக்கப்பட்டிருக்கின்றன. ஒவ்வொன்றும் எங்கேயோ போகின்றது. இலவசமாக கிடைக்கும் உணவைப்போல் எல்லாமும் இலவசமாக கிடைக்காது. இயற்கையின் ஆட்டம் கடைசியில்தான்.

– எர்னெஸ்ட் கால்லென்பாக்[1]

மூன்று காட்சிகள் நம்மை பேரழிவை நோக்கி அழைத்துச் செல்கின்றன.

காட்சி ஒன்று: சுத்தமான தண்ணீர் இல்லாமல் இந்த உலகம் தவித்துக் கொண்டிருக்கிறது. இந்த உலகத்தில் தண்ணீர் பிரச்சனையோடு வாழ்ந்துகொண்டிருக்கும் இரண்டு பில்லியன் மக்களைக் காப்பாற்ற அதற்கான நிதியாதாரத்தை கண்டறியும் விஷயமல்ல இது. மனித இனம் இந்த பூமியின் நீராதாரங்களை ஒரு ஆபத்தான வேகத்தில் அசுத்தப்படுத்திக்கொண்டும், காலி பண்ணிக்கொண்டும் இருக்கிறது. தண்ணீரை முறைகேடாக பயன்படுத்துவதும், அதனை இயற்கைக்கு விரோதமாக இடம் மாற்றுவதும் பசுமை இல்ல வாயுக்கள் உமிழப்படுவதற்கான அடிப்படையாகவும், பருவநிலை மாற்றத்திற்கான காரணமாகவும் இருக்கப்போகிறது.

காட்சி இரண்டு: நாளுக்கு நாள் சுத்தமான தண்ணீருக்கான வாய்ப்பின்றி வாழ்ந்து கொண்டிருக்கும் மக்கள் அதிகரித்துக் கொண்டிருக்கிறார்கள். இந்த சூழலியல் பிரச்சினை ஆழமாக ஆழமாக மனித இனத்தின் பிரச்சினையும் ஆழமாகின்றது. போரினால், ஹெச்.ஐ.வி/எய்ட்ஸால், மலேரியாவால், சாலை விபத்துக்களால் கொல்லப்படும் குழந்தைகளைவிட அசுத்தமான நீரால் கொல்லப்படும் குழந்தைகள் மிக அதிகம். உலகளாவிய

---

[1] Ernest Callenbach - அமெரிக்க எழுத்தாளர்

தண்ணீர் பிரச்சினை இந்த உலகத்தில் வளர்ந்து கொண்டிருக்கிற அசமத்துவத்தின் ஒரு வலிமையான குறியீடாக இருக்கிறது. வசதி படைத்தவர்கள் எந்த நேரத்திலும் எவ்வளவு தண்ணீரை வேண்டுமானாலும் அனுபவித்துக் கொண்டிருக்கிற வேளையில் லட்சக்கணக்கான ஏழைகள் ஆறுகளிலிருந்தும், கிணறுகளிலிருந்தும் அசுத்தமான தண்ணீரைத்தான் பயன்படுத்திக் கொண்டிருக்கிறார்கள்.

காட்சி மூன்று: ஒரு சக்திமிக்க தண்ணீர் மேலாதிக்க குழுமம் தண்ணீரின் அனைத்து அம்சங்களையும் தங்களது லாபத்திற்காக பயன்படுத்திக்கொள்ளும் வாய்ப்பை தனது கட்டுப்பாட்டில் கொண்டுவர உருவெடுத்துள்ளது. இக்குழுமங்கள் குடிநீரை வினியோகித்து விட்டு அசுத்த நீரை எடுத்துச் செல்கின்றன. இந்த அசுத்தமான நீரை தூய நீராக்கி நம்மிடம் விற்பதற்கு புதிய தொழில்நுட்பங்களை உருவாக்குகிறார்கள். இக்குழுமங்கள் பிளாஸ்டிக் பாட்டில்களில் மிகப்பெரிய அளவில் தண்ணீரை அடைத்து நம்மிடம் அதிக விலை வைத்து விற்கிறார்கள். இவர்கள் நீர் நிலைகளிலிருந்தும், நீர் கொள்கலன்களிலிருந்தும் பெரிய குழாய்கள் மூலம் தண்ணீரை உறிஞ்சி பெரிய நகரங்களுக்கும், தொழில் நிறுவனங்களுக்கும் விற்பதற்காக கொண்டு செல்கிறார்கள். இக்குழுமங்கள் ஒரு காலணியை விற்பது போல தண்ணீரை வாங்கி, சேமித்து வெளிச்சந்தையில் வணிகம் செய்கிறார்கள். தண்ணீர் மீதான அரசாங்கத்தின் கட்டுப்பாட்டை நீக்கிவிட்டு தண்ணீர் சார்ந்த கொள்கையை சந்தையே தீர்மானிக்க வேண்டும் என்று இவர்கள் விரும்புகிறார்கள். நாள் ஆக ஆக அவர்கள் தங்களது இலக்கை நோக்கி நெருங்கிக் கொண்டிருக்கிறார்கள். காட்சி ஒன்று மற்றும் இரண்டில் கூறப்பட்ட பிரச்சினைகளை காட்சி மூன்று இன்னும் ஆழமாக்குகிறது.

மூன்றாம் உலக நாடுகள் தங்களுக்கு தேவையான தண்ணீர் சேவையை வழங்குவதற்கு குறிப்பிட்டுச் சொல்லக்கூடிய அளவில் எந்த முன்னேற்றமும் காணாத அடுத்த இருபது வருடங்களை கொஞ்சம் கற்பனை செய்து பாருங்கள். அல்லது தொழில் நிறுவனங்களும், விவசாயப் பண்ணைகளும் நீர்நிலைகளை மாசுபடுத்துவதை தடைசெய்ய வலியுறுத்தும் எந்த சட்டங்களையும் உருவாக்காத அடுத்த இருபதாண்டுகளை கொஞ்சம் கற்பனை செய்து பாருங்கள். அல்லது பரந்த பாலைவனங்களை உருவாக்கி விடக்கூடிய ஆபத்தான செயல்களான, குழாய்கள் மூலமாகவும், சேமிப்பு கலன்களின் மூலமாகவும், அல்லது வேறு வழிகளின் மூலமாகவும் தண்ணீர் பெருமளவில் இடப்பெயர்ச்சி செய்யப்படுவதை தடுத்து

நிறுத்துவதற்கான எந்த ஏற்பாடும் இல்லாத அடுத்த இருபது ஆண்டுகளை கற்பனை செய்து பாருங்கள்.

உலகத்தினுடைய பெருங்கடல்களின் தண்ணீரில் உள்ள உப்பை அகற்றுவதன் அக்கடல்களுக்கு சாவுமணி அடிக்கப்படும் பெரும்பாலான திட்டங்கள் அணு ஆற்றலின் மூலம் நடைபெறும். பெருங்குழுமங்களின் கட்டுப்பாட்டில் உள்ள நானோ தொழில்நுட்பத்தின் மூலம் சாக்கடை நீர் தூய நீராக சுத்திகரிக்கப்பட்டு தனியார்களுக்கு விற்கப்படும்; இவர்கள் அதை மீண்டும் நம்மிடமே கொள்ளை லாபத்திற்கு விற்பார்கள். வசதி படைத்தோர் இவ்வுலகத்தில் மிஞ்சியிருக்கும் ஒரு சில சுத்தமான பகுதிகளில் கிடைக்கக்கூடிய அல்லது இக்குழுக்கள் கண்டுபிடித்த எந்திரங்களைக் கொண்டு மேகத்திலிருந்து உறிஞ்சப்பட்ட நீரை பாட்டிலில் அடைத்துக் குடித்துக் கொண்டிருப்பார்கள். மறுதலையில் ஏழைகள் தண்ணீர் பற்றாக்குறையினால் அதிக எண்ணிக்கையில் இறந்து கொண்டிருப்பார்கள்.

இது ஒன்றும் புனைவு அல்ல. தார்மீக மற்றும் சூழலியல் முக்கியத்துவம் என்ற அடிப்படையில் இப்போக்கினை மாற்றா விட்டால் நாம் சென்று கொண்டிருக்கிற உலகம் இதுதான்.

முதலில் இந்த பிரச்சினைகளின் பரிமாணங்களை நாம் தெரிந்து கொள்ள வேண்டும்.

நன்னீரின் அளவு குறைந்துகொண்டிருக்கிறது

புதிய நூற்றாண்டின் முதல் ஏழு வருடங்களில் இதற்கு முன்னெப்போதுமில்லாத அளவில் உலகளாவிய தண்ணீர் பிரச்சினை பற்றிய நிறைய ஆய்வுகள், அறிக்கைகள் மற்றும் புத்தகங்கள் வெளியிடப்பட்டுள்ளன. ஏறக்குறைய எல்லா நாடுகளும் தங்களுடைய நீர் வளத்தை உறுதி செய்து கொள்ளவும், தனது நீர் நிலைகளுக்கு ஏற்பட்டுள்ள பாதிப்புகள் குறித்து உறுதி செய்து கொள்ளவும் ஆய்வுகளை மேற்கொண்டுள்ளன. உலகத்திலுள்ள பல்கலைக்கழகங்கள் தண்ணீர் பற்றாக்குறையின் விளைவுகள் குறித்து ஆய்வு செய்ய துறைகளையும் புதிய படிப்புகளையும் உருவாக்கிக் கொண்டிருக்கின்றன. இந்தப் பிரச்சினையின் பல்வேறு அம்சங்கள் குறித்து எண்ணற்ற புத்தகங்கள் எழுதப்பட்டிருக்கின்றன.

The WorldWatch[1] என்ற அமைப்பு "நாம் வாழும் காலத்தில் மிகவும் முக்கியத்துவம் கொடுக்கப்படாத உலகளாவிய சுற்றுச்சூழல் சவால் தண்ணீர் பற்றாக்குறையாக இருக்கலாம்" என்று கூறியுள்ளது.

இந்த நிரூபணங்கள் மற்றும் சமீபத்திய களப்பயணங்களிலிருந்து வரும் மறுக்கமுடியாத முடிவு: தண்ணீர் பற்றாக்குறை உள்ள இடங்களில் வாழ்ந்து கொண்டிருக்கும் இரண்டு பில்லியன் மக்கள், சுற்றுச்சூழல் மாற்றம், மாசு, மக்கள் தொகைப்பெருக்கம் ஆகியவற்றின் காரணமாக பிரச்சினையை எதிர்கொண்டிருக்கிறார்கள் என்பது உண்மை. மேலும் நமது வழிமுறைகளை மாற்றிக் கொள்ளாவிட்டால் 2025 ஆம் ஆண்டுக்குள் இவ்வுலகில் மூன்றில் இரண்டு பங்கு மக்கள் தண்ணீர் பிரச்சினையை சந்திப்பார்கள். இருபதாம் நூற்றாண்டில் மக்கள் தொகை மூன்றுமடங்காக உயர்ந்தது. ஆனால் தண்ணீர் நுகர்வு ஏழு மடங்கானது. 2050 ஆம் ஆண்டுக்குள் இருக்கும் மக்கள்தொகையில் இன்னும் மூன்று பில்லியன் மக்களைச் சேர்த்தபிறகு குடி தண்ணீர் வினியோகத்தில் 80 சத அதிகரிப்பு தேவைப்படும். இவ்வளவு தண்ணீர் எங்கிருந்து வரும் என்றும் யாருக்கும் தெரியாது.

பூமியில் குடிதண்ணீர் பற்றாக்குறையாக உள்ள பகுதிகளை விஞ்ஞானிகள் அதிமுக்கியத்துவ பகுதிகள் (Hot Stains) என்றழைக்கிறார்கள். இவற்றில் வட சீனா, ஆசியா மற்றும் ஆப்பிரிக்காவின் பெரும்பாலான பகுதிகள், மத்திய கிழக்குப்பகுதி, ஆஸ்திரேலியா, மத்தியமேற்கு அமெரிக்கா, தென் அமெரிக்கா மற்றும் மெக்சிகோ பகுதிகள் அடங்கும்.

குடிநீர் பற்றாக்குறை மக்கள் வாழ்க்கை மீது ஏற்படுத்திய தாக்கத்திற்கு ஒரு சிறந்த எடுத்துக்காட்டு அந்தப் பகுதிகளில் வாழும் பெருமளவிலான மக்கள் பற்றாக்குறை சுகாதராத்தோடு வாழும் வாழ்க்கைதான். உலக மக்கள் தொகையில் ஐந்தில் இரண்டு பங்கு மக்கள் உரிய சுகாதாரம் இல்லாமல் இருக்கிறார்கள். இது கடுமையான நீர் தொற்று நோய்களுக்கு வழி வகுத்துள்ளது. உலகளவில் மருத்துவமனைகளில் உள்ள படுக்கைகளில் பாதி இத்தகைய எளிதாக தடுத்துவிடக்கூடிய நோய்களால் பாதிக்கப்பட்ட மக்களால் ஆக்கிரமிக்கப்பட்டுள்ளது. உலகம் முழுவதும் உள்ள நோய்களில் 80 சதவீதம் அசுத்தமான நீரால்தான் ஏற்படுகிறது என்று உலக சுகாதார அமைப்பு அறிக்கை குறிப்பிடுகிறது. கடந்த பத்தாண்டுகளில் இரண்டாம் உலகப்போருக்குப் பிறகு

1 வாஷிங்டனை மையமாக வைத்து செயல்படுகிற சுற்றுச்சூழல் ஆராய்ச்சி அமைப்பு

நடந்த ஆயுதத் தாக்குதலால் கொல்லப்பட்ட குழந்தைகளைவிட வயிற்றுப்போக்கால் கொல்லப்பட்ட குழந்தைகளே அதிகம். ஒவ்வொரு எட்டு வினாடிக்கும் ஒரு குழந்தை அசுத்தமான நீரைக் குடிப்பதன் மூலம் மாண்டு போகிறது.

இந்த அருவமானதும், மீட்டுக் கொணரமுடியாததுமான நீரை தொழில், வணிகம் மற்றும் பண்ணை செயல்பாடுகள் மூலம் வரையறையற்ற நுகர்வோர் புழக்கத்தை அதிகரிக்கும் மாதிரியை கைக்கொண்டதால் ஏற்பட்டுள்ள பிரச்சினையின் ஆழத்தை சில வளம் பொருந்திய நாடுகள் புரிந்துகொள்ள ஆரம்பித்திருக்கின்றன. உலகத்திலேயே மிகவும் வறண்ட கண்டமான ஆஸ்திரேலியாவின் மிக முக்கியமான நகரங்கள் கடுமையான தண்ணீர்ப் பற்றாக்குறையை எதிர்கொண்டிருக்கின்றன. அதன் ஊரகப்பகுதிகளிலும் பரந்தளவில் வறட்சி நிலவுகிறது. வருடாந்திர மழையளவும் குறைந்து கொண்டிருக்கிறது. உப்புத் தன்மையும், பொட்டல் வெளியும் அதிவேகமாக பரவிக் கொண்டிருக்கின்றன. ஆறுகளெல்லாம் அசுர வேகத்தில் வடிக்கப்பட்டுக் கொண்டிருக்கின்றன. காலநிலை மாறுபாடு வறட்சியை துரிதப்படுத்திக் கொண்டும், திடீரென்று புயலையும் உருவாக்குகிக் கொண்டிருக்கின்றன.

அமெரிக்க ஐக்கிய நாடுகளின் பெரும்பகுதிகளில் கடுமையான தண்ணீர்ப் பற்றாக்குறை உணரப்பட்டுக் கொண்டிருக்கிறது. க்ரேட் லேக்ஸ்[1] கரையைச் சுற்றி உருவாகிக் கொண்டிருக்கும் பெரும் நகரங்கள் வளர ஏரிகளின் தண்ணீர் வளம் பயன்படுத்தப்படுவதற்கு உதவுமாறு அந்த மாகாண ஆளுனர்களுக்கு அழுத்தம் கொடுக்கப்படுகிறது. 2007 ஆம் ஆண்டு உலகின் மிகப்பெரிய நன்னீர் ஏரியான லேக் சுப்பீரியர்[2] ஏரியின் நீர் மட்டம் கடந்த எட்டு வருடங்களில் மிகவும் கீழ் நோக்கி சென்றது. அதன் வழக்கமான சேமிப்பு மட்டத்திலிருந்து 15 அடிகள் கீழ் நோக்கிச் சென்றுவிட்டது. ஃப்ளோரிடாவும் சிரமத்திற்கு உள்ளாகி உள்ளது. ஒரு நாளைக்கு வெளியூர்களிலிருந்து சராசரியாக 1060 பேர் குடியேரும் இந்த பகுதி தனது தண்ணீர் தேவைக்கு சுருங்கி வரும் இந்த நீராதாரங்களையையே நம்பி இருக்கிறது. தான் உருவாக்கியிருக்கிற பரந்த புல்வெளிகள் மற்றும் கோல்ஃப் மைதானங்களை பசுமையாக வைத்திருக்க சன்ஷைன்[3] மாநிலம் எண்ணற்ற குழாய்கள் மூலம் நிலத்தடி நீரை உறிஞ்சிக் கொண்டிருக்கின்றது. இம்மாநிலம் உருவாக்கியிருக்கிற ஆயிரக்கணக்கான ஆழ்குழாய்கள் தட்டுப்படுகிற வீடுகள், கார்கள்,

1 Great Lakes - வட அமெரிக்காவில் அமைந்துள்ள நன்னீர் ஏரிகள்

2 Lake Superior - வட அமெரிக்க நன்னீர் ஏரிகளில் மிகப்பெரிய ஏரி

3 SunShine - ஆஸ்திரேலிய மாகாணமான குயின்ஸ்லாந்தின் செல்லப்பெயர்

பல்வணிக கட்டிடங்களையே விழுங்கிவிடக் கூடிய அளவிற்கு மிகப்பெரியவைகள். கலிஃபோர்னியாவிற்கு இன்னும் 20 வருடத்திற்கு தேவையான நன்னீர் மட்டும்தான் உள்ளது. புதிய மெக்சிகோவிற்கு 10 வருடத்திற்கு தேவையான நன்னீர்தான் உள்ளது. அரிசோனாவில் நன்னீர் முற்றிலும் தீர்ந்துவிட்டது. அது தனக்கு தேவையான தண்ணீரை இறக்குமதி செய்கிறது. மேற்கு பகுதிக்கு தேவையான தண்ணீரை வினியோகம் செய்துவருகிற மனிதனால் உருவாக்கப்பட்ட ஏரியான லேக் பவல்[1] தனது நீர் சேகரிப்பில் 60 சதவீதத்தை இழந்துவிட்டது. ஜூன் 2004 ஆம் ஆண்டு National Academy of Science[2] மற்றும் U.S. Geological Survey[3] போன்ற அமைப்புகளால் நடத்தப்பட்ட களஆய்வு இப்பகுதியில் வறண்டு போன மேற்குப்பகுதிதான் கடந்த 500 வருடங்களில் மிகவும் வறண்ட பகுதியாகும் என்று கூறுகிறது. ஆஸ்திரேலியாவில் உள்ளது போலவே, அமெரிக்க அரசியல்வாதிகளும் இந்த வறட்சி என்பது அனைத்தையும் சரியாக்குகின்ற ஒரு பருவகால சுழற்சிதான் என்று கூறுகிறார்கள். ஆனால் மத்தியமேற்கு மற்றும் தென்மேற்கு அமெரிக்காவைச் சேர்ந்த விஞ்ஞானிகளும், நீர் குறித்த ஆர்வலர்களும் இது வறட்சி கட்டத்தைவிட ஒரு படி மேல் என்று சொல்கிறார்கள். அமெரிக்க ஐக்கிய நாடுகளின் பெரும்பகுதி தண்ணீர் இல்லாமல் தவித்துக் கொண்டிருக்கிறது. உண்மையில், தற்போதைய தண்ணீர் பயன்பாடு என்பது கட்டுப்படுத்தப்படவில்லை என்றால் இன்னும் ஐந்து வருடங்களில் 36 மாநிலங்கள் தண்ணீர் பற்றாக்குறையால் பாதிக்கப்படும் என்று சுற்றுச்சூழல் பாதுகாப்பு முகமை[4] எச்சரிக்கிறது.

இந்த நாடுகளின் செல்வ வளத்தால் இம்மக்கள் இன்னும் தண்ணீர் பிரச்சினையால் பாதிக்கப்படாமல் இருக்கிறார்கள். ஆனால் தென்கோளப்பகுதியில் உள்ளவர்களுக்கு அப்படியல்ல. அவர்களுக்கு தண்ணீர் என்பது தடைசெய்யப்பட்ட ஒன்று. யார் யாரெல்லாம் போதுமான தண்ணீர் இல்லாத இடங்களில் வாழ்கிறார்களோ (ஆப்பிரிக்கா), எங்கெல்லாம் தண்ணீர் மாசுபடுத்தப்பட்டிருக்கிறதோ (தென் அமெரிக்கா, இந்தியா அல்லது இரண்டும் மற்றும் வட சீனா) அங்குதான் உலகின் ஏழைகள் வாழ்ந்து கொண்டிருக்கிறார்கள்.

---

1 Lake Powel - கொலராடோ ஆறு சென்று சேரும் நீர்த்தேக்கம்.
2 அறிவியல், பொறியியல், மருத்துவம் போன்ற துறைகளில் அரசுக்கு அறிவுரை வழங்கும் அமெரிக்க அமைப்பு.
3 அமெரிக்க அரசின் அறிவியல் முகமை.
4 Environmental Protection Agency - உடல் நலம் மற்றும் சுற்றுச்சூழலைக் காக்கும் நோக்கில் அமெரிக்க ஐக்கிய அரசால் உருவாக்கப்பட்ட முகமை.

உலகத்திலுள்ள பெருநகரங்கள் (மக்கள் தொகை 10 மில்லியன் அல்லது அதிக குடிமக்களைக் கொண்டது) தண்ணீர் பிரச்சினை உள்ள இடங்களில் அமைந்துள்ளன: மெக்சிகோ நகரம், கொல்கத்தா, கைரோ, ஜகார்த்தா, கராச்சி, பீஜிங், லாகோஸ், மற்றும் மணிலா போன்ற பகுதிகள்.

2006 ஆம் ஆண்டு வரலாற்றில் முதன்முறையாக நகரத்தில் வசிப்பவர்களின் எண்ணிக்கை கிராமவாசிகளின் எண்ணிக்கையை விஞ்சிவிட்டது. மூன்றாம் உலக நாடுகளின் மக்கள்தொகை அதிவேகமாக வளர்ந்து கொண்டிருக்கிறது. அதன் மூலம் உரிய தண்ணீர் சேவை இல்லாமல் நிறைய குடிசைப்பகுதிகள் உருவாகின்றன. கடந்த பத்தாண்டில் உரிய தண்ணீர் வசதியில்லாமல் இருக்கிற நகர்ப்பகுதிகளில் வசிப்பவர்களின் எண்ணிக்கை 60 மில்லியனுக்கு மேல் அதிகரித்தது. இந்த நகரப்பகுதி மக்களில் பாதி பேர் 2030 ஆம் ஆண்டுக்குள் உரிய தண்ணீர் வசதி இல்லாமலும், சுகாதார வசதிகள் இல்லாமலும் குடிசைப்பகுதி வாசிகளாக மாறுவார்கள் என்று ஐ.நா. தெரிவிக்கிறது. மும்பை பகுதியில் ஒரு கழிவறை 5440 பேரால் பயன்படுத்தப்படுகிறது என்று ஒரு அறிக்கை சொல்கிறது.

எதிர்பார்த்தபடியே, தண்ணீர் பயன்பாட்டில் முதல் உலக நாடுகளுக்கும், மூன்றாம் உலக நாடுகளுக்கும் பெரும் வேறுபாடு உள்ளது. குடிக்க, குளிக்க மற்றும் புழக்கத்திற்கு ஒரு நபருக்கு ஒரு நாளைக்கு 50 லிட்டர் தண்ணீர் தேவைப்படுகிறது. ஒரு வட அமெரிக்கர் சராசரியாக ஒரு நாளைக்கு 600 லிட்டர் பயன்படுத்துகிறார். ஆப்பிரிக்காவை சேர்ந்த ஒருவர் சராசரியாக ஒரு நாளைக்கு 6 லிட்டர்தான் பயன்படுத்துகிறார். உலகத்தின் வடகோளத்தில் பிறந்த ஒரு குழந்தை தென்கோளத்தில் பிறந்த குழந்தையைவிட 40 மடங்கிலிருந்து 70 மடங்கு அதிகமாக தண்ணீரை நுகர்கிறது.

இந்த ஆச்சரியப்படுத்தும் அசமத்துவம் நீர் சமத்துவம் குறித்த புதிய கோரிக்கையையும், தண்ணீர் இல்லாமல் வாழ்ந்து கொண்டிருக்கும் 1.4 பில்லியன் மக்களுக்கு தண்ணீர் வழங்க கோரும் திட்டத்தையும் உருவாக்கியிருக்கிறது. பாதுகாப்பான குடிநீர் இல்லாமல் வாழ்ந்து கொண்டிருக்கும் மக்களின் விகிதத்தை பாதியாக 2015 ஆம் ஆண்டுக்குள் குறைக்க வேண்டும் என்பது ஐ.நா. நூற்றாண்டு குறிக்கோள்களில் ஒன்று ஆகும். இது பாராட்டத்தக்கதாக இருப்பினும், ஐ.நா. சபை, உலக வங்கியோடு இணைந்து ஒரு குறையுடைய மாதிரி திட்டத்தோடு

செயல்படுவதோடு மட்டுமல்லாமல், நிலத்தடி நீர் பெருமளவில் மாசுப்படுத்தப்படுவதையும், நிலத்தடி நீர் அளவுக்கு அதிகமாக துளையிடப்பட்டு எடுக்கப்படுவதை கவனத்தில் கொள்ளாமல் அனைவருக்கும் போதுமான அளவு தண்ணீர் இருக்கிறது என்று ஐ.நா. சபை கருதுவதால் இந்த முன்முயற்சி தோல்வியடைந்து வருகிறது.

நமது மேற்பரப்பு நீர் தீர்ந்து கொண்டிருக்கிறது

புவியின் நீரியல் சுழற்சி பற்றிய அடிப்படைகள் நமக்கு சின்ன வகுப்புகளில் போதிக்கப்பட்டன. பூமியில் நமக்கு தேவையான தண்ணீர் நீரியல் சுழற்சியின் மூலம் நம்மை வந்தடையும் என்று கற்றோம். இந்த நீரியல் சுழற்சியில், நீராவி குளிர்ந்து மேகமாக மாறுகிறது. காற்று இம்மேகங்களை எடுத்துச்சென்று உலகம் முழுதும் நீராவியைப் பரவச்செய்கிறது. மேகங்களால் ஈரப்பதத்தை தாங்கிக்கொள்ள முடியாத போது அது மழை அல்லது பனி வடிவில் விடுவிக்கப்படுகிறது. இந்நீர் நிலத்தினடியில் ஊடுருவிச் சென்று தண்ணீர் பற்றாக்குறையை நிவர்த்தி செய்கிறது அல்லது நேரடியாக ஏரிகள், ஓடைகள் மற்றும் ஆறுகளில் கலக்கிறது. இந்த நிகழ்வுகள் நடக்க சூரியசக்தி ஆவியாதலுக்கு காரணமாகிறது. இந்த சுழற்சியைப் புதுப்பிக்க சூரியசக்தி நீரை ஆவியாக மாற்றுகிறது. ஒவ்வொரு வருடமும் ஏறத்தாழ 400 பில்லியன் லிட்டர் நீர் இந்த சுழற்சிக்கு உள்ளாக்கப்படுகிறது. இந்த வகையில் ஒருபோதும் இப்பூமியில் தண்ணீர் இல்லாமல் போகாது.

பல நூற்றாண்டுகளாக தொடர்ந்து வந்த இந்த சுழற்சி நவீன மனிதர்களின் ஒட்டுமொத்த அழித்தொழிக்கும் திறனை கணக்கில் எடுத்துக் கொள்ளவில்லை. கடந்த அரை நூற்றாண்டில், மனித இனம் நீர் நிலைகளை ஆச்சரியப்படுத்தும் அளவில் மாசுபடுத்தியுள்ளது. மூன்றாம் உலக நாடுகளில் உருவாக்கப்படுகிற கழிவு நீர் எந்த சுத்திகரிப்பும் இல்லாமல் ஆறுகளிலோ, ஓடைகளிலோ அல்லது கடல்களிலோ விடப்படுகிறது.

சீனாவில் 80 சதவீத முக்கிய ஆறுகள் தரமிழந்து போயுள்ளன. அவைகளால் நீரியல் வாழ்வை பேணிக்காக்க முடியாது. முக்கியமான பெருநகரங்களில் உள்ள 90 சதவீத நிலத்தடி நீர் அமைப்பு மாசுபடுத்தப்பட்டுள்ளது. உலகத்தில் உள்ள 10

முக்கியமான மாசடைந்த நகரங்களில் ஏழு நகரங்களுக்கு சீனா தாயகமாக விளங்குகிறது. சீனாவில் உள்ள 1.3 பில்லியன் மக்களில் 700 மில்லியன் மக்கள் உலகளவில் வரையறுக்கப்பட்ட குறைந்தபட்ச பாதுகாப்பு கூட இல்லாத நீரையே குடித்து வருவதாக ஐ.நா. சபை அறிக்கை கூறுகிறது. பெரும் மாசுபாட்டின் காரணமாக மூன்றில் இரண்டு பங்கு சீன நகரங்கள் தண்ணீர் பற்றாக்குறையை எதிர்நோக்கியுள்ளன என்று 2006 ஆம் ஆண்டு சீனா ஒரு அறிவிப்பு கூறுகிறது. அவற்றில் நூறு நகரங்களில் தண்ணீரின் அளவு தீர்ந்துபோய்க் கொண்டிருக்கிறது என்று சீனா தனது தோல்வியை ஒத்துக்கொண்டதாக சைனா டெய்லி என்ற பத்திரிக்கை கூறுகின்றது.

இதே காட்சிதான் ஆசியாவின் பல பகுதிகளில் நிலவுகிறது. நாட்டின் நீர் நிலைகள் மாசுற்றிருப்பதன் காரணமாக பாகிஸ்தான் மக்கள் தொகையில் 25 சதவீத மக்கள்தான் சுத்தமான குடிநீரைப்பெற முடிகிறது என்று 2005 ஆம் ஆண்டு பாகிஸ்தான் முழுதும் எடுக்கப்பட்ட களஆய்வு தெரிவிக்கிறது. உலகத்தில் மிகவும் மோசமான சுகாதார விகிதத்தைக் கொண்டுள்ள நாடுகளில் இந்தோனேசியாவும் ஒன்று என்று The Indonesian Environment Monitor[1] அறிக்கை கூறுகிறது. ஜகார்த்தாவில் உள்ள 90 சதவீத குட்டைகளில் கழிவு நீர்க்குழாய்களால் பாதிப்புக்குள்ளான ஆறுகள், ஏரிகளின் நீர் கலப்பதன் மூலம் 3 சதவீத மக்கள் பாதிக்கப்படுகிறார்கள். பங்களாதேஷின் நிலத்தடி நீர் ஏறத்தாழ 65 சதவீதம் மாசுபடுத்தப்பட்டுள்ளது. இதன் மூலம் 1.2 மில்லியன் மக்கள் ஆர்சனிக் விஷப் பாதிப்புக்குள்ளாக்கப் பட்டிருக்கிறார்கள்.

இந்தியாவில் உள்ள 75 சதவீத ஆறுகள் மற்றும் ஏரிகள் அவைகளை குடிப்பதற்கும், குளிப்பதற்கும் பயன்படுத்த முடியாத வகையில் மாசுபட்டுள்ளன. இந்தியாவில் 700 மில்லியன் மக்கள் (மக்கள் தொகையில் மூன்றில் இரண்டு பங்கு) போதுமான அளவு சுகாதார வசதிகளைப் பெறுவதில்லை. ஒவ்வொரு வருடமும் அசுத்தமான தண்ணீர் மூலம் ஐந்து வயதுக்கு கீழ் உள்ள 2.1 மில்லியன் இந்தியக் குழந்தைகள் இறக்கிறார்கள். புது டெல்லியில் பெருகிக் கொண்டிருக்கும் குடிசைப் பகுதிகளை கடந்து செல்லும் புகழ் பெற்ற யமுனை ஆறு ஏறக்குறைய அழிந்தே போய்விட்டது அல்லது கொல்லப்பட்டுவிட்டது. மும்பை, சென்னை மற்றும் கொல்கத்தா கடற்கரைப் பகுதிகள் நாற்றமடிக்கின்றன. லட்சக்கணக்கான மக்கள் வழிபட்டுவரும் புனித கங்கை ஒரு திறந்த சாக்கடையாக விளங்குகிறது. தங்களுடைய பாவங்களை தொலைக்க வேண்டும்

---

1 கிழக்கு ஆசியா மற்றும் பசிபிக் நாடுகளில் நிலவும் சுற்றுச்சூழல் குறித்த தகவல்களை அளிப்பதற்காக 2000-இல் ஏற்படுத்தப்பட்ட அமைப்பு.

என்று கங்கை ஆற்றில் முழுக்குப்போடும் விழாவை 2007 ஆம் ஆண்டு ஆயிரக்கணக்கான பக்தர்கள் புறக்கணித்துவிட்டனர். இந்தியாவில் உள்ள இந்த சூழலை அரசின் சார்பில் செய்யப்பட்ட ஆய்வு "இது ஒரு இணை காண முடியாத தண்ணீர் பிரச்சினை" என்று கூறியுள்ளது. இந்தப் பின்புலத்தில் இந்தியாவினுடைய நகரப் பகுதிகளின் தண்ணீர் தேவை 2025 ஆம் ஆண்டுக்குள் இரண்டு மடங்காகும் என்று எதிர்பார்க்கப்படுகிறது. தொழிற்சாலைகளின் தேவை மும்மடங்காகும்.

ரஷ்யாவின் புள்ளிவிவரம் இதே போல்தான் உள்ளது. ரஷ்யாவில் உள்ள நீர் மாசுபாடு குறித்து U.S. Library of Congress[1] அறிக்கை பேசுகிறது. ரஷ்யாவில் உள்ள மேற்பரப்பு நீரில் 75 சதவீதம் மாசுபட்டுள்ளது. மேலும் குடிநீருக்காக பயன்படுத்தப்படும் நீரில் தோராயமாக 30 சதவீத நிலத்தடி நீர் மிக மோசமாக மாசுபட்டுள்ளது. பல ஆறுகள் நோய்களைத் தாங்கி வரும் கடத்திகளாக உள்ளன. 60 சத மக்கள் அசுத்தமடைந்த கிணறுகளிலிருந்து பெறப்பட்ட குடி நீரைத்தான் குடிக்கிறார்கள்.

மத்திய ஆறு மற்றும் ஜோர்டான் ஆறுக்கு இடையில் உள்ள நீராதாரத்திலிருந்து பெறப்படும் தண்ணீரைவிட மலையடி நீர்த்தேக்கத்திலிருந்து இஸ்ரேல் மற்றும் பாலஸ்தீனம் பெறும் தண்ணீரே அதிகம். ஆனால் Friends of the Earth Middle East அறிக்கை, இந்த மலையடி நீர்த்தேக்கத்திற்கு மேல் பரப்பில் வாழும் 2 மில்லியன் மக்கள் வெளியேற்றும் கழிவுநீர் ஓடைகள் இயற்கை நீராதாரங்களில் கலந்து நிலத்தடி நீரில் ஊடுருவிச் செல்கின்றன. இப்படியாக ஒரு நாளைக்கு ஏறக்குறைய 61 மில்லியன் கன மீட்டர் அளவு கழிவு நிலத்தினுள் ஊடுருவிச் செல்கிறது.

ஐரோப்பிய கமிசனின் அறிக்கைப்படி ஐரோப்பாவில் உள்ள அனைத்து மேற்பரப்பு நீராதாரங்களில் 20 சதவீதம் மோசமான வகையில் பாதிக்கப்பட்டுள்ளது. மேலும் ஐரோப்பாவில் உள்ள 55 பெரிய ஆறுகளில் 5 ஆறுகள்தான் மிளிர்ந்த நிலையில் உள்ளன என்று கருத முடியும் என்று ஐ.நா. கூறுகின்றது. தொழிற்சாலைக் கழிவுகளால் மாசுபடுத்தப்பட்ட பெல்ஜியத்தின் நீராதாரம் குறிப்பிட்டுச் சொல்லக்கூடிய வகையில் மோசமாக இருக்கிறது.

[1] அமெரிக்க பாராளுமன்றத்தின் ஆராய்ச்சி நூலகம்.

ரைன்[1], சர்னோ[2], டனூப்[3] போன்ற ஆறுகள் ஆபத்தான கட்டத்தில் இருக்கின்றன. சமீபத்திய வறட்சி ஐரோப்பிய தலைவர்களை தண்ணீர் கிடைக்கக்கூடிய தன்மை குறித்து கவலைப்படச் செய்திருக்கிறது. தெற்கு ஸ்பெயின், தென்கிழக்கு இங்கிலாந்து மற்றும் மேற்கு, தெற்கு ஃப்ரான்ஸ் பகுதிகள் தொடர்ந்து பாதிக்கப்படும் பகுதிகளாக பார்க்கப்படுகின்றன. போர்ச்சுகல், இத்தாலி மற்றும் கிரீஸ் நாடுகளில் பயம் வளர்ந்து கொண்டிருக்கிறது. மே 2007 ஆம் ஆண்டு இத்தாலியின் வட மற்றும் மத்திய பகுதியில் அந்த நாட்டின் உணவுத்தேவையில் மூன்றில் ஒரு பங்கிற்குக் காரணமான போ[4] ஆறு வறண்டு போய் அந்த சமவெளியையே நாசம் செய்துவிட்டதால் அங்கு அவசரநிலை பிரகடனப்படுத்தப்பட்டது. பதிவு செய்யப்பட்ட வரலாற்றின் படி இந்த நாடுகளின் நீர் சேமிப்பு, அணைகளின் சேமிப்பு அளவு அதல பாதாளத்தில் உள்ளது.

அமெரிக்காவில், தொழில் பண்ணைகள், அபரிமிதமான கால்நடை வளர்ப்புச் செயல்பாடுகள், ஒவ்வொரு ஆண்டும் பயன்படுத்தப்படும் ஒரு பில்லியன் பவுண்ட் களைக்கொல்லிகள் கலந்ததன் மூலம் 46 சதவீத ஏரிகள் பாழடைந்துள்ளன. எனவே அங்குள்ள ஆறுகள் மற்றும் ஓடைகளில் மீன்பிடித்தல், நீந்துதல் மற்றும் குடித்தல் என்பது மிகவும் ஆபத்தான செயல்களாகும். மூன்றில் இரண்டு பங்கு அமெரிக்க நதி முகத்துவாரங்கள் மற்றும் விரிகுடாக்கள் மிதமாகவோ அல்லது மோசமாகவோ தரம் குறைந்துள்ளன. ஒவ்வொரு வருடமும் மிசிசிப்பி ஆறு 1.5 மில்லியன் டன் நைட்ரஜன் அசுத்தங்களை மெக்சிகோ வளைகுடா நோக்கி எடுத்துச் செல்கின்றது. ஒவ்வொரு வருடமும் அமெரிக்காவில் உள்ள நான்கில் ஒரு பங்கு கடற்கரைகள் மாசுபாட்டின் காரணமாக பாதுகாப்பின் கீழோ அல்லது மூடப்பட்டோ இருக்கின்றன. அமெரிக்க அரசாங்கம் உலகம் முழுவதும் பல நாடுகளில் தடை செய்யப்பட்ட புற்றுநோய்க்கு காரணமான, நமது சுரப்பிகளைப் பாதிக்கக் கூடியதுமான களைக்கொல்லி அட்ரசின்-ஐ தடைசெய்ய மறுக்கிறது. கனடாவில் ஒவ்வொரு வருடமும் ஒரு ட்ரில்லியன் லிட்டருக்கு மேலான சுத்திகரிக்கப்படாத கழிவுகள் நீர்நிலைகளில் விடப்படுகின்றன. இந்த கழிவுகளைக்கொண்டு கனடாவின்

---

1 Rhine - 1233 கிலோமீட்டர் நீளமுள்ள ஆறு. இது ஐரோப்பாவின் 12 ஆவது நீளமான நதி ஆகும்.
2 Sarno - 24 கிலோமீட்டர் நீளமுள்ள இத்தாலி நாட்டு நதி.
3 Danube - 2860 கிலோமீட்டர் நீளமுள்ள மத்திய ஐரோப்பிய ஆறு. வோல்காவிற்கு அடுத்த நீளமான ஆறு.
4 Po - 652 கிலோமீட்டர் நீளமுள்ள இத்தாலிய ஆறு.

குறுக்காக 7800 கிலோமீட்டர் நீளத்திற்கு ஓடும் நெடுஞ்சாலையை ஆறு அடுக்கு உயரத்திற்கு போர்த்தலாம்.

லத்தீன் அமெரிக்கா மற்றும் கரீபியப் பகுதிகளில் 130 மில்லியனுக்கு மேலான மக்களுக்கு பாதுகாப்பான குடிநீர் இல்லை. 550 மில்லியன் மக்களில் 86 மில்லியன் மக்களுக்கு மட்டுமே சுகாதார வசதி கிடைக்கிறது. மக்கள்தொகையில் 75 சதவீத மக்கள் நீரின் மோசமான தரத்தால் நாட்பட்ட நீர்ப்போக்கு நோயினால் அவதிப்படுகின்றனர். பெரு நாட்டு நகரவாசிகளில் ஒவ்வொரு மூன்றாவது நபருக்கும், கிராமமக்கள் தொகையில் மூன்றில் இரண்டு பங்கு மக்களுக்கும் அடிப்படை குடிநீர் வசதியும், சுகாதாரமும் இல்லை. மெக்சிகோ மற்றும் சா பாலோ போன்ற பெருநகரங்களில் நீர் மிகையாக நுகரப்படுகிற மற்றும் பெருமளவில் நீர் அசுத்தப்படுத்தப்படுகிற இரட்டை ஆபத்து இருக்கிறது. 20 மில்லியனுக்கு மேலாக மக்கள் தொகையைக் கொண்ட மெக்சிகோ போன்ற பெரிய நகரங்களில் கழிவுகள் வெறும் 10 சதவீதத்திற்கு கீழ்தான் மறுசுழற்சி செய்யப்படுகின்றன. ஆனால் அது சராசரியை விட அதிகம்தான்: ஆம், லத்தீன் அமெரிக்காவில் 2 சதவீத கழிவுகள் மட்டுமே மறுசுழற்சிக்கு உட்படுத்தப்படுகின்றன.

ஆப்பிரிக்க மக்கள் தொகையில் மூன்றில் ஒரு பங்கிற்கு மேலான மக்கள் பாதுகாப்பான குடிநீர் இல்லாமல் இருக்கிறார்கள். இன்னும் 15 ஆண்டுகளுக்குள் ஒவ்வொரு இரண்டு ஆப்பிரிக்கர்களில் ஒருவர் தண்ணீர் நெருக்கடி உள்ள நாடுகளில் வசித்துக் கொண்டிருப்பார். உலகளவில் பாதுகாப்பான, சுத்தமான தண்ணீர் கிடைக்கும் 25 நாடுகளில் 19 நாடுகள் ஆப்பிரிக்க நாடுகளாகும். நைல் நதியின் ஆதாரமான விக்டோரியா ஏரி ஒரு திறந்த கழிவுநீர் தொட்டியாகப் பயன்படுத்தப்படுகிறது. UN Environment Program[1] அறிக்கையின் படி இந்த ஏரி மற்றும் மற்ற ஆப்பிரிக்க ஏரிகள், ஆறுகள் ஆபத்தில் உள்ளன. The Atlas of African Lakes என்ற தலைப்பிலான இந்த அறிக்கை செயற்கைக்கோள் எடுத்த படங்களை உபயோகித்தது. இந்த படம் முன்னெப்போதும் இல்லாத அளவுக்கு ஆப்பிரிக்காவின் ஏரிகளில் 677 ஏரிகள் சீரழிந்துள்ளதைக் காட்டுகின்றன. பெரும்பாலான ஆப்பிரிக்க ஏரிகளுடைய நீர் அளவு ஆபத்தான அளவில் வீழ்ச்சி கண்டுள்ளதாக அந்த அறிக்கை கூறுகிறது. சாட் ஏரி ஏறக்குறைய 90 சதவீதம் சுருங்கிவிட்டது.

2006 ஆம் ஆண்டு ஆயிரக்கணக்கான அங்கோலியர்கள் அசுத்த நீரால் ஏற்பட்ட காலாரா நோயால் மாண்டு போயினர்.

---

1 ஐ.நா. அமைப்பின் சுற்றுச்சூழல் செயல்பாடுகளை ஒருங்கிணைக்கும் திட்டம்.

லுவாண்டாவில் உள்ள ஒவ்வொரு வீட்டில் உள்ள ஆறு பேரில் ஒருத்தருக்குத்தான் சுகாதார வசதிகள் கிடைக்கின்றது. 4.5 மில்லியன் மக்கள்தொகையைக் கொண்ட இந்நகரவாசிகள் தெருக்களில் மலைபோல் குவிந்து கிடக்கும் குப்பைகளுக்கு மத்தியிலும், திறந்த சாக்கடைகளுக்கு அருகிலும் வசிக்கிறார்கள். தென்னாப்பிரிக்காவில் உள்ள 80 சதவீத ஆறுகள் மாசுப்படுத்தப்பட்டுவிட்டன. ஒவ்வொரு வருடமும் பெண்கள் குடிநீர் தேடி தொலைவான இடங்களுக்கு செல்ல வேண்டியிருக்கிறது. தென்னாப்பிரிக்கா முழுவதும் உள்ள பெண்கள் தண்ணீர் தேடி அலையும் தூரம் ஒரு நாளைக்கு பதினாறு முறை நிலவிற்கு சென்று திரும்பி வர ஆகும் தூரம் ஆகும்.

ஏழை நாடுகளின் புறப்பரப்பு நீர் இத்தகைய மாசு பாட்டிற்கு உட்பட்டதன் தவிர்க்க முடியாத விளைவால் அம்மக்கள் கழிவு நீரை தங்களது பயிர்களுக்கு உரமாக பயன்படுத்துவது அதிகரித்துக் கொண்டிருக்கிறது. 2004 ஆம் ஆண்டு International Water Management Institute[1] என்ற நிறுவனத்தின் ஸ்ரீலங்கா பிரிவு கழிவு நீரை பயிருக்குப் பயன்படுத்தும் இந்த பழக்கம் குறித்து உலகளாவிய ஆய்வை மேற்கொண்டது. உலகத்தில் நீர் பாய்ச்சப்பட்ட பயிர்களில் பத்தில் ஒரு பங்கு பயிர்களுக்கு இந்தக் கழிவுநீர் நீராக பாய்ச்சப்பட்டுள்ளதாக ஆய்வு கண்டறிந்தது. இந்தக் கழிவுகள் சுத்திகரிக்கப்படாமல் நேரடியாக மூன்றாம் உலக நாடுகளில் உள்ள பெருநகரங்களில் எல்லையோரப் பகுதியில் உள்ள நிலங்களில் நேரடியாக திறந்துவிடப்படுகின்றன. தொழிற்சாலைகளிலிருந்து வெளியேறும் நோய்க்கிருமிகள் கூடிய இந்த விஷக்கழிவுகள்தான் நிலங்களை ஆக்கிரமித்துள்ளன. சில மூன்றாம் உலக நாடுகளில் விற்கப்படுகின்ற அனைத்து உணவுகளும் இந்த கழிவுகளில்தான் வளர்ந்துள்ளன.

நமது நிலத்தடி நீராதாரங்கள் காலியாகிக் கொண்டிருக்கின்றன

இந்த மாசுபாடு மற்றும் குறைந்து போன நன்னீர் வினியோகத்தால் ஏற்பட்ட விளைவை சமாளிக்க பண்ணைகள்,

1 கொழும்புவை தலைமையிடமாகக் கொண்டு செயல்படும் அமைப்பு. இது வறுமை ஒழிப்பு, உணவுப் பாதுகாப்பு மற்றும் சுற்றுச்சூழல் செயல்பாடுகள் ஆகியவற்றை மையமாகக் கொண்டு செயல்படுகிறது.

நகரங்கள், தொழிற்சாலைகள் நிலத்தடி நீராதாரங்களை நோக்கி திரும்பிக் கொண்டிருக்கின்றன. அதற்காக தங்களது தினப் பயன்பாட்டிற்காக பூமியை நவீன தொழில்நுட்பங்கள் மூலம் துளையிட்டு பாரம்பரிய நீர்த்தேக்கங்களிலிருந்து தண்ணீரை எடுக்கப் போகிறார்கள். இந்த "தீர்ந்து கொண்டிருக்கிற" புதிர் விளையாட்டில் இது இரண்டாவது பகுதி. எங்கு தண்ணீர் கிடைக்குமோ அங்கு தண்ணீர் எடுத்து எங்கு பயன்படுத்தப்படுகிறதோ அங்கு கொண்டு செல்லப்பட்டு - பாலைவனங்களுக்கு பெருமளவில் தண்ணீர் பாய்ச்ச, கார், கணினி உற்பத்தி செய்ய, தாரிலிருந்தும், நிலக்கரி படுகையிலிருந்து எண்ணெய் உற்பத்தி செய்ய - செலவழிக்கப்படுகிறது. இங்கு தண்ணீர் மாசுபடுத்தப்பட்டு நீரியல் சுழற்சி இழக்கப்படுகிறது.

விவசாயிகள் கிணற்று நீரை பயன்படுத்திய பாரம்பரிய முறையிலிருந்து முற்றிலும் வித்தியாசமானது தற்போதைய நடைமுறையான "நீர் தோண்டியெடுத்தல்" ஆகும். நிலத்தடி நீர் மீட்டுருவாக்கக் கூடிய வளம் என்பதைவிட ஒரு தாதுவைப் போல் ஒரு வரையறைக்குட்பட்ட வளமாகப் பார்க்கப்படுகிறது. ஏனென்றால் இது தீர்ந்து போகும் வரைதான் தோண்டியெடுக்க முடியும். அதன்பின் அடுத்த இடம் நோக்கித்தான் செல்லமுடியும். நிலத்தடி நீரை அதிகளவில் தோண்டியெடுக்கும் நடைமுறை முறைப்படுத்தப்படாமல் உள்ளது. ஒரு குறிப்பிட்ட பகுதியில், சமூகத்தில் எப்பொழுது அது தீர்ந்து போகும் என்று யாருக்கும் தெரியாது.

நம்முடைய அன்றாட வாழ்க்கைக்காக நிலத்தடி நீரின் பயன்பாடு வேகமாக அதிகரித்துக் கொண்டிருக்கிறது என்று நமக்குத் தெரியும். உலக மக்கள் தொகையில் மூன்றில் ஒரு பங்கான 2 பில்லியன் மக்கள் நிலத்தடி நீரையே சார்ந்துள்ளனர். இவர்கள் தோராயமாக வருடத்திற்கு தங்கள் பயன்பாட்டிற்காக மொத்த தண்ணீரில் 20 சதவீதத்தை எடுத்துக் கொண்டிருக்கிறார்கள். நிலத்தடி நீர்த்தேக்கங்கள் உலகின் ஒவ்வொரு பகுதியிலும் அதிகளவில் உறிஞ்சப்படுகின்றன. அதேபோல் பொறுப்பில்லாமல் இடப்படுகின்ற ஆழ்துளைக் கிணறுகளால் உப்பு நீர் கலந்தும், சுரங்கம் தோண்டுவதன் மூலமும், தொழிற்சாலைக் கழிவுகள் மூலமும் தண்ணீர் மாசுபடுகின்றது. (சில நிகழ்வுகளில் ஆற்றை மிகையாக உறிஞ்சுவதன் மூலம் நிலத்தடி நீர்த்தேக்கத்திற்கு ஆபத்து நேர்ந்து விடுகிறது. நீர்ப்பாசனத்திற்காக ஜோர்டான் ஆற்று நீரை

பரவலாக தவறாக பயன்படுத்தியதன் மூலம் சாக்கடல்[1] மறைந்து கொண்டிருக்கிறது. சாக்கடலின் அளவு குறைய குறைய அதனை சுற்றியுள்ள நிலத்தடி நீர்த்தேக்கம் மேல்நோக்கி வந்து நீரை சாக்கடலில் கொட்டுகிறது, இதன் மூலம் பல வருடங்களாக தொடப்படாமலேயே விடப்பட்டிருந்த இந்நீர்த் தேக்கங்கள் வற்றிக் கொண்டிருக்கின்றன.)

முதல் உலக நாடுகளில் வணிகத்திற்காக பெருமளவில் போடப்படும் மிகப்பெரிய ஆழ்துளைக் கிணறுகள்தான் நிலத்தடி நீர் உறிஞ்சப்படுவதற்கு காரணமாக உள்ளன. அதே வேளையில், மூன்றாம் உலக நாடுகளில், லட்சோபலட்ச சிறு விவசாயிகள் தஙகளுடைய தனிப்பட்ட மின் மோட்டார்களை பயன்படுத்துவதன் மூலமும் நீர் உறிஞ்சப்படுகிறது.

நிலத்தடி நீர் தோண்டப்படுவதற்கான சுவடு பசுமைப் புரட்சியில் காணப்படுகிறது. அதேபோல் பெருமளவில் உணவு உற்பத்தி செய்ய வெள்ள நீர்ப்பாசன முறையையும் அறிமுகப்படுத்தியது பசுமைப் புரட்சிதான். 1950 ஆம் ஆண்டிலிருந்து நீர்ப்பாசனத்தின் கீழ் வரும் நிலத்தின் அளவு மும்மடங்காகி உள்ளது. இதற்குப் பின்னால் உள்ள இயக்குக் காரணி பசுமைப் புரட்சிதான். தண்ணீரை பெருமளவில் பயன்படுத்தி வளர்ந்து கொண்டிருக்கிற நாடுகளுக்கான தேவைகளை நிறைவேற்ற அதிக மகசூல் தருகின்ற பயிர்வகைகளை விஞ்ஞானிகள் உருவாக்கியுள்ளனர். இந்த “புரட்சி” அதிக உணவை உற்பத்தி செய்தாலும் அதிகளவு நீரையும் பயன்படுத்தியது. அதேபோல் அதிகளவில் ஆபத்தான பூச்சிக்கொல்லிகளையும், உரங்களையும் சார்ந்திருக்க வேண்டியதாயிற்று. சில நாடுகள் நீடித்த விவசாயம் என்ற முறையைக் கைவிட்டு “இரட்டை அறுவடை” முறையை ஆரம்பித்துவிட்டன. இதன் மூலம் வறண்ட காலங்களிலும், அறுவடை காலங்களிலும் விவசாயம் பெருமளவில் செய்யப்படுகிறது.

பிரிட்டிஷ் சூழலியல்வாதி ஃப்ரெட் பியர்ஸ் (Fred Pearce) சுட்டிக்காட்டுவது போல், நீர்ப்பாசனத்தின் மூலம் விவசாயம் என்பது எங்களுக்கு இரண்டு மடங்கு உணவைக் கொடுத்தது, ஆனால் மூன்று மடங்கு தண்ணீர் பயன்படுத்தப்பட்டது. இது எங்களுக்கு நல்லது என்பதைவிட தீங்குதான் அதிகம் என்கிறார். இவர் உலகத்தின் முக்கியமான நதிகளை பட்டியலிடுகிறார். ஆனால் இந்த ஆறுகள் ஒருபோதும் கடலைச் சேர்வதில்லை:

1 Dead Sea - 810 கிலோமீட்டர் பரப்பளவில் பரவியுள்ள உப்பு ஏரி இது. இதன் மேற்குப் பகுதியில் இஸ்ரேல் மற்றும் மேற்கு கரையும் (West Bank), கிழக்குப் பக்கம் ஜோர்டானும் உள்ளன.

அமெரிக்காவில் உள்ள கொலராடோ[1], ரியோ கிராண்ட்[2] ஆறுகள், எகிப்தில் நைல்[3] நதி, சீனாவில் மஞ்சள் ஆறு, பாகிஸ்தானில் சிந்து ஆறு, ஆஸ்திரேலியாவில் முர்ரே[4] ஆறு, மத்திய கிழக்கில் ஜோர்டான்[5] ஆறு, மத்திய ஆசியாவில் ஆக்சஸ்[6] ஆறு. இவைகள் அணை கட்டப்படுவதன் மூலமும், மிகைப்பயன்பாட்டின் காரணமாகவும், நிலத்தடி நீரை தோண்டியெடுப்பதன் மூலமும் காலியாகிவிட்டன.

Pillar of Sands என்ற தனது புத்தகத்தில் சன்ட்ரா போஸ்டல்[7] கடந்த ஐம்பது வருடங்களில் உணவு உற்பத்தியில் ஏற்பட்டுள்ள மாற்றங்கள் உலகில் உள்ள நிலத்தடி நீர் வினியோகத்தில் சிரமத்தை ஏற்படுத்தியுள்ளன என்று வாதிடுகிறார். பல நாடுகளின் விவசாய நடைமுறைகள் நீரியல் சுழற்சியை ஏற்படுத்தி நிலத்தடி நீரை ஈடுகட்டி ஒரு சமநிலையைப் பேணுகின்றன. ஆனால் அச்சமநிலை பாதிக்கப்பட்டு ஈடுகட்டப்படாத நிலத்தடி நீரை வினியோகம் செய்வதன் மூலம் 10 சதவீத தானியப் பயிர்கள் உலகளவில் அறுவடை செய்யப்படுகின்றன. ஒவ்வொரு வருடமும் இந்த நீரின் அளவு மொத்தத்தில் இரண்டு நைல் ஆறுகள் புரண்டோடுவதற்குச் சமமாக இருக்கிறது.

நிலத்தடி நீர் உறிஞ்சல் சில சமயங்களில் சோலைவனத்தை பாலைவனமாக மாற்றுகிறது. ஆனால் சில சமயங்களில் ஒரு பாலைவனம் சோலைவனமாக மாறிவிட முடியும். ஒகல்லலா[8] நிலக்கடி நீர்த்தேக்கம் ஒரு பரந்த புவியியல் அமைப்பு. இது புவிக்கு அடியில் தென் டகோட்டா (Dakota) பகுதியிலிருந்து டெக்சாஸ் மாகாணம் வரை எட்டு மாநிலங்களில் பரந்து கிடக்கிறது. ஆரம்பத்தில் இந்த பாதி வறண்ட உயர் சமவெளிகளில் குடியேறியவர்கள் அங்கு நிலவிய வறட்சி சூழலால் பதிக்கப்பட்டார்கள். அவ்வறட்சி 1930-களில் பெரும்

---

1 Colorado - தென்மேற்கு அமெரிக்கா மற்றும் வடமேற்கு மெக்சிகோவின் முக்கிய ஆறு. நீளம் 2334 கிலோமீட்டர்

2 Rio Grande - 3034 கிலோமீட்டர் நீளமுள்ள கொலராடோ ஆற்றின் தென்மேற்கு பகுதியிலிருந்து பாயும் ஆறு

3 Nile - ஆப்பிரிக்காவில் பாயும் உலகின் நீளமான நதி. நீளம்: 6650 கிலோமீட்டர்.

4 Murray - ஆஸ்திரேலியாவின் நீளமான ஆறு. நீளம்: 2995 கி.மீ.

5 Jordan - 251 கி.மீ. நீளமுள்ள சாக்கடலில் கலக்கக்கூடிய மேற்காசிய ஆறு.

6 Oxus - மத்திய ஆசியாவின் முக்கியமான ஆறு. இது அமு டார்யா என்றும் அழைக்கப்படுகிறது.

7 Sandra Postel – Global Water Policy Project – இன் இயக்குனர். நன்னீர் மற்றும் அது சார்ந்த சூழலியலில் தலைசிறந்த அமெரிக்க வல்லுனர்.

8 Ogallala - அமெரிக்க சமவெளிகளுக்கு அடியில் பரந்துள்ள நிலத்தடி நீர்த்தேக்கம்.

பாதிப்பை ஏற்படுத்தியது. இரண்டாம் உலகப்போருக்குப் பிறகு ஒகல்லாலா-வை தோண்டும் தொழில்நுட்பம் கண்டறியப்பட்டது. அதன்பின் அந்த உயர் சமவெளி உலகத்தில் உள்ள விவசாய ரீதியில் உயர் உற்பத்தித்தன்மை கொண்ட பகுதிகளில் ஒன்றாக பரிணமித்தது. இதன் பேரளவு நீராதாரம் தற்போது பாலைவனங்களில் காட்டன், அல்ஃபால்ஃபா[1] போன்ற நீர் அதிகம் தேவைப்படும் பயிர்கள் வளர்க்கப் பயன்படுகின்றன. ஆனால் இந்த அதிசயம் நீண்ட நாள் நீடிக்காது. ஏனென்றால் இந்த நீர்த்தேக்கம் மிகவும் ஆழமானது. ஒகல்லாலா நீர்த்தேக்கம் 24x7 மணிநேரமும் இயங்கிக் கொண்டிருக்கும் 2 லட்சம் ஆழ்துளைக் கிணறுகளால் உறிஞ்சப்படுகிறது. இந்த பொக்கிஷத்தின் நீர் இயற்கையான வழிகளில் ஈடுகட்டப்படும் வாய்ப்பு குறைவாகவே உள்ளது. சில பத்தாண்டுகளில் 18 கொலராடோ நதிகள் ஒரு வருடத்தில் கொண்டு வந்து சேர்க்கும் அளவிலான நீரை ஒகல்லாலா நீர்த்தேக்கம் முற்றிலும் இழந்துவிட்டது. இது தற்பொழுதுவெறும் பாதியளவு உற்பத்தியைத்தான் கொடுத்துக் கொண்டிருக்கிறது.

இதே கதைதான் அமெரிக்காவிலும் நிகழ்ந்து கொண்டிருக்கிறது. இந்நாடு தன்னுடைய அன்றாட தேவையில் 50 சதவீத தண்ணீரைப் பெற புதுப்பிக்க முடியாத நிலத்தடிநீரையே சார்ந்து இருக்கிறது. ஐரோப்பியாவிற்கு தேவையான 65 சதவீத குடிநீரை வழங்குவது நிலத்தடி நீரே ஆகும். 60 சத ஐரோப்பிய நகரங்கள் அவற்றினுடைய நிலத்தடிநீர் வளங்களை கபளீகரம் செய்கின்றன என்று ஐரோப்பிய கமிசன் எச்சரித்துள்ளது. நிலத்தடி நீரை தோண்டியெடுத்ததன் மூலம் ஐரோப்பாவின் 50 சத ஈர நிலங்கள் ஆபத்துக்குள்ளாக்கப் பட்டிருக்கின்றன. மேலும் இந்த நிலத்தடி நீர் மிகவும் மாசுபடுத்தப்பட்டுள்ளது. ஆஸ்திரேலியாவிலும் நிலத்தடி நீர்த்தேக்கங்கள் அதிகளவில் தோண்டப்பட்டுவிட்டன. இந்நீர்த்தேக்கங்கள் அந்நகரில் 8000 இடங்களில் கொட்டி வைக்கப்பட்டுள்ள விஷக்குப்பைகளினால் மாசுபடுத்தப்பட்டுள்ளன. ஆஸ்திரேலியாவில் நிலத்தடிநீரை உறிஞ்சுதல் என்பது 1990 ஆம் ஆண்டில் விண்ணைத்தொடும் அளவிற்கு அதாவது 90 சதவீதம் அதிகரித்துள்ளது.

ஆசியாவில் வந்துகொண்டிருக்கிற நெருக்கடியை தெளிவாகக் காண முடியும். லண்டனைச் சேர்ந்த New Scientist[2] இதழ் ஆசியாவில் அதிவேகத்திலும், கட்டுப்பாடற்ற முறையிலும் நிலத்தடி நீரை உறிஞ்சுவதன் மூலம் உருவான நிலையை "சிறிதளவே

---

1 Alfalfa - ஃபேபேசீ குடும்பத்தைச் சேர்ந்த பூக்கும் தாவரம்.
2 லண்டனில் செயல்படும் வாராந்திர ஆங்கில அறிவியல் பத்திரிக்கை.

அறியப்பட்ட நெருக்கடி" என்று அறிவித்தது. விவசாயிகள் முன்னெப்போதும் இல்லாத வகையில் லட்சக்கணக்கான ஆழ்துளைக் கிணறுகளை உருவாக்கிக் கொண்டிருக்கிறார்கள். மேலும் "விவரிக்கமுடியாத அராஜகம்" என்று சொல்லக்கூடிய அளவில் இவ்விவசாயிகள் நிலத்தடி நீரை உறிஞ்சி இந்தக் கண்டத்தின் நீராதராரத்தை வறண்டுபோகச் செய்துவிடுகின்ற அளவிற்கு மிரட்டிக் கொண்டிருக்கிறார்கள். கடந்த பத்தாண்டில் வியட்னாம் தன்னுடைய ஆழ்துளைக் கிணறுகளின் எண்ணிக்கையை 1 மில்லியன் அளவுக்கு அதிகரித்துள்ளது. பாகிஸ்தான் உணவு உற்பத்தியில் 90 சதவீதத்தை நிறைவுசெய்து கொடுக்கிற பஞ்சாப் மாநிலத்தின் தண்ணீர் அளவு கீழே போய்க்கொண்டிருக்கிறது.

எண்ணெய் நிறுவனங்களிடமிருந்து வாங்கப்பட்ட தொழிநுட்பத்தின் மூலம் இந்தியா 24 மணி நேரமும் 23 மில்லியன் ஆழ்துளைக் கிணறுகளை இயக்கிக் கொண்டிருக்கிறது. டினோசர் வாழ்ந்த காலத்தில் உருவான தண்ணீரை உறிஞ்ச இந்த ஆள்குழாய்க் கிணறுகள் நீள்கின்றன. ஒவ்வொரு வருடமும் அடுத்த ஒரு மில்லியன் கிணறுகள் தோண்டப்படுகின்றன. இந்த கிணறுகள் ஒவ்வொரு வருடமும் பூமியிலிருந்து 200 கன கிலோமீட்டர் நீரை உறிஞ்சுகின்றன. இதில் ஒரு பகுதியளவே பருவமழையால் ஈடுகட்டப்படுகிறது. தண்ணீரின் அளவு கீழேச் செல்லச் செல்ல விவசாயிகள் இன்னும் ஆழமாக துளையிடும் சூழலுக்கு தள்ளப்படுகிறார்கள். கடந்த பத்தாண்டில் தங்களது விவசாயத்திற்கு தேவையான தண்ணீர் தீர்ந்துபோனதில் ஆயிரக்கணக்கான விவசாயிகள் தற்கொலை செய்துகொண்டனர். தமிழ்நாடு மற்றும் வட குஜராத்தில் தண்ணீரின் அளவு குறைந்து போனதால் விவசாயத்திற்கென்று உள்ள நிலங்கள் பாதியாக குறைந்துவிட்டன. இந்தச் சூழல் இந்தியா முழுவதும் நிகழும் என்று வல்லுநர்கள் தெரிவிக்கின்றனர்.

சீனா கனடாவை விட குறைந்தளவே தண்ணீரைப் பெற்றுள்ளது. ஆனால் கனடாவை விட 40 மடங்கு அதிக மக்கள் தொகையைக் கொண்டுள்ளது. வட சீனாவில் நிலத்தடி நீரின் அளவு மிகவும் ஆபத்தான நிலையை எட்டிவிட்டது. வடசீனாவின் பாதிப் பகுதியில் நிலத்தடி நீர் ஒரு வருடத்திற்கு ஏறத்தாழ 30 பில்லியன் கன கிலோமீட்டர் அளவில் எடுக்கப்படுகிறது. இதற்கு காரணம் சீனாவின் பொருளாதார "அதிசயத்தை" தூண்டிவிட விவசாயத்திற்காக நீரை மிகையாக உறிஞ்சுவதோடு மட்டுமல்லாமல், அரசாங்கத்தில் உள்ள திட்டமிடுபவர்கள் விவசாயத்திற்கான நீரை தொழிற்சாலைகளுக்கு மாற்றிவிடுவதும்தான். கடந்த 20 வருடங்களில் பீஜிங்கின் நிலத்தடி நீரின் அளவு 200 அடிக்கு கீழே சென்றுவிட்டது. இந்நிலை

தொடர்ந்தால் சீனா இன்னொரு நகரத்தை தங்களது தலைநகராக தேர்வு செய்ய வேண்டியிருக்கும் என்று சிலர் கூறியுள்ளனர்.

வறட்சியோடு தொடர்புடைய புழுதிப் புயல்கள் ஏற்கனவே சீனாவை வாட்டிக் கொண்டிருக்கின்றன. 2006 ஆம் ஆண்டு வட சீனாவை 13 முக்கிய புழுதிப்புயல்கள் தாக்கியுள்ளன. 2006 ஆம் ஆண்டு ஏப்ரலில் ஒரு புழுதிப்புயல் சீனாவைத் தாக்கியதோடு மட்டுமல்லாமல், கொரியா மட்டும் ஜப்பானையும் சென்றடைந்தது. இப்புயல் செல்லும் வழியில் பீஜிங் முழுவதும் கற்பனை செய்ய முடியாத அளவிற்கு 3,36,000 டன் மணல் குவியலை விட்டுச் சென்றது. மக்கள் தங்களது பாதுகாப்பிற்காக முகமூடியை அணிந்துகொள்ள வேண்டியிருந்தது. ஒவ்வொரு வருடமும், ரோட் தீவிற்கு (Rhode Island - 3140 சதுர கிலோமீட்டர் பரப்பளவு கொண்ட அமெரிக்க தீவு) இணையான தீவு சீனாவில் உருவாக்கப்படுகிறது.

இந்த கிரகமே வறண்டு போய்க்கொண்டிருக்கிறது

உருகிக் கொண்டிருக்கும் பனிப்பாறைகள்

சீனாவின் நெருக்கடி திபெத் பனிப்பாறைகள் மிக வேகமாக உருகிக் கொண்டிருப்பதன் மூலம் மேலும் அதிகரிக்கிறது. பருவநிலை மாற்றம் காரணமாக இப்பனிப்பாறைகள் வேகமாக மறைந்து கொண்டிருக்கின்றன. இவைகள் ஒவ்வொரு வருடமும் 50 சதவீதமாக குறைக்கப்படும் என்று Chinese Academy of Sciences[1] கூறுகிறது. ஒவ்வொரு வருடமும் மஞ்சள் ஆற்றை நிரப்ப போதுமான அளவில் 46,298 பனிப்பாறைகள் உருகுகின்றன. ஆனால் தண்ணீர் அதிகமாக தேவைப்படுகிற இந்நாட்டிற்கு நன்னீர் வளத்தை வழங்காமல் இந்த பனிப்பாறைகள் உருகுவதன் மூலம் பாலைவனத்தை ஏற்படுத்துகின்றன. பல்லாண்டுகளாக இமயமலைப் பனிப்பாறைகள் ஆசிய ஆறுகளான யாங்க்சே, சிந்து, கங்கை, பிரம்மபுத்திரா, மேகாங்க் மற்றும் மஞ்சளாறு போன்றவற்றிற்கு நீராதாரங்களை வழங்குவதுபோல் அல்லாமல் திபெத்திய பனிப்பாறைகள் வேகமாக உருகுவதன் மூலம் மண்ணரிப்பை ஏற்படுத்தி பாலைவனமாக்கி தன்னுடைய சேரிடமான மஞ்சளாற்றை அடையும் முன்பே ஆவியாகிவிடுகிறன.

1 அறிவியலுக்கான சீன கல்விக்கழகம்.

Chinese Academy of Sciences அமைப்பைச் சேர்ந்த யாவோ டாண்டாங் (Yao Tandong) "இந்த பீடபூமியில் நிகழ்கிற முழு அளவிலான பனிப்பாறைகள் உருகுதல் என்பது இப்பகுதியில் சூழலியல் பேராபத்திற்கு வழிவகுக்கும்" என்று கூறுகிறார். உலகத்தில் உள்ள லட்சக்கணக்கான மக்கள் பனிப்பாறைகளின் உருக்கம் காரணமாக கடுமையான நீர்ப்பற்றாக்குறையை எதிர்நோக்குகிறார்கள் என்று World WildLife Fund[1] இதே கவலையை எதிரொலிக்கிறது. WWF ஈகுவடார், பொலிவியா மற்றும் பெரு நாடுகளைத் தனிமைப்படுத்திக் காட்டுகிறது. இந்நாடுகள் அனைத்தும் தங்களது நீர் தேவைக்காக ஆண்டீஸ் மலையிலிருந்து உருகும் பனிப்பாறைகளை நம்பியே உள்ளன. 1975 ஆம் ஆண்டு 75 சதவீத ஆல்ப்ஸ் பனிப்பாறைகள் நகர ஆரம்பித்திருந்தன. ரைன், ரோன் மற்றும் போ ஆறுகளுக்கு ஆதாரமாய் இருக்கின்ற ஆல்ப்ஸ்[2] மலை உலகில் உள்ள மற்ற பனிப்பாறைகளை விட இரண்டு மடங்கு வேகமாய் உருகிக் கொண்டிருக்கிறது. கனடாவில், அல்பெட்ரா பவ்[3] ஆறுக்கு ஆதாரமாய் இருக்கிற பனிப்பாறை இன்னும் ஐம்பது வருடங்களில் அதில் எந்த தண்ணீரும் இருக்காது என்கின்ற அளவில் வேகமாக உருகிக் கொண்டிருக்கிறது.

உலகத்தில் உள்ள மலைகளின் நிலைமை நமக்கு மிகவும் கவலையளிக்கக் கூடியதாக உள்ளது. ஏனென்றால் உலக வெப்பமயம் இந்த மலைகளின் பாரம்பரிய பனிப்பாறைகளை உரித்து எடுத்து விடுகின்றது. மனிதனுடைய குடிநீர் தேவையை 50 சதவீதம் நிறைவேற்றும் இந்த மலைகளை விஞ்ஞானிகள் "நீர் குன்றுகள்" என்று கூறுவர். கடலில் கலந்து விடுகின்ற பனியாறுகள் இன்னொரு வகையான இழப்பாகும். இவ்வாறுகள் உப்புநீரில் கலந்து கடல்நீரின் அளவு உயரக் காரணமாகின்றன. நிலத்தடி நீரை தோண்டியெடுப்பதுபோல் பனியாற்று உருக்கம் என்பது "தீர்ந்து போகின்ற" விளையாட்டில் இன்னொரு உதாரணம்.

மெய்நிகர் நீர் வணிகம் (Virtual Water Trade)

மெய்நிகர் வணிகத்தின் மூலம் நீர் பெருமளவில் இடப் பெயர்ச்சி செய்யப்படுகிறது. மெய்நிகர் நீர் என்ற பதம், நீரைப் பயன்படுத்தி உற்பத்தி செய்யப்பட்ட பயிர்கள் அல்லது உற்பத்தி

---

1 சுற்றுச்சூழல் மீட்பு, ஆராய்ச்சி, பாதுகாப்பு குறித்து செயல்படுகின்ற அரசு சாரா சர்வதேச அமைப்பு
2 Alps - ஐரோப்பிய மலைத்தொடர்
3 Alberta's Bow - கனடாவில் உள்ள அல்பர்ட்டா மாகாணத்தின் ஆறு. நீளம்: 587 கி.மீ.

செய்யப்பட்ட பண்டங்கள் ஏற்றுமதி செய்யப்படுவதை குறிக்கிறது. இஸ்ரேல் பொருளாதார அறிஞர்கள் மெய் நிகர் அல்லது உட்பொதியப்பட்ட போன்ற பதங்களை 1990களின் முற்பகுதியில் பயன்படுத்தினர். ஒவ்வொரு முறையும் தங்களது வறண்ட நாட்டிலிருந்து நீர் அதிகம் பிடிக்கும் ஆரஞ்சுகளையோ அல்லது அவகாடோக்களையோ¹ ஏற்றுமதி செய்யும்பொழுது அவர்கள் இந்த பதங்களை பயன்படுத்தினர். உலகம் முழுவதும் மோசமான நீர் மேலாண்மை முறை கடைபிடிக்கப்படுவதால் ஒரு சிறிய சாலட் (Salad) தயாரிக்க 300 லிட்டர் நீர் தேவைப்படுகிறது. ஒரு கிலோ கோதுமை தயாரிக்க 1000 லிட்டர் நீர் தேவைப்படுகிறது. ஒரு கிலோ இறைச்சியை உருவாக்க, கோதுமை தயாரிக்க ஆகும் நீரைவிட ஐந்திலிருந்து பத்து மடங்கு நீர் தேவைப்படுகிறது. ஒரு கிலோ காட்டன் தயாரிக்க 30000 லிட்டர் நீர் வரைக்கும் தேவைப்படுகிறது.

உணவு உற்பத்திக்காக பயன்படுத்தப்பட்ட நீர் என்பது "மெய் நிகர்" நீராகும். உற்பத்திமுறையில் நீர் பயன்படுத்தப்பட்டிருந்தாலும் அதை அந்த உற்பத்திப் பொருளில் நேரடியாகக் காணமுடிவதில்லை. ஒரு நாடு தண்ணீர் செலவழித்து உருவாக்கிய பண்டங்களை இன்னொரு நாட்டுக்கு ஏற்றுமதி செய்கிறதென்றால், அந்நாட்டிற்கு தண்ணீரை மெய்நிகர் வடிவில் ஏற்றுமதி செய்வதாகத்தான் அர்த்தம். வளமான ஆனால் குறைந்த தண்ணீர் வளம் கொண்ட சவுதி அரேபியா மற்றும் நெதர்லாந்து போன்ற நாடுகள் தங்களுக்குத் தேவையான தண்ணீரை அதிக நீர் வளம் உள்ள நாடுகளிலிருந்தோ அல்லது தங்களிடம் உள்ள நீராதாரத்தை சுயநலத்துக்காக சுரண்டும் ஏழை நாடுகளிலிருந்தோ இறக்குமதி செய்துகொள்கின்றன. உதாரணத்திற்கு ஜப்பான் தன் நாட்டு மக்கள் பயன்படுத்துகின்ற பொருள்கள் மற்றும் சேவைகளுக்குத் தேவையான நீரில் 65 சதவீதத்தை பயிர்கள் மற்றும் பண்டங்கள் என்ற வடிவில் மற்ற நாடுகளிலிருந்து இறக்குமதி செய்வதன் மூலம் தன் நாட்டில் பயன்படுத்தப்படும் நீரின் அளவைக் குறைக்கின்றது. தண்ணீர் வளம் அதிகம் உள்ள கனடா போன்ற நாடுகளுக்கு இதுபோன்ற செயல் அதிக விருப்பமுள்ளதாக உள்ளது. ஆனால் பல ஏழை நாடுகள் தங்களது வருமானத்திற்காக மெய் நிகர் வணிகத்தின் மூலம் பெருமளவு தண்ணீரை ஏற்றுமதி செய்து கொண்டிருக்கின்றன. மேலும் தங்களது கடனை அடைக்க ஒற்றைச் சாகுபடி பயிர்களை ஏற்றுமதி செய்யுமாறு உலக வங்கி மற்றும் சர்வதேச பண நிதியம் இந்த ஏழை நாடுகளை நிர்ப்பந்திப்பதன் மூலம் மெய்நிகர் நீர் ஏற்றுமதி செய்யப்படுகிறது.

---

1 Avocado - லாரேசி குடும்பத்தை சேர்ந்த பூக்கும் செடி/மரம். இதன் பழத்தின் பெயர் அவகாடோ.

தாய்லாந்தைப் போல் இத்தகைய நெருக்கடியின் காலடியில் இருக்கும் இந்தியாவும் ஒரு மெய்நிகர் நீர் ஏற்றுமதியாளர்தான். வியட்னாம் தனது நீர் இருப்பை காப்பி ஏற்றுமதிக்காக அழித்துக் கொண்டிருக்கிறது. லத்தீன் அமெரிக்கா வட அமெரிக்காவிற்கு அனுப்புவது போல் ஆப்பிரிக்கா ஐரோப்பாவின் பெரும்பகுதிக்கு செயற்கையாகப் பழுக்கவைத்த பழங்களை அனுப்புகின்றன. கென்யா நைவாஷா[1] ஏரியின் நீராதாரத்தை ஐரோப்பாவிற்கு ரோஜாப்பூக்களை ஏற்றுமதி செய்யவதற்காகப் பாழ்படுத்திக் கொண்டிருக்கிறது. பூக்களுக்காக தண்ணீரை வீணாக்கும் இந்த நிலை நிறுத்தப்படவில்லை என்றால் ஆப்பிரிக்காவில் உள்ள பெரும்பாலான காண்டாமிருகங்களுக்கு வாழிடமாக இருக்கும் இந்த ஏரி "நாறிப்போன குழம்பிப்போன குட்டையாக" மாறிவிடும் என்று அறிஞர்கள் கணிக்கிறார்கள். (இதை உணர்ந்த ஐரோப்பிய மலர் நிறுவனங்கள் தங்களது கேந்திரங்களை எதியோப்பியா மற்றும் உகாண்டாவிற்கு மாற்ற திட்டமிட்டுக் கொண்டிருக்கின்றன.)

வடக்கத்திய நாடுகளில் எண்ணெய் மற்றும் எரிவாயுக்களுக்குப் பதிலாக வேறு எரிபொருள்களை பயன்படுத்த எழுந்துள்ள தேவைகளை சமாளிக்க, உயிர் எரிபொருள்களை (Bio-Fuels) தயாரிக்க பல நாடுகள் கரும்பு, சோளம், பனை எண்ணெய் மற்றும் சோயா போன்றவைகளை வளர்த்துக் கொண்டிருக்கின்றன. கார்களுக்கு உணவாகும் இந்த உயிர் எரிபொருள்களை உற்பத்தி செய்ய அதிகளவு விளை நிலங்கள் தேவைப்படுகின்றன என்பதற்காக மட்டுமில்லாமல் இவைகள் அதிகளவு தண்ணீரைப் பயன்படுத்துவதாலும் கடும் விமர்சனத்திற்குள்ளாகி இருக்கின்றன. கார்னல் பல்கலைக்கழக[2] வேளாண் விஞ்ஞானி பேராசிரியர். டேவிட் பிமெண்டல் (David Pimentel) கூறுவது போல், சோளத்தின் மூலம் உயிர் எரிபொருள் தயாரிக்கப் பயன்படும் நீரோடு, அந்தச் சோளத்தை வளர்க்கப் பயன்பட்ட நீரையும் சேர்த்தால் ஒரு லிட்டர் எத்தனால் தயாரிக்க 17,000 லிட்டர் தண்ணீர் தேவைப்படுகிறது. சீனா ஒவ்வொரு வருடமும் பிரேசிலிலிருந்து 20 மில்லியன் டன்கள் சோயாவை இறக்குமதி செய்கிறது. இந்த உயிர் எரிபொருள்களை உற்பத்தி செய்கின்ற நாடுகள் 45 கன கிலோமீட்டர் நீரைப் பயன்படுத்துகின்றன. இந்த நீர், ஒரு வருடத்தில் உலகம் முழுதும் வீட்டுத் தேவைகளுக்காக பயன்படுத்தப்படும் தண்ணீரில் பாதியாகும். உயிர் எரிபொருள்கள் தயாரிக்கும் மிகப்பெரிய நிறுவனங்கள் நிறைய உள்ள வட

---

[1] Naivasha - 139 ச.கி.மீ. பரப்பில் உள்ள கென்யாவின் நன்னீர் ஏரி.

[2] Cornell University - நியூயார்க்கில் அமைந்துள்ள தனியார் ஆராய்ச்சிப் பல்கலைக்கழகம்.

பிரேசிலில் உள்ள ஆறுகள் முற்றிலும் வறண்டு கொண்டிருக்கின்றன. (எல்லா உயிர் எரிபொருள்களும் ஏற்றுமதிக்கானதல்ல. கனடா மற்றும் அமெரிக்க அரசுகள் பெருமளவில் மானியம் கொடுத்து தங்களது விவசாயத் துறைக்காக உயிர் எரிபொருள்களை உற்பத்தி செய்து கொண்டிருக்கின்றன. The Sacramento Bee[1] மதிப்பிடுவது போல கலிஃபோர்னியாவின் எத்தனால் உற்பத்தி இலக்கை அடைய அம் மாகாணத்திற்கு ஒவ்வொரு வருடமும் 10 ட்ரில்லியன் லிட்டர் நீர் அதிகமாக தேவைப்படும்.)

பல ஏழை நாடுகள் வறட்சியை நோக்கி சென்று கொண்டிருக்கின்றன. மனித பயன்பாட்டிற்காகப் பயன்படுத்தப்படும் ஒட்டுமொத்த தண்ணீரில் 15-லிருந்து 20 சதம் ஏற்றுமதிக்காகப் பயன்படுத்தப்படுகிறது என்று ஐ.நா. மதிப்பிட்டுள்ளது. உலக வங்கி மற்றும் சர்வதேச நிதி நிறுவனங்களின் அழுத்தத்தினால் இந்த நடைமுறை மேலும் அதிகரிக்க வாய்ப்புண்டு. மேலும் நீரை ஏழைகளிடமிருந்து பணக்காரர்களுக்கு மாற்றும் நிலையும் தொடரும். இரண்டு வளம்பொருந்திய ஆனால் தண்ணீர் பிரச்சினையை சந்தித்துக் கொண்டிருக்கிற நாடுகளான அமெரிக்காவும், ஆஸ்திரேலியாவும் மெய்நிகர் நீர் ஏற்றுமதியாளர்கள் என்பதுதான் விநோதம். அமெரிக்காவிலிருந்து எடுக்கப்படும் மூன்றில் ஒரு பங்கு நீரை அது ஏற்றுமதி செய்கிறது. மத்தியமேற்கு மற்றும் தென்மேற்குப் பகுதிகள் வறண்டு போவதற்கு இதுதான் காரணியாகும். இவ்விரு நாடுகளும் தங்களுடைய நீர் நெருக்கடியை மறுப்பதும், முற்றிலும் பொருளாதார உலகமயமாக்கலை தழுவியதும், வரம்பற்ற வளர்ச்சி குறித்து பொய்யான வாக்குகளை அளிப்பதும் தற்செயலானது அல்ல.

நகரமயமாக்கலும், காடழித்தலும்

உலகத்தின் தண்ணீர் எங்கே சென்றுவிட்டது என்ற கேள்விக்கான இன்னுமொரு பதில் உள்ளது. பெருமளவில் நகரமயமாக்கல் மற்றும் இயற்கையானச் சுற்றுச்சூழல் அழிக்கப்பட்டதுதான் தண்ணீர் இடமாற்றப்பட்டதற்கு காரணம். நகரங்களின் பரப்பு காரணமாக தண்ணீர் வயல்களுக்கும், புல்வெளிகளுக்கும், ஈரநிலங்களுக்கும், ஓடைகளுக்கும் திரும்ப முடியாத போதும், பசுமை வெளிகள் அகற்றப்படும்போதும் மண்ணிலும், அடிப்படையான நீர் அமைப்பிலும் சிறிதளவே தண்ணீர் இருக்கும். அதனால் நிலத்திலிருந்து ஆவியாதல் என்பது குறைந்தளவே நடக்கும் என்று ஸ்லோவேக்கிய விஞ்ஞானியும், கோல்ட்மேன்

1 கலிஃபோர்னியாவில் பிரசுரிக்கப்படும் தினசரி நாளிதழ்.

பரிசை[1] வென்றவருமான மைக்கேல் க்ராவ்சிக் (Michal Kravcik) கூறுகிறார். அதாவது இது, மழையானது மிகப்பெரிய சிமெண்ட் குடையின் மீது விழுந்து கடலில் கலப்பதற்குச் சமமாகும். தண்ணீரைத் தேக்கிவைக்கும் நிலவெளிகளை அழிப்பதன்மூலம் ஆற்றங்கரைகளிலும், நீர்ப்பள்ளத்தாக்குகளிலும் குறைந்தளவு நீரையே விட்டுவைக்கிறோம் என்று அர்த்தம். இது நீரியல் சுழற்சிக்கு குறைந்தளவே நீரைக்கொடுக்கும்.

நாம் இன்று நீரை அழிப்பதற்காகப் பயன்படுத்துகிற முறைபோல் கடந்த காலங்களில் பின்பற்றியதால் அப்போது வாழ்ந்த சமூகங்களின் இறப்பை க்ராவ்சிக் காலவரிசைப்படுத்துகிறார். தண்ணீர் என்பது தீவிரமான பருவகால மறுபாடுகளை தணிக்கிற ஒரு வெப்பக்கட்டுப்பாட்டாளார் என்கிறார் க்ராவ்சிக். எவ்வளவுக்கெவ்வளவு அதிக நீர் இருக்கிறதோ அந்த அளவிற்கு வெப்பநிலை மற்றும் பருவகாலத்தில் ஏற்படும் விளைவுகள் தணிக்கப்படும். நீரியல் சுழற்சியால் ஆவியாகும் பெருமளவிலான நீர் சாதாரண நீர்நிலைகளில் சுருங்குகிறது. பொதுவாக அங்கு பச்சையம் இருக்கும். பச்சையத்தின் மூலம் சுவாசம் நடந்து நீர் தாவரங்களின் மூலம் ஆவியாகிறது. அங்கு பச்சைவெளி அக்கற்றப்படிருந்தால் நீர் நேரடியாக ஆவியாகி நீரியல் சுழற்சி பாதிக்கப்படுகிறது. காடுகளை அகற்றியதன் மூலமும், அதீத மேய்ச்சலாலும், மோசமான பண்ணைச் செயல்முறைகளாலும் கடந்த காலங்களில் நாகரீகங்கள் வீழ்ந்தன. நவீன மனிதர்கள் நகரமயமாக்கலை தழுவியதன் மூலமும், கழிவுகளை வெளியேற்றும் அமைப்பின் மூலமும் நன்னீரை சீரழித்து நேரடியாக கடலுக்குள் செலுத்திவிட்டார்கள். பசுமை அழிவும், கண்டங்களிலிருந்து மழைநீரை நேரடியாக கடலுக்கு அனுப்பியதுதான் உலக வெப்பமயமாதலுக்கும், கடல் மட்ட உயர்வுக்கும் காரணம் என்று க்ராவ்சிக் கூறுகிறார்.

சுற்றியுள்ள கிராமப் பகுதிகளை விட நகர வெப்பத்தீவுகள் உஷ்ணமாக உள்ளது இன்னொரு பிரச்சினையாகும். Science News[2] சொல்வதுபோல நகரப்பகுதிக்குள் தண்ணீர் கசிந்து ஊடுருவாவிடில் சுற்றுச்சூழலை குளிராக்கக் காரணமான வெப்ப உட்கிரகிப்பு மற்றும் ஆவியாதல் நடைபெறாது. நகரங்கள் தங்களது “வியர்க்கும்” திறனை இழந்துவிடுகின்றன.

இந்த பிரச்சினை காடுகளை அழிப்பதன் மூலம் இன்னும் அதிகப்படுத்தப்படுகிறது. 2005 ஆம் ஆண்டு Australian Nuclear

1 Goldman Prize - சுற்றுச்சூழல் செயல்பாட்டாளார்களுக்கு வழங்கப்படும் பரிசு. இப்பரிசு கலிஃபோர்னியாவை தலைமையிடமாகக் கொண்டு வழங்கப்படுகிறது.

2 அமெரிக்க அறிவியல் பத்திரிக்கை.

Science and Technology Organization¹ மேற்கொண்ட ஆய்வில் விஞ்ஞானிகள் அமேசான் ஆற்றினூடே பெய்யும் மழையின் மூலக்கூறு அமைப்பில் உள்ள மாறுபாடுகளை ஆய்வு செய்தனர். அங்கு பெய்த மழை அட்லாண்டிக் கடலில் கலந்து ஆவியாகி மீண்டும் அந்த தீவில் மழையாய்ப் பொழிந்து பின்பு ஆற்றில் கலந்தது. காடுகளை அழிப்பது அதிகமாக நடந்த 1970-ஆண்டில் அமேசான் பகுதியில் பொழிந்த மழையில் உள்ள மூலக்கூறுகளின் விகிதம் குறைந்துள்ளதென அந்த ஆய்வு காட்டியது. பசுமை குறைந்ததினால் இம்மூலக்கூறுகள் மீண்டும் வளிமண்டலத்திற்கு திருப்பி அனுப்பப்படாததுதான் இந்நிலைக்கு காரணம் என்பதுதான் சாத்தியமான விளக்கமாகும். இந்தக்குழு காடுகளின் அழிவுக்கும், குறைந்துபோன மழைப்பொழிவுக்கும் உள்ள தொடர்பைக் கண்டறிந்தது.

பாலைவனமாக்கலும் காலநிலை மாற்றமும்

நீர்நிலைகள் வறண்டுபோகும் போக்கு முக்கியமான ஆதாரங்கள் மூலம் சமீபத்தில் உறுதிப்படுத்தப்பட்டது. The U.S. National Center for Atmospheric Research (NCAR)², 1970 மற்றும் 2005 ஆம் ஆண்டுகளுக்கிடையே கடுமையான வறட்சியால் பாதிக்கப்பட்ட நிலங்களின் சதவீதம் இரண்டு மடங்குக்கு மேலானது என்று கூறுகிறது. ஐரோப்பா, கனடா, மேற்கு மற்றும் தெற்கு ஆப்பிரிக்கா மற்றும் கிழக்கு ஆஸ்திரேலியா போன்ற பகுதிகளில் அதிகளவு வறட்சி நிகழ்ந்தது. நைஜீரியாவில் ஒவ்வொரு வருடமும் 2000 சதுர கிலோமீட்டர் பாலைவனமாக மாறிக்கொண்டிருக்கின்றது.

மேலும் நாசா (NASA) உதவியுடன் செயல்படும் Gravity Recovery and Climate Management (GRACE)³ ஆராய்ச்சியாளர்கள் உலகம் முழுவதிலும் தண்ணீர் வினியோகத்தை அளவிட இரண்டு செயற்கைக் கோள்களைப் பயன்படுத்துகிறார்கள். இந்த செயற்கைக்கோள்கள் புவியின் ஈர்ப்பு மண்டலத்தை அளவிடுகின்றன. கிடைக்கும் தகவல்களில் உள்ள சிறிய மாற்றம் கூட எந்த பகுதியில் தண்ணீர் இடமாறியிருக்கிறது என்று சொல்லிவிடும். இந்த ஆய்வு என்பது புதிய ஒன்றாக இருப்பினும், கலிஃபோர்னியாவின் மத்திய சமவெளி, இந்தியாவின் சில பகுதிகள், ஆப்பிரிக்காவின் பெரும்பகுதி

---

1 ஆஸ்திரேலிய அரசின் சட்டப்பூர்வ அமைப்பு.
2 அமெரிக்க கொலராடோ மாகாணத்தில் அமைந்துள்ள காலநிலை மாற்றம், சுற்றுச்சூழல் மற்றும் சமூக தாக்கங்கள் பற்றி ஆராயும் அமைப்பு.
3 நாசாவும், ஜெர்மனி விண்வெளி ஆராய்ச்சி நிறுவனம் இணைந்து செயல்படும் ஆராய்ச்சி அமைப்பு.

மிகவும் கவலைக்குரிய பகுதியாக உள்ளதாக இவ்வாய்வு கண்டறிந்துள்ளது. ஒரு வருடத்திற்கு காங்கோ (Congo) ஆற்றின் ஆழம் 21.6 மில்லிமீட்டர் குறைகிறது என்றால் 260 கன கிலோமீட்டர் தண்ணீர் இழக்கப்படுகிறது என்று அர்த்தம். இழக்கப்பட்ட நீர் ஒரு வருடத்திற்கு 14 கொலோரடா நதிகள் ஒன்றுசேர்ந்து பாய்ந்தால் கிடைக்கும் நீருக்குச் சமம்.

U.K. Meterological office[1] 2006 ஆம் ஆண்டு அக்டோபரில் வெளியிட்ட அறிக்கை கடந்த ஐம்பது வருடங்களில் உலகளவில் தண்ணீரின் போக்கு குறித்து ஆய்ந்தது. இப்போது உள்ள நடைமுறையை அடுத்த ஐம்பது ஆண்டுகளுக்குப் பொருத்திப் பார்த்தது. உலகத்தில் உள்ள மில்லியன் கணக்கான மக்களை பயமுறுத்தும் விதத்தில் 21 ஆம் நூற்றாண்டின் முடிவில் தற்போதைய வறட்சிப்போக்கு இரண்டு மடங்காகும் என்று ஆய்வு தெளிவாகக் காட்டுகிறது. இதற்கு முரணாக கடந்த நூற்றாண்டின் கடைசி ஐம்பது வருடங்களில் 1 சதவீத பகுதியே வறட்சியால் பாதிக்கப்பட்டது.

பல்வேறு வழிகளில் காலநிலை மாறுபாடு நன்னீரைப் பாதிக்கின்றது. கடல் மட்டம் உயர ஈரநிலங்கள் மூழ்கடிக்கப் படுகின்றன. ஈரநிலங்கள்தான் நன்னீர் அமைப்பின் சிறுநீரகமாக செயல்படுகிறன. மாசினைத் தடுத்து காற்றினைத் தூய்மைப் படுத்துவதன் மூலமும், வெள்ளப்பெருக்கை தடுப்பதன் மூலமும் காடுகள் நுரையீரலாகச் செயல்படுகின்றன. உலக வெப்பமயமாதல் புவியின் வெப்பத்தை உயர்த்துவதால் நன்னீர் சுழற்சியைத் தாங்கத் தேவையான நிலத்து நீர் விரைவில் ஆவியாகி விடுகிறது. ஏரிகள் மற்றும் ஆறுகளில் உள்ள நீரும் விரைவில் ஆவியாகி விடுகின்றன. பின்பு இந்த சுழற்சியை ஈடுகட்டுகிற பனிக்கட்டிகள் மற்றும் பனிவிரிப்புகள் அரிதாகி விடுகின்றன.

Christian Aid[2] என்ற வளர்ச்சி முகமையால் செய்யப்பட்ட Human Tide: The Real Migration Crisis என்ற தலைப்பிலான ஆய்வு, காலநிலை மாற்றம் மற்றும் நீரியல் சுழற்சியில் குறைந்துபோன நீர், ஏறத்தாழ ஒரு மில்லியன் அகதிகளை ஏற்படுத்தும் என்று எச்சரிக்கிறது. 2050 ஆம் ஆண்டுக்குள் தற்போது உள்ள நிலங்களைப்போல் ஐந்து மடங்கு நிலங்களில் கடுமையான வறட்சி ஏற்படும் என்று ஆக்ஸ்போர்ட் (Oxford) கல்வியாளர் நார்மன் மேயர்ஸ் (Norman Myers) அவர்களின் ஆய்வை மேற்கோள் காட்டி மற்றொரு Christian

1 பிரிட்டன் மற்றும் உலகத்திற்கான காலநிலை மற்றும் பருவகால மாற்றம் குறித்து அறிவிக்கும் அமைப்பு.

2 பிரிட்டிஷ் மற்றும் ஐரிஷ் நாடுகளுக்கான அதிகாரப்பூர்வ மீட்பு மற்றும் வளர்ச்சி முகமை

Aid அமைப்பு உலகத் தலைவர்கள் வாய்ச்சவடாலை விட்டுவிட்டு செயலில் இறங்கவேண்டும் என்று கேட்டுக்கொண்டுள்ளது. Feeling the Heat என்ற தலைப்பிலான தனது அறிக்கையில் காலநிலை மாற்றம் குறித்து ஆராயும் முன்னணி விஞ்ஞானிகளில் ஒருவரான பிரிட்டனைச் சேர்ந்த சர் ஜான் ஹாட்டன் (Sir John Houghton), வளரும் நாடுகளில் வெளிப்படையாகத் தெரியக்கூடியதும், பயங்கரமானதுமான பிரச்சினை தண்ணீர் பற்றாக்குறைதான் என்று எச்சரித்துள்ளார்.

உயர் தொழில்நுட்பங்கள் மூலம் பெறப்படும் தீர்வுகள்தான் பிரச்சினையின் ஒரு பகுதியாக உள்ளன

ஒரு பக்கம் தண்ணீர் பிரச்சினையை தணிக்க வழிகாட்டு நடவடிக்கைகள் எடுக்கப்பட்டுக் கொண்டிருக்கையில், பல நாடுகள் மற்றும் நிதி நிறுவனங்கள் அணைகள் கட்டுதல், நீரை மாற்றுவழியில் கொண்டு செல்லுதல் மற்றும் உப்பு நீக்கல் போன்ற செயல்பாடுகளுக்கான உயர் தொழில்நுட்பங்களை உருவாக்கிக் கொண்டிருக்கின்றன. இத்தகைய சாதனங்கள் இல்லாமல் வாழ்வது கடினமாயினும், நீண்ட நோக்கில் பார்த்தால், இவைகள் அனைத்தும் பிரச்சினையின் பகுதியாக இருக்கிறது. இவைகளால் நமக்குத் தேவையான பதிலைக் கொடுக்கமுடியாது. இந்த சாதனங்கள் எங்கெல்லாம் நிர்மாணிக்கப்பட்டுள்ளதோ அங்கு அச்சாதனங்கள் உலகளாவிய தண்ணீர் நெருக்கடியை அதிகப்படுத்தி தீங்கு விளைவிப்பதற்கான திறனைப் பெற்றிருக்கின்றன.

அணைகள்

உலகம் முழுவதும் 2 ட்ரில்லியன் அமெரிக்க டாலர் மதிப்பில் 45,000 பெரிய அணைகள் கட்டப்பட்டிருக்கின்றன. இவைகள் மின்சார உற்பத்தி, தண்ணீர் விநியோகம், வெள்ளக் கட்டுப்பாடு, கப்பல் போக்குவரத்து போன்ற சில நன்மைகளை வழங்கினாலும், பெரும்பாலான ஆதாரங்கள் இத்தகைய பயன்களை தருவன சிறிய அணைகள்தான் என்று கூறுகின்றன. பெரிய அணைகள், மூழ்கிப்போன நிலங்களின் பச்சையத்தை அழுகச் செய்வதன் மூலமும், கரிமப்பொருட்களை தடுத்து வைத்துக்கொள்வதன் மூலமும் பசுமை இல்ல வாயுவான (Green House Gas) மீத்தேனை

பெருமளவில் உருவாக்குகின்றன. அணைகளின் பெரிய பரப்பு பெரும்பாலான மக்களை அங்கிருந்து அகற்றுகின்றது. 80 மில்லியன் மக்கள் அணைகள் கட்டப்படுவதற்காகவென்று இடம்பெயரச் செய்யப்பட்டிருக்கிறார்கள். அவர்களில் சிலருக்கே நிவாரணம் வழங்கப்பட்டிருக்கிறது. அணைகளாலும், ஆறுகள் திருப்பிவிடப்படுவதாலும், 60 சத முக்கிய ஆறுகள் துண்டாடப்பட்டுள்ளன. மேலும், உலகளவில் ஒரு மில்லியன் சதுர கிலோமீட்டர் பகுதிகள் அணைகளால் மூழ்கடிக்கப்பட்டுள்ளன.

பெரிய அணைகள் ஆற்றோட்டத்தின் போக்கையும், நீர் வாழிடத்தையும் பாதித்து உயிரினப் பல்வகைமையை (Bio Diversity) குறைக்கின்றன. உலகில் மூன்றில் ஒரு பங்கு நன்னீரில் வாழக்கூடிய மீனினங்கள் ஏன் அழிந்துவிட்டன என்பதற்கு காரணம் இந்த பெரிய அணைகளும், மடைகளுமாகும் என்று International Rivers Network[1] அறிக்கை கூறுகிறது. உலகின் மிக நீளமான ஆறுகள் ஏன் கடலைச் சென்றடைவதில்லை என்பதற்கும், ஏன் டெல்டா பகுதிகள் அழிக்கப்பட்டுள்ளன என்பதற்கு காரணம் இந்த பெரிய அணைகளாகும். World WildLife Fund அறிக்கை, உலகத்தில் உள்ள 177 நீண்ட ஆறுகளில் 21 ஆறுகள்தான் முழுமையாக கடலில் எந்த தடங்களுமின்றி கலக்கின்றன என்று கூறுகிறது.

நன்னீர் ஆதாரத்திற்கு ஆபத்தாக விளங்கக்கூடிய பசுமை இல்ல வாயுவை உருவாக்கி உலக வெப்பமயமாதலை உருவாக்குவதில் மிக முக்கிய பங்காற்றுவது பெரிய அணைகள்தான். காலநிலை மாற்ற வல்லுனர் பிலிப் ஃபியர்ன்சைட் (Philip Fearnside) நவீன இயற்கை எரிவாயு தொழிற்சாலைகள் உருவாக்குகின்ற ஆற்றலை விட அணைகளிலிருந்து புனல்மின்சாரம் மூலம் தயாரிக்கப்படும் அதே அளவு ஆற்றல்தான் உலக வெப்பமயமாதலுக்கு அதிக காரணமாகிறது என்று மதிப்பிடுகிறார்.

புவியின் வடகோளத்தில் பெரிய அணைகளுக்கான வாய்ப்புகள் முடிந்துபோன நிலையில், உலக வங்கி, மற்றும் மண்டல வளர்ச்சி வங்கிகள் புதிய அணைகளை இந்தியா, சீனா, பிரேசில், துருக்கி, இரான், லாவோஸ், வியட்னாம், மெக்சிகோ மற்றும் எதியோப்பியா போன்ற பகுதிகளில் அணைகளைக் கட்ட திட்டமிட்டுக் கொண்டிருக்கின்றன. இப்பகுதிகளில் கடுமையான தண்ணீர் பற்றாக்குறையும், தண்ணீர் மாசுபாடும் காணப்படுகின்றன.

---

[1] ஆபத்தான அணைகள் குறித்து விவாதிக்க 1985 ஆம் ஆண்டு சுற்றுச்சூழல் மற்றும் சமூக ஆர்வலர்களால் தொடங்கப்பட்ட அமைப்பு

மாற்று வழியில் திருப்பிவிடுதல்

தண்ணீர் எங்கு இயற்கையில் கிடைக்கிறதோ அதை அங்கிருந்து, தூரத்தில் உள்ள பெருநகரங்களுக்கும், தொழிற்சாலைகளுக்கும் எடுத்துச்செல்வது தண்ணீர் நெருக்கடிக்கான இன்னொரு பதிலாகும். கடந்தகாலங்களில் தண்ணீர் கால்வாய்கள் மூலம் மாற்றிவிடப்பட்டன. ஆனால் நீராதாரத்திலிருந்து வரக்கூடிய தண்ணீரின் அளவைவிட கூடுதலான அளவு தண்ணீர் மிகப்பெரிய குழாய்கள் மூலம் தற்போது கொண்டுவரப்படுகின்றன. உலகம் முழுவதும் எண்ணெய் மற்றும் எரிவாயுக்களை எடுத்துச்செல்வதற்கு குழாய்கள் அமைப்பதுபோல் தண்ணீரை ஓரிடத்திலிருந்து மற்றொரு இடத்திற்கு கொண்டுசெல்வதற்கு பெருமளவில் குழாய் இணைப்புகள் நிர்மாணிக்கப்பட்டு வருகின்றன. இந்த செயல்கள் ஒருமுகப்பட்ட திட்டமிடுதலோ அல்லது இது எந்த அளவிற்கு சூழலியலுக்கு பாதிப்பை ஏற்படுத்தும் என்ற புரிதல் இல்லாமலும் செய்யப்படுகின்றன. இத்தகைய குழாய் இணைப்புகள் சுற்றுச்சூழலுக்கு மிகவும் சேதத்தை விளைவிக்கக் கூடியன. இந்தக் குழாய்கள் வனவாழ்க்கையையும், சூழலியலையும் பாதிக்கின்றன. நிரந்தர உறைபனி உள்ள இடங்களிலும்கூட இந்தக் குழாய்கள் நிர்மாணிக்கப்படுகின்றன.

சூழலியலுக்கு அவசியமான நீர் அந்நீர்நிலையிலிருந்து எடுக்கப்படும்போது குறுகிய காலத்தில் நீர்மட்டம் குறைந்துவிடுகிறது. நீண்ட காலத்தில் மொத்த நீரும் தீர்ந்துபோய்விடுகிறது. இது நடப்பில் உள்ள பெருமளவிலான நகர்ப்புற சமூகங்களுக்குப் பதிலாக உள்நாட்டு மற்றும் விவசாயம் சார்ந்த சமூகங்களுக்கான தேவையை உணர்த்த ஆரம்பித்துள்ளது. ஒரு நாடு இன்னொரு நாடு சொந்தம் கொண்டாடும் தண்ணீரைத் தானும் சொந்தம் கொண்டாடுவதன் மூலம் நாடுகளுக்கிடையே பதற்றம் நிலவ காரணமாகிறது. இதன்மூலம் தண்ணீர் விற்கப்படுகின்றது அல்லது வெளிப்படையாக திருடப்படுகின்றது. இது கிராமப்பகுதிகள் பாலைவனமாக மாற்றப்படுவதற்கு முக்கிய காரணமாகிறது.

ஒருபக்கம் மெக்சிகோ நாட்டின் நீர்வளம் குறைந்து கொண்டிருக்க, மற்றொருபக்கம் அதன் மக்கள்தொகை அதிகரித்துக் கொண்டிருக்கிறது. இந்நாடு நீண்டகாலமாக கடுமையான நீர் நெருக்கடியை எதிர்கொண்டு வருகிறது. 100 கிலோமீட்டருக்கு அப்பால் உள்ள மசாஹூவஸ் (Mazahuas) பழங்குடி மக்களுக்குச் சொந்தமான நீர்த்தேக்கத்திலிருந்து ஒரு வினாடிக்கு 16,000 லிட்டர் வீதம் தண்ணீர் எடுக்கப்பட்டு இந்நகரத்திற்கு வழங்கப்படுகிறது.

மெக்சிகோவால் பறிக்கப்பட்ட இந்த நீர்த்தேக்கத்தின் தண்ணீருக்காக இம்மக்கள் முப்பது ஆண்டுகளாக காத்துக் கொண்டிருக்கிறனர். இந்த அநீதி நியாயப்படுத்தப்படவில்லையென்றால் ஆயுதம் எடுக்கவும் தயங்கமாட்டோம் என்று சொல்கிறது மெக்சிகோ. மெக்சிகோ அதிகார மையங்கள் இந்நகரைச் சுற்றியுள்ள பழங்குடி சமூகங்களிடமிருந்து நீரை வலுக்கட்டாயமாக பறிக்க எல்லா பகுதிகளை நோக்கியும் சென்று கொண்டிருக்கின்றன.

லிபியா பெரும்பாலும் பாலைவனப் பகுதிகளைக் கொண்டது. அதனுடைய சிறிய கடற்கரைகளைச் சுற்றி ஏற்பட்டுள்ள வேகமான வளர்ச்சி அதன் வரையரைக்குட்பட்ட தண்ணீர் வளத்தை வினியோகிப்பதில் பாதிப்பை ஏற்படுத்தியுள்ளது. ஆகையால் 1980 ஆம் ஆண்டு முகமது கடாபி[1] சஹாரா[2] பாலைவனத்திலிருந்து நீரை உறிஞ்சும் மிகப்பெரும் திட்டத்தை ஆரம்பித்தார். 35 பில்லியன் அமெரிக்க டாலர் மதிப்பில் 5000 கிலோமீட்டர் நீளத்திற்கு புவிக்கடியில் ராட்சத குழாய்களை பதித்தார். இன்றைய தேதி வரையில் அதுதான் உலகின் மிகப்பெரிய குழாய்த் தொடராகும். இதன் மூலம் அந்த கடலோர பாலைநிலம் மலர்ந்தது. மேலும் புவிக்கடியில் உள்ள நீர்த்தேக்கங்களினுள் 1300-க்கு மேலான ஆழ்துளைக் கிணறுகள் 500அடி ஆழத்தில் அமைக்கப்பட்டன. தற்பொழுது தினமும், புவிக்கடியிலிருந்து 6.5 மில்லியன் கன மீட்டர் தண்ணீர் எடுக்கப்படுகிறது. "உலகின் எட்டாவது உலக அதிசயம்" இரண்டு பிரச்சினைகளைக் கொண்டுள்ளது. ஒன்று, இந்த நிலத்தடி நீர்த்தேக்கம் சாட், எகிப்து மற்றும் சூடான் உள்ளிட்ட பல நாடுகளுக்கடியில் பரந்து கிடக்கின்றது. இதற்கு பல நாடுகள் சொந்தம் கொண்டாடுகின்றன. இரண்டாவது, இந்த நீர்நிலை ஈடு செய்யப்படுவதற்கு எந்த வாய்ப்புமில்லாமல் முற்றிலும் தீர்ந்து போகவுள்ளது.

இஸ்ரேல் உலக வங்கியின் உதவியோடு 200 கிலோமீட்டர் நீளத்தில் சாக்கடலை நிரப்ப செங்கடலிலிருந்து தண்ணீரைக் கொண்டுவரும் ஒரு திட்டத்தை யோசித்துக் கொண்டிருக்கிறது. சமீபத்தில் சாக்கடலின் அளவு மிகவும் சுருங்கிப்போய்விட்டது. ஆனால் இத்திட்டம் சாக்கடலைக் காப்பதற்குப் பதிலாக பாசியின் வளர்ச்சி ஊக்கப்படுத்தப்பட்டு சாக்கடல் பாதிக்கப்படும் என்று சுற்றுச்சூழலியலாளர்கள் எச்சரிக்கிறார்கள்.

---

1 Colonel Mu'ammar Gadhafi - லிபியா நாட்டைச் சேர்ந்த அரசியல்வாதி, முன்னாள் ஆட்சியாளர்.

2 Sahara - ஆப்பிரிக்காவில் உள்ள மிக வெப்பமான பாலைவனம்.

கங்கை ஆற்றின் ஆதாரமான உயர் கங்கை கால்வாயிலிருந்து வரும் தண்ணீரை டெஹ்ரி (Dehri) அணைக்கு திருப்பிவிட்டு, பெரிய குழாய்களின் மூலம் இவ்வணையிலிருந்து டில்லிக்கு குடிநீர் விநியோகிக்கும் திட்டத்தை இந்தியா திட்டமிட்டுக் கொண்டிருக்கிறது. இது நிறைவேற்றப்பட்டால் டெஹ்ரி அணை 42,000 ஹெக்டேர் வளமான நிலங்களை மூழ்கடித்துவிடும். கால்வாய்கள் மற்றும் குழாய்களின் வழியாக நீரை மடைமாற்றிவிடுவதன் மூலமும் ஒரு தலைமை அணையை உருவாக்குவதன் மூலமும் இந்தியாவின் அனைத்து ஆறுகளையும் இணைக்கும் திட்டத்தின் ஒரு பகுதிதான் இது. இதற்கு ஆகும் செலவு இந்தியா கல்விக்காக ஒதுக்கும் தொகையைவிட 200 மடங்கு, வரிகள் மூலம் வசூலிக்கும் தொகையைவிட மூன்று மடங்கு.

தன் நாட்டின் மேற்குப்பகுதியில் உள்ள மஞ்சளாற்றில், திபத்திய உயர் நிலங்களிலிருந்து விழும் நீரை மாற்றிவிட்டு தனது எதிர்காலத்தின் வரலாற்றை பொறியியல் உற்சாகத்தின் மூலம் எழுத சீனா முனைப்புக்காட்டி வருகிறது. இந்த திட்டம் 2010 ஆம் ஆண்டின் ஆரம்பத்திலேயே நடைமுறைப்படுத்த முடிவெடுக்கப்பட்டுள்ளது. பீஜிங்கிற்கு யாங்க்ட்சே[1] நதியிலிருந்து தண்ணீர் கொண்டுவரும் - தற்போது நிர்மாணிப்பில் உள்ளது - திட்டத்தோடு இந்த திட்டம் மத்திய மற்றும் கிழக்குப்பகுதிகளை இணைக்கும். இத்திட்டத்திற்கு மூன்று 1100 கிலோமீட்டர் நீள கால்வாய்கள், மற்றும் குழாய்கள் தேவைப்படும். இதற்கு ஆகும் செலவு 300 பில்லியன் அமெரிக்க டாலர்கள். இத்திட்டத்தின் முதற்கட்டத்தில் ஒவ்வொரு வருடமும் 4 பில்லியன் கன மீட்டர் நீர் மடைமாற்றப்படும். அடுத்தடுத்து ஒரு வருடத்திற்கு 46 ட்ரில்லியன் லிட்டர் தண்ணீர் மடைமாற்றப்படும்.

சைபீரியாவில் உள்ள ஐர்டிஷ்[2] ஆற்றிலிருந்து 300 கிலோமீட்டர் நீர்ப்பாசன கால்வாய் அமைத்து அதிலிருந்து வருடத்திற்கு 450 மில்லியன் கன மீட்டர் நீரை வடிகட்டும் சீனாவின் திட்டத்தைக் கண்டு ரஷ்யா கடும்கோபம் கொண்டுள்ளது. இந்த ஆறு இரு நாடுகளாலும் பங்கிடப்பட்டுள்ளது. இந்த திட்டம் நிறுத்தப்படவில்லையென்றால் 2 மில்லியனுக்கு மேலான ரஷியர்கள் தங்களுக்கான நீராதாரத்தை இழப்பார்கள். ரஷ்யாவின் புகழ்பெற்ற ஏரியான பைகால்[3] ஏரியிலிருந்து ராட்சத குழாய்களின் மூலம் முதலில் சீனாவிற்கும், பின் மத்தியகிழக்கு மற்றும் அமெரிக்க நாடுகளுக்கும் நீரை எடுத்துச்

1 Yangtze - ஆசியாவின் மிக நீளமான ஆறு. நீளம்: 6300 கி.மீ.

2 Irtysh - சைபீரியா மற்றூம் கஜகஸ்தானில் பாயக்கூடிய ஆறு. நீளம்: 4248கி.மீ.

3 Baikal - ரஷ்யாவின் சைபீரியப்பகுதியில் அமைந்துள்ள உலகின் பழம்பெரும் ஏரி.

செல்லக்கூடிய திட்டம் ஆரம்பக்கட்டத்தில் உள்ளது என்ற வதந்தியும் தொடர்கிறது. வடஅமெரிக்காவில் உள்ள அனைத்து பெரிய ஏரிகளையும் சேர்த்தால்கூட மிகப்பெரியது ரஷ்யாவின் பைகால் ஏரி. ஆகஸ்ட் 2005 ஆம் ஆண்டு இந்த ஏரி நீரின் தரம் குறித்தும், ஏரியைச் சுற்றியுள்ள சூழல் குறித்தும் ஆராய்வதற்கு இவ்விரு நாடுகளும் கூட்டு ஆராய்ச்சியை மேற்கொண்டன.

எண்ணற்ற குழாய் இணைப்புகள் வளர்ந்த நாடுகளில் திட்டமிடப்பட்டு வருகின்றன. குழாய்களின் மூலம் ஐரோப்பவின் தென் பகுதிகளுக்கு ஆஸ்திரிய ஆல்ப்ஸ் (Alps) மலையிலிருந்து நீரைக் கொண்டு செல்லுவதற்காக European Water Network[1] அமைக்கப்பட ஐரோப்பிய கமிசன் ஆதரவு தெரிவிக்கின்றது. தெற்கு டகோட்டா (South Dakota), தென்மேற்கு மினெசோட்டா (Southwestern Minnesota), வடமேற்கு அயோவா (Northwestern Iowa) ஆகிய மக்கள்தொகை அதிகமுள்ள பகுதிகளுக்கு தண்ணீரை மிசோரி[2] ஆற்றிலிருந்து மடைமாற்றிவிடும் 650 கிலோமீட்டர் குழாய் திட்டம் நிறைவேற்றப்பட்டுக் கொண்டிருக்கிறது. 500 கிலோமீட்டர் நீள குழாய் அமைத்து தென் நெவடாவிலிருந்து[3] லாஸ் வெகாசுக்கு (Las Vegas) மடைமாற்றும் திட்டத்தை தெற்கு நெவடா நீர் ஆணையம் முன்மொழிகின்றது. செயிண்ட் ஜார்ஜ் மற்றும் வாஷிங்டன் கவுண்டிக்கு தண்ணீர் அளிக்க பவல் ஏரியிலிருந்து 200 கிலோமீட்டர் நீள குழாய் அமைக்கும் 500 மில்லியன் அமெரிக்க டாலர் திட்டத்தை உடா[4] (Utah) வகுத்துள்ளது. கனடாவின் வடபகுதியிலிருந்து அமெரிக்காவின் மத்தியமேற்குப் பகுதிக்கு நீரை குழாய்கள் மூலம் கொண்டுசெல்ல பல திட்டங்கள் வகுக்கப்பட்டு கடுமையான எதிர்ப்பால் கைவிடப்பட்டுள்ளன. தண்ணீர் மிகவும் அரிதாகி வருவதால் பலர் இத்திட்டம் குறித்து மீண்டும் எண்ணத்தொடங்கி உள்ளார்கள். ஆஸ்திரேலிய முன்னாள் சுற்றுச்சூழல் மற்றும் நீர்வள அமைச்சர் மால்கம் டார்ன்பல் (Malcolm Turnbull) குயின்ஸ்லாந்து நகரங்களின் வடபகுதிகளுக்கு புதிய தெற்கு வேல்ஸ்[5] (The New South Wales) மாகாணத்திலிருந்து நீரைக்கொண்டு வரும் திட்டத்திற்கு ஆதரவாக குரலெழுப்பினார். தனது 2007 ஆம் ஆண்டு அறிக்கையில் டார்ன்பல், உப்பு நீக்கும் ஆலைகளைவிட அதிக செலவில்

1 ஐரோப்பாவில் தண்ணீர் தனியார்மயமாக்கத்தை எதிர்த்து செயல்படும் செயல்பாட்டாளர்கள் குழு.

2 Missouri - வட அமெரிக்காவின் நீண்ட ஆறு. நீளம்: 3767 கி.மீ.

3 Nevada – அமெரிக்க மாகாணம்.

4 Utah - அமெரிக்க மாகாணம்.

5 The New South Wales - ஆஸ்திரேலிய மாகாணம்.

குழாய்கள் அமைப்பதன் மூலம் நிறைய தண்ணீரைக்கொண்டு வரமுடியும் என்று கூறியுள்ளார்.

அறுபது வருடங்களுக்கு முன்பு ஏற்றுமதிக்காக காட்டன் உற்பத்தி செய்ய அரல்[1] ஏரியிலிருந்து வெட்டப்பட்ட கால்வாய்கள் மூலம் தண்ணீர் அதிகளவில் மடைமாற்றிவிடப்பட்டது. அந்த காலத்தில் அரல் ஏரி உலகத்தில் நான்காவது பெரிய ஏரியாகும். மேலும் இந்த ஏரி ஆஃப்கானிஸ்தான், ஈரான் மற்றும் அப்போதைய சோவியத் ஒன்றியத்தை சேர்ந்த ஐந்து நாடுகளால் பங்கிடப்பட்டது. அரல் ஏரி தற்போது நவீன சுற்றுச்சூழல் சோகத்தின் உருவமாக இருக்கிறது. இதன் அளவில் 80 சதவீதம் இழக்கப்பட்டுவிட்டது. மீதமுள்ளது உப்புதான். நீர்ப்பாசனத்திற்காக கால்வாய்கள் மூலம் தண்ணீரை மடைமாற்றுதலும் சாட்[2] ஏரியின் அழிவிற்கு ஒரு முக்கிய காரணம். இப்பொழுது இந்த ஏரியில் ஒன்றுமில்லை.

உப்பு நீக்கம்

தண்ணீர் தொழிற்சாலைகள் மகிழ்ச்சியோடும், தண்ணீர் நெருக்கடி உள்ள நாடுகள் தயக்கத்துடன் சொல்லும் மூன்றாவது தொழில்நுட்பம் உப்பு நீக்கம். ஆவியாக்கல் மூலமாகவோ, ஒரு மெல்லிய வடிகட்டுச் சவ்வின் மூலமாக உப்பு நீர் விசையின் மூலம் வடிகட்டப்பட்டு நன்னீர் மற்றும் குடிநீர் தயாரிக்கப்படுகிறது. இதுதான் உப்பு நீக்கம். உலகம் முழுவதும் 155 நாடுகளில் ஒரு நாளைக்கு 47 மில்லியன் கன மீட்டர் தண்ணீர் உற்பத்தி செய்யப்படுமளவிற்கு 12,300 உப்பு நீக்கும் ஆலைகள் செயல்பட்டு வருவதாக International Desalination Association[3] கூறுகிறது.

இந்த புள்ளிவிவரங்களில் ஒன்றும் கவர்ச்சிகரம் இல்லை. ஏனென்றால் பெரும்பாலான உப்பு நீக்கும் ஆலைகள் சிறிய அளவிலான, ஒரு குறிப்பிட்ட இடத்தை மையமாகக் கொண்ட தொழிற்சாலைகளின் தேவையைச் சார்ந்தவை. மத்திய கிழக்கு மற்றும் கரீபிய பகுதி போன்ற சில பகுதிகளில்தான் இந்த ஆலைகள் தண்ணீர் பிரச்சினைக்கான தீர்வாக உள்ளன. இந்த ஆலைகளில் 2,000 ஆலைகள் சவுதி அரேபியாவில் உள்ளன. கடல் நீரைக் குடிநீராக மாற்றுவதில் நான்கில் ஒரு பங்கு இங்குதான் நடக்கிறது. கடல் நீரை குடிநீராக மாற்றுவது என்பது மிகவும் செலவு பிடிக்கும்

---

1 Aral - கஜகஸ்தான் மற்றும் உஸ்பெகிஸ்தான் இடையில் அமைந்துள்ள 1534 தீவுகள் அடங்கிய கடல்.

2 Chad - ஆப்பிரிக்காவில் உள்ள மிகப்பெரிய ஏரி.

3 உப்பு நீக்கம், உப்பு நீக்க தொழில்நுட்பம் மற்றும் தண்ணீரின் மறுபயன்பாடு ஆகியவற்றிற்காக தன்னை அர்ப்பணித்துக்கொண்ட சர்வதேச அமைப்பு.

நடைமுறையாகும். தண்ணீர் நெருக்கடி உள்ள சில நாடுகள்தான் - எண்ணெய் வளம் உள்ள நாடுகள் - இதற்கான ஆதாரங்களைப் பெற்றுள்ளன. இந்த திட்டம் உலகளவில் தேவைப்படும் நன்னீரில் ஆயிரத்தில் மூன்று பங்கைத்தான் நிறைவேற்றும் என்று Pacific Institute[1] கூறுகிறது.

இருப்பினும், உலகளவில் தண்ணீர் நெருக்கடி அதிகரிக்க அரசியல்வாதிகளும், அதிகாரிகளும் இந்த தொழில்நுட்பத்தைத்தான் மீட்சிக்காக பார்க்கிறார்கள். சில மிகப்பெரிய ஆலைகள் இஸ்ரேல், சிங்கப்பூர் மற்றும் ஆஸ்திரேலியாவில் நிர்மாணிக்கப்பட்டு வருகின்றன. கலிஃபோர்னியாவில் இதைப்போல் 30 ஆலைகள் திட்டமிடும் கட்டத்தில் உள்ளன. International Desalination Association அறிக்கைப்படி, உலகத் தேவை ஒவ்வொரு வருடமும் 25 சதம் அதிகரிக்கும் என்று கூறுகிறது. சிலர் கூறுவதுபோல் உண்மையில் கடல் நீரைக் குடிநீராக்கும் திட்டம் பயனளிக்கக்கூடியதுதானா என்பது மிக முக்கியம்.

இந்த தொழில்நுட்பத்தை நெருங்கி கொஞ்சம் ஆய்வு செய்தால் இதில் சுற்றுச்சூழல் மற்றும் உடல்நலப் பிரச்சினைகள் இருப்பது தெரியும். முதலில், இத்திட்டம் அதிகமான ஆற்றலை உட்கொள்ளக்கூடியதாகும். உள்ளூர் மின்சார தொகுப்பிற்கு இது ஒரு சுமையாக இருக்கும். ஆஸ்திரேலிய சுற்றுச்சூழல் எழுத்தாளர் ஜான் ஆர்ச்சர் (John Archar) தன்னுடைய Twenty - Thirsty Century என்ற புத்தகத்தில் தனது நாட்டின் நீர் நெருக்கடியை காட்டமாக விமர்சிக்கும்போது சிட்னியில் ஆரம்பிக்கப்படவுள்ள ஆலை பற்றி கூறுகிறார். ஆரம்பத்தில் இந்த ஆலை ஒரு நாளைக்கு 100 மெகா லிட்டர் தண்ணீர் உற்பத்தி திறனைப்பெறும். சிட்னியின் தேவையில் ஒன்றரை மணி நேரம்தான் இந்த தண்ணீர் போதுமானதாக இருக்கும். ஆனால் இது ஒரு வருடத்திற்கு 2,55,500 டன்கள் பசுமை இல்ல வாயுக்களை உற்பத்தி செய்வதற்கான ஆற்றலைப்பெறுகிறது. உலகம் முழுவதும் இந்த உப்பு நீக்கும் தொழில்நுட்பம் பசுமை இல்ல வாயுக்களை அதிகரித்து இந்த ஆலைகள் எங்கு அமைந்துள்ளனவோ அங்கே தண்ணீர் பற்றாக்குறையை அதிகரிக்கும்.

இரண்டாவதாக, இந்த ஆலைகள் இடைப்பொருளாக மரணம் விளைவிக்கக்கூடிய விஷப்பொருட்களை உருவாக்குகின்றன.(நன்னீர் உற்பத்தியில் பயன்படுத்தப்பட்ட வேதிப் பொருட்கள் மற்றும் கன உலோகங்கள் கலந்த அடர் உப்பு - இது ஒரு விஷப்பொருள்)

---

1 நன்னீர் சார்ந்த பிரச்சினைகள் மற்றும் சுற்றுச்சூழல் குறித்து ஆய்வு செய்யும் அமெரிக்க ஆராய்ச்சி நிறுவனம். இது 1987 ஆம் ஆண்டு ஆரம்பிக்கப்பட்டது.

குடிநீராக்கப்பட்ட ஒரு லிட்டர் கடல்நீர் மீண்டும் கடலுக்கு ஒரு லிட்டர் விஷத்தை அனுப்புகிறது. சிட்னியில் ஆரம்பிக்கப்படவுள்ள ஆலை ஒவ்வொரு வருடமும் 36 பில்லியன் லிட்டர் கழிவுகளை உருவாக்கும் என்று ஆர்ச்சர் கூறுகிறார். சவுதி அரேபிய ஆலைகள் மீது எடுக்கப்பட்ட வான்வழி புகைப்படங்கள் சன்னமான கருப்புப் படலங்கள் கடல் மேற்பரப்பில் அலைபோல் உலவிக் கொண்டிருப்பதைக் காட்டின. தற்போது செயல்பாட்டில் உள்ள ஆலைகள் ஒரு நாளைக்கு 20 பில்லியன் லிட்டர் கழிவுகளை வெளியாக்குகின்றன. இந்த ஆலைகள் கடல் நீரை உள்ளிழுக்கும்போது கொல்லப்பட்ட கடல் உயிரினங்களின் சிதைந்துபோன எச்சங்கள் இக்கழிவுகளில் வெளியேற்றப்படுகின்றன. இந்தக் கழிவுகளை வெளியேற்றும் குழாய்களுக்கு அருகில் பரவியுள்ள நீரின் ஆக்சிஜன் ஏற்புத் தன்மையை குறைக்கின்றன. இது கடல்சார்ந்த வாழ்க்கைக்கு ஒரு கூடுதல் சிரமமாக உள்ளது.

மூன்றாவது, இந்த ஆலைகளுக்குள் சவ்வினால் உள்ளிழுக்கப்பட்ட தண்ணீர் ஆபத்தான அசுத்தப் பொருட்களைக் கொண்டுள்ளன. இதில் உயிரியல் அசுத்தங்களான பாக்டீரியா மற்றும் வைரஸ், வேதியியல் அசுத்தங்களான நாளமில்லா சுரப்பிகளைப் பாதிக்கும் பொருட்களும் உள்ளன. இந்த அசுத்தங்கள் எங்கும் காணப்படுகின்றன.

இத்திட்டங்கள் கட்டமைக்கப்பட்டுள்ள நாடுகளில் கூடுதலாக பிரச்சினைகள் உள்ளன. அதாவது, இந்நாடுகள் கழிவுகளைக் கடலுக்குள் கொட்டுகின்றன. பின் இக்கடல் நீரையே நன்னீராக்க குழாய்களின் மூலம் உள்ளிழுக்கின்றன. உதாரணத்திற்கு சிட்னி ஒவ்வொரு நாளும் பில்லியன் லிட்டர் கழிவுகளைக் கடலுக்குள் கொட்டுகிறது. பின் இது உப்புநீக்கும் ஆலைகளால் உள்ளிழுக்கப்படுகிறது. இதில் உப்பு மட்டுமே சவ்வுகளால் வடிகட்டப்படும். இந்த தண்ணீர் பின்பு சிட்னி நகரத்தின் குடிமக்களுக்கு வழங்கப்படும். இன்னும் மூன்றாம் உலக நாடுகள் தங்களது 90 சத கழிவுகளைக் கடலில் கொட்டிக் கொண்டிருக்கையில் மனித நுகர்விற்கான இந்த தண்ணீரின் தரத்தை கற்பனை செய்து பார்ப்பது ஒன்றும் கடினமாக இருக்காது. இந்த திட்டம் பரந்த அளவிலானது. இது கடலின் அற்புதமான தோற்றத்தை கெடுக்கிறது. மேலும் இதன் ஆலைகள் கடுமையான சத்தத்தையும் மோசமான நாற்றத்தையும் உருவாக்குகின்றன. Pacifi Institute's பீட்டர் க்லெய்க் (Peter Gleick) கொள்கை அளவில் இந்த திட்டங்களை எதிர்க்காதவர். இந்த உப்பகற்றும் திட்டம் குறித்து தனது The World's Water, 2006-2007 என்ற அறிக்கையில் சுற்றுச்சூழல்

கவலைகள் மற்றும் விண்ணைத்தொடும் செலவுகளுக்கிடையே இந்த தொழில்நுட்பம் ஒரு "நழுவும் கனவு" என்று முடிக்கிறார். இது உலக தண்ணீர் நெருக்கடிக்கு போதுமான பதிலல்ல; அதற்குப்பதிலாக பாதுகாத்தல், மாசுற்ற நீரை பண்படுத்துதல், ஆற்றல் திறன், நீடித்த விவசாய செயல்பாடுகள் மற்றும் உட்கட்டமைப்பு வசதிகள் போன்ற "மென்பாதைகளை" வலியுறுத்துகிறார். ஜான் அர்ச்சர் இதை ஒத்துக்கொள்கிறார். ஆனால் கொஞ்சம் குழப்பம் நிலவுகிறது. "கடல் நீரை குடிநீராக்குதல் தண்ணீர் பிரச்சினைக்கு தீர்வு அல்ல; இது ஒரு வாழ்வா சாவா தொழில்நுட்பம்; நம்முடைய தோல்வியின் ஒப்புதல்" என்று எழுதுகிறார். 2007 ஆம் ஆண்டு, ஜுன் மாதத்தில் உலகம் முழுதும் உள்ள ஆலைகளை மேற்பார்வை செய்த WWF, உப்புநீக்கும் இந்த திட்டம் சுற்றுச்சூழலுக்கு ஆபத்தாக விளங்குவதையும், இது காலநிலை மாற்றத்தை ஏற்படுத்தும் என்ற Pacifi Institute-இன் கருத்தை ஒத்துக்கொண்டது. பெரிய ஆலைகள் விரைவில் "புதிய அணைகளாக" மாறும் என்று WWF அறிவித்தது. ஆனால் இது ஆறுகள் மற்றும் நீர்நிலைகளை பாதுகாப்பதின் தேவை குறித்து எதையும் சொல்லாமல் மறைத்துவிட்டது.

நமது அரசியல் தலைவர்கள் நம்மை ஏமாற்றிக் கொண்டிருக்கிறார்கள்

நம்முடைய கேள்விக்கு பதில் உள்ளதா?, நமக்கு நன்னீர் இல்லாமல் போய்விடுமா? பூவியில் ஒரு குறிப்பிட்ட அளவு தண்ணீர் உள்ளது. ஆம், அது இங்கு எங்கோ இன்னும் உள்ளது. ஆனால் மனித இனம் அதை இல்லாமல் செய்துகொண்டிருக்கிறது என்று சொல்லுமளவிற்கு மாசுபடுத்தி, தீர்த்துவிட்டிருக்கிறது. நன்னீர் நெருக்கடி, காலநிலை மாற்றத்தைப் போல் புவிக்கும் மனிதனுக்கும் ஆபத்தாக இருக்கிறது. ஆனால் ஒப்புநோக்கில் காலநிலை மாற்றத்திற்கு குறைவான கவனமே செலுத்தப்பட்டுள்ளது.

உலகின் மக்கள்தொகை உயர்ந்து கொண்டிருக்கிறது. மாறாக நமக்கு கிடைக்கக்கூடிய நன்னீர் மிக வேகமாக ஆபத்தான விகிதத்தில் குறைந்து கொண்டிருக்கிறது. இது புவியை ஒரு வால் நட்சத்திரம் தாக்க உள்ளதைப் போன்றதாகும். உண்மையில் ஒரு வால் நட்சத்திரம் பூமியை தாக்குவதாக இருந்தால், நமது அரசியல்வாதிகள்

மத, இன வேறுபாடுகளுக்கு எந்த அர்த்தமுமில்லை என்று உணர்ந்து இந்த பிரச்சினைக்கு ஒரு தீர்வைக் கண்டுபிடிக்க விரைவாக ஒன்று கூடுவார்கள்.

வால் நட்சத்திரம் ஒத்த இந்த தண்ணீர் பிரச்சினையை எதிர் கொண்டிருக்கிறோம் என்று சராசரி மக்களுக்குத் தெரியாது. சில விதி விலக்குகள் இருக்கலாம். இந்த விஷயம் அரசியல்வாதிகளால் அந்த மக்களுக்குச் சொல்லப்படவில்லை. இந்த அரசியல்வாதிகள் எப்போதும் மறுத்தே வந்துள்ளனர். ஊடகங்களாலும் இந்த பிரச்சினை போதுமான அளவிற்கு வெளிப்படுத்தப்படவில்லை. அப்படியிருப்பின் அது உள்ளூர் அல்லது மண்டல அளவிலேயே பிரசுரிக்கப்பட்டன. நீர் சார்ந்த கொள்கை மிக அரிதாகவே தேர்தல்களில் எழுப்பப்பட்டன. தண்ணீர் நெருக்கடியுள்ள நாடுகளிலும் இதே நிலைதான். உண்மையில் பலநாடுகளில் இந்த தண்ணீர் நெருக்கடிக்கு அப்படி ஒன்றும் இல்லை என்ற மறுப்புதான் அரசியல் ரீதியான பதில்.

நவம்பர் 2006 ஆம் ஆண்டு முன்னால் ஆஸ்திரேலிய பிரதமர் ஜான் ஹவார்டு "ஆயிரம் ஆண்டுகளில் ஆஸ்திரேலியாவின் மிக மோசமான வறட்சி"யைக் கையாள ஓர் உயர்மட்ட கூட்டத்திற்கு ஏற்பாடு செய்தார். இந்த பிரச்சினை குறித்து ஹவார்டு அவர்களின் பதில் என்ன தெரியுமா? ஏற்கனவே தாகத்தோடு இருக்கும் ஆறுகளை உறிஞ்சி வற்றச்செய்துவிட்டு, உள்ளூர் விவசாயிகள் தங்களிடம் உள்ள நீரை நகரங்களுக்கு வணிகம் செய்ய அனுமதியுங்கள் என்பதுதான். நகரங்களுக்கு நீர் வழங்க ஈர நிலங்களை வடிகட்டுங்கள், டாஸ்மானியாவிலிருந்து கப்பல் மூலம் நீரை இறக்குமதி செய்யுங்கள், உப்புநீக்கும் ஆலைகள் போன்ற தொழில்நுட்பங்களின் பக்கம் பார்வையைத் திருப்புங்கள் என்பதுதான் அவர் பதில். நீரைப் பாதுகாப்பது, நீர்நிலைகளை ஈடுகட்டுதல், விஷக்குப்பைகளை தூய்மைப்படுத்துதல், சீனாவுடனான வாணிகத்தின் மூலம் ஆஸ்திரேலியாவிலிருந்து பெருமளவில் ஏற்றுமதி செய்யப்படும் நீரைத் தடுப்பது குறித்து ஒரு வார்த்தை கூட பேசப்படவில்லை.

புஷ் நிர்வாகம் இரண்டு முறையும் ஆண்டபோது சுற்றுச்சூழல் தலைமைத்துவம் மரண அடி கண்டது. இராபர்ட் எஃப். கென்னடி ஜூனியர்[1] தன்னுடைய Crimes against Nature என்ற புத்தகத்தில், புஷ்ஷின் வெள்ளை மாளிகை ஏறக்குறைய 400க்கு மேற்பட்ட சுற்றுச்சூழல் சட்டதிட்டங்களை வாபஸ் பெற்றுக்கொண்டதன் மூலம்

---

[1] Robert F. Kennedy Jr - அமெரிக்க முன்னால் அதிபர் ஜான் எஃப் கென்னடியின் சகோதரரின் மகன். சுற்றுச்சூழல் செயல்பாட்டாளர்.

அமெரிக்காவை சுற்றுச்சூழல் பிரக்ஞைக்கு முந்திய காலத்துக்கு அழைத்துச்சென்றது என்று கூறியுள்ளார். தன் நாட்டினுடைய தண்ணீர் நெருக்கடியை கவனத்துடன் எடுத்துக்கொள்ளாதது மட்டுமல்லாமல் நன்னீர் சட்டத்தை தீக்கிரையாக்கிவிட்டு நன்னீர் மற்றும் பாதுகாப்பான குடிநீர் திட்டங்களுக்கான நிதி ஒதுக்கீட்டை தடைசெய்ததோடு, தடைசெய்யப்பட்ட ரசாயனங்கள் மற்றும் விஷப்பொருட்களை மீண்டும் விற்பனைக்கு கொண்டுவந்தவர்தான் இந்த புஷ். தண்ணீர் ஆராய்ச்சிக்காக நிதி ஒதுக்குதல் என்பது கடந்த 30 வருடங்களாக தள்ளாடிக் கொண்டிருக்கிறது. தண்ணீரின் தரத்திற்காக ஒதுக்கப்பட்ட ஒரு பங்கு நிதியும் கடந்த பத்தாண்டில் குறைக்கப்பட்டுவிட்டது.

கனடா எந்தவித நீர் சட்டமோ மற்றும் நிலத்தடிநீருக்கான ஆதாரமும் பெற்றிருக்கவில்லை. 2005 ஆம் ஆண்டு வெளியிடப்பட்ட Environment Canada[1] அறிக்கை, தேசிய அளவிலான தண்ணீர் நெருக்கடி வந்துகொண்டிருக்கிறது. ஆனால் அரசாங்கத்தில் உள்ள ஒருவரும் கவனிப்பதாகத் தெரியவில்லை என்று கூறுகிறது. இவ்வறிக்கை கனடாவின் தண்ணீர் மாசுபாடு மற்றும் மிகை உறிஞ்சுதல் பற்றி கூறுவதோடு மட்டுமல்லாமல் கூட்டாட்சி மற்றும் மாகாண அரசாங்கங்களின் ஒட்டுமொத்த தலைமைக் குறைபாட்டையும் சுட்டிக்காட்டுகிறது. அல்பர்ட்டா தார் மணல்களில்[2] பெருமளவிலான நீர் இழக்கப்படுவதை கனடா அனுமதித்துக் கொண்டிருக்கிறது. எண்ணெய்க்காக இவ்விடம் தோண்டப்படும்போது நீரியல் சுழற்சிக்குத் தேவையான நீர் இழக்கப்படுகிறது.

ஐரோப்பா சில முக்கிய நடவடிக்கைகளை எடுத்துள்ளது. 2000 ஆம் ஆண்டு ஐரோப்பிய யூனியன் முழுவதும், நீரைப் பாதுகாக்க, தூய்மைப்படுத்த ஒரு முன்முயற்சியை ஐரோப்பிய கமிசன் எடுத்தது. அனைத்து ஐரோப்பிய நீர் நிலையும் 2015 ஆம் ஆண்டிற்குள் "நல்ல நிலையை" அடைய வேண்டும். ஐரோப்பிய மக்கள் அனைவரும் சுத்தமான குடிநீர் பெருவதற்கான வாய்ப்பைப்பெறவேண்டும் மற்றும் சுற்றுச்சூழல் பாதுகாக்கப்பட வேண்டும் என்று கூறியது. இத்திட்டம் மிக முற்போக்கானதாக இருப்பினும் ஐரோப்பாவின் வலிமை வாய்ந்த நாடுகள் மூன்றாம் உலக நாடுகளில் உள்ள மில்லியன் கணக்கான மக்களுக்கு சுத்தமான நீரைத்தராமல் மறுக்கின்றன (பகுதி-2 -ஐக் காண்க.). ஐரோப்பாவின் சாதனை இந்த விஷயத்தையும் உள்ளடக்க வேண்டும்.

---

1 கனடா அரசின் துறை. இதன் பணி சுற்றுச்சூழல் கொள்கைகளை ஒருங்கிணைப்பது மற்றும் இயற்கைச் சூழலைப் பாதுகாத்தல்.
2 Albartar Tar Sands - மரபு சாரா பெட்ரோலியப் படிமம்.

வளரும் நாடுகளில் உள்ள பெரும்பாலான அரசுகள் தங்களுடைய மக்களுக்கு தண்ணீர் வழங்க முயற்சி எடுக்க முடியும். ஆனால் நீரை மாசுபடுத்தும் சுற்றுச்சூழல் நெருக்கடியை சரிசெய்ய சிறியளவே முயற்சி எடுக்கின்றன. பெரும்பாலான நாடுகள் உலக வங்கி, உலக வர்த்தக் அமைப்பின் கொள்கைகளை காதில் வாங்கிக்கொண்டு, செயலில் சுற்றுச்சூழலுக்கு சேதத்தை விளைவித்துக் கொண்டு, செழுமையை நோக்கி முன்னேற முயற்சித்துக் கொண்டிருக்கின்றன. பல நாடுகள் தங்களுடைய நீர் அமைப்பை நாற்றமெடுக்கச் செய்கிற சர்வதேச பெரிய எண்ணெய், சுரங்க குழுமங்களை எப்படிக் கட்டுப்படுத்துவது என்று தெரியாமல் நிற்கதியற்று நிற்கின்றன. சில நாடுகள் இந்த நிறுவனங்களுடன் சேர்ந்துகொண்டு தங்களது மக்களை ஒடுக்க முனைகின்றன. ஏழை நாடுகளின் நீர் அமைப்பின் மாசுபாட்டுக்கு காரணமான தங்களது நிறுவனங்களைப் பொறுப்பாக்குவதற்கான சட்டமியற்றல் குறித்து பெரும்பாலான முதல் உலக நாடுகள் யோசிக்கக்கூட மறுக்கின்றன.

கடற்கரைகள் மற்றும் ஆறுகளைக் கொன்று கொண்டிருக்கும் கழிவுகளை எப்படி அணுகுவது என்ற திட்டமில்லாமல் வளரும் நாடுகளுக்கென்றே ஐ.நா.வும், ஐரோப்பிய யூனியனும், உலக வங்கியும் ஒரு திட்டத்தை வகுத்துள்ளன. மிகவும் ஏழை நாடுகளின் (சில நாடுகள் மிகவும் ஏழை நாடுகள் அல்ல) 90 சதவீத முதற்கட்டக் கழிவுகள் சுத்திகரிக்கப்படாமலேயே நீர்நிலைகளில் விடப்படுகின்றன. மூன்றாம் உலக நாடுகளில் பெரும்பாலான நாடுகள் தங்களிடம் உள்ள பழுதான உட்கட்டமைப்பின் மூலம் பெருமளவிலான நீரை இழக்கின்றன. உலகத்தின் தென்கோளப் பகுதியில் உள்ள நாடுகளில் 50 சதவீத அளவிலான நகராட்சி தண்ணீர் தவறான செய்முறைகளால் இழக்கப்படுகின்றது.

உலகத்தில் உள்ள பெரும்பான்மையான வடகோளப்பகுதி பணக்கார நாடுகள், உலகத்தின் தென்கோளப்பகுதி பட்ட கடனை ரத்து செய்யவோ அல்லது மறுபேச்சுக்கு உட்படுத்தவோ தயாராக இல்லை. ஒவ்வொரு வருடமும், தென்கோளப் பகுதிக்கு வணிகம் மற்றும் உதவி என்ற அடிப்படையில் குவியும் பணத்தை விட தென்கோளப்பகுதி நாடுகள் தங்களின் கடனை அடைக்க வடகோளப் பகுதிக்கு அளிக்கும் பணமே அதிகம். தண்ணீர் நெருக்கடியை குறைக்க மேற்கொள்ளப்படும் எந்த ஒரு திட்டமும் உலகின் தென்கோளப் பகுதியின் வறுமையையோ, அது தங்களது கடனை திருப்பிசெலுத்த வேண்டிய நிலையில் உள்ளதையோ கவனிக்காமல் விட்டுவிடமுடியாது.

இந்த நெருக்கடியை அதிகப்படுத்திக் கொண்டிருக்கும் ஆபத்தான விவசாய நடைமுறைகளை சில நாடுகள் எதிர்த்துக் கொண்டிருக்கின்றன. பெரிய அளவிலான பண்ணைகள் குறிப்பிட்ட அளவில் இயற்கைக் கழிவுகளை உருவாக்குகின்றன. மேலும் இவைகள் நோய்க்கொல்லி, நைட்ரஜன் உரங்கள், பூச்சிக்கொல்லிகளைச் சார்ந்துள்ளன. இவைகள் அனைத்தும் கடைசியில் நீரிலேயே கலக்கின்றன. உலகின் பல பகுதிகளில் பின்பற்றப்படும் பேரளவிலான நீர்ப்பாசனம் அதிகப்படியான தண்ணீரை வீணடிக்கிறது. (சீனாவில் பேரளவு நீர்ப்பாசனத்தில் பயன்படும் 80 சதவீத நீர் ஆவியாதல் மூலம் இழக்கப்படுகிறது) பேரளவு நீர்ப்பாசனம் நிலத்தை பாலையாகவும் மாற்றிவிடுகிறது. ஏனென்றால் நிலம் மிக ஆழமாக உழப்படுவதால் மண் காற்றால் அடித்துச் செல்லப்படுகிறது.

சந்தை பொருளாதாரத்தை கேள்விக்குட்படுத்தாமல் குருட்டுத் தனமாக நம்பும் சர்வதேச அமைப்புகளும், சக்தி வாய்ந்த நாடுகளும், தொழிற்சாலைகளால் தண்ணீர் சுரண்டப்படுவதையும், மிகைப் பயன்பாட்டையும் கேள்விகேட்பதே இல்லை. விவசாயம்தான் அதிகளவு தண்ணீரைப் பயன்படுத்துகிறது என்பது தெரிந்த உண்மையானாலும், அது தற்போது மாறிக்கொண்டிருக்கிறது. தொழிற்மயமாக்கப்பட்ட நாடுகளில் தொழிற்சாலைகள் 59 சதவீத நீரைப் பயன்படுத்திக் கொள்கின்றன. வளரும் நாடுகளில் இத்தகைய தொழிற்சாலைகள் நீரை சுரண்டுவதில் வேகமாக முன்னேறி வருகின்றன. இந்தியாவிற்கு அடுத்த பத்தாண்டில் தன்னுடைய தொழிற்சாலைகளுக்குத் தேவைப்படும் தண்ணீரின் அளவு மூன்றுமடங்காகும். சீன, இந்தியா, மலேசியா மற்றும் பிரேசில் போன்ற நாடுகள் இதற்கு முன்னெப்போதும் இல்லாத அளவிற்கு தொழிற்மயமாக்கலை நோக்கி போய்க்கொண்டிருப்பதால் தண்ணீரின் பயன்பாடும், சுரண்டலும் அதற்கேற்ப உயரும். இருப்பினும் சில அரசியல் தலைவர்கள் இந்த மாதிரியான வளர்ச்சியைக் கேள்வி கேட்பதற்கான வீரமும், பார்வையும் கொண்டவர்களாக இருக்கிறார்கள்.

□ □ □

ஒவ்வொரு நாளும், சர்வதேச தண்ணீர் பிரச்சினையை தீர்க்க நமது அரசியல் தலைவர்கள் தவறுவதை தெளிவாகக் காணமுடிகிறது. ஒவ்வொரு நாளும், நீர் நெருக்கடிக்கான விரிவான திட்டத்தின் தேவை முக்கியமாகி வருகிறது. இந்த நெருக்கடிக்காக இதற்கு முன் எப்போதாவது அனைத்து அரசுகளும், சர்வதேச

நிறுவனங்களும் ஒன்றிணைந்து ஒரு தீர்வை கண்டறிய வாய்ப்பு இல்லாது போயிருந்திருந்தால் பரவாயில்லை, அந்த தருணம் இப்போது வந்துள்ளது. போதாமை மற்றும் அசமத்துவம் போன்ற இரட்டை நெருக்கடியை எப்படி எதிர்கொண்டு அதை நீக்கும், தண்ணீர் நீதிக்கான திட்டத்தை வகுப்பதற்கான நேரம் இல்லாது போயிருந்தால் அதற்கான நேரமும் தற்போது வந்துள்ளது. நீரைப் பாதுகாக்கும் எதிர்காலத்தை உருவாக்க இந்த உலகத்தில் அறிவுப்பஞ்சம் ஒன்றுமில்லை. அரசியல் திறம்தான் இல்லை.

நமது அரசியல் தலைவர்கள் தற்போதைக்கு ஒரு விரைவான தொழிநுட்ப தீர்வு என்று பொய்யான வாக்குறுதியைத் தருவதோடு மட்டுமல்லாமல் எதிர்காலத்திற்குத் தேவையான தீர்ந்து கொண்டிருக்கும் தண்ணீரை தன்னலம் உள்ள சில குழுக்களுக்கும், பன்னாட்டு குழுமங்களுக்கு கொடுப்பதன் மூலம் முடிவு எடுக்கும் பொறுப்பிலிருந்து நழுவிக் கொண்டிருக்கிறார்கள். இத்தகையக் குழுமங்கள் இந்த நெருக்கடியை பணம் சம்பாதிப்பதற்கும், அதிகாரத்தைப் பெறுவதற்கும் வாய்ப்பாக கருதுகின்றன. இவர்களுக்கு தெரியும் எங்கு தண்ணீர் இருக்கிறது என்று. இவர்கள் பணத்தின் பின்னாலேயே ஓடுகிறார்கள்.

பகுதி - 2

தண்ணீரை கார்ப்பரேட் நிறுவனங்களின் கட்டுப்பாட்டின் கீழ் கொண்டு வருவதற்கான ஏற்பாடுகள் செய்யப்படுகின்றன

"ஏய், மாசாய்[1], இந்த நாட்டின் பொருளாதார நிலையை தனியார்மயமாக்கம் மாற்றிவிடும் என்று நினைக்கிறாயா?'

"ஆம், நமக்கென்று ஒரு நாடு இருக்கிறது, அது அப்படியேதான் இருக்கிறது, எந்த மூலதனமும் இல்லையென்றால் நாம் பட்டினியால் இறந்துபோவோம்! – இந்த உலகத்தில் சிலர் மூலதனத்தோடு இருக்கிறார்கள் மற்றும் அவைகள் பெருமளவில் இருக்கின்றன! – அவைகளை வரவேற்பதும் பயனடைவதும் மிகவும் நல்லது."

குழு: "ஆம், எங்களுக்கு பணம் வேண்டும்"

– எப்போ (Ebbo), மாசாய் போர்வீரர் மற்றும் டான்சானிய நாட்டைச் சேர்ந்த ராப் இசைக்கலைஞர். ஆதம் ஸ்மித் நிறுவனம்[2] மற்றும் உலக வங்கி இணைந்து எழுதி, தயாரித்த படைப்பு.

உலகளாவிய தண்ணீர் நெருக்கடியின் பரவல் குறித்த அறிவு மற்றும் அதனை ஆவணப்படுத்துதல் என்பது சமீபத்திய நிகழ்வுகள். அதேவேளை, ஒரு குழு மட்டும் பல பத்தாண்டுகளாக உலகத்தின் சுருங்கிக் கொண்டிருக்கும் நீராதாரங்கள் மீது ஒரு கண் வைத்துக்கொண்டும், யாருக்கும் தெரியாமல் தண்ணீரின் ஒவ்வொரு அம்சத்தின் மீதும் தனது ஆதிக்கத்தை படர்த்திக் கொண்டும் இருந்துள்ளது. உலகத்தில் நன்னீரின் அளவு குறைந்து கொண்டிருக்கிறது. யார் இந்த வளத்தை தனது கட்டுப்பாட்டிற்குள் வைத்திருக்கிறார்களோ அவர்கள் வலிமைமிக்கவர்களாகவும்,

---

1 Maasai – கென்யாவில் வசிக்கும் ஒரு இனக்குழு.
2 Adam Smith Institute – பிரிட்டனை மையமாக வைத்து இயங்கிக் கொண்டிருக்கும் அறிவுஜீவிகள் குழு. இது சுதந்திர சந்தை பொருளாதார சிந்தனைகளை போதிக்கும் அமைப்பு. பொருளாதார அறிஞர் ஆதம் ஸ்மித்தின் பெயரில் இயங்குகிறது.

வளமிக்கவர்களாகவும் இருப்பார்கள் என்று இந்த தனியார் குழு புரிந்துவைத்துள்ளது.

தண்ணீர் பரம்பரை பரம்பரையாக ஒரு பொதுச்சொத்தாகவே பார்க்கப்பட்டு வந்துள்ளது. உற்பத்தி செய்தலிலிருந்து வினியோகம் வரையிலான அனைத்து வடிவங்களையும் கட்டுக்குள் வைத்திருக்கும் ஒரு கூட்டமைப்பை உருவாக்க நீர் சார்ந்த வலிமையான சக்திகள் இயங்குவதால் நன்னீர் வினியோகம் அதிகமாக தனியார்மயமாக்கப்படுகிறது.

உலகின் பெரும்பகுதியில் நகராட்சிகளுக்கு தண்ணீர் வினியோகிக்கும் பணிகளை லாபத்திற்காக செயல்படும் தனியார் தண்ணீர் நிறுவனங்கள் மேற்கொள்கின்றன. விற்பனைக்காக பாட்டில்களில் குடிநீர் அடைக்கப்பட்டு விற்கப்படுகிறது; பண்ணை முறை, சுரங்கம், ஆற்றல் உற்பத்தி, கணிணிகள், கார்கள் போன்றவைகளுக்குப் பயன்படுத்தப்படும் பெருமளவிலான தண்ணீரை தங்கள் கட்டுப்பாட்டின் கீழ் வைத்திருக்கின்றன இந்நிறுவனங்கள். தண்ணீர் பற்றாக்குறைக்கு தொழில்நுட்ப சர்வரோக நிவாரணியை எதிர்பார்க்கும் அரசுகளுக்காக, இந்நிறுவனங்கள் அணைகள், குழாய்கள், நானோ தொழில்நுட்பம், நீர் தூய்மையாக்கும் அமைப்பு மற்றும் உப்புநீக்கும் ஆலைகள் போன்றவற்றை சொந்தமாக வைத்து இயக்கி வருகின்றன. இந்நிறுவனங்கள் நகராட்சிகளில் பின்பற்றப்படும் பழைய நடைமுறைகளை நீக்கிவிட்டு புதிய உட்கட்டமைப்பு தொழில்நுட்பங்களை வழங்குகின்றன; மெய்நிகர் நீர் வணிகத்தை தங்களது கட்டுப்பாட்டில் வைத்துள்ளன; தண்ணீர் சேமிப்பை உறுதிசெய்துகொள்ள பெருமளவில் நீர்நிலைகளையும், நிலத்தடிநீர் உரிமையையும் வாங்கி விடுகின்றன; பங்கு வர்த்தகத்தில் ஈடுபடுவதன் மூலம் ஒவ்வொரு வருடமும் தங்களது லாபத்தை கணிசமாக உயர்த்துகின்றன.

இந்த போக்குகளெல்லாம் சமீபத்தில் ஏற்பட்டவைதான். முப்பது வருடங்களுக்கு முன்பு வசதி படைத்தவர்களால்தான் பாட்டில் தண்ணீரைக் (Mineral Water) குடிக்க முடிந்தது. தண்ணீர் சார்ந்த தொழில்நுட்பங்கள் அப்போது ஆரம்ப வளர்ச்சி நிலையிலேயே இருந்தன. தண்ணீரை குழாய்களின் மூலம் மடைமாற்றிவிடும் நடைமுறை என்பது முற்றிலும் இல்லை. தொழில் வளர்ச்சியடைந்த பெரும்பாலான நாடுகளில் தண்ணீர் சேவை என்பது அரசு நிறுவனங்களால் வழங்கப்பட்டு வந்தன/வருகின்றன. அதே வேளை தென்கோள நாடுகளின் கிராமப்பகுதிகளில் வசிக்கும் மக்கள் தங்களது தண்ணீர் தேவைக்காக ஆறுகளையோ, ஏரிகளையோ

அல்லது கிணறுகளையோ நம்பி வாழ்கின்றனர். ஆனால் தண்ணீர் என்பது பெட்ரோல் விலைக்கு விற்கப்படுமென்றோ அல்லது அது பங்கு வணிகத்தில் ஈடுபடுத்தப்படுமென்றோ யாரும் கற்பனை செய்து பார்த்திருக்கமாட்டார்கள்.

தண்ணீரை பொது வினியோகத்தின் கீழ் வழங்கியது என்பது, வடகோள நாடுகளில் வாழும் மக்களுக்கு தொழில் யுகத்தை நோக்கி வளரத் தேவையான நிதிச் சமநிலையையும், அரசியல் ஸ்திரத் தன்மையையும் வழங்கியது. 19 ஆம் நூற்றாண்டின் கடைசியிலும், 20 ஆம் நூற்றாண்டின் ஆரம்பத்திலும், ஐரோப்பிய, வட அமெரிக்க, ஆஸ்திரேலியா பின்னர் ஜப்பான் போன்ற தொழில் வளர்ச்சியடைந்த நாடுகள் தேசிய பொருளாதார வளர்ச்சியை உயர்த்தவும், பொது சுகாதாரத்தை காக்கவும் அனைவருக்குமான பொது குடிநீர் மற்றும் சுகாதார சேவைகளை மேற்கொண்டன. பொது அமைப்பின் மூலம் நகராட்சிகளுக்கு தனியாரிடமிருந்து கிடைப்பதைவிட குறைந்த வட்டியில் நீண்டகால கடன் வழங்கின. அதற்குப் பதிலாக இந்த நகராட்சிகள் தங்களது சமூக வளர்ச்சிக்காக தண்ணீர் சேவையை இலவசமாக வழங்க வேண்டும். சில விதிவிலக்குகளைத் தவிர இந்த நாடுகள் தாங்கள் பெருமைப்பட்டுக் கொள்ளக்கூடிய அளவிற்கு இன்னும் பொது வினியோகத்தை பின்பற்றுகின்றன.

ஃப்ரான்ஸ் இதற்கு ஒரு குறிப்பிடத்தக்க விதிவிலக்கு. 1800 ஆம் ஆண்டின் கடைசிப் பகுதியிலிருந்து இந்நாடு தனியார் குடிநீர் தொழிற்சாலைகள் அமைக்கப்படுவதை ஊக்கப்படுத்தியது. இத்தொழிற்சாலைகளின் இயக்குனர்கள் தண்ணீரை தனியார் மயமாக்கும் முயற்சியில் வெற்றிபெறும் வாய்ப்பைப் பெற்றார்கள். மேலும் இவர்கள்தான் எதிர்காலத்தில் மிகவும் சக்தி வாய்ந்த பன்னாட்டு குழுமங்களாக வலம்வர இருந்தார்கள். ஆனால் ஃப்ரான்ஸிலும் கூட குடிநீர் மற்றும் சுகாதார வசதிகள் பொது நிதியின் மூலமே செய்யப்பட்டன என்று Public Services International[1] குறிப்பிடுகிறது.

ஆனால் தென்கோள நாடுகளின் கதை முற்றிலும் வித்தியாசமானது. வடகோள நாடுகளைப்போல் இல்லாமல், ஆப்பிரிக்கா, ஆசியா, லத்தீன் அமெரிக்க நகரப்பகுதிகளில் தண்ணீர் சேவை என்பது வசதி படைத்தவர்களுக்குதான் என்ற காலனிய எண்ணம் இந்த சேவையை ஏழைகளுக்கு கிடைக்காத வண்ணம் செய்துள்ளது. அதன் விளைவாக நகரப்பகுதியில் வசிக்கும் ஏழைகளுக்கு தண்ணீரையோ, சுகாதாரத்தையோ

1 பொதுத்துறை தொழிற்சங்கங்களுக்கான சர்வதேச அமைப்பு.

துய்க்க வாய்ப்பே இல்லை. இது பயங்கரமான நோய்கள் பரவுவதற்கு காரணமாயிற்று. கடந்த முப்பது வருடங்களில் கிராமப் பகுதிகளிலிருந்து மூன்றாம் உலக நாடுகளில் உள்ள பெருநகரங்களை நோக்கி பெருந்திரளான மக்கள் குடியேறியதன் மூலம் இப்பிரச்சினை இன்னும் அதிகப்படுத்தப்பட்டது. இம்மக்கள் குடியேற்றம், நிலப்பரப்பு, நீர்நிலைகளின் மாசுபாடுடன் சேர்த்து தண்ணீர் சேவைக்கான புதிய தேவைகளை உருவாக்கியது. ஆனால் வறுமை மற்றும் கடன்களால் முடமாக்கப்பட்டுள்ள அரசுகளால் இந்த சவால்களை சந்திக்க முடியாமல் போய்விட்டது.

1980 ஆம் ஆண்டின் ஆரம்பகட்டத்தில் இந்த நெருக்கடியின் விகிதம் தெளிவாக தெரிய ஆரம்பித்துவிட்டது. அதன் விளைவாக 1980 ஆம் ஆண்டை ஐ.நா. சர்வதேச குடிநீர் வினியோகம் மற்றும் சுகாதார பத்தாண்டாக அறிவித்தது. வடகோள பொது வினியோக மாதிரியைப் பின்பற்றி தென்கோளத்திற்கும் தண்ணீர் வழங்குவதற்கான இலக்கையும் ஐ.நா. நிர்ணயித்தது. ஆனால் அந்த பத்தாண்டின் இறுதிக்குள் வளரும் நாடுகளில் உள்ள பொது வினியோக அமைப்புமுறை ஐரோப்பாவின் தனியார் தண்ணீர் நிறுவனங்கள் பயன்பெறும் வகையில் கைவிடப்பட்டது. இது ஒன்றும் ஒத்த நிகழ்வல்ல. அதேபோல் தற்செயலான வளர்ச்சியும் அல்ல. தென்கோளத்திற்கென்றே ஒரு தனியார் மாதிரி அமைப்பு சில வலிமையான சக்திகளால் திட்டமிடப்பட்டு, உருவாக்கப்பட்டு, செயல்படுத்தப்பட்டது.

தண்ணீர் தனியார்மயமாக்கம் தென்கோளத்தில் புகுத்தப்பட்டுள்ளது

தண்ணீர் சேவை பொது வினியோக அமைப்பிலிருந்து தனியார் வினியோக அமைப்பிற்கு மாறியதன் அடிச்சுவட்டை, பிரிட்டன் முன்னாள் பிரதமர் மார்க்கரெட் தாட்சர் (Margret Thatcer), பின்பு கம்யூனிஸ்ட்டுகளுக்கு எதிரான போரில் அதை ஒரு அம்சமாக ஏற்றுக்கொண்ட ரொனால்ட் ரீகன் (Ronald Regan) ஆகியோரின் புதிய தாராளவாத, சந்தை சார்ந்த தத்துவங்களில் காண முடியும். 1970 ஆம் ஆண்டின் கடைசிப்பகுதியில் வளரும் நாடுகள் உட்பட உலகம் முழுமைக்குமான ஒரே வாய்ப்பு தாராள சந்தை பொருளாதாரம்தான்

என்ற நம்பிக்கையின் அடிப்படையில் புதிய ஆட்சிமுறை உருவாவதற்கான வாசல் திறக்கப்பட்டது. வடகோள அரசாங்கங்கள் அந்நிய முதலீட்டுக் கட்டுப்பாடுகளை விட்டுவிட ஆரம்பித்தன; வணிகத்தை தாராளமயமாக்கின; உள்நாட்டுப் பொருளாதாரம் திறந்துவிடப்பட்டது; அரசு சேவைகளை தனியார்மயமாக்கி நேரடி போட்டிக்குள் இறங்கின. உலக வங்கி, சர்வதேச பண நிதியம் மற்றும் ஐ.நா. உள்ளிட்ட தண்ணீர் மேலாண்மையோடு சம்பந்தப்பட்ட நிறுவனங்களை இயக்கிக் கொண்டிருக்கும் வசதிபடைத்தோருக்கு இந்த வாஷிங்டன் இசைவு[1] ஒரு மந்திரச் சொல்லாக மாறியது.

1989 ஆம் ஆண்டு தாட்சர் பிரிட்டன் அரசுக்கு சொந்தமான பிராந்திய நீர் அமைப்புகளை தனியார்மயமாக்கினார். இவைகள் அடிமாட்டு விலையில் விற்கப்பட்டன. ஆன்-கிறிஸ்டின் ஹோலண்ட் (Ann-Christin Holland), தங்களுடைய The Water Business என்ற புத்தகத்தில் குறிப்பிடுவதுபோல் இந்த விற்பனையில் கலாச்சார மற்றும் இயற்கையின் சொத்துக்களும் சேர்ந்தே விற்கப்பட்டன என்கிறார்கள். இதை வாங்கிய தனியார் நிறுவனங்கள் கட்டிடங்கள் உள்ளிட்ட அனைத்து உட்கட்டமைப்பின் சொந்தக்காரர்களானார்கள். இருபது வருடங்களுக்கு எந்த போட்டியும் இல்லாமல் செயல்பட அவர்களுக்கு உரிமம் வழங்கப்பட்டது. அவர்கள் விரும்பிய கட்டணத்தை வசூலித்துக் கொள்ளவும், தொழிலாளர்களை வேலையைவிட்டு நீக்கவும், அவர்களால் எவ்வளவு இலாபம் சம்பாதிக்க முடியுமோ அவ்வளவு இலாபம் சம்பாதிப்பதற்குமான சுதந்திரம் கொடுக்கப்பட்டது.

ஆயிரக்கணக்கான தொழிலாளர்கள் வேலையை விட்டு அனுப்பப்பட்டார்கள்; தண்ணீர் கட்டணம் கடுமையாக உயர்ந்தது. தனியார்மயமாக்கப்பட்ட பத்தாண்டுகளில் வரிக்கு முந்திய லாபம் 147 சதவீதம் உயர்ந்தது. தண்ணீருக்கான கட்டணத்தை செலுத்தமுடியாத லட்சக்கணக்கான மக்களுக்கு தண்ணீர் சேவை நிறுத்தப்பட்டது. இந்த நடைமுறை 1997 ஆம் ஆண்டு டோனி பிளேயர் (Tony Blair) பதவிக்கு வந்ததும் முடிவுக்கு வந்தது. (இருப்பினும் 2007 ஆம் ஆண்டு தண்ணீர் நெருக்கடி உள்ள பகுதிகளில் தண்ணீர் மீட்டர் பொருத்துவது கட்டாயம் என்ற நடைமுறை அறிமுகப்படுத்தப்படும் என்று பிரிட்டிஷ் அரசு அறிவித்துள்ளது. இந்த புதிய அறிவிப்பு 19 மில்லியன் மக்களைப் பாதிக்கும்).

1 Washington Consent – வாஷிங்டனால் வளரும் நாடுகளுக்காக உருவாக்கப்பட்ட சீர்திருத்த கொள்கைகளின் தொகுப்பு.

இங்கிலாந்தில் தண்ணீரை தனியார்மயமாக்கியது தோல்வி என்பது தெளிவாக தெரிந்தாலும், இந்த அமைப்புமுறைதான் தென்கோளப்பகுதி வளரும் நாடுகளுக்கு ஏற்றுமதி செய்யப்பட்டது. தண்ணீரை தனியார்மயமாக்கியதில் உள்ள அனுபவத்தை வைத்துக்கொண்டு தாட்சர், சர்வதேச தனியார் சந்தையில் குதிப்பதற்காக சூயஸ்[1], வியோலியா[2] உள்ளிட்ட பல தனியார் நிறுவனங்களுக்கு உதவிகள் செய்தார். குறிப்பாக தேம்ஸ்[3] நதியின் தண்ணீரை சொல்லலாம். இந்நதியின் நீரை ஜெர்மன் நாட்டின் பகாசுர நிறுவனமான RWE[4] 2002 ஆம் ஆண்டு வாங்கியது. RWE உலகின் மூன்றாவது மிகப்பெரிய கார்ப்பரேட் தண்ணீர் நிறுவனம் ஆகும்.

இதற்கு முன்னால் 1980 ஆம் ஆண்டு வாஷிங்டன் இசைவு பொருளாதார மாதிரியை பின்பற்றச்சொல்லி புதிய வளர்ச்சி திட்டங்களை உருவாக்க ஏழை நாடுகளை வற்புறுத்துவதற்காக, தென்கோள நாடுகளின் தேசிய வளர்ச்சி திட்டங்களை உலக வங்கி கைவிட்டது. இத்திட்டங்கள் யாவும் குறைந்த வட்டிவிகிதத்தில் கடன் வாங்கி ஆரம்பிக்கப்பட்டவைகள். வட்டி விகிதம் உயர்ந்ததும், இந்த நாடுகளால் தங்களின் கடனை திருப்பிச் செலுத்த முடியவில்லை. சுகாதாரம், கல்வி, மின்சாரம் போன்ற அடிப்படையான பொதுச் சேவைகள் மற்றும் பொது நிறுவனங்களை தனியாருக்கு விற்கின்ற அமைப்பு சார்ந்த சீர்படுத்துகை திட்டத்திற்கு (Structural Adjustment Policy) தங்களை உட்படுத்திக்கொள்ளவேண்டும் என்ற நிபந்தனையின் அடிப்படையில் இந்நாடுகள் தாங்கள் பட்ட கடன்களுக்கான தீர்வை பேச்சுவார்த்தையின் மூலம் பெற்றுக்கொள்ளலாம் என்று உலக வங்கி கூறியது. (இத்தகைய தியாகங்கள் இருப்பினும் மூன்றாம் உலக நாடுகளின் கடன் 1980 ஆம் ஆண்டிலிருந்து 400 சதவீதம் உயர்ந்துள்ளது)

---

1   Suez – ஃப்ரான்சை சேர்ந்த கார்ப்பரேட் நிறுவனம். இது 1858 ஆம் ஆண்டு ஆரம்பிக்கப்பட்டது. தண்ணீர், கழிவு மேலாண்மை, இயற்கை வாயு போன்ற துறைகளில் செயல்பட்டுக் கொண்டிருக்கிறது.

2   Veolia – இதுவும் ஃப்ரான்சை சேர்ந்த கார்ப்பரேட் நிறுவனம். இந்நிறுவனம் தண்ணீர் வினியோகம், நீர் மேலாண்மை, கழிவு மேலாண்மை, ஆற்றல் மற்றும் போக்குவரத்து சேவைகளில் இயங்கிக் கொண்டிருக்கிறது.

3   Thames River - தேம்ஸ் வாட்டர் – லண்டனின் பெரும்பாலான பகுதிகளுக்கு தண்ணீர் வினியோகம், கழிவு நீர் சுத்திகரிப்புக்கு பொறுப்பான தனியார் கார்ப்பரேட் நிறுவனம். இது 1989 ஆம் ஆண்டு ஆரம்பிக்கப்பட்டது.

4   ஜெர்மனியில் மின்சாரம் உற்பத்தி செய்யும் இரண்டாவது மிகப்பெரிய நிறுவனம்.

தண்ணீர் மற்றும் சுகாதாரம் தனியார் மயமாக்கப்படுவதற்கு முன்பே இது இப்படி நடக்கும் என்பதற்கான சாத்தியக்கூறு நன்றாக தெரிந்தது. 1990 ஆம் ஆண்டு உலக வங்கி, சர்வதேச பண நிதியம், அமெரிக்க வளர்ச்சி வங்கி, ஆப்பிரிக்க வளர்ச்சி வங்கி, ஆசிய வளர்ச்சி வங்கி, மற்ற பிராந்திய வளர்ச்சி வங்கிகள், தண்ணீர் வினியோகப் பணியை ஐரோப்பிய கார்ப்பரேட் நிறுவனங்கள் இலாபத்திற்கு நடத்த சம்மதிக்க வேண்டும் என்று ஏழை நாடுகளை ஊக்கப்படுத்தின. பொது வினியோகம் அல்லது தனியார் வினியோகம் என்பது பற்றி முடிவுசெய்யும் அதிகாரம் முற்றிலும் அழிந்துபோனது. 2006 ஆம் ஆண்டுக்குள் அனைத்து கடன்களும் தண்ணீரை தனியார்மயமாக்கல் என்ற அடிப்படையிலேயே வழங்கப்பட்டன. 15 வருடங்களில் பன்னாட்டு தண்ணீர் குழுமங்களிடமிருந்து தண்ணீரை வாங்க ஆப்பிரிக்க, ஆசிய, லத்தீன் அமெரிக்க மக்கள் கொடுக்கும் விலை 800 சதம் அதிகரித்துள்ளதாக Public Service International அறிக்கை கூறுகிறது.

உலக வங்கியில் நடப்பது...

முதல் உலக நாடுகளே உலக வங்கியைக் கட்டுப்படுத்துகின்றன. இந்நாடுகள் தாங்கள் முதலீடு செய்திருக்கின்ற தொகைக்கேற்ப ஓட்டுரிமையைப் பெற்றுள்ளன. அதற்கேற்ப, ஏழை நாடுகளுக்கு கடனாக வழங்கப்படுகிற 20 பில்லியன் அமெரிக்க டாலரை பெறப்போவது யார், அதைப்பெற அந்நாடுகள் ஒத்துக்கொள்ள வேண்டிய நிபந்தனைகள் என்னென்ன என்பதை முடிவெடுப்பதில் அமெரிக்கா (இதனைத் தொடர்ந்து ஜப்பான், ஜெர்மனி, பிரிட்டன் மற்றும் ஃப்ரான்ஸ்) ஆதிக்கம் செலுத்துகிறது. தண்ணீர் மற்றும் சுகாதாரத்திற்கு ஒதுக்கப்பட்ட தொகை 3 பில்லியன் அமெரிக்க டாலராகும். வடகோள கார்ப்பரேட் நிறுவனங்கள் தென்கோளப் பகுதியில் சந்தைகளைத் திறக்க உலக வங்கி தனது அதிகாரத்தைப் பயன்படுத்துகிறது. தனியார் முதலீடுகளை ஊக்குவிப்பதுதான் தலையாய குறிக்கோள் என்று உலக வங்கியின் குறிப்பு ஒன்று கூறுகிறது. (அமெரிக்கா தனது பங்களிப்பாக கொடுக்கும் ஒவ்வொரு டாலருக்கும் அமெரிக்க கார்ப்பரேட் நிறுவனங்கள் 1.30 டாலர் அளவிற்கு ஒப்பந்தங்களாகப் பெறுகின்றன என்று நிதித்துறை உயர் அதிகாரி ஒருவர் கிண்டலாக கூறியுள்ளார்)

1993 ஆம் ஆண்டுக்கு முந்திய வருடங்களிலிருந்தே உலக வங்கி தண்ணீர் தனியார்மயமாக்கத்தை ஊக்குவித்து வந்தது. அதே வருடம் நீர் ஆதாரங்கள் மேலாண்மை (Water Resource Management) குறித்த திட்டக் குறிப்பை ஏற்றுக்கொண்டது. இக்குறிப்பு ஏழை நாடுகள்

தண்ணீர் சேவைகளுக்காக கட்டணம் செலுத்த "விருப்பமில்லாமல்" இருக்கின்றன என்று கூறியது. மேலும் தண்ணீர் என்பதை ஒரு திறன் வாய்ந்த, நிதி ஒழுங்கு சார்ந்த, முழு உற்பத்திச் செலவையும் மீட்டுவிடக்கூடிய ஒரு பண்டமென்றும் அந்த அறிக்கை கூறியது. (முதலீட்டுத் தொகையை மீட்டுக் கொள்வதற்காக தண்ணீரின் கட்டணத்தை கடுமையாக உயர்த்துவதோடு மட்டுமல்லாமல், முதலீட்டாளர்கள் இலாபம் சம்பாதிக்க கட்டணத்தை ஏற்றுகின்ற ஒரு திட்டம்தான் இது.) 1990-2006 ஆம் ஆண்டுகளுக்கு இடையில் பொதுத்திட்டங்களுக்கான கடன் வசதி தனியார் திட்டங்களுக்குச் சாதகமாக தள்ளுபடி செய்யப்பட்டன. உலக வங்கி வளரும் நாடுகளில் 300-க்கு மேற்பட்ட குடிநீர் சார்ந்த திட்டங்களுக்கு நிதி உதவி செய்துள்ளது.

தண்ணீரை தனியார்மயமாக்குவதில் அடிப்படையில் மூன்று வகைகள் உள்ளன. சலுகை அடிப்படையிலான (Concession) ஒப்பந்தத்தில் தனியார் நிறுவனங்களுக்கு தண்ணீர் வினியோகம் செய்ய உரிமம் வழங்கப்படும். இவர்கள் இலாபம் பெற நுகர்வோர்களிடமிருந்து கட்டணம் வசூலிக்கின்றனர். புதிய குழாய்கள் அமைத்தல், வீடுகளுக்கு குழாய் இணைப்புகள் வழங்குதல் உள்ளிட்ட அனைத்து முதலீட்டுத் திட்டங்களுக்கும் இந்த நிறுவனங்கள் பொறுப்பு. பிரிட்டிஷ் மாதிரி தனியார்மயம் என்பது இந்த சலுகை அடிப்படையிலான ஒப்பந்தம் ஆகும். ஆனால் இந்தியாவில் தீவிர சலுகை அடிப்படையிலான (Extreme Concession) ஒப்பந்தம் பின்பற்றப்படுகிறது. இதில் ஆறுகள் முற்றிலும் நிறுவனங்களுக்கு குத்தகைக்கு விடப்படுகின்றன. இதை தனியார்கள் அரசின் தலையீடு இல்லாமல் இலாபத்திற்காக நடத்துகிறார்கள். இருக்கின்ற தளவாடங்களைப் புதுப்பிப்பதற்கும், பழுதுபார்ப்பதற்கான முதலீடுகளைச் செய்வதற்கும், தண்ணீரை வினியோகிப்பதற்கும் நிறுவனத்தைப் பொறுப்பாக்கும் ஒப்பந்தம் இது. ஆனால் புதிய முதலீட்டுக்கு அங்கு உள்ள அரசுதான் பொறுப்பு. மேலாண்மை ஒப்பந்தம் (Management) என்பதில் தனியார் நிறுவனம் தண்ணீர் சேவையை நிர்வாகம் செய்வதே அதன் பொறுப்பு. எந்த முதலீட்டையும் செய்யாது.

உலக மேம்பாட்டு இயக்கம்[1] குறிப்பிடுவது போல், பொதுச் சொத்துக்களை முழுவதும் தனியாருக்கு விற்பனை செய்யும்போது மட்டுமே உலக வங்கி தனியார்மயமாக்கம் என்ற பதத்தை பயன்படுத்துகிறது. மேலாண்மை ஒப்பந்தங்கள், குத்தகைகள்

---

1 World Development Movement – தென்கோள நாடுகளின் வளர்ச்சிக்காகவும், உலக நீதிக்காவும் இயங்குகின்ற பிரிட்டனைச் சேர்ந்த அரசு சாரா நிறுவனம்.

போன்ற பெரும்பாலான திட்டங்களை விவரிக்க அரசு மற்றும் தனியார் பங்களிப்பு அல்லது தனியார் துறை பங்களிப்பு போன்ற குறைந்தளவிலான அரசியல் தன்மை கொண்ட பதங்களையே உலக வங்கி பயன்படுத்துகிறது. பங்களிப்பு என்பது சரிசமமான பொறுப்பும் மற்றும் ஜனநாயகத் தொனியும் கொண்டது. ஆனால் தனியார் நிறுவனங்களின் இலாபம் அடங்கியுள்ளதால் இந்த ஒப்பந்தங்கள் தனியார்மயமாக்கல் என்றே அழைக்கப்படுகின்றன. மக்கள் இவர்களின் "உற்பத்திப்பொருளுக்கு" பணம் கொடுக்கவில்லை யென்றால் சேவை துண்டிப்பைப் பெறவேண்டும். இவர்கள் உறுதியளித்ததற்கு மாறாக சேவைக்குறைபாடு இருந்தால் ஒன்றும் செய்யமுடியாது; மாற்றுவழிகள் இல்லை. ஆனால் இக்கார்ப்பரேட்கள் தங்களது இலாபம் குறைய ஆரம்பித்து விட்டது என்று உணர்ந்தார்களானால் ஒப்பந்தத்தை விட்டுவிட்டு கிளம்பிவிடுவார்கள்.

உலக வங்கி தென்கோள நாடுகளில் தனியார் தண்ணீர் சேவையை தன்னுடைய பல்வேறு முகமைகள் மூலம் ஊக்குவிக்கிறது: மறுகட்டமைப்பு மற்றும் வளர்ச்சிக்கான சர்வதேச வங்கி[1] மற்றும் சர்வதேச வளர்ச்சி அமைப்பு[2]. இவைகள் தனியார் வினியோக அமைப்பு மாதிரியை ஏற்றுக்கொள்ள வேண்டும் என்ற நிபந்தனையின் அடிப்படையில் ஏழை நாடுகளுக்கு கடன் வழங்குகின்றன; சர்வதேச நிதிக் கழகம்[3] தனியார் முதலீட்டாளர்களை ஏழை நாடுகளின் தண்ணீர் வினியோக அமைப்பில் முதலீடு செய்ய ஊக்குவிக்கின்றன. பன்முதலீட்டு உத்திரவாத முகமை[4] அரசியல் எதிர்ப்பு உள்ளிட்ட அனைத்து விதமான அபாயங்களிலிருந்தும் இந்த முதலீட்டாளர்களுக்கு பாதுகாப்பு அளிக்கிறது. இக்கார்ப்பரேட்கள்

1 International Bank for Reconstruction and Development - நடுநிலையான வருமானம் பெறும் வளரும் நாடுகளுக்கு கடன் வழங்கும் சர்வதேச நிதி நிறுவனம். தலைமையிடம் வாஷிங்டன்.

2 International Development Association - உலகின் ஏழ்மையான வளரும் நாடுகளுக்கு கடன் வழங்கும் சர்வதேச நிதி நிறுவனம். தலைமையிடம் வாஷிங்டன். இது 1960 ஆம் ஆண்டு ஆரம்பிக்கப்பட்டது.

3 International Finance Corporation - வளரும் நாடுகளில் தனியார் துறையை ஊக்குவிக்க ஆலோசனை மற்றும் முதலீட்டு உதவி வழங்கும் சர்வதேச நிதி நிறுவனம். தலைமையிடம் வாஷிங்டன். இது 1956 ஆம் ஆண்டு ஆரம்பிக்கப்பட்டது.

4 Multilateral Investment Guarantee Agency - அந்நிய நேரடி முதலீட்டுக்கெதிராக வளரும் நாடுகளில் ஏற்படும் ஆபத்தை சரிசெய்ய வழங்கப்படும் காப்பீட்டிற்கு உத்தரவாதம் அளிக்கும் முகமை. இந்நிறுவனம் 1988 ஆம் ஆண்டு ஆரம்பிக்கப்பட்டது.

ஒப்பந்தங்களை மீறும் ஏழை நாடுகளுக்கு எதிராக முதலீட்டு சர்ச்சைகளுக்கான சர்வதேச தீர்வு மையம்[1] என்ற மத்தியஸ்த நீதிமன்றத்தை பயன்படுத்தப்படுகின்றன. (இக்கார்ப்பரேட்களின் முதலீடு எந்த நாடுகளிலெல்லாம் தோற்றுப்போனதோ, அந்த நாடுகளுக்கு இழப்பீடு வழங்கிய பின், 70 சதவீத வழக்குகள் முதலீட்டாளர்களுக்கு சாதகமாகவே முடிக்கப்படுகின்றன என்று Food and Water Watch[2] அமைப்பு ஏப்ரல் 2007 ஆம் ஆண்டு தான் வெளியிட்ட Challenging Corporate Investor Rule என்ற தலைப்பிலான அறிக்கையில் கூறியுள்ளது. ஒரு குறிப்பிட்ட ஏழு வழக்குகளின் மூலம் இக்கார்ப்பரேட் நிறுவனங்கள் அடைந்த இலாபம் என்பது தாங்கள் வழக்கு தொடர்ந்த நாட்டின் மொத்த உள்நாட்டு உற்பத்தியை விட அதிகம்)

காரட் மற்றும் ஸ்டிக்[3] அணுகுமுறை மூலம், தனியார் தண்ணீர் வினியோக மாதிரியை பின்பற்றுமாறு நாடுகள் ஊக்குவிக்கப்படுகின்றன. (இங்கு காரட் என்பது கடன் மீட்சி மற்றும் நிதியுதவி; ஸ்டிக் - கடனை எந்த நேரத்திலும் வாபஸ் பெற்றுக் கொள்ளும் சொல்லப்படாத மிரட்டல்). பல நிகழ்வுகளில் உலக வங்கி, கார்ப்பரேட்கள் மற்றும் சம்பந்தப்பட்ட நாடு இவைகளுக்கிடையே போடப்பட்ட ஒப்பந்தங்கள் யாவும் குடிமக்கள் அணுகமுடியாத வண்ணம் ரகசியமாக உள்ளன. 1990 ஆம் ஆண்டு இக்கார்ப்பரேட் நிறுவனங்கள் தாங்கள் முதலீடு செய்த முழுத்தொகையையும் திரும்பப் பெற்றுவிட வேண்டும் என்பதற்காக கடன்பட்ட நாடுகள் மீது கடுமையான அழுத்தம் கொடுத்தன. 2003 ஆம் ஆண்டுக்குள் 99 சதவீத கடன்கள் முழுவதும் இக்கார்ப்பரேட் நிறுவனங்களால் வசூலிக்கப்பட்டன என்று Public Citizen[4] கூறுகிறது.

---

1 International Centre for Settlement of Investment Disputes-ICSID - சர்வதேச முதலீட்டாளர்களுக்கிடையேயான சட்டரீதியான சர்ச்சைகளை தீர்த்து வைக்கும் சர்வதேச மத்தியஸ்த அமைப்பு. இம்மையம் 1966 ஆம் ஆண்டு ஆரம்பிக்கப்பட்டது.

2 Food and Water Watch - உணவு மற்றும் தண்ணீர் குறித்த நுகர்வோர்களின் உரிமைக்காக இயங்கும் அரசு சாரா நிறுவனம். இது 2005 ஆம் ஆண்டு ஆரம்பிக்கப்பட்டது. தலைமையிடம் வாஷிங்டன் டி.சி.

3 Carrot and Stick Approach - ஒரே நேரத்தில் பாராட்டையும் பரிசையும் கொடுத்து விட்டு பின் தண்டனையும் கொடுக்கும் ஒரு போக்கு.

4 Public Citizen - நுகர்வோர் உரிமைக்காகப் போராடும் இலாப நோக்கில்லாத அமெரிக்க அமைப்பு. தலைமையிடம் வாஷிங்டன் டி.சி.

தண்ணீரை தனியார்மயமாக்குதல் என்பது உலக வங்கி வெளியிட்ட உலக வங்கியின் வறுமை குறைப்பு திட்ட அறிவிப்பில் ஒரு முக்கியமான கூறாகும். ஐ.நா. நூற்றாண்டு வளர்ச்சி குறிக்கோள்கள் (U.N. Millennium Development Goals) மற்றும் ஒப்பந்தங்கள் மூலமாக வளரும் நாடுகள் சர்வதேச உதவி பெற பயன்படும் ஒரு சாதனம்தான் இந்த உலக வங்கியின் வறுமை குறைப்பு திட்ட அறிவிப்பு. கடனிலிருந்து விடுதலை பெற ஏழை நாடுகள் கட்டாயம் இந்த திட்ட அறிவிப்பை பூர்த்தி செய்தாக வேண்டும். இத்திட்டம் மூலம் ஏழை நாடுகளுக்கு வழங்கப்படும் நிதி உடல் நலம், கல்வி, குடிநீர் வசதி, வறுமை ஒழிப்பு போன்றவற்றிற்கு பயன்படாமல் போகிறது. ஆனால் இத்திட்டம் புதிய தாராளவாத சந்தை சீர்திருத்தங்களை ஏற்றுக்கொள்ளச் செய்கிறது. அரசு நிறுவனங்களை விற்பதன் மூலமாகவும், அந்நிய நேரடி முதலீட்டை வரவேற்பதன் மூலமாகவும், பேரளவு பொருளாதாரக் கொள்கைகளைப் பின்பற்றுவதன் மூலமாகவும் பொருளாதார வளர்ச்சியை ஊக்கப்படுத்த நாடுகள் ஒத்துக் கொண்டுள்ளன. உலக மேம்பாட்டு இயக்கம், 2005 ஆம் ஆண்டின் முதல் பாதியில் உலக வங்கியால் கையெழுத்திடப்பட்ட 50 வறுமை குறைப்பு திட்டத்திற்கான ஒப்பந்தங்களை ஆராய்ந்தது. அதில் 90 சதவீத நாடுகள் பொதுவாக தனியார்மயத்திற்கு ஆதரவாக வாக்குறுதியளித்திருந்தன. 62 சதவீத நாடுகள் குறிப்பாக தனியார்மயத்திற்காக வாக்குறுதியளித்துள்ளன.

(பிராந்திய வளர்ச்சி வங்கிகளான, அமெரிக்க வளர்ச்சி வங்கி, ஆசிய வளர்ச்சி வங்கி மற்றும் ஆப்பிரிக்க வளர்ச்சி வங்கிகள், உலக வங்கி பின்பற்றும் அதே வழியைப் பின்பற்றி தண்ணீர் தனியார்மயத்தை ஊக்குவிக்கின்றன)

தனியார்மயத்திற்கான உலகளாவிய ஒப்புதலை உலக வங்கி உற்பத்தி செய்கிறது

புதிய தண்ணீர் வினியோக மாதிரியை உலக வங்கி மற்றும் பிற சர்வதேச நிதி நிறுவனங்கள் எப்படி தென்கோளப் பகுதியில் திணித்தன என்பது ஒரு முக்கியமான கதை. உலக வங்கிக்குப் பின்னால் இருக்கும் வடகோள நாடுகள் தாங்கள் பின்பற்றி வருகின்ற பொது வினியோக முறையை விட்டுக்கொடுக்கத் தயாராக

இல்லை என்பதும் ஏழை நாடுகளுக்கு தெரியும். பெரும்பாலான ஏழை நாடுகள் பணக்கார நாடுகளால் பயன்படுத்தப்படும் கட்டமைப்பு சார்ந்த சரிக்கட்டும் திட்டங்களின் (Structural Adjustment Policies) அனுபவத்தையும், பொதுச் சுகாதாரம் மற்றும் கல்விக்கான திட்டங்களைக் கைவிட கட்டாயமாக்கப்பட்ட அனுபவத்தையும் பெற்றுள்ளன. கடுமையான தண்ணீர் பற்றாக்குறையைச் சந்திக்கும் நாடுகளுக்கு தனியார்மயத்தை அறிமுகப்படுத்த ஒரு ஒத்திசைவான முயற்சி தேவைப்படுகிறது. இம்முயற்சியில் திட்டம் செயல்படுத்தப்படும் நாடுகளில் உள்ள பணக்காரர்கள் இணைத்துக் கொள்ளப்படுகிறார்கள்.

மினெசெட்டா பல்கலைக் கழகத்தின்[1] சமூகவியலாளர் மைக்கேல் கோல்ட்மேன் (Michael Goldman), வடகோள மற்றும் தென்கோளப் பகுதியைச் சேர்ந்த அரசு சாரா நிறுவனங்கள், அறிவு ஜீவிகள், மாநில முகமைகள், ஊடகங்கள் மற்றும் தனியார் நிறுவனங்களை தங்களுக்கு ஆதரவாக மாற்றியதன் மூலம், உலக வங்கி மற்றும் கார்ப்பரேட் நிறுவனங்கள் தண்ணீர் கொள்கையில் ஒரு பெரிய மாற்றத்தை குறைந்த காலத்திற்குள் எப்படி கொண்டு வந்தன என்று ஆராய்ந்திருக்கிறார். தன்னுடைய Water Policy Capacity Building Programme மூலம் தனியார் தண்ணீர் நிர்வாகம் குறித்து பேச பாராளுமன்றவாதிகள், கொள்கையாளர்கள், துறை வல்லுனர்கள், பத்திரிக்கையாளர்கள், ஆசிரியர்கள், மாணவர்கள், மக்கள் சமூகத் தலைவர்கள் மற்றும் மூன்றாம் உலக நாடுகளின் பணக்காரர்கள் என ஆயிரக்கணக்கானவர்களை உலக வங்கி களம் இறக்கிவிட்டது. இந்த “வல்லுனர்கள்” தங்களது நாடுகளில் தனியார் தண்ணீர் வினியோக மாதிரியை ஊக்குவிக்கும் உறுதியோடு தாயகம் திரும்பினார்கள்.

தனியார்மயத்திற்கு ஆதரவாக ஆளும் வர்க்கங்களிடமிருந்து ஒரு “உற்பத்தி செய்யப்பட்ட ஒப்புதலைப்” பெற திட்டமிடுதலும், செயல்வடிவம் பெற பணமும் பயன்படுத்தப்பட்டது. 1990 ஆம் ஆண்டின் மத்தியிலிருந்து தண்ணீர் தனியார்மயமாக்கம் என்பது வறுமை ஒழிப்பு என்ற பெயரில் உலக வங்கிக்கு பச்சைக்கொடி காட்டுகின்ற ஒரு புதிய தாராளவாத திட்டமாகப் போய்விட்டது என்று கோல்ட்மேன் எளிமையாக சொல்கிறார். தண்ணீர் தனியார்மயம் குறித்து உலகளாவிய சம்மதம் உள்ளது என்ற தோற்றத்தை உருவாக்க “சர்வதேச அளவில் பணக்காரர்களுக்கிடையே தண்ணீர் சார்ந்த கொள்கைக்கான வலைப்பின்னல்” உருவாக்கப்பட்டுள்ளது என்கிறார் கோல்ட்மேன். இத்தகைய வலைப்பின்னலைச் சேர்ந்த பணக்காரர்கள் அளிக்கும் பணத்தைக்கொண்டு நடத்தப்படும்

1 University of Minnesota - அமெரிக்க ஆராய்ச்சி பல்கலைக்கழகம்.

பிரமாண்டமான கூட்டங்களில் இந்த பணக்காரர்களைத் தவிர வேறு யார் கலந்து கொள்ள முடியும்; வேறு யாரால் சர்வதேச அளவில் நம்பக்கூடிய தரவுகளைத் தரமுடியும்; வேறு யாரால் இத்தகைய வட்டமேஜை மாநாடுகளில் உட்கார முடியும் என்று கோல்ட்மேன் கேட்கிறார்.

"கடன் சுமை அல்லது ஏழ்மை என்பது ஒரு பிரச்சினை அல்ல. உண்மையான பிரச்சினை, மூன்றாம் உலக நாடுகளின் திறமையின்மையும், ஊழல் அரசும்தான். இவர்கள் தண்ணீரின் மதிப்பை மக்கள் மத்தியில் பிரதிபலிக்கத் தவறுவதால் வீணடிக்கும் கலாச்சாரம் உருவாகிறது. தங்களுடைய பொறுப்பற்ற அரசால் ஏழைகளுக்கு தண்ணீருக்கான உரிய வசதி இல்லை". இப்படியாக போகிறது கார்ப்பரேட் நிறுவனங்களின் பல்லவி; உலக வங்கியும் அதனது தனியார் துறை நண்பர்களும் சமூக நீதி, சுற்றுச்சூழல் ஸ்திரத்தன்மை மற்றும் வறுமை ஒழிப்பு போன்ற அறப்பணிகளில் எளிதாக இறங்கிவிடுகிறார்கள். உலக வங்கியின் குறிக்கோள்களை ஏற்றுக்கொள்கிற கடன்பட்ட நாடுகளையும், கடமை மீறும் பொது நிறுவனங்களையும் காப்பாற்றும் முகமாக தனியார் நிறுவனங்கள் இந்த தனியார்மய திட்டங்களை முன்வைக்கின்றன. (உலகம் முழுதும் இவர்களின் செயல்பாட்டுக்கு ஏற்பட்ட பரவலான எதிர்ப்பினால் புலமைத்துவம் வாய்ந்த இந்த வார்த்தை ஜாலம் 2003 ஆம் ஆண்டுக்குள் மாறியது. வங்கிகள் தங்களுக்கு உறுதியளிக்கப்பட்ட நிதி உதவியை அளிக்காவிட்டால் பெரும்பாலான தென்கோள நாடுகளை கைவிட்டுவிடுவோம் என்று இந்த பகாசுர தண்ணீர் நிறுவனங்கள், இவ்வங்கிகளை மிரட்டிக் கொண்டிருக்கிறார்கள்)

ஊழல் மற்றும் வளர்ச்சியின்மையால் பாதிக்கப்பட்டுள்ள தென்கோள அரசுகள் செய்யாததை வடகோள முதலாளித்துவம் செய்துவிடும் என்று அப்பகுதியின் அரசுகளைச் சார்ந்த பணக்காரர்கள், தனியார் வியாபாரிகள் மற்றும் கல்வியாளர்கள் தொடர்ந்து சொல்லி வருகிறார்கள். நேர்மை என்ற போர்வையில் தன்னை மறைத்துக்கொண்டு ஏழை நாடுகள் தங்கள் நாட்டின் பொது குடிநீர் வினியோகத்திற்காக கேட்கும் கடனை உலக வங்கி மறுக்கிறது. ஏழை நாடுகளை அது இணங்க வைக்கப்பார்க்கின்றது. முடியாத போது உலக வங்கி ஒரு நிபந்தனையை விதிக்கிறது: ஏதாவது ஒரு தனியார் தண்ணீர் நிறுவனத்தை அனுமதியுங்கள் அல்லது நிதியில்லை போங்கள்.

ஐக்கிய நாடுகள் சபை

தென்கோளப் பகுதியில் தனியார்மயமாக்கலில் வெற்றி பெறவும், தங்களது கோரிக்கையை வென்றெடுக்கவும், ஒரு சர்வதேச அமைப்பை ஏற்படுத்தவும் உலக வங்கியும், கார்ப்பரேட் நிறுவனங்களும் ஐ.நா.வின் ஆதரவையும் பெற வேண்டியிருந்தது. 1992 ஆம் ஆண்டு ஜனவரியில் டப்ளினில்[1] நடந்த ஐ.நா. மாநாட்டில் நூறு நாடுகளிலிருந்து அரசாங்க அதிகாரிகளும், அரசு சாரா நிறுவனங்களும் கலந்துகொண்டன. தண்ணீர் அதன் "அனைத்து பயன்பாட்டிலும்" ஒரு "ஒரு பொருளாதார மதிப்பை" பெற்றுள்ளதால் தண்ணீரை ஒரு "பொருளாதாரப் பண்டம்" என்று அங்கீகரிக்கப்பட வேண்டும் என்று இம்மாநாடு அறைகூவல் விடுத்தது. தண்ணீருக்காக மக்கள் பணம் செலுத்தாததால் தண்ணீரை வீணடிக்கிறார்கள் என்று மாநாட்டில் கலந்துகொண்டவர்கள் ஒத்துக்கொண்டார்கள். மேலும் இந்த வீணடிப்பை தவிர்க்க ஏதோ ஒரு வடிவில் உபயோகிப்புக் கட்டணத்தை நிர்ணயிக்கவேண்டும் என்றும் அவர்கள் கூடிப்பேசினார்கள். தென்கோளத்தோடு ஒப்பிடுகையில் வடகோளத்தில்தான் தண்ணீர் வீணடிப்பு மிக அதிகமாக உள்ளது என்ற உண்மையை அங்கீகரிக்க அவர்கள் தயாராக இல்லை. ஆனால் இந்த விமர்சனங்களும், புதிய விலை நிர்ணயிப்பு விதிகளும் தென்கோளத்தை மையமாய் வைத்தே இருந்தன. ஐ.நா.வின் எந்த ஒரு அமைப்பிலும், அதன் அதிகாரபூர்வமான எந்த ஒரு வெளியீட்டிலும் தண்ணீரை ஒரு பொருளாதாரப் பண்டம் என்று சொல்லப்பட்டது இதுதான் முதன்முறை. இதுவே கடைசியாகவும் இருக்க முடியாது.

டப்ளின் மாநாட்டிலிருந்து, முன்னாள் செயலாளர் கோஃபி அன்னான் (Kofi Anan) தலைமையின் கீழ் ஐ.நா. பல வழிகளில் தண்ணீர் சேவையில் தனியார் துறையை ஊக்கப்படுத்தியது. சூயெஸ் (Suez) மற்றும் வியோலியா (Veolia) ஐ.நா. சர்வதேச உடன்படிக்கையின் (United Nations Global Compact) முக்கியமான உறுப்பினர்களாக மாறின. இவ்வுடன்படிக்கை என்பது, தன்னார்வத்துடன் மனித உரிமைகள் மற்றும் சுற்றுச்சூழல் தர அளவுகளை கார்ப்பரேட் நிறுவனங்கள் ஏற்க ஊக்குவிக்கும் ஒரு முன்முயற்சியாகும். ஷெல்[2] மற்றும் நைக்[3]

1 Dublin - அயர்லாந்தின் தலைநகர்.
2 Shell - சர்வதேச எண்ணெய் மற்றும் எரிவாயு நிறுவனம். தலைமையிடம் நெதர்லாந்து. லண்டனிலும் இதன் அலுவலகம் உள்ளது. இந்நிறுவனம் 1907 ஆம் ஆண்டு ஆரம்பிக்கப்பட்டது.
3 Nike - காலணி தயாரிப்பில் புகழ்பெற்ற அமெரிக்க சர்வதேச நிறுவனம். இந்நிறுவனம் 1978 ஆம் ஆண்டு ஆரம்பிக்கப்பட்டது.

போன்ற நிறுவனங்களை அனுமதித்தது போல மற்ற தனியார் நிறுவனங்களும் பொதுப் பிரச்சினைளில் தலையிட ஐ.நா. அனுமதி வழங்கியது ஒரு "ப்ளூ வாஷ்"[1] என்று பரவலாக விமர்சிக்கப்பட்டது. 2000 ஆம் ஆண்டு ஜூலையில் இந்த உடன்படிக்கை நடப்புக்கு வந்தபோது, கோஃபி அனான் "சுதந்திர வணிகம் மற்றும் திறந்த உலகச் சந்தை"க்கான ஐ.நா.வின் ஆதரவை உறுதிப்படுத்தினார்.

சூயெஸ் மற்றும் வியோலியா நிறுவனங்களின் நிதி உதவியுடன் அக்டோபர் 2002 ஆம் ஆண்டு தண்ணீர் குறித்த சட்டவரம்புகள் பற்றிய UNESCO மாநாடு ஒன்று நடந்தது. இதன் விளைவாக ஐ.நா. மற்றும் இந்த இரண்டு கார்ப்பரேட்களையும் உள்ளடக்கிய இலட்சினை (Logo) கொண்ட அறிக்கை தயாரிக்கப்பட்டது. அதே வருடத்தில் அரசு - தனியார் கூட்டாண்மை குறித்து ஒரு துறைத்தலைமையை உருவாக்க பகுதியளவு நிதி உதவியாக 4,00,000 அமெரிக்க டாலர்களை நெதர்லாந்தில் உள்ள டெல்ஃப்ட் தொழில்நுட்ப பல்கலைக்கழகத்தின்[2] நீர் ஆராய்ச்சி நிறுவனத்திற்கு சூயெஸ் வழங்கியது. இந்த நிதி உதவியின் மூலம் அந்த நிறுவனத்தில் கற்பிக்கப்பட்ட நீர் மேலாண்மை பாடத்திட்டத்தில் பெருமளவில் தலையிடும் உரிமையை சூயெஸ் பெற்றது. காசாப்லாங்கா[3] பகுதியில் செயல்படும் ஒருங்கிணைந்த நீராதார மேலாண்மை துறையில் (Integrated Water Resource Management) தனித்துறை ஒன்றை ஆரம்பிக்கவும் சூயெஸ் நிதி உதவி செய்தது. மேலும், சூயெஸ் தண்ணீர் பிரிவின் (Suez Water Division) முன்னாள் தலைமை செயல் அதிகாரி ஜெரார்ட் பயென் (Gerard Payen) தற்போது தண்ணீர் மற்றும் சுகாதாரத்திற்கான ஐ.நா. ஆலோசனை வாரியத்தின் உறுப்பினராக உள்ளார். ஐ.நா. பொதுச்சபையின் அக்டோபர் 2000 ஆம் ஆண்டு மாநாட்டில் முன்வைக்கப்பட்ட ஐ.நா. நூற்றாண்டு வளர்ச்சி குறிக்கோள்கள் (MDGS) யாவும், சர்வதேச தண்ணீர் நிறுவனங்களின் தலையீட்டின் காரணமாக குறைபாடுடையவைகளாகத்தான் இருக்கும் என்பதில் ஆச்சரியப்படத்தேவையில்லை. நன்னீர் குறித்த ஐ.நா. நூற்றாண்டு வளர்ச்சி குறிக்கோள்கள் (அதாவது 2015 ஆம் ஆண்டுக்குள் பாதுகாப்பான குடிநீர் இல்லாமல் வாழும் மக்களை பாதியாக குறைத்தல்) நிறைவேற்றப்படும் காலம் ஏற்கனவே கடந்துபோய் விட்டது.

---

1 Blue Wash - ஐக்கிய நாடுகள் சபைக்கும், எந்த ஒரு கார்ப்பரேட் நிறுவனத்திற்கும் இடையேயான ஒப்பந்தம்.

2 Delft University of Thechnology - நெதர்லாந்து டெல்ஃப்ட் நகரில் அமைந்துள்ள மிகவும் பழைமை வாய்ந்த பல்கலைக்கழகம்.

3 Casablanca - மொராக்கோ நாட்டின் மேற்குப் பகுதியில் உள்ள நகரம்.

உலக வர்த்தக அமைப்பு

இவ்வமைப்பு சேவைகள், அறிவு சார் சொத்துரிமைகள், காப்புரிமை, உணவு மற்றும் பண்டங்கள் உள்ளிட்ட பல சர்வதேச வணிக ஒப்பந்தங்களை நிர்வகிக்க 1995 ஆம் ஆண்டு ஆரம்பிக்கப்பட்டது. மேலும் இது நாடு கடந்த வாணிபத்திற்கான வாய்ப்புகளை அதிகரிப்பதற்கும், அரசுகளின் அதிகாரங்களை குறைக்கும் நோக்கிலும் ஒரு விரிவான விதித் தொகுப்புகளையும் உருவாக்குகிறது. GATT[1] என்ற ஒப்பந்தத்தின் விதிமுறைகளின்படி நீர் என்பது ஒரு "பண்டம்" என்று சேர்க்கப்பட்டுள்ளது. எனவே இப்பண்டம் எந்த காரணத்திற்காகவும் ஏற்றுமதி செய்யப்படக்கூடாது என்று பொருள்படும் விதி தடை செய்யப்படுகிறது. மேலும் இவ்விதி, இப்பொருளை அளவு ரீதியில் ஏற்றுமதி மற்றும் இறக்குமதி செய்வதில் உள்ள தடைகளை நீக்குகிறது. நடைமுறை வார்த்தைகளில் சொன்னால், ஒரு நாடு வணிக ரீதியில் தண்ணீர் ஏற்றுமதியை ஆரம்பித்திருந்தால் சுற்றுச்சூழல் பாதிக்கப்படும் என்ற காரணங்களுக்காக தன்னுடைய மனதை மாற்றிக்கொள்ள முடியாது, தண்ணீர் ஏற்றுமதியையும் கட்டுப்படுத்திக்கொள்ள முடியாது.

மேலும் உலக வர்த்தக அமைப்பு, General Agreement on Trade and Services (GATS) என்ற பேராசை பிடித்த ஒரு ஒப்பந்தத்தில் இறங்கியுள்ளது. அரசின் கட்டுப்பாட்டில் உள்ள துறைகளில், உலக வர்த்தக அமைப்பின் உறுப்பினர் நாடுகளிடையே தனியார் போட்டியை அனுமதித்து அவற்றை தாராளமயத்திற்கு உட்படுத்துவதுதான் இந்த ஒப்பந்தத்தின் வெளிப்படையான நோக்கம். சுற்றுச்சூழல் பணிகள், கழிவுநீர் சுத்திகரிப்பு, சுத்திகரிப்பு அமைப்பு, தண்ணீர் குழாய்கள் கட்டமைப்பு, நிலத்தடி நீர் மதிப்பீடு, நீர்ப்பாசனம் மற்றும் தண்ணீர் போக்குவரத்து சேவைகள் போன்ற பல சேவைகள் ஏற்கனவே காட் ஒப்பந்தத்தில் சேர்க்கப்பட்டுள்ளன. இனிமேல் அரசுகள் இந்த பணிகளை பொதுத்துறையின் கட்டுப்பாட்டுக்குள் வைத்திருக்க முடியாது. இந்த பணிகளை இலாபமில்லாமல் வழங்க நினைக்கக்கூட முடியாது. அனைத்து வணிக பரிவர்த்தனைகளுக்கும் பொதுவான ஒரே மாதிரியான ஒழுங்காற்று விதிகளை உருவாக்குவதற்கு உலக வர்த்தக அமைப்பு உருவாக்கிய SMART (S-Specific, M-Measurable, A-Attainable, R-Realistic, T-Timely) ஒழுங்காற்று செயல்முறை அனைத்து துறைகளிலும் இயங்கிக் கொண்டிருக்கிற இக்கார்ப்பரேட் நிறுவனங்களுக்கு

---

1 General Agreement on Tariffs and Trade - சர்வதேச வணிகத்தை முறைப்படுத்துகிற ஒருவகையான உடன்பாடு. இது 1947 ஆம் ஆண்டு நடைமுறைக்கு வந்தது 1994 ஆம் ஆண்டு வரை நீடித்தது.

உதவிகரமாக இருக்கிறது. SMART என்பது குறிப்பிடத்தக்கது, அளவிடக்கூடியது, அடையக்கூடியது, எதார்த்தமானது மற்றும் காலத்தே கிடைக்கக்கூடியது என்று அர்த்தம் சொல்கிறது உலக வர்த்தக அமைப்பு. ஒழுங்குபடுத்தும் விதிமுறைகளும், தரக் கோட்பாடுகளும் குறைந்தளவே வணிகத்தில் இருக்கவேண்டும் என்பதற்காக கார்ப்பரேட் நிறுவனங்கள் எடுத்த நடவடிக்கைதான் இந்த செயல்முறை.

சமீபத்தில் தண்ணீரை காட் ஒப்பந்தத்தில் சேர்ப்பது என்று உலக வர்த்தக அமைப்பு முடிவெடுத்தது. அதாவது, தனியார் தண்ணீர் சேவையை முயற்சித்துப் பார்க்கும் உலகின் எந்த ஒரு நகராட்சியும் தன்னுடைய முடிவிலிருந்து பின்வாங்க அல்லது மீண்டும் பொது விநியோக முறைக்கு திரும்பிச் செல்ல இந்த அமைப்பின் மற்ற 150 நாடுகளின் ஒருமித்த சம்மதத்தைப் பெறவேண்டும் என்று இதற்கு அர்த்தம்.

நீடித்த வளர்ச்சிக்கான உலக வியாபாரக் கவுன்சில்

தண்ணீர் நிறுவனங்கள் அல்லாமல் உலக வங்கிக்கு இன்னும் சில சக்திமிக்க கூட்டாளிகள் தேவைப்பட்டார்கள். 180 கார்ப்பரேட் நிறுவனங்கள் மற்றும் ஐம்பதுக்கு மேலான தேசிய மற்றும் பிராந்திய நிறுவனங்களோடு தொடர்பு வைத்திருக்கிற நீடித்த வளர்ச்சிக்கான உலக வியாபார கவுன்சில்[1] என்ற கார்ப்பரேட் அதிகாரக் குழு, சர்வதேச தண்ணீர் கொள்கை நிர்ணயிப்பில் ஒரு முக்கியமான நபராக தன்னை நிலைப்படுத்திக் கொண்டது. இது 1992 ஆம் ஆண்டு நடந்த ரியோ புவி உச்சிமாநாட்டின் (Rio Earth Summit) முடிவுகளில் ஆதிக்கம் செலுத்துவதற்காகவும், சர்வதேச வர்த்தகத்தில் விதிமுறைகள் விதிக்கப்படுவதை தடுப்பதற்காகவும் உருவாக்கப்பட்டது. அந்த மாநாட்டிலிருந்து வெளிவரவிருந்த தீர்மானங்களை நீர்த்துப்போகச் செய்ததில் இதற்கு பெரும் புகழ் உண்டு. நீடித்த வளர்ச்சிக்கான உலக வியாபார கவுன்சில் (WBCSD), சர்வதேச வர்த்தக அமைப்புடன்[2] சேர்ந்து கொண்டு நாடுகள் கட்டாயம் கடைபிடிக்க வேண்டிய

---

1 World Business Council for Sustainable Development - WBCSD - ஜெனீவாவை தலைமையிடமாகக் கொண்டு இயங்கும் ஒரு சர்வதேச அமைப்பு. இவ்வமைப்பு வணிகம் மற்றும் நீடித்த வளர்ச்சி குறித்த பார்வையில் இயங்கும் அமைப்பாகும். இவ்வமைப்பு 1995 ஆம் ஆண்டு ஆரம்பிக்கப்பட்டது.

2 International Chamber of Commerce - வியாபார அமைப்புகளுக்கான சர்வதேச வர்த்தக அமைப்பு. ஃப்ரான்ஸ் தலைமையிடமாக உள்ளது. 130-க்கு மேற்பட்ட நாடுகளிலிருந்து உள்ள தனியார் வர்த்தக அமைப்புகள் இதில் உறுப்பினராக உள்ளன.

சுற்றுச்சூழல் நிபந்தனைகள் என்ற மாநாட்டின் நிகழ்ச்சி நிரலை திசைமாற்றி கார்ப்பரேட் நிறுவனங்களின் "சுய கட்டுப்பாடு" குறித்து விவாதத்தை தொடங்கி வைத்தன.

தண்ணீர் கொள்கையில் ஆதிக்கம் செலுத்துவதற்காக நிதி, உணவு மற்றும் குளிர்பானம், எண்ணெய் மற்றும் எரிவாயு, சுரங்கம் மற்றும் உலோகங்கள் துறையைச் சார்ந்த கார்ப்பரேட் நிறுவனங்களை, தண்ணீர் சேவைகள் துறையுடன் ஒன்றிணைத்து "நீர் குறித்த பணிக்குழு" என்ற அமைப்பை 1997 ஆம் ஆண்டு நீடித்த வளர்ச்சிக்கான உலக வியாபார கவுன்சில், அமைத்தது. இக்குழு 2002 ஆம் ஆண்டு நடந்த நீடித்த வளர்ச்சிக்கான உலக உச்சி மாநாட்டில் முக்கியமான ஆனால் கேடு விளைவிக்கிற பங்கை வகித்தது. இக்குழு தான் Water for the Poor என்ற தலைப்பில் சமர்ப்பித்த அறிக்கையில், தண்ணீர் சேவைகளை விரைந்து தனியார்மயமாக்க வேண்டுமென்றும், தண்ணீருக்காக வசூலிக்கப்படும் கட்டணங்கள் முழுவதும் இந்நிறுவனங்களுக்கே வழங்கப்படவேண்டும் என்று கேட்டுக் கொண்டது. "ஏழைகளுக்கு தண்ணீர் சேவையை வழங்குவது என்பது ஒரு வியாபார வாய்ப்பு. தண்ணீர் உட்கட்டமைப்பை விரிவாக்க புதிய குழாய்கள், மின்மோட்டார்கள், அளவைகள், கண்காணிப்பு கருவிகள், ரசீதுகள் மற்றும் ஆவணங்கள் போன்றவைகள் தேவைப்படுகின்றன......... பெரிய மற்றும் சாதாரண வணிகத்திற்கான விற்பனை வாய்ப்புகளையும், பெருமளவில் வேலைவாய்ப்புகளை உருவாக்குவதற்கான சாத்தியக்கூறுகளையும் இத்திட்டம் கொண்டுள்ளது" என்று இந்த அறிக்கை வெளிப்படையாக கூறுகிறது.

அரசு-தனியார் உட்கட்டமைப்பு ஆலோசனை வசதி மற்றும் நீர் மற்றும் சுகாதாரத் திட்டம் மற்றும் சர்வதேச வளர்ச்சிக்கான அமெரிக்க ஐக்கிய நாடுகள் முகமை (USAID)

தண்ணீர் சேவை மேம்பாட்டுக்காக, தனியார் வினியோக அமைப்பிற்கு ஆதரவாக தன்னுடைய நிதியை மடைமாற்றிவிட உலக வங்கிக்கு பணக்கார நாடுகளின், சர்வதேச வளர்ச்சி முகமைகளின் ஆதரவு தேவைப்பட்டது. 1999 ஆம் ஆண்டு ஐக்கிய பேரரசின் சர்வதேச மேம்பாட்டு துறை[1], உலக வங்கியோடு சேர்ந்து தண்ணீர் சேவைக்காக ஒதுக்கப்பட்ட பணத்தை பயன்படுத்தி

---

[1] United Kingdom's Department for International Development - நீடித்த வளர்ச்சியை ஊக்குவிக்கவும், உலகிலிருந்து வறுமையை ஒழிக்கவேண்டும் என்பதை குறிக்கோளாக கொண்டு செயல்படும் பிரிட்டன் அரசின் ஒரு இலாகா. இதற்கு ஒரு அமைச்சர் பொறுப்பாளராக இருப்பார்.

தனியார் பங்களிப்பை ஊக்கப்படுத்தவும், வளரும் நாடுகளின் அரசுகளிடமும், பொதுமக்களிடமும் தண்ணீர் "சீர்திருத்தம்" குறித்த பொது ஒப்புதலை கட்டமைக்க அந்நாடுகளுக்கு ஆலோசகர்களை வழங்கவும் பொது-தனியார் உட்கட்டமைப்பு ஆலோசனை வசதி[1] என்ற அமைப்பை உருவாக்கியது. அந்த அமைப்பு பிரிட்டிஷ் அரசுக்கு அனுப்பிய குறிப்பில், அரசுகள் தங்களுடைய பாத்திரத்தை மாற்றிக் கொள்ளவேண்டும் என்று கோரியிருந்தது. அதாவது, "நேரடியாக தண்ணீர் சேவையை வழங்காமல், எங்கெல்லாம் பலவீனமான போட்டி உள்ளதோ அங்கெல்லாம் தனியார் துறையை ஆதரித்து அதை முறைப்படுத்தி தனியார் நிறுவனங்களுக்கிடையேயான போட்டியை வளர்க்கும் புதிய வணிக முறையில் நிபுணத்துவம் பெறவேண்டும்" என்று அர்த்தமாகும். உடனே, ஜப்பான், கனடா, ஃப்ரான்ஸ், ஜெர்மனி, இத்தாலி, நெதெர்லாந்து, நார்வே, ஸ்வீடன், ஸ்விட்சர்லாந்து, அமெரிக்கா மற்றும் ஆசிய வளர்ச்சி வங்கி இந்த திட்டத்தில் இணைந்தன. இத்திட்டம் உலக வங்கியால் ஒருங்கிணைக்கப்பட்டு, நடைமுறைப்படுத்தப்படுகிறது. ஆஸ்திரியாவும், ஆஸ்திரேலியாவும் இதில் இணைய உள்ளன.

நவம்பர் 2006 ஆம் ஆண்டு, Down the Drain: How Aid For Water Sector Reform Could Be Better Spent என்ற அறிக்கையின் மூலமாக, நார்வே நாட்டைச் சேர்ந்த சர்வதேச தண்ணீர் மற்றும் வன ஆராய்ச்சி அமைப்பு[2] மற்றும் பிரிட்டனைச் சேர்ந்த உலக வளர்ச்சி இயக்கம் என்ற இரண்டு அரசு சாரா நிறுவனங்கள், கடந்த 17 ஆண்டுகளாக இந்த அமைப்புகள் ஆற்றிய பணியை கோடிட்டு காட்டுகின்றன. PPIAF அமைப்பின் நிதி ஆலோசகர்கள் தனியார் தண்ணீர் நிறுவனங்களை ஒரு நாட்டிற்கு கொண்டுவரும் வகையில் தேவைப்படும் உள்ளூர் சட்டதிருத்தம், கட்டுப்பாடுகள் குறித்து அந்தந்த அரசுகளுக்கு ஆலோசனை வழங்குகின்றனர். பின்னர் உலக வங்கியின் ஆதரவையும் பெற்றுவிடுகிறார்கள்.

சில நேரங்களில் இந்த அமைப்பின் ஆலோசகர்கள் தனியார் செயல்பாட்டை ஊக்கப்படுத்துவதற்காக அவசரகதியில் அமர்த்தப்பட்டார்கள். இவர்கள் தனியார் தண்ணீர் சேவைக்கான

---

1. Public - Private Infrastructure Advisory Facility-PPIAF - தனியார் முதலீட்டுக்கு ஆதரவான சூழலை ஏற்படுத்தும் வளரும் நாடுகளுக்கு தொழில்நுட்ப உதவி வழங்கும் அமைப்பு.

2. The Association for International Water and Forest Studies - மூன்றாம் உலக நாடுகளில் நிறுவப்படும் மிகப்பெரிய அணைகள் மற்றும் நீரின் மூலம் மின்சாரம் தயாரிக்கும் திட்டங்களால் ஏற்படும் தாக்கங்கள் குறித்து அறிவிக்கும் நார்வே நாட்டைச் சேர்ந்த ஒரு அமைப்பு.

தேவை குறித்த ஒப்புதலை உருவாக்கவும் செயல்பட்டார்கள். 2000 ஆம் ஆண்டின் ஆரம்பத்தில், தனியார்மயத் திட்டங்களுக்கு எதிராக வளர்ந்து கொண்டிருந்த விமர்சனங்களுக்கு பதிலளிக்கும் வகையில், "ஆப்பிரிக்காவில் தண்ணீர் தொடர்பான பிரச்சினையை ஊடகங்களின் பார்வைக்கு கொண்டு வர" ஒரு பத்திரிக்கையாளர்கள் சந்திப்பிற்கும் ஏற்பாடு செய்தார்கள். இந்த ஆலோசகர்கள் நடத்திய பத்திரிக்கையாளர்கள் சந்திப்பிற்கு PPIAF நிதி உதவி செய்தது.

PPIAF அமைப்பின் பணி குறைபாடுடையது. ஏனென்றால் இதில் வெளிப்படைத்தன்மை இல்லை; பொதுத்துறை வாய்ப்புகளை மறுக்கிறது; நியாயமான முரண்பாட்டையும் கண்டுகொள்வதில்லை; வடகோள தனியார் நிறுவனங்கள் மற்றும் தண்ணீர் குழுமங்களின் நலனையே முன்னிறுத்துகிறது என்று சர்வதேச தண்ணீர் மற்றும் வன ஆராய்ச்சி அமைப்பும், உலக வளார்ச்சி இயக்கமும் குற்றஞ் சாட்டுகின்றன. தனியார்மய திட்டங்களுக்கு ஆதரவாக 37 ஏழை நாடுகளில் மட்டும் 19 மில்லியன் அமெரிக்க டாலர் அளவிற்கு PPIAF நிதி உதவி செய்துள்ளது.

அடுத்து, உலக வங்கி/ ஐ.நா/வடகோள நாடுகளின் வளர்ச்சி அமைப்புகளால் நிதி உதவி செய்யப்பட்ட திட்டம்: நீர் மற்றும் சுகாதார திட்டம் (Water and Sanitation Programme). இத்திட்டம் ஐ.நா. வளர்ச்சி திட்ட முகமையின் மூலம் "உருவாக்கப்பட்டது". தென்கோள நாடுகளில் "பரந்த சீர்திருத்தங்களுக்கு தேவையான அமைப்பு சார்ந்த மாற்றங்கள் மற்றும் நிபந்தனைகளை உருவாக்க" உலக வங்கியோடும், தனியார் துறையோடும் இணைந்து பணியாற்றுகிற கூட்டாளி நாடுகளுக்கு கையடி குடிநீர்க் குழாய், கழிவறை போன்ற குறை தொழில்நுட்ப கருவிகளை வழங்குவதுதான் இத்திட்டத்தின் நோக்கம். இந்த திட்டம் 2006 ஆம் ஆண்டு பில் மற்றும் மெலிந்தா கேட்ஸ்[1] அறக்கட்டளையிடமிருந்து நிதியாக 30 மில்லியன் அமெரிக்க டாலரைப் பெற்றதும் பொதுமக்களின் கவனத்தை ஈர்த்தது. நீர் மற்றும் சுகாதார திட்டம் (WSP) தண்ணீர் சார்ந்த கூட்டாண்மையை ஆதரிக்கிறது. இத்திட்டம், ஆப்பிரிக்காவில் அரசு-தனியார் கூட்டாண்மையை ஊக்குவிக்கிறது. நிதியுதவி கோருவதற்கான அடிப்படை நிபந்தனையாக "தண்ணீர் துறையில் அதிகளவில் தனியார் பங்கேற்பை" ஏற்றுக்கொள்ள வேண்டும் என்பதற்காக

1 Bill and Melinda Gates - கல்வி, உடல் நலம் மற்றும் வறுமை ஒழிப்பை மையமாக வைத்து இயங்கும் ஒரு சர்வதேச அறக்கட்டளை. இதன் நிறுவனர்கள் மைக்ரோசாஃப்ட் நிறுவனர் பில் கேட்ஸ் மற்றும் அவரது துணைவியார் மெலிந்தா கேட்ஸ்.

ஆப்பிரிக்க நாடுகளை ஊக்குவிக்க ஏகப்பட்ட கருத்தரங்குகள் இந்த திட்டத்தின் மூலம் நடத்தப்பட்டன.

PPIAF அமைப்போடு அதன் அமெரிக்கப் பங்காளி சர்வதேச வளர்ச்சிக்கான ஐக்கிய அமெரிக்க நாடுகள் முகமை[1] இணைந்து கொண்டது. இந்த அமைப்பின் முக்கிய நோக்கம் தன்னுடைய டாலர்களை வைத்து வளரும் நாடுகளின் வெளிநாட்டுக் கொள்கையை முன்னெடுத்துச் செல்வது, தங்கு தடையற்ற சந்தைகளின் மூலம் ஜனநாயகத்தை விரிவுபடுத்துவதுமாகும். சர்வதேச வளர்ச்சிக்கான ஐக்கிய அமெரிக்க நாடுகள் முகமை, தென்கோளப் பகுதியில் தனியார் தண்ணீர் வினியோகத்தை ஆதரிக்கிறது. மேலும் இந்தியா, லத்தீன் அமெரிக்கா மற்றும் ஆப்பிரிக்கா போன்ற நாடுகளில் பின்பற்றப்படும் பல திட்டங்களின் பின்னணியில் சர்வதேச வளர்ச்சிக்கான ஐக்கிய அமெரிக்க நாடுகள் முகமை இருக்கிறது. மார்ச் 2002 ஆம் ஆண்டு ஒரு குறிப்பிட்ட எண்ணிக்கையிலான தனியார் தண்ணீர் நிறுவனங்கள் இணைந்து உகாண்டா, நைஜீரியா மற்றும் ஆப்பிரிக்காவில் தண்ணீர் சுகாதார வசதிகளை முன்னெடுத்துச் செல்ல தண்ணீர் மற்றும் சுகாதாரத்திற்கான ஆப்பிரிக்க கூட்டாளிகள்[2] என்ற புதிய ஆப்பிரிக்க அமைப்பை ஏற்படுத்தியுள்ளன. இந்நாடுகளின் நகராட்சியைச் சேர்ந்த அரசியல்வாதிகளை தனியார்மயம்தான் மிகச்சிறந்த வழி என்று நம்பச்செய்ய ஒரு ஆலோசனை நிறுவனம் அளித்த அறிக்கையைப் பயன்படுத்தியது இந்த அமைப்பு. இந்த அறிக்கையை உருவாக்க சர்வதேச வளர்ச்சிக்கான ஐக்கிய அமெரிக்க நாடுகள் முகமைதான் நிதி உதவி செய்தது.

சர்வதேச தண்ணீர் கூட்டாண்மை (Global Water Partnership)

1996 ஆம் ஆண்டு, சர்வதேச தண்ணீர் கொள்கையில் அனைவரும் இணைந்து செயல்படுவதற்கான ஒரு இடத்தை உருவாக்கவும், தனியார் நிறுவனங்களின் வினியோக மாதிரியை வலுப்படுத்தவும் இரண்டு பலமிக்க அமைப்புகள் உருவாக்கப்பட்டன. ஒன்று சர்வதேச தண்ணீர் கூட்டாண்மை, மற்றொன்று உலக தண்ணீர் கவுன்சில். உலக தண்ணீர் கொள்கையை தீர்மானிக்கிற அளவிற்கு

---

1 USAID - சர்வதேச சமூகத்திற்கு நிதி உதவி செய்ய ஜான்.எஃப். கென்னடி அவர்களால் ஆரம்பிக்கப்பட்ட அமெரிக்க அரசின் முகமை. இது 1961 ஆம் ஆண்டு ஆரம்பிக்கப்பட்டது.

2 Partners in Africa for Water and Sanitation - அரசுகள், நன்கொடையாளர்கள், மக்கள் சமூகம் மற்றும் சர்வதேச அமைப்புகளுக்கிடையேயான கூட்டணி. அனைவருக்கும் சுத்தமான குடிநீர் மற்றும் சுகாதாரத்தை உறுதிப்படுத்துவது இதன் நோக்கம்.

மிகவும் சக்திவாய்ந்தவர்களாக உருவாகியிருக்கும் இவர்களை, இத்தாலி நாட்டைச் சேர்ந்த நீரியல் வல்லுனர் ரிக்கார்டோ பெட்ரெல்லா (Riccardo Petrella) "தண்ணீரின் சர்வதேச உயர் தலைமை" என்று அழைக்கிறார். சர்வதேச தண்ணீர் கூட்டாண்மை என்ற இந்த அமைப்பு உலக வங்கி, ஐக்கிய நாடுகள் வளர்ச்சி திட்டம், மற்றும் ஸ்விட்சர்லாந்தைச் சேர்ந்த சர்வதேச வளர்ச்சி ஒருங்கிணைப்பு முகமை ஆகியவைகளால் ஆரம்பிக்கப்பட்டது. டப்ளின் கொள்கைகளின் அடிப்படையில், சர்வதேச தண்ணீர் மேலாண்மையை ஊக்குவிக்க மக்கள் சமூகத்திற்கும், தனியார் நிறுவனங்களுக்கும், அரசுகளுக்குமிடையில் கூட்டணியை உருவாக்கும் அமைப்பாக இவ்வமைப்பு செயல்படுகிறது.

உலக வங்கி, ஐ.நா. மற்றும் வடகோளப் பகுதியைச் சேர்ந்த சர்வதேச வளர்ச்சி முகமைகள் இந்த அமைப்பிற்கு நிதி உதவி செய்கின்றன. இவ்வமைப்பிற்கு உலகம் முழுவதும் கிளைகள் உள்ளன. இந்த சர்வதேச தண்ணீர் கூட்டாண்மை, 2003 ஆம் ஆண்டு Financing Water for All என்ற.முரண்பாடான, பிரச்சினைக்குரிய அறிக்கையை கொண்டு வந்ததில் முக்கியப் பங்காற்றியது. உள்ளூர் எதிர்ப்புள்ள இடங்களில் செயல்பட்டுக் கொண்டிருக்கும் தண்ணீர் நிறுவனங்களுக்கு இலாபத்தை உறுதிப்படுத்த பொது நிதியைப் பயன்படுத்த இந்த அறிக்கை பரிந்துரை செய்தது.

உலக தண்ணீர் கவுன்சில்[1]

இக்கவுன்சில் "தண்ணீர் பற்றி சிந்திக்கக்கூடிய சர்வதேச சிந்தனைவாதிகள்" என்று தங்களை அழைத்துக்கொள்கிறது. ஆனால் இந்த கவுன்சில் அதற்கும் மேலாகும். உலக வங்கி மற்றும் ஐ.நா. ஆகியவற்றால் ஆதரிக்கப்படுகிற இந்த அமைப்பு, உலகம் முழுதும் தனியார் தண்ணீர் வினியோகத்தை ஊக்குவிக்க தனது அதிகாரம் மற்றும் அந்தஸ்தைப் பயன்படுத்தி வருகிறது. 300-க்கும் மேற்பட்ட உறுப்பினர்களைக் கொண்ட இவ்வமைப்பை தனியார் தண்ணீர் துறை மற்றும் கார்ப்பரேட் நிறுவனங்கள் கட்டுப்படுத்துகின்றன. 130 நாடுகளில் 400 கார்ப்பரேட் உறுப்பினர்களைக் கொண்டு செயல்படும் சர்வதேச தண்ணீர் கூட்டமைப்பு[2] போல் இந்த

---

1 ஃப்ரான்சை தலைமையிடமாகக் கொண்டு இயங்கும் சர்வதேச சிந்தனையாளர்களின் அமைப்பு. இதில் அரச பிரதிநிதிகள், சர்வதேச நிதி நிறுவனங்கள், தனியார் துறையினர், கல்வி நிலையங்கள், ஐ.நா. போன்ற அமைப்புகள் உறுப்பினராக உள்ளன.

2 International Water Association - லண்டனை தலைமையிடமாகக் கொண்டு இயங்குகின்ற லாப நோக்கமில்லா அமைப்பு. இதன் நோக்கம் நீடித்த தண்ணீர்

கவுன்சிலிலும் சர்வதேச அளவில் செயல்படும் அனைத்து கார்ப்பரேட் நிறுவனங்களும் உறுப்பினராக உள்ளன. உலகம் முழுவதும் 152 நாடுகளில் 1,50,000 பணியாளர்களோடு செயல்பட்டுக் கொண்டிருக்கும், சர்வதே மேலாண்மை மற்றும் ஆலோசனை அமைப்பான ப்ரைஸ் வாட்டர்ஹவுஸ் கூப்பர்ஸ்[1] இக்கவுன்சிலின் முக்கியமான உறுப்பினர்.

ஐ.நா. மற்றும் தொழிற்மயமாக்கப்பட்ட நாடுகளின் வளர்ச்சி முகமைகளின் ஆசீர்வாதத்தோடு, நீடித்த வளர்ச்சி, வறுமை ஒழிப்பு என்ற பெயரில் உலக தண்ணீர் கவுன்சிலின் மூலம் கார்ப்பரேட் நிறுவனங்களின் நலனை முன்னெடுத்துச் செல்லமுடியும். உலக தண்ணீர் கவுன்சிலும், சர்வதேச தண்ணீர் கூட்டமைப்பும் உலகின் தண்ணீரை கையகப்படுத்துவதற்கான முக்கிய அமைப்பாக மாறியுள்ளன என்பதுதான் உண்மை. சூயெஸ் மற்றும் வியோலியா நிறுவனங்களுக்குச் சொந்தமான Des Eaux de Marseille[2] குழுமத்தின் தலைவரான லாய்க் ஃபாகன் (Loick Fauchon) உலக தண்ணீர் கவுன்சிலின் தலைவருமாவார். இதன் துணைத் தலைவர், ரேன் கூலம்ப் (Rene' Coulomb) சூயெஸ் நிறுவனத்தின் முதுநிலை இயக்குனர் ஆவார். உலக தண்ணீர் கவுன்சில் தன்னுடைய முதல் மாநாட்டை மார்ச் 2000 ஆம் ஆண்டு மராகெக்[3] நகரில் நடத்தியது. அதிலிருந்து மூன்று வருடத்திற்கு ஒரு முறை இம்மாநாடு நடக்கிறது. முதல் மாநாடு மார்ச் 2000 ஆம் ஆண்டு ஹேக்[4] என்ற இடத்திலும், அடுத்து மார்ச் 2003 ஆம் ஆண்டு கியாட்டோவிலும்[5], மார்ச், 2006 ஆம் ஆண்டு மெக்சிகோவிலும்[6] நடந்தது. அடுத்த மாநாடு மார்ச் 2009 ஆம் ஆண்டு இஸ்தான்பல்[7] நகரில் நடக்கவிருக்கிறது.

மேலாண்மை. இது 1999 ஆம் ஆண்டு ஆரம்பிக்கப்பட்டது.

1 Price Waterhouse Coopers - வரி, நிதி மற்றும் சட்ட ஆலோசனை வழங்கும் சர்வதேச தொழிற்சேவை அமைப்பு. தலைமையிடம் லண்டன். இந்நிறுவனம் 1998 ஆம் ஆண்டு பெயர் மாற்றம் பெற்றது.

2 குடிநீர் வினியோகம், கழிவுநீர் சுத்திகரிப்பு ஆகிவற்றில் 50 வருடங்களுக்கு மேலாக செயல்பட்டுக் கொண்டிருக்கும் ஃப்ரான்ஸ் நாட்டு குழுமம்.

3 Marrakech - ஆப்பிரிக்க நாடான மொராக்கோ நாட்டின் வடமேற்கு நகரம்.

4 The Hague - தெற்கு ஹாலந்தின் தலைநகரம்.

5 Kyoto - ஜப்பான் நாட்டின் நகரம்.

6 Mexico - வட அமெரிக்க குடியரசு.

7 Istanbul - துருக்கி நாட்டின் மிகப்பெரிய நகரம்.

அகுவா:ஃபெட் (Aquafed)

இந்த சர்வதேச வலைப்பின்னலின் புதிய நபர் அகுவாஃபெட்[1] ஆகும். ஆதிக்கம் செலுத்துவதற்காக ஐரோப்பிய கார்ப்பரேட் நிறுவனங்களால் உருவாக்கப்பட்ட புதிய குழு இது. ஐ.நா., உலக வங்கி மற்றும் ஐரோப்பிய யூனியன் போன்ற "சர்வதேச அமைப்புகளை ஒன்றிணைப்பதற்காக" இந்த அமைப்பு அக்டோபர் 2005 ஆம் ஆண்டு ஆரம்பிக்கப்பட்டது. அகுவாஃபெட் தன்னுள் 30 நாடுகளிலிருந்து செயல்படுகிற 200-க்கு மேற்பட்ட நீர் மற்றும் கழிவுநீர் சேவை நிறுவனங்களைக் கொண்டுள்ளது. இதில் அமெரிக்காவை தளமாகக் கொண்டு செயல்படும் தண்ணீர் கூட்டாண்மைக் குழு[2], தனியார் தண்ணீர் ஆப்பரேட்டர்களின் தேசிய அமைப்புகள், யுனைட்டெட் வாட்டர்[3], சூயெஸ் மற்றும் வியோலியா அடங்கும். அகுவாஃபெட் அமைப்பின் தலைவர் ஜெரார்ட் பயென் (Gerard Payen) சூயெஸ் தண்ணீர் பிரிவின் முன்னாள் தலைவர் ஆவார். சூயெஸ் நிறுவனத்தின் முதுநிலை ஆலோசகர் ஜாக் மாஸ் (Jack Moss) அகுவாஃபெட் அமைப்பின் சர்வதேச பிரதிநிதியாவார்.

"இது வரைக்கும் தனியார் தண்ணீர் ஆப்பரேட்டர்கள் தங்களை சர்வதேச அளவில் ஒரு முழு அமைப்பாக பிரதிநிதித்துவப்படுத்திக் கொள்ளவில்லை" என்று அகுவாஃபெட் கூறுகிறது. நீடித்த வளர்ச்சிக்கான உலக வியாபாரக் குழு மற்றும் உலக தண்ணீர் கவுன்சில் போன்ற அமைப்புகளின் மேலாதிக்கத்தைப் பார்க்கும்போது அகுவாஃபெட் தெரிவித்த இந்த கருத்து விநோதமானது. சர்வதேச பொதுப்பணிகள் ஆராய்ச்சி அமைப்பைச் (Public Services International Research unit) சேர்ந்த டேவிட் ஹால் (David Hall) மற்றும் ஐரோப்பிய கார்ப்பரேட் கண்காணிப்பகத்தைச்[4] சேர்ந்த ஆலிவர் ஹாட்மேன்

---

1 Aquafed - தண்ணீர் மற்றும் சுகாதார சேவைகள் செய்யும் தனியார் துறையினரை இணைக்க ஏற்படுத்தப்பட்ட சர்வதேச அமைப்பு.

2 Water Partership Council - தண்ணீர் மற்றும் கழிவுநீர் சுத்திகரிப்பில் ஈடுபட்டுள்ள கவுன்சில். தலைமையிடம் அமெரிக்கா. அமெரிக்க நாட்டு குடிமக்கள், உள்ளூர் அரசாங்கங்கள் மற்றும் தண்ணீர் மற்றும் கழிவு நீர் சுத்திகரிப்பில் ஆர்வமுள்ளவர்களை தங்களோடு ஐக்கியப்படுத்திக் கொள்ள இக்கவுன்சில் பாடுபடுகிறது.

3 United Water - 1869 ஆம் ஆண்டு ஆரம்பிக்கப்பட்ட அமெரிக்காவின் மிகப்பெரிய தண்ணீர் சேவை நிறுவனம். தலைமை இடம் நியூ ஜெர்ஸி. சூயெஸ் நிறுவனத்தின் தாய் நிறுவனம்.

4 Corporate Europe Observatory - ஆம்ஸ்டர்டம் (நெதர்லாந்து தலைநகர்) மட்டும் பிரஸ்ஸல்ஸ் (பெல்ஜியத்தின் தலைநகர்) ஆகியவற்றை தலைமையிடமாகக் கொண்டு இயங்கும் இலாப நோக்கமில்லா ஆராய்ச்சி மற்றும் பிரச்சார

(Olivier Hoedeman) கூறுவது போல் தண்ணீர் தனியார்மயமாக்கம் என்பது முன்னெப்போதும்போல் இல்லாமல் கடுமையான விமர்சனத்திற்கும், ஆய்விற்கும் உள்ளாகியிருக்கிறது. மேலும் உலக தண்ணீர் கவுன்சிலின் மூலமாக இல்லாமல் இந்த கார்ப்பரேட் நிறுவனங்கள் தங்களது கோரிக்கையை இன்னும் வெளிப்படையான முறைகளில் முன்வைக்க முயல்கிறார்கள். ஏனென்றால் உலக தண்ணீர் கவுன்சிலில் அரசாங்கங்களின் பிரதிநிதிகளும் இருக்கிறார்கள். பிரஸ்ஸல்ஸ் (Brussels)-ஐ தலைமையிடமாகக் கொண்டு ஐரோப்பிய யூனியனுக்கு முழுமையுமாய் ஒரு அலுவலகம், பாரிஸின் முக்கியப்பகுதியில் ஒரு அலுவலகம் என்று இரண்டு அலுவலகங்களை நடத்திவருகிறது அகுவாஃபெட். இந்த அலுவலகங்களின் இடத்தேர்வு என்பது ஒன்றும் தற்செயலான நிகழ்வல்ல. இந்த அதிகாரம் படைத்த கார்ப்பரேட் நிறுவனம் தன்னோடு நெருக்கமாக இருக்கின்ற ஐரோப்பிய யூனியனைச் சேர்ந்த அதிகாரிகள், அரசியல்வாதிகளுக்கிடையேயான உறவை ஆழப்படுத்த விரும்புகிறது. இன்னொருபக்கம் தனியார்மயத்துக்கு ஆதரவான இவர்களின் நிலைப்பாடுகளை கைவிடும்படி தங்களது நாடுகளில் எழுகின்ற எதிர்ப்பை சமாளித்துக் கொண்டிருக்கிறது.

அரசு சாரா நிறுவனங்கள் (NGOs)

இந்த வலைப்பின்னலில் பணிபுரியும் கடைசி வரிசை அமைப்பு, சுற்றுச்சூழல் சார்ந்த அரசு சாரா நிறுவனங்கள் ஆகும். ஆசியா மற்றும் ஐரோப்பாவில் தண்ணீர் வினியோகிக்கும் பிரிடிஷ் கம்பெனியான வாட்டர் எய்ட்[1]; சுற்றுச்சூழல் மற்றும் சமூக இனங்களுக்கான சர்வதேச இணையம் என்றழைக்கப்படக்கூடிய நன்னீர் நடவடிக்கை இணையம்[2]; உலகத்தில் வனவிலங்குகளைப் பாதுகாக்கும் அமைப்புகளில் ஒன்றான உலக வனவிலங்கு நிதியம் (World WildLife Fund); மிகயில் கோர்பச்சவ்[3] தலைமையில் இயங்கிக்

அமைப்பு. ஐரோப்பிய யூனியன் கொள்கை முடிவில் ஆதிக்கம் செலுத்தும் அதிகார குழுக்கள் மற்றும் கார்ப்பரேட் நிறுவனங்கள் மேற்கொள்ளும் ஆதிக்கங்கள், இவைகள் அனுபவிக்கும் சிறப்பதிகாரங்கள் ஆகியவற்றை வெளி உலகுக்கு கொண்டுவருவது இதன் பணியாகும்.

1 Water Aid - தண்ணீர் மற்றும் சுகாதாரத்தில் கவனம் செலுத்துகிற அரசு சாரா நிறுவனம். இது 1981 ஆம் ஆண்டு ஆரம்பிக்கப்பட்டது. தலைமையிடம், லண்டன்.

2 FreshWater Action Network-FAN - உலகம் முழுவதும் தண்ணீர் மற்றும் சுகாதாரம் சார்ந்த கொள்கைகளை உருவாக்கவும், செயல்படுத்தவும், அழுத்தம் கொடுக்கும் சர்வதேச இணைய அமைப்பு.

3 Mikhail Gorbachev - முன்னாள் சோவியத் யூனியன் ஜனாதிபதி மற்றும் கம்யூனிஸ்ட் கட்சியின் பொதுச்செயலாளர்.

கொண்டிருக்கிற கல்வி மற்றும் சுற்றுச்சூழல் அமைப்பான கிரீன் கிராஸ் இண்டெர்நேசனல்[1]. தண்ணீர் திட்டங்களுக்காக தனியார் நிதி உதவியை ஆதரிக்கும் ஐ.நா. கோட்பாட்டுக்கு ஆதரவாக கிரீன் கிராஸ் இண்டெர்நேசனல் உலக தண்ணீர் கவுன்சிலுடன் இணைந்து செயல்படுகிறது. மேலே கூறப்பட்ட அரசுசாரா நிறுவனங்கள் யாவும் உலக தண்ணீர் கவுன்சில் மற்றும் உலக வங்கி போன்ற உலக நிறுவனங்களோடு இணைந்து பணியாற்றுபவைகளாகும்.

இத்தகைய சர்வதேச நிதி நிறுவனங்களுடன் இணைந்து செயல்படவேண்டுமா என்ற கேள்வி தற்போது அரசு சாரா நிறுவனங்களிடையே எழுந்துள்ளது. மக்கள் சமூகம் குறிப்பாக தென்கோளப் பகுதியில் உள்ள பகாசுர கார்ப்பரேட் நிறுவனங்களை எதிர்த்து போராடுகின்ற அடித்தட்டு மக்கள், உலக வங்கி அல்லது உலக தண்ணீர் கவுன்சிலிடம் நடத்தப்படும் எந்த ஒரு பேச்சுவார்த்தையும் வீணானதுதான் என்று கருதுகிறார்கள். இந்த அமைப்புக்குள் செயல்பட்டுக் கொண்டிருக்கும் அரசு சாரா நிறுவனங்கள், உலக வங்கி மற்றும் உலக தண்ணீர் கவுன்சிலுடன் இணைந்து பணியாற்றுவதுதான் அவைகளின் திட்டங்களையும், எண்ணங்களையும் மாற்றியமைப்பதற்கான சாத்தியமான வழி என்று தங்களுடைய செயல்தந்திரம் குறித்து விளக்குகின்றன. அதேசமயம் இந்த ஆதிக்கப் போக்கினை வெளியிலிருந்து கொண்டு மக்கள் சமூகம் போராடுவதுபோல் தண்ணீரைப் பாதுகாப்பதற்காக போராட வேண்டுமெனவும் இந்த அரசு சாரா நிறுவனங்கள் கூறுகின்றன. ஒரு விஷயம் குறிப்பிட்டுச் சொல்லப்பட வேண்டும். அதாவது, வாட்டர் எய்ட் உள்ளிட்ட பெரும்பாலான அரசு சாரா நிறுவனங்கள் உலக வங்கியின் தனியார்மய ஆதரவு கொள்கை குறித்து கடுமையான விமர்சனத்தை தெரிவித்திருக்கின்றன.

கொள்கை ஒப்புதல் உலக மன்றங்களிலே வடிவமைக்கப்படுகின்றன

2000 ஆம் ஆண்டிலிருந்து, உலக தண்ணீர் கவுன்சில், ஐ.நா. மற்றும் உலக வங்கி தண்ணீர் குறித்த உச்சி மாநாடுகளை நடத்தியிருக்கின்றன. இம்மாநாடுகள் பார்ப்பதற்கு கொள்கை அடிப்படையில் சமத்துவமானதாகவும், "அனைத்து பங்குதாரர்களுக்கும்" பொதுவானதாக தோன்றினாலும் தனியார் மயத்தின் பலன்கள் குறித்து ஒரு ஒப்புதலைப்பெறும் வகையில் இம்மாநாடுகள் வடிவமைக்கப்படுகின்றன.

இரண்டாவது உலக தண்ணீர் மன்றம் - ஹேக், மார்ச் 2000

[1] Green Cross International - முன்னாள் சோவியத் யூனியன் ஜனாதிபதி மிகயில் கோர்பச்சவ் அவர்களால் ஆரம்பிக்கப்பட்ட சுற்றுச்சூழல் அமைப்பு.

ஏறக்குறைய 6000 பிரதிநிதிகள், 500 பத்திரிக்கையாளர்கள், 130 நாடுகளிலிருந்து அரசாங்கப் பிரதிநிதிகள் மார்ச் 2000 ஆம் ஆண்டு ஹேக் நகரில் நடந்த இரண்டாவது உலக தண்ணீர் மன்ற மாநாட்டில் கலந்துகொண்டனர். தண்ணீர் பயன்பாட்டில் பாலின சமத்துவம் தொடங்கி, நீர்நிலைகளைக் காப்பது வரையிலான தலைப்புகளால் கவரப்பட்ட ஆயிரக்கணக்கான உள்ளூர் பிரதிநிதிகள் உலகளாவிய தண்ணீர் பிரச்சினைக்கான தீர்வில் தாங்களும் ஒரு பகுதியாக இருக்கப்போகிறோம் என்று நம்பினார்கள். ஆனால் அதற்குப்பதிலாக, நிகழ்ச்சி நிரலில் அரசு-தனியார் பங்களிப்பு பற்றி புகழ்ந்து பேசப்பட்டன. சூயெஸ், விவேண்டி[1], பாட்டில் தண்ணீருக்கு புகழ் பெற்ற நெஸ்லே[2] போன்ற உலக தண்ணீர் கார்ப்பரேட் நிறுவனங்களைச் சேர்ந்தவர்களும், உலக வங்கியைச் சேர்ந்தவர்களும் இந்த கூட்டத்திற்கு பேச்சாளர்களாக வந்திருந்தனர். மக்கள் சமூகத்தைச் சேர்ந்த எந்த ஒரு அமைப்பிற்கும் வாய்ப்பு கொடுக்கப்படவே இல்லை. அவர்களின் எதிர்ப்புகள் மறுக்கப்பட்டன.

உலக வங்கி மற்றும் உலக தண்ணீர் கவுன்சில் ஆகியவற்றால் இரண்டு ஆண்டுகளுக்கு முன்பு உருவாக்கப்பட்ட 21 ஆம் நூற்றாண்டுக்கான தண்ணீருக்கான உலக கமிசன்[3] ஹேக் நகரில் World Water Vision: A Water Secure World என்ற தலைப்பிலான அறிக்கையில் வெளிப்படையாக தனது கொள்கைகளை அறிவித்தது. 30 ஆண்டுகளில் தண்ணீருக்கான முதலீடு தனியார் துறையில் 620 சதவீதம் அதிகரிக்க வேண்டும் என்ற வெட்கக்கேடான அறிவிப்பை இவ்வறிக்கை வெளியிட்டது. இக்கமிசனுக்கான தூதுவர்களாக அமர்த்தப்பட்ட உலக வங்கியைச் சேர்ந்த இஸ்மாயில் செராஜெல்தின் (Ismail Serageldin), அமெரிக்க வங்கியைச் சேர்ந்த என்ரிக்யூ வி. இக்லேசியாஸ் (Enrique V.Iglesias), சூயெஸ் நிறுவனத்தின் தலைவர் ஜெரோம் மெனாட் (Jerome Monod), போன்றவர்களைப் பார்க்கும் போது, எந்த நாடுகளெல்லாம்

---

1 Vivendi - ஃப்ரான்ஸை தலைமையிடமாகக் கொண்டு செயல்படும் தொலைத் தொடர்பு சர்வதேச நிறுவனம். இது 1853 ஆம் ஆண்டு ஆரம்பிக்கப்பட்டது.

2 Nestle - ஸ்விட்சர்லாந்தை சேர்ந்த உடல்நலம் மற்றும் நுகர்வோர் பொருட்களை தயாரிக்கும் சர்வதேச கார்ப்பரேட் நிறுவனம். இது 1866 ஆம் ஆண்டு ஆரம்பிக்கப்பட்டது.

3 World Commission on Water for the 21st Century - 1997 ஆம் ஆண்டு நடந்த உலக தண்ணீர் மன்ற கூட்டத்திற்குப் பிறகு உலக தண்ணீர் கவுன்சிலைச் சேர்ந்த தனியார்மயத்திற்கு ஆதரவானவர்களும் ஐ.நா. அமைப்பும் சேர்ந்து ஆரம்பித்த அமைப்பு. நீராளுமை மற்றும் மேலாண்மை குறித்த சர்வதேச கொள்கைகளை வகுக்கும் பொறுப்பு இவ்வமைப்புக்கு உண்டு.

தண்ணீர் உட்கட்டமைப்பிற்கு நிதி ஒதுக்க முடியாதோ அந்த நாடுகளின் "நுகர்வோர்கள்", தண்ணீருக்காக கட்டணம் செலுத்த வேண்டும் மற்றும் அங்கு தனியார் துறை ஊக்குவிக்கப்பட வேண்டும் என்று கூறுகிற இவர்களின் "இலட்சியம்" ஒன்றும் ஆச்சரியமாக இருக்காது. முதலீடு செய்யப்பட்ட தொகையை திரும்பப் பெறுவது என்பது, தண்ணீருக்கான செலவுத்தொகையை மட்டுமல்லாமல், "முதலீட்டாளர்கள்" இலாபம் பெறுவதற்கான தொகையையும் சேர்த்தே நுகர்வோர்கள் செலுத்தவேண்டும் என்று இந்த கமிசன் முதன் முதலாக ஐ.நா. அதிகாரப்பூர்வ ஆவணத்தின் மூலமாக அறிவித்தது.

உலக தண்ணீர் மன்றம் தண்ணீர் ஒரு மனித உரிமை என்று கூற மறுத்துவிட்டது. அதற்குப்பதிலாக அரசாங்கங்கள் அளிப்பது போல் தனியார் துறையாலும் வழங்கப்படக்கூடிய ஒரு "மனித தேவைதான்" இது என்று அறிவித்தது.

நீடித்த வளர்ச்சி குறித்த உலக உச்சி மாநாடு

2002 ஆம் ஆண்டு கோடை காலத்தில் தென்னாப்பிரிக்கத் தலைநகர் ஜோகன்னஸ்பர்க்கில் நடந்த தண்ணீர் தொடர்பான அனைத்து மாநாடுகளுக்கும் உலக தண்ணீர் கவுன்சில் மற்றும் உலக வியாபார கவுன்சில் முக்கிய காரணமாகும். (உணவுப் பாதுகாப்பு, வறுமை, சுற்றுச்சூழல் போன்றவைகள் முக்கியமான கோரிக்கைகளாக இருந்தாலும், தண்ணீர் மற்றும் சுகாதாரம்தான் நிகழ்ச்சிநிரலில் முதலிடம் வகித்தது). அரசாங்கங்களிலிருந்தும், சர்வதேச அமைப்புகளிலிருந்தும், அரசுசாரா நிறுவனங்களிலிருந்தும், வியாபாரக் குழுமங்களிடமிருந்தும் பிரதிநிதிகளாக, பார்வையாளர்களாக 65,000 பேரும், ஆயிரக்கணக்கான பத்திரிக்கையாளர்களும் மாநாட்டின் வெற்றி அல்லது தோல்வியை மதிப்பிட ஒன்று கூடியிருந்தார்கள். சர்வதேச கார்ப்பரேட்டு நிறுவனங்களின் நலனை மட்டும் பிரதிபலித்ததால், வியாபாரக் குழுமங்கள் தவிர மற்ற அனைவரும் இந்த மாநாடு ஒரு தோல்வி என்று ஒப்புக்கொண்டனர்.

மாநாட்டில் கலந்துகொண்ட பிரதிநிதிகள் விமான நிலையத்திற்கு வரும் வழியில் டீ பியர்ஸ்[1] தன்னுடைய "வைரம் எப்போதும்" என்ற விளம்பரத்தைப் போல் "தண்ணீர் எப்போதும்" என்ற விளம்பரத்தை வைத்திருந்தது. இந்த மாநாடு

1 De Beers - மேற்கு ஐரோப்பிய நாடான லக்ஸம்பர்க்கை தலைமையிடமாக கொண்டு செயல்படும் சர்வதேச வைரச் சுரங்கங்கள் தோண்டும் மற்றும் வைர விற்பனையில் புகழ்பெற்ற நிறுவனம். இது 1888 ஆம் ஆண்டு நிறுவப்பட்டது.

கார்ப்பரேட் நிறுவனங்களுக்காக கார்ப்பரேட் நிறுவனங்களே ஏற்பாடு செய்துகொண்ட ஒரு கண்காட்சிதான் என்பது தெளிவு. 75 மில்லியன் அமெரிக்க டாலர் செலவு பிடித்த இந்த மாநாட்டுக்கு கொக்கோகோலா, மெக்டொனால்ட்[1] மற்றும் BMW[2] போல டீ பியர்ஸ் போன்ற நிறுவனங்கள் நிதி உதவியளித்தன. 200-க்கு மேற்பட்ட கார்ப்பரேட் நிறுவனங்களிலிருந்து 700 பிரதிநிதிகளும், 100 தலைமை செயல் அதிகாரிகளும் கலந்து கொண்டனர். வெள்ளம்போல் படையெடுத்த பிரதிநிதிகள் தாங்கள் புதிதாக கண்டுபிடித்த அறமான "கார்ப்பரேட் நிறுவனங்களின் பொறுப்பு" என்ற வார்த்தைகளை பளபளக்கும் அறிக்கைகள் மூலம் வந்திருந்தவர்களை நம்பவைத்துக் கொண்டிருந்தார்கள். இந்த கூட்டம் தென்னாப்பிரிக்காவிலேயே சிறந்த நகர்ப்பகுதியும், வியாபார கேந்திரமுமான சாண்ட்டனில் (Sandton) நடந்தது. இவ்விடத்தில், மிளிரும் அடுக்கு மாடிகளும், ஐந்து நட்சத்திர ஓட்டல்களும், பிரகாசிக்கிற மதுக்கடைகளும், தங்கும் விடுதிகளும் உண்டு. சாண்ட்டனில் உள்ள ஒரு சிறிய நகரம் அலெக்ஸ்சாண்ட்ரியா (Alexandria). ஆப்பிரிக்காவின் மோசமான பகுதிகளில் இதுவும் ஒன்று. இங்கு குழந்தைகள் உணவிற்காக குப்பையை கிளறுகிறார்கள். தண்ணீருக்காக மோசமான குடிநீர்க் குழாய்கள் முன் வரிசையாய் நிற்கிறார்கள்.

மாநாடு நடக்கும் இடத்திற்கு செல்ல வேண்டுமானால் பிரதிநிதிகள் அனைவரும் ஒரு ஷாப்பிங் மால் (Shopping Mall)-ஐ கடந்து செல்லவேண்டும், அந்த ஷாப்பிங் மாலின் மத்தியில் ஒரு சதுக்கம் இருந்தது. இந்த சதுக்கத்தின் மத்தியில் ஹைட்ரஜன் நிரப்பப்பட்ட பலூனில் "நீடித்த வளர்ச்சிக்கான குமிழி" என்ற வார்த்தைகளுடன் ஒரு விளம்பரம் இருந்தது. அங்கு உள்ள பல நட்சத்திர ஓட்டல்களில் தங்கிய பிரதிநிதிகள் அவர்கள் தங்கிய நாட்களில் மட்டும், 80,000 தண்ணீர் பாட்டில்கள், 5,000 சிப்பிகள், 373 கிலோவிற்கு மேற்பட்ட நண்டுகள், 820 கிலோ முதல்தர மாட்டிறைச்சி, 820 கிலோ கோழிக்கறி, 165 கிலோ சல்மான் என்ற வகை மீன், 410 கிலோ பன்றி இறைச்சி மற்றும் கொத்துக்கறி மற்றும் 82 கிலோ கிங்லிப் என்ற தென்னாப்பிரிக்க வகை மீன் என்ற அளவிற்கு சாப்பிட்டுள்ளார்கள். இந்த உயர்தர ஓட்டல்களுக்கான வாடகையான 1100 அமெரிக்க டாலர் என்பது ஜோகன்னஸ்பர்க்கில் கிடைக்கும் சராசரி மாத சம்பளத்தைவிட பத்து மடங்கு அதிகமாகும்.

1 உலகம் முழுதும் துரித உணவு ஓட்டல்களை நடத்தும் அமெரிக்க நிறுவனம். இந்நிறுவனம் 1940-ஆண்டு ஆரம்பிக்கப்பட்டது.

2 Bayerische Motoren Werke - ஜெர்மனியைச் சேர்ந்த கார், மோட்டார் பைக் மற்றும் எந்திர தயாரிப்பு நிறுவனம். இது 1916 ஆம் ஆண்டு ஆரம்பிக்கப்பட்டது.

அனைத்து கார்ப்பரேட் நிறுவனங்களும் இந்த மாநாட்டில் பங்கேற்றன. இவர்கள் ஐரோப்பிய அரசாங்கத்தின் அதிகாரப்பூர்வ பிரதிநிதிகளாக மட்டுமல்லாமல், இவர்களின் செயல்பாடுகளை விளம்பரப்படுத்தவும், வியாபாரத்தில் புதிய வாய்ப்புகளை உருவாக்கவும் நீரூற்று (WaterDome) என்ற பெயரில் அமைக்கப்பட்ட வியாபாரக் கண்காட்சியிலும் கலந்து கொண்டார்கள். (இந்த நீரூற்று கண்காட்சியின் மேதகு புரவலர் நெல்சன் மண்டேலா அவர்கள்.) ஐ.நா. மில்லினியம் வளர்ச்சி திட்ட மாதிரியை நிறைவேற்றுவதற்கான முக்கிய வழியான அரசு-தனியார் கூட்டாண்மையை இம்மாநாடு ஒத்துக்கொள்ளும் பட்சத்தில் இந்த பகாசுர நிறுவனங்கள் பல ஒப்பந்தங்களுக்கான வாய்ப்பைப் பயன்படுத்திக்கொள்ள விரும்பின. மேலும் அவைகள், 189 நாடுகள் கூடியுள்ள ஜோகன்னஸ்பர்க் மாநாட்டிலேயே அவ்வொப்பந்தங்கள் நிறைவேற்றப்பட வேண்டும் என்றும் விரும்பின.

இவர்களுக்கு சாதகமாக EU Water Initiative என்ற ஐரோப்பிய யூனியனின் 1.9 பில்லியன் அமெரிக்க டாலர் திட்டம் அனைவராலும் ஆதரிக்கப்பட்டது. ஐ.நா. சபையின் மில்லினியம் வளர்ச்சிக் குறிக்கோள்களை நிறைவேற்றுவதற்காக தனியார் துறைகளுக்கான சாதக சூழலை உருவாக்குவது என்பதுதான் இந்த திட்டத்தின் நோக்கம். இம்மாநாட்டில் மிகுந்த கரகோஷங்களுக்கிடையே இத்திட்டம் தொடக்கி வைக்கப்பட்டது. மொத்தத்தில், உலக வங்கி, பெரும் கார்ப்பரேட் நிறுவனங்களைச் சேர்ந்த 220 கூட்டாண்மைகள், சர்வதேச பண நிதியம் மற்றும் வளரும் நாடுகள் உள்ளிட்ட அனைத்து அமைப்புகளும் தென்கோளப் பகுதிக்கான தண்ணீர் வினியோகம் மற்றும் சுகாதார திட்டத்தை பெருவாரியாக ஏற்றுக் கொண்டன என்று அறிவிக்கப்பட்டது.

ஐரோப்பாவைச் சேர்ந்த ஐரோப்பிய கார்ப்பரேட் கண்காணிப்பகம் என்ற அறிவு ஜீவிகள் குழு இந்த உச்சி மாநாட்டின் நிறைவிற்குப்பிந்திய தனது ஆய்வில், கடுமையான விமர்சனத்திற்கிடையே யாரையும் கட்டுப்படுத்தாத இந்த குறிக்கோள்களை வென்றெடுத்தது ஐ.நா. தலைமையின் ஒரு சாதனை என்று கபட நாடகமாடியது. இருப்பினும், சமூக சுற்றுச்சூழல் பிரச்சினைகளில் எந்த முன்னேற்றமும் காணாமல் இம்மாநாடு பரிதாபமாக முடிந்ததாக இவ்வமைப்பு கருத்து கூறியது. பணக்கார கார்ப்பரேட் நிறுவனங்களுடன் அரசுகள் மற்றும் ஐ.நா. தங்களது உறவை பலப்படுத்திய பின், இவர்களின் கூட்டாண்மை என்பது விளம்பரம் மற்றும் "புரட்டு" என்பதைத் தாண்டி ஒன்றும் நடக்கவில்லை.

மூன்றாவது உலக தண்ணீர் மன்றம்

ஏழு மாதங்கள் கழித்து, 24,000 பங்கேற்பாளர்கள், 1000 பத்திரிக்கையாளர்கள், 130 அமைச்சர்கள் கலந்துகொண்ட மூன்றாவது உச்சி மாநாடு கியாட்டோவில் (Kyoto) நடந்தது. இம்மாநாட்டில் தாங்கள் ஜோகன்னஸ்பர்க்கில் கற்றுக்கொண்டதாக கூறியது: தென்கோள நாடுகளில் தண்ணீர் வினியோக முறையை நடத்த தனியார் துறைதான் சிறந்தது என்ற சர்வதேச அளவிலான சம்மதம் உருவாகியுள்ளது என்பதுதான். இம்முறை இந்த கூட்டத்திற்கான ஒருங்கிணைப்பாளர்கள் மக்கள் சமூகத்திடம் கொஞ்சம் வெளிப்படையாகவே இருந்தார்கள். எதிர்கருத்துக்கள் உடையோரும் இந்த மாநாட்டில் அனுமதிக்கப்பட்டார்கள். பங்குகொண்ட பிரதிநிதிகள் கார்ப்பரேட் நிறுவனங்களுக்கு ஆதரவான நிலைப்பாட்டை எடுக்க கொடுக்கப்பட்ட அழுத்தம் என்பது ஹேக் மாநாட்டில் எப்படி இருந்ததோ அப்படியே இங்கும் இருந்தது. மீண்டும் ஒருமுறை அரசாங்கப் பிரதிநிதிகளும், மாநாட்டுப் பொறுப்பாளர்களும், தண்ணீர் ஒரு மனித உரிமை என்ற எண்ணத்தை ஒத்துக்கொள்ளவோ அல்லது விமர்சனத்துக்குள்ளான தனியார் தண்ணீர் சேவை குறித்து விவாதிக்கவோ மறுத்தார்கள்.

தண்ணீருக்கு நிதி உதவி செய்யும் கொள்கை குறித்து விவாதிக்க முயற்சித்து வந்த உலக வங்கி பெரியளவில் பேசப்பட்ட கியோட்டோ மாநாட்டை பயன்படுத்திக்கொள்ள முடிவெடுத்தது. தென்கோளப் பகுதியிலிருந்து தனியார் தண்ணீர் நிறுவனங்களுக்கு எதிர்ப்பு வலுத்துக் கொண்டிருந்தது. லத்தீன் அமெரிக்கா உள்ளிட்ட நாடுகளில் ஏற்படுகின்ற பணப்பிரச்சினைகள் மற்றும் உள்நாட்டு அரசியல் குழப்பங்களிலிருந்து தாங்கள் பாதுகாக்கப்பட சர்வதேச நிதி நிறுவனங்களிடமிருந்து எந்த உறுதியும் தரப்படாமல் நீடித்த வளர்ச்சி சாத்தியமில்லை என்று கார்ப்பரேட் நிறுவனங்கள் கவலைப்பட்டன. சர்வதேச பண நிதியத்தின் முன்னாள் தலைவரும், ஃப்ரான்ஸ் மத்திய வங்கியின் (Banque de France) மேன்மைமிகு ஆளுனருமான மைக்கேல் கேம்டெஸ்ஸஸ் (Michel Camdessus), சூயெஸ் நிறுவனத்தின் முன்னாள் நிர்வாக துணைத்தலைவர் ஜெரார்ட் பயென், வியோலியாவின் இயக்குனர் சார்லஸ் - லூயிஸ் டி மாட்’ஹை (Charles - Louis de Maud'huy) மற்றும் உலக வங்கியைச் சேர்ந்த இஸ்மாயில் செராஜெல்தீன் ஆகியோர் கொண்ட குழு Financing Water for All என்ற தலைப்பில் ஒரு அறிக்கையை தயாரித்தது.

இந்த அறிக்கை என்பது தண்ணீர் நிறுவனங்கள் தாங்கள் கேட்க விரும்பிய அனைத்து விஷயங்களையும் மாநாட்டில் கேட்டது.

அதனால் இந்த அறிக்கை அந்த மாநாட்டிலும், சர்வதேச அளவிலும் கடுமையான மற்றும் எதிர்மறையான விமர்சனத்தை எதிர்கொண்டது. வளர்ச்சி அடைந்த நாடுகளில் இயங்கிக் கொண்டிருக்கிற குழுமங்கள் கடுமையான எதிர்ப்பை எதிர்கொள்ள வேண்டியுள்ளது மற்றும் அவைகள் 180 மில்லியன் புதிய முதலீடுகளுடன் அரசியல் ரீதியாகவும், பொருளாதார ரீதியாகவும் பாதுகாக்கப்பட வேண்டியுள்ளது என்றும் அவ்வறிக்கை கூறியது. தனியார் ஒப்பந்தங்கள் மற்றும் ஏலங்களுக்கு அளிக்கப்படக்கூடிய தொகையை பொது நிதியிலிருந்து கொடுக்கப்படவேண்டும் என்றும், தண்ணீர் திட்டங்களுக்கான முழுச் செலவையும் நஷ்டமில்லாமல் திரும்பப் பெறும் வாய்ப்பையும் இந்த அறிக்கை வலியுறுத்தியது. அரசியல் பிரச்சினை மற்றும் பணமதிப்பு குறையும்போது கார்ப்பரேட்களின் இலாபத்தை உறுதிப்படுத்த Liquidity Backstopping Facility[1] வேண்டுமென்று இந்த அறிக்கை வலியுறுத்தியது. இவ்வறிக்கை சொல்லும் செய்தி மிகவும் தெளிவானது; பொது நிதியைப் பயன்படுத்தாமல், ஏழை நாடுகளில் இந்த தண்ணீர் குழுமங்கள் இயங்காது என்பதுதான். இம்மாநாட்டில் கலந்துகொண்ட அரசுகள் இந்நிபந்தனைகளை காதில் வாங்கிக்கொண்டு இந்த வளர்ச்சி திட்டத்தின் ஒரு பகுதியாக தாங்கள் மாறவேண்டுமென்ற உறுதியோடு நாடு திரும்பின.

நான்காவது உலக தண்ணீர் மன்றம்

மெக்சிகோ நகரில் நடந்த நான்காவது மாநாடும் 20,000 பிரதிநிதிகள், 1500 பத்திரிக்கையாளர்கள், 140 அரசப் பிரதிநிதிகள் என்று பெரியளவில் நடந்தது. இந்த உச்சி மாநாட்டில் உலக வங்கியின் தண்ணீர் கொள்கைகளின் பிரச்சாரம் எடுபடாததால், ஆயுதம் ஏந்திய பாதுகாவலர்களும், காவல்துறையினரும் மாநாட்டு பிரதிநிதிகளைப் பாதுகாக்க வேண்டியிருந்தது. இந்த 220 மில்லியன் அமெரிக்க டாலர் ஆடம்பர மாநாடு ஒரு கார்ப்பரேட் கண்காட்சி என்பது தெரிந்தது. மேலும் இக்கூட்டத்தில் கலந்து கொள்ள ஒவ்வொருவரும் 600 அமெரிக்க டாலர் செலுத்த வேண்டும் என்ற விதி அனைவரையும் கோபத்திலாழ்த்தியது. இம்மாநாட்டிற்கு நிதி உதவி செய்த கார்ப்பரேட் நிறுவனங்கள்: கொக்ககோலா, மெக்சிகோவைச் சேர்ந்த பீர் தயாரிப்பு நிறுவனம் மோடலா (Grupo Modelo).

---

[1] பங்குகளை வெளியிட்டு நிதி திரட்டும் நிறுவனத்தின் வாங்கப்படாத பங்குகளை வாங்கிக்கொண்டு அந்த நிறுவனம் தான் திரட்ட விரும்பிய தொகையை பெற உதவும் வசதி.

இந்த கூட்டத்தின் வெளிப்படையான கார்ப்பரேட் தன்மையும், உலக தண்ணீர் கவுன்சில், மக்கள் சமூகத்துடன் ஒரு அர்த்தமுள்ள பேச்சுவார்த்தையை விரும்பாததாலும், நான்காவது உச்சி மாநாட்டை நிறைய அரசு சாரா நிறுவனங்கள் புறக்கணித்தன. அதற்குப்பதிலாக அரசு சாரா நிறுவனங்கள் ஆயிரக்கணக்காணவர்களைத் திரட்டி ஒரு புதிய மாநாட்டை நடத்த விரும்பினார்கள். இவர்கள் 40,000 எதிர்ப்பாளர்களைத் திரட்டி மிகப்பெரிய பேரணியை மெக்சிகோ நகரத்தின் தெருக்களில் நடத்தினார்கள். இவர்கள் "எங்களுடைய தண்ணீர் விற்பனைக்கு அல்ல" என்று கோஷமிட்டு, உலக தண்ணீர் கவுன்சிலிலிருந்து அரசாங்கங்களை வெளியேறச் சொல்லி மக்களோடு தெருவில் இறங்கிப் போராடச் சொன்னார்கள்.

தண்ணீர் தனியார்மயமாக்கம் முற்றிலும் தோல்வியடைந்துள்ளது

தனியார்மயமாக்கம் பற்றி ஏறக்குறைய 20 வருடங்களாக ஆவணப்படுத்தப்பட்ட நிகழ்வுகள் மற்றும் உலக வங்கி, தண்ணீர் நிறுவனங்களுக்கு உலகின் மூலை முடுக்குகளிலெல்லாம் எழும் எதிர்ப்புகள் யாவும் தனியார்மயமாக்கத்தில் ஏற்பட்டுள்ள ஊழல், வானளாவிய விலையேற்றம், மில்லியன் கணக்கானவர்களுக்கு தண்ணீர் சேவை ரத்து, தண்ணீரின் தரக்குறைவு, சலுகை, மாசுபாடு, வேலை நீக்கம் மற்றும் மீறப்பட்ட வாக்குறுதிகள் நிகழ்ந்துள்ளதை வெளிப்படுத்தியிருக்கின்றன. இலாபத்திற்காக இயங்கும் நிறுவனம் நேர்மையாக இயங்கினாலும் தண்ணீரைப் பாதுகாத்தல், நீர்வளத்தைப் பாதுகாத்தல் போன்ற விஷயங்களில் நேர்மையை பின்பற்றமுடியாது என்பதுதான் எதார்த்தம்.

போட்டி கார்ப்பரேட் நிறுவனங்களால் ஏழைகளுக்கு தண்ணீர் வழங்க முடியாது. இந்தப் பணி அரசுக்கானதாகத்தான் இருக்கும். தண்ணீருக்கான உரிமை போன்ற சமூக பொறுப்புள்ள நோக்கங்களை நிறைவேற்றாமல், தனியார் நிறுவனங்களின் ஒரே நோக்கம் இலாபம்தான். ஒரு நாளைக்கு 2 டாலருக்கு கிழ் சம்பாதிக்கும் மக்கள்தொகை உள்ள நாடுகளில் இலாபத்தை பங்குதாரர்களுக்கு சந்தை மதிப்பில் கொடுக்கவும் முடியாது. பணம் கொடுக்க முடியாத மக்களிடையே வியாபாரத்தை விஸ்தரிக்கவும் முடியாது. சந்தையில்

போட்டியோடு இருக்க அவர்களுக்கு நிம்மதியைக் கொடுக்கும் ஒரே வாய்ப்பு அரசு மானியங்களை நோக்கிச் செல்வதுதான் என்று கூறுகிறார் Food and Water Watch அமைப்பை சேர்ந்த சரா க்ரஷ்கி (Sara Grushky). பல நிகழ்வுகளில் தனியார் துறை திறன் மேம்பாடு மற்றும் புதிய முதலீடுகளை கொண்டுவரும் என்று கூறப்படுவது ஒரு போதும் நடந்ததில்லை.

2006 ஆம் ஆண்டு அடித்தளத்தையே ஆடவைக்கிற In Pipe Dreams: The Failure of the Private Sector to Invest in Water Services in Developing Countries என்ற தலைப்பிலான அறிக்கை சர்வதேச பொதுச்சேவைகள் அமைப்பு மற்றும் உலக வளர்ச்சி இயக்கம் ஆகியவற்றால் வெளியிடப்பட்டது. உலக வங்கியின் முதலீட்டு வாதங்கள் வெறும் கற்பனையே என்று இவ்வறிக்கையின் ஆசிரியர்கள் டேவிட் ஹால் (David Hall) மற்றும் இமானுவேல் லோபினா (Emanuele Lobina) கூறுகின்றனர். சஹாரா தென்பகுதிகள், தெற்கு ஆசியா, மத்திய ஆசியா (சீனா தவிர்த்து) பகுதிகளில் 1990 ஆம் ஆண்டிலிருந்து தனியார் துறையினரின் முதலீட்டின் விளைவாக புதிதாக 6 லட்சம் தண்ணீர் குழாய் இணைப்புகள்தான் கொடுக்க முடிந்தது. அதாவது 3 மில்லியன் மக்களுக்குதான் இவர்களால் சேவை வழங்க முடிந்தது. ஐ.நா. சபையால் நிர்ணயிக்கப்பட்ட இலக்கில் ஒரு சிறிய பின்னம்தான் இது. மேலும், ஒப்பந்தங்கள் போடப்பட்டபோது உறுதியளிக்கப்பட்ட முதலீடுகள், விரிவாக்கங்கள் பற்றி இவர்களின் "வீர பிரதாபங்கள்" பேசத்தவறிவிட்டன. தண்ணீர் இணைப்புகளை விரிவாக்கம் செய்ததில் இந்த தனியார் நிறுவனங்கள் அதிக பங்களிப்பு செய்த இடம் லத்தீன் அமெரிக்கா. இந்த சாதனைகள் பொதுவாக அரசுத்துறையின் சாதனைகளைவிட ஒன்றும் சிறப்பானதல்ல. பல நிகழ்வுகளில் இவைகள் இன்னும் மிகவும் மோசமாகவே இருந்தன.

கார்ப்பரேட் நிறுவனங்கள் தங்களுக்கான பணப் புழக்கத்தை அதிகப்படுத்துவார்கள் என்று எதிர்பார்த்து உலக வங்கி, பிராந்திய வங்கிகள், முதல் உலக நாடுகளின் நன்கொடையாளர்கள் தென்கோள பகுதிக்கு தண்ணீர் சேவைகளுக்காக தாங்கள் வழங்கும் நிதி உதவியை குறைத்துக் கொண்டனர் என்பதுதான் சோகமான கதை. 1998 ஆம் ஆண்டிலிருந்து 2002 ஆம் ஆண்டு வரைக்கும், வளர்ச்சி வங்கிகள் மற்றும் நன்கொடையாளர்களால் வளரும் நாடுகளுக்கு தண்ணீர் உட்கட்டமைப்புக்காக வழங்கப்படும் நிதியுதவி 15 பில்லியன் அமெரிக்க டாலரிலிருந்து 8 பில்லியன் டாலராக குறைந்தது. அதே நேரத்தில் உலக வங்கியின் கொள்கைகள் தண்ணீர் சேவை போன்ற சேவைகளில் முதலீடு செய்யவேண்டாம் என்று ஏழை நாடுகளை பலவீனப்படுத்தின. "தண்ணீர் முதலீட்டுக்காக

ஏழை நாடுகளுக்கு கிடைக்கக்கூடிய நிதிகளை குறிப்பிட்ட அளவில் குறைத்ததுதான் கடந்த 15 வருடங்களில் தனியார்மயத்தின் நிகர பங்களிப்பாகும்" என்று இந்த அறிக்கை கூறுகிறது. "தனியார் துறையின் வளர்ச்சியில் காட்டப்பட்ட அக்கறை, நன்கொடையாளர்களிடமிருந்து ஏழை நாடுகளுக்கு கிடைக்கக்கூடிய வளர்ச்சி நிதி, உதவி குறைந்துபோவதற்கு காரணமாயிற்று. இப்படி நிறுத்திவைக்கப்பட்ட நிலுவைத் தொகை இந்நிறுவனங்கள் அந்த நாடுகளில் முதலீடு செய்த தொகையைவிட அதிகமாகும்". மேலும் தனியார்மயத்தை எதிர்த்த நாடுகள் உலக வங்கியால் தண்டிக்கப்பட்டன. இந்த கார்ப்பரேட் நிறுவனங்கள் மிகவும் சக்திவாய்ந்தவர்களாக உருவெடுத்துள்ளதால், எந்த நாடுகள், பகுதிகள், நகரங்கள் வடகோளத்திலிருந்து உதவிபெற வேண்டும் என்பதில் இந்நிறுவனங்கள் ஆதிக்கம் செலுத்துகின்றன என்று இந்த ஆசிரியர்கள் கூறுகின்றனர். முடிவுகள் என்பது நிறுவனங்கள் எங்கு இலாபம் சம்பாதிக்க முடியும் என்பதன் அடிப்படையில் இருப்பதால், எதிர்க்கும் நாடுகள் தங்களுக்கான பங்கைப் பெறுவதில்லை.

2007 ஆம் ஆண்டு ஜனவரி மாதத்தில் ஐ.நா. வளர்ச்சி திட்டத்தின் ஒரு அமைப்பான International Poverty Center[1] மேற்கண்ட விஷயங்களை உறுதிபடுத்தியுள்ளது. சஹாரா தென்பகுதி நாடுகள் 1990 ஆம் ஆண்டிலிருந்து 2003 ஆம் ஆண்டு வரை உலக தனியார் முதலீட்டில் 4 சதத்தைத்தான் ஈர்த்துள்ளன. இது மிகவும் மோசம் என்று பிரிட்டனைச் சேர்ந்த கேட் பேய்லிஸ் (Kate Bayliss) மற்றும் பிரேசிலியாவைச் சேர்ந்த டெர்ரி மெக்கின்லே (Terry McKinley) கூறுகின்றனர். அதிக முதலீட்டை கவர்வதற்காக மக்கள் நலத்திட்டங்களை நிறைவேற்றுவதற்குப் பதிலாக வியாபாரத்திற்கான சாதக சூழல்களை உருவாக்குவதில் அதிகம் கவனம் எடுக்கும் நிலைக்கு ஏழை நாடுகள் ஆளாக வேண்டியுள்ளது. தனியார்மயமாக்கத்தின் மீதான ஆரம்ப நம்பிக்கைகள் உயர்வாக இருந்தன. தாங்கள் இயங்குகின்ற நாடுகளில் ஏற்படுகிற தளர்ச்சியை இக்கார்ப்பரேட் நிறுவனங்கள் பார்த்துக் கொள்வார்கள் என்ற எதிர்பார்ப்பில் உட்கட்டமைப்பிற்காக நன்கொடையாளர்கள் வழங்கிய தொகை குறைக்கப்பட்டன என்று ஆய்வுகள் உறுதிப்படுத்துகின்றன. தண்ணீர் மற்றும் சுகாதாரத்திற்காக சஹாரா தென்பகுதி நாடுகளுக்கு உலக வங்கியால் 1993 ஆம் ஆண்டிலிருந்து 1997 ஆம் ஆண்டு வரை வழங்கப்பட்ட தொகை 2002

1 ஐக்கிய நாடுகள் வளர்ச்சி திட்டத்தின் ஒரு பகுதி திட்டம்தான் இது. இத்திட்டம் பிரேசில் நாட்டுடன் இணைந்து செயல்பட்டு வருகிறது. ஏழ்மை குறித்த ஆராய்ச்சி மற்றும் அது குறித்த பயிற்சி என்பதுதான் இதன் குறிக்கோள்

ஆம் ஆண்டில் வழங்கப்பட்ட தொகையில் நான்கில் ஒரு பங்குதான். அதே வேளையில், தன்னுடைய பன்முதலீட்டு உத்திரவாத முகமை (Multilateral Investment Quarantee Agency) மற்றும் சர்வதேச நிதிக் கழகம் (International Finance Corporation) மூலமாக தனியார் முதலீட்டுக்கான ஆதரவை உலக வங்கி அதிகப்படுத்தியது. "ஆகையால், ஆப்பிரிக்க நாடுகள் ஒரு பயங்கரமான சிக்கலில் மாட்டிக்கொண்டிருக்கின்றன. பொதுத் திட்டங்களுக்கு நன்கொடையாளர்கள் நிதி மட்டுமல்லாமல் தனியார் நிறுவனங்களில் முதலீடும் குறைந்துவிட்டது" என்று ஆசிரியர்கள் கூறுகின்றனர்.

புதிய அறிக்கைகளும் ஆய்வுகளும் இந்த உண்மைகளை மீண்டும் உணர்த்துகின்றன. சுற்றுச்சூழல் மற்றும் மேம்பாட்டிற்கான நார்வே மன்றம்[1] என்ற அமைப்பு 2006 ஆம் ஆண்டு ஏப்ரல் மாதத்தில் வெளியிட்ட அறிக்கை, ஏழைகளுக்கு தண்ணீர் வழங்க தனியார்மயமாக்கம் தவறிவிட்டது; தண்ணீர் ஓர் மனித உரிமை என்ற எண்ணத்தை பாழ்படுத்திவிட்டது; ஜனநாயக மரபுகளை மீறிவிட்டது; உள்ளூர்வாசிகளுக்கு பதிலளிக்கக்கூடியதாக இல்லை; தண்ணீரை வெளிநாட்டின் கட்டுப்பாட்டில் வைப்பதற்கு வழிவகுத்துள்ளது; ஓராதிக்கத்தை ஏற்படுத்தியுள்ளது என்று குற்றஞ் சாட்டுகிறது. 2006 ஆம் ஆண்டு ஜெர்மனியைச் சேர்ந்த வளர்ச்சி மற்றும் அமைதிக்கான நிறுவனம்[2] வெளியிட்ட அறிக்கை, வளர்ச்சி என்ற பேரில் தண்ணீரை தனியார்மயமாக்கியதின் தாக்கத்தைப் பற்றி விமர்சனப்பூர்வமாக ஆராய்ந்தது. இவ்வறிக்கை தண்ணீர் சம்பந்தமான அனைத்து திட்டங்களுக்கும் அரசு கட்டுப்பாடும், அறம் சார்ந்த வழிகாட்டுதல்களும் கட்டாயம் வேண்டும் என்று கோரியது.

"இலஞ்சம், ஊழல், ஒப்பந்த சரத்துக்கள் மீறப்படுதல், வேலைநீக்கம், விலையேற்றம், மற்றும் சுற்றுச்சூழல் மாறுபாடு" - இவைகள்தான் மிச்சம் என்று சமூக மேம்பாட்டிற்கான ஐக்கிய நாடுகள் ஆராய்ச்சி நிறுவனம்[3] என்ற அமைப்பின் ஆராய்ச்சி ஒருங்கிணைப்பாளர் நரேன் பிரசாத் கூறுகிறார். "ஒப்பந்தம் போடு

---

1 Norwegian Forum for Environment and Development - கொள்கை முன்னெடுப்புகள் மற்றும் பரிந்துரைகளை ஒருங்கிணைப்பதற்கான சிந்தனையாளர்களின் தேசிய மற்றும் சர்வதேச அமைப்பு.

2 Institute for Development and Peace - 1990 ஆம் ஆண்டு ஆரம்பிக்கப்பட்ட ஆராய்ச்சி நிறுவனம்.

3 United Nations Research Institute for Social Development - வளர்ச்சியை பாதிக்கிற சமகால பிரச்சினைகள் குறித்து ஆராய்கின்ற ஐ.நா. சபையின் தன்னாட்சி நிறுவனம். இந்நிறுவனம் 1963 ஆம் ஆண்டு ஆரம்பிக்கப்பட்டது.

பின் மறுபேச்சுவார்த்தை நடத்து என்பதுதான் தற்பாதைய நடப்பு. மேலும் ஒரு தோல்வியடைந்த சலுகை ஒப்பந்தத்தை எப்படி மறுபேச்சுவார்த்தைக்கு உட்படுத்துவது என்பது குறித்து உலக வங்கி ஒரு கையேட்டையே வெளியிட்டுள்ளது" என்று கூறுகிறார் அவர். அரசு-தனியார் கூட்டாண்மை என்கிற "சாதுவான" வேடத்தில் தனியார்மயத்தை மறுபடியும் கொண்டுவர உலக வங்கி முயன்று கொண்டிருப்பதாக பிரசாத் குறிப்பிடுகிறார்.

யாரெல்லாம் நீண்ட காலமாக தண்ணீர் தனியார்மயமாக்கத்தை ஆதரித்தார்களோ அவர்கள் இப்பொழுது அந்த நிலையிலிருந்து விலகி நிற்கிறார்கள். செப்டம்பர் 2006 ஆம் ஆண்டு பிரிட்டிஷ் தனியார் தண்ணீர் நிறுவனங்களால் ஆரம்பிக்கப்பட்ட அறக்கட்டளையான வாட்டர் எய்ட் ஏழைகளுக்கு கட்டண அடிப்படையில் தண்ணீர் வினியோகம் செய்ய வேண்டும் என்று ஐரோப்பிய யூனியன் அளித்த வாக்குறுதியைக் கடுமையாக கண்டித்து அறிக்கை விட்டது. தண்ணீர் திட்டங்களுக்கான ஐரோப்பிய நாடுகளின் உதவி என்பது 2000 ஆம் ஆண்டு 5.5 சதவீதத்திலிருந்து 2003 ஆம் ஆண்டு 4.2 சதவீதமாக குறைந்துவிட்டதை சுட்டிக்காட்டி, இருக்கின்ற பயனாளியைத் தவிர்த்து கூடுதலாக ஒரு நபர் கூட European Union's Water Initiative[1]-ஆல் பயன்பெறவில்லை என்று வாட்டர் எய்ட் கூறியது. மேலும் "வளரும் நாடுகளில் தண்ணீர் மற்றும் சுகாதாரத் திட்டங்களில் முதலீடு செய்ய சர்வதேச முதலீட்டாளர்கள் ஆர்வமில்லாமல் இருந்தாலும், ஐரோப்பிய யூனியனின் உதவியை அதிகப்படுத்துவதற்கான வாய்ப்பு குறித்து விவாதிக்காமல், EUWI தனியார் பணத்தை ஈர்ப்பதில் குறியாக உள்ளது" என்று வாட்டர் எய்ட் கூறுகிறது.

நான்காவது உலக தண்ணீர் மன்றத்தில், தண்ணீர் தனியார்மயமாக்கம் குறித்த பகுப்பாய்வுடன் ஐ.நா. உலக தண்ணீர் மேம்பாட்டு அறிக்கை (UN World Water Development Report) என்ற தலைப்பில் ஐ.நா. ஒரு அறிக்கையை வெளியிட்டது. எதிர்ப்புகளை சந்திக்கிறார்கள் என்பதால் தென்கோள நாடுகளிலிருந்து கார்ப்பரேட் நிறுவனங்கள் பின்வாங்குகின்றன என்று குறிப்பிட்ட இந்த அறிக்கை, இக் கார்ப்பரேட் நிறுவனங்கள் இலாபம் கிடைக்காத ஒப்பந்தங்களிலிருந்து விலகிக் கொண்டதற்காக இந்நிறுவனங்களை கண்டித்தது. இவர்களின் பணி முடக்கத்தால் லட்சக்கணக்கான மக்கள் காத்திருக்க வேண்டியிருந்தது என்று அந்த அறிக்கை கூறியது. மூன்றாம் உலக நாடுகளில் தண்ணீர் வினியோக பணிகளில் அதிக

---

1 European Union's Water Initiative (EUWI) - வளர்ச்சி உதவிகளை வழங்குவது மற்றும் ஒருங்கிணைப்பு மற்றும் ஒத்துழைப்பை உயர்த்துவது போன்றவற்றை இலக்காக கொண்டு இயங்கும் அரசியல் சார்ந்த அமைப்பு.

இலாபமடைந்தவர்கள் சமூகத்தின் வளமான பகுதிகளிலிருந்து வந்தவர்கள் என்று அந்த அறிக்கை கூறியது. "பொருளாதார இலாபத்திற்கான வாய்ப்புகள் பெருமளவில் குறைவாக உள்ளதால், சமூகத்தின் ஏழை மக்களுக்கு தண்ணீர் சேவை வழங்குவது என்பது ஆபத்தான தொழிலாக பார்க்கப்படுகிறது. ஆகவே அரசு பொறுப்பை தன்கையில் எடுக்க இதுதான் சரியான நேரம்" என்று ஐ.நா. கூறுகிறது.

இதைக் கண்டுகொள்ளாமல், தண்ணீர் மற்றும் சுகாதாரத்தில் தனியார் பங்களிப்பை விரிவாக்கும் ஆர்வமுள்ள வளரும் நாடுகளுக்கென்றே ஒரு உதவு கருவியை உலக வங்கி 2006 ஆம் ஆண்டு வெளியிட்டது. அந்த கருவி "தனியார் பங்களிப்பை அறிமுகப்படுத்த அரசால் தீர்க்கப்படக்கூடிய முக்கியமான பிரச்சினைகளை ஆராயும், ... தனியார் பங்கேற்புக்கு தேவையான முக்கிய சீர்திருத்த வாய்ப்புகளை ஆலோசிக்கும், ... "அத்தகைய வாய்ப்புகளை எப்படி சட்டப்பூர்வமான விதிகளாகவும், ஒப்பந்தங்களாகவும், உரிமமாகவும் ஆக்குவது குறித்து ஆலோசிக்கும்". எதார்த்தம் முரணாக இருக்கும்போது இந்த அறிவிப்பின் ஒவ்வாத் தன்மையை மைக்கேல் கோல்ட்மேன் விளக்குகிறார்: "தண்ணீர் தனியார்மயத்திற்கு ஆதரவாக உலக வங்கியின் கொள்கை விளக்கம் என்பது சீரழிந்துபோன குழாய்கள் மற்றும் கழிவுநீர் உட்கட்டமைப்பை சரிசெய்ய விடப்படும் குத்தகை என்பதைவிட ஒரு படி மேலானது. சொல்லப்போனால், தனியார்மயத்தில், எல்லை தாண்டிய விதிமுறைகள், வழக்குகள், கணக்கீடுகள், வங்கிச் செயல்பாடு மற்றும் ரசீது வழங்கல் போன்ற புதிய பரிமாணங்களின் வருகையைக் குறிக்கிறது. மேலும், நிறுவனங்கள் நஷ்டஈட்டிற்காக வழக்கு தொடுத்தல் (அரசு மீதும் அந்நிய நாட்டு பெருநிறுவனங்கள் வழக்கு தொடருதல் உட்பட) போன்ற புது அறங்கள் உருவாகும்"

கார்ப்பரேட் நிறுவனங்கள் இலாபத்தை அறுவடை செய்கின்றன

இக்கார்ப்பரேட் நிறுவனங்கள் செய்த தவறுகள், அவர்கள் சந்தித்த எதிர்ப்புகள் இவைகளுக்கிடையே, குறிப்பாக சூயெஸ்

மற்றும் வியோலியா ஆகிய இரண்டு நிறுவனங்களும் இலாபத்தை சம்பாதித்தன. 1990 ஆம் ஆண்டு உலகின் மக்கள்தொகையில் மிகச்சிறிய அளவில் அதாவது 50 மில்லியன் மக்கள்தான் தனியாரிடமிருந்து தண்ணீர் வாங்கினர். இன்று இந்நிறுவனங்கள் 600 மில்லியன் மக்களுக்கு தண்ணீர் வழங்குகின்றனர். அதாவது உலக மக்கள்தொகையில் 10 சத மக்கள் தனியாரிடம் தண்ணீர் வாங்குகின்றனர். குறுகிய காலத்தில் ஏற்பட்ட கடுமையான ஏற்றம் இது. (அதனால் 90 சதவீத மக்களுக்கு அரசு துறையால் சேவை வழங்கப்படுகிறது என்று அர்த்தமில்லை. அரசோ அல்லது தனியாரோ, ஏறக்குறைய ஒன்றரை பில்லியன் மக்களுக்கு தண்ணீர் சேவை என்பதே இல்லை. இன்னும் குறிப்பாக சொன்னால், தண்ணீர் சேவையைப் பெற்றுள்ள 4 பில்லியன் மக்களில் 15 சதவீதம் பேர் தனியார் தண்ணீர் நிறுவனங்களிடமிருந்து தண்ணீர் பெறுகின்றனர்.) அடுத்த 10 வருடங்களுக்குள் தண்ணீர் வாங்குகின்ற மக்களின் எண்ணிக்கை இரண்டுமடங்காகும் என்று இக்கார்ப்பரேட் நிறுவனங்கள் பிற்போக்குத்தனமாக மதிப்பிடுகின்றன. இந்த வாய்ப்பு அவர்களுக்கு ஒரு கொடைதான்.

Fortune[1] இதழ் வெளியிட்ட 500 பெருநிறுவனங்களில் 79-ஆவது இடத்தைப் பிடித்துள்ள சூயெஸ், உலகம் முழுவதிலும் 1,60,000 பணியாளர்களைக் கொண்டு செயல்படுகிறது. அதில் 72,000 பேர் அதன் தண்ணீர் பிரிவில் பணியாற்றுகிறார்கள். இதன் வருமானம் 60 பில்லியன் அமெரிக்க டாலராகும். வியோலியா தன்னிடம் 2,72,000 பணியாளர்களைக் கொண்டுள்ளது. அதில் 70,000 பேர் தண்ணீர் பிரிவில் பணியாற்றுகின்றனர். இதன் வருமானம் ஏறக்குறைய 34 பில்லியன் அமெரிக்க டாலர். பத்து வருடங்களுக்கு முன் இந்நிறுவனத்தின் இலாப மதிப்பு வெறும் 5 பில்லியன் அமெரிக்க டாலர்தான். சூயெஸ் 2006 ஆம் ஆண்டு 6.7 சதவீத வருவாய் அதிகரிப்பை அடைந்துள்ளது. அதே நேரத்தில் அதன் தண்ணீர் பிரிவு 3.2 சத வளர்ச்சியைப் பெற்றுள்ளது. வியோலியாவின் வருமான அதிகரிப்பு ஏறக்குறைய 12 சதம் அதிகரித்துள்ளது. அதாவது இலாப அதிகரிப்பு 55 சதவீதம். சமீப காலம் வரை இந்த இரண்டு நிறுவனங்களும் உலக தனியார் தண்ணீர் சேவையில் மூன்றில் ஒரு பகுதியை தங்களின் கட்டுப்பாட்டில் வைத்திருந்தன. மூன்றாவது இடத்தில் 12,000 பணியாளர்கள் மற்றும் 2 பில்லியன் அமெரிக்க டாலருக்கு மேலான வருமானத்துடன் Thames Water இருக்கிறது. உலகில் நான்காம் இடத்தில் ஃப்ரான்ஸை சேர்ந்த SAUR மற்றும் ஐந்தாம் இடத்தில் ஸ்பெயினை சேர்ந்த Agbar நிறுவனங்கள்

---

1 சர்வதேச வணிக இதழ்.

இருக்கின்றன. மற்ற முக்கிய நிறுவனங்கள்: ஜெர்மனியை சேர்ந்த AquaMundo, பிரிட்டனைச் சேர்ந்த Biwater, Severn Trent, Kelda Group and Anglian Water.

உலகம் முழுவது இந்த நிறுவனங்கள் மக்கள் சமூகங்கலிடமிருந்து கடுமையான எதிர்ப்பை சந்தித்ததும், அதன் விளைவாக பல ஒப்பந்தங்களிலிருந்து வெளியேறியதும் உண்மை. உதாரணத்திற்கு, சூயெஸ் தன்னுடைய 2006 ஆம் ஆண்டு அறிக்கையில், அதிகம் இலாபம் தராத லத்தீன் அமெரிக்க, சஹாரா தெற்கு நாடுகள் மற்றும் தெற்காசியா ஒப்பந்தங்களிலிருந்து தங்களது நிறுவனம் விலகிக் கொண்டது என்று கூறியுள்ளது. மேலும் பல முக்கிய தண்ணீர் நிறுவனங்கள் இவ்வியாபாரத்திலிருந்து வெளியேறிக் கொண்டிருக்கின்றன. ஜெர்மனைச் சேர்ந்த ஆற்றல் நிறுவனம் RWE உள்ளூர் மக்களின் கடுமையான எதிர்ப்பால், குறிப்பாக அமெரிக்காவிலிருந்தும், Thames Water நிறுவனத்திலிருந்தும் தனது பங்குகளை விலக்கிக் கொண்டது. முதலீட்டுக்கிணையாக திருப்பியளிக்கப்பட்ட தொகை அந்நிறுவனத்தின் அந்தஸ்திற்கும் குறைவாக இருந்தது. மேலும் தண்ணீர் வியாபாரத்தில் நீடித்திருப்பது அதற்கு இலாபகரமானதாகவும் இல்லை. தண்ணீர் வியாபாரத்தில் இறங்கியது மிகப்பெரிய தோல்வி என்பதை உணர்ந்ததும் என்ரான்[1] தனது தண்ணீர் நிறுவனமான Azurix[2]-இலிருந்த பங்குகளை 2001-ஆண்டில் விலக்கிக் கொண்டது (தன்னுடைய ஊழல் வெளியில் வரவிருந்த சில மாதங்களுக்கு முன்னால் திவால் என்று அறிவிக்கும் நிலைக்கு என்ரான் தள்ளப்பட்டது.) Azurix நிறுவனத்தின் தலைவர் ரெபக்கா மார்க் இந்த உலகத்தின் தண்ணீர் முழுவதும் தனியார்மயமாக்கப்படும் வரை தான் ஓயப்போவதில்லை என்று கூறியிருந்தார்.

இருப்பினும், தனியார் தண்ணீர் நிறுவனங்களின் மரணத்தை பறைசாட்டுவதோ அல்லது உலக போட்டியாளர்களின் மத்தியில் அதன் நிலைத்திருக்கும் சக்தியை குறைத்து மதிப்பிடுவதோ பக்குவமில்லாத ஒன்றாக இருக்கும். 1990 ஆம் ஆண்டிலிருந்து வழங்கப்பட்ட அரசு-தனியார் ஒப்பந்தங்களில் எண்ணிக்கையில் 2005 ஆம் ஆண்டில் வழங்கப்பட்டதுதான் மிக அதிகம் என்று உலக வங்கியின் புதிய தகவல்கள் தெரிவிக்கின்றன. மேலும் 2006 ஆம் ஆண்டு அதைவிட கூடுதலாகத்தான் இருக்கப்போகிறது. ஒரு

1 Enron - திவாலாகிப்போன அமெரிக்க ஆற்றல் உற்பத்தி நிறுவனம்.

2 தண்ணீர் வினியோகப்பணியில் இயங்கிவந்த அமெரிக்க தனியார் நிறுவனம். இதன் பங்குகளை என்ரான் நிறுவனம் வாங்கி இருந்தது. பின் பங்குகளை விலக்கிக்கொண்டது.

நிறுவனம் மற்றொரு நிறுவனத்துடன் இணைவது மற்றும் ஒரு நிறுவனம் மற்றொரு நிறுவனத்தை கையகப்படுத்துவது என்பது கடந்த பத்தாண்டுகளில் அதிகளவில் இருந்ததாக Global Water Intelligence[1] கூறுகிறது. இந்த இணைப்பு மற்றும் கையகப்படுத்தலில் தனியார் நிறுவனங்கள் தங்களது பங்குகளாக 10 பில்லியன் அமெரிக்க டாலர்களை அரசாங்கங்கள் மற்றும் நகராட்சிகளிடமிருந்து பெற்றுள்ளன. பணக்கார வடகோள நாடுகளின் பொது ஓய்வூதிய தொகையிலிருந்து தனியார் நிறுவனங்களுக்கான மானியம் வழங்கப்பட்டன. கனடா மற்றும் ஆஸ்திரேலியா நாடுகளின் ஓய்வூதிய நிதிகளிலிருந்து ஏறக்குறைய 4 பில்லியன் அமெரிக்க டாலருக்கு பிரிட்டனைச் சேர்ந்த தனியார் நிறுவனம் AWG[2] வாங்கப்பட்டது. Thames Water நிறுவனம் ஏறக்குறைய 5 பில்லியன் அமெரிக்க டாலருக்கு Kemble Water Limited நிறுவனத்திற்கு விற்கப்பட்டது. Kemble Water Limited என்பது மக்காரி ஐரோப்பிய உட்கட்டமைப்பு நிதியால்[3] வழிநடத்தப்படக்கூடிய ஒரு நிறுவனமாகும்.

உலகளவில் இந்த இரண்டு பெரிய கார்ப்பரேட் நிறுவனங்களுடன் (சூயெஸ் மற்றும் வியோலியா) போட்டிபோட்டுக்கொண்டு புதிய தண்ணீர் நிறுவனங்கள் படையெடுத்துக் கொண்டிருக்கின்றன என்பதுதான் தற்போது மாறிக்கொண்டிருக்கிற விஷயம் என்று Masons Water Year Book[4] கூறுகிறது. உண்மையில் இந்த ஐந்து நிறுவனங்களின் சந்தை மதிப்பு 2006 ஆம் ஆண்டு 47 சதவீதமாக குறைந்தது. இரண்டே வருடங்களில் ஏற்பட்ட மாற்றம் உண்மையில் ஆச்சரியமளிப்பதாகும்.

இந்த பெரும் போட்டியாளர்களும், மேலும் பல சிறிய நிறுவனங்களும் தென்கோளப் பகுதியில் மட்டும் தங்களது கவனத்தைச் செலுத்தவில்லை. இலாபச் சந்தையை "நிலைத்த" நாடுகளில் கண்டுபிடித்து வெற்றிபெற இவைகள் முயன்று

---

1 Global Water Intelligence - தண்ணீர் துறைக்கு தேவையான அரிய தகவல்களை வழங்கக்கூடிய அமைப்பு. தலைமையிடம் பிரிட்டன்.
2 இங்கிலாந்தின் கிழக்குப் பகுதியில் 6 மில்லியன் மக்களுக்கு தண்ணீர் வினியோகம் செய்யும் தனியார் நிறுவனம்.
3 Macqarie's European Infrastructure Fund - 1.5 பில்லியன் யூரோ மதிப்பிலான முதலீட்டு நிதி. இது 2004 ஆம் ஆண்டு தொகுக்கப்பட்டது. பொருளாதார ஒத்துழைப்பு மற்றும் மேம்பாட்டுக்கான அமைப்பின் (OECD) ஐரோப்பிய உறுப்பு நாடுகளில் வணிகம் மற்றும் உட்கட்டமைப்புகளில் முதலீடு செய்யவே இந்நிதி உருவாக்கப்பட்டது. மக்காரி-வங்கி மற்றும் நிதிச்சேவைகளுக்கான சர்வதேச குழுமம்.
4 சர்வதேச தண்ணீர் துறையில் ஈடுபட்டுள்ளவர்களுக்கு வழிகாட்டும் புத்தகம்

கொண்டிருக்கின்றன. 1999 ஆம் ஆண்டு Vivendi Environment (தற்போது வியோலியா) அமெரிக்காவின் Filter நிறுவனத்தை 6.2 பில்லியன் அமெரிக்க டாலருக்கு வாங்கி அதிகாரம் படைத்த U.S. Coalition of Service Industries[1] -இன் ஒரு உறுப்பினரானது. அடுத்த வருடம், சூயெஸ் United Water நிறுவனத்தை 1.2 பில்லியன் அமெரிக்க டாலருக்கு வாங்கியது; மேலும் பிப்ரவரி 2007 ஆம் ஆண்டு அமெரிக்க தண்ணீர் வினியோக நிறுவனங்களில் ஒன்றான Aquarion - New York-ஐ தன்னோடு இணைத்துக் கொண்டது. மேலும் 2003 ஆம் ஆண்டு RWE Thames 27 மாநிலங்களில் 15 மில்லியன் மக்களுக்கு பணியாற்றி வந்த American Water நிறுவனத்தை 8.6 பில்லியன் அமெரிக்க டாலருக்கு வாங்கியது. இப்படியாக அமெரிக்காவின் மூன்று முக்கிய தண்ணீர் நிறுவனங்களை ஐரோப்பிய நிறுவனங்கள் கைப்பற்றிவிட்டன. இந்த ஐரோப்பிய நிறுவனங்களின் நோக்கம் அடுத்த இருபதாண்டுகளில் அமெரிக்க சந்தை மதிப்பில் 70 சதவீதத்தை தங்களது கட்டுப்பாட்டில் கொண்டுவருவதுதான். இவர்கள் அமெரிக்காவின், அட்லாண்டா, நியூ ஆர்லியான்ஸ், டம்பா, இண்டியன்பொலிஸ், ஒக்லஹாமா நகர், ஸ்டாக்டன், மில்வாக்கீ, ஸ்ப்ரிங்பீல்ட், பிட்ஸ்பர்க் மற்றும் ஹனொலுலு பகுதிகளில் தங்களது பணியை செவ்வனே நிறைவேற்றிக் கொண்டிருக்கிறார்கள்.

இந்த தண்ணீர் நிறுவனங்கள் இந்த தொழிலுக்குள் இறங்குவதற்கு முன்னால், அரசியல் பங்களிப்பென்பது மிகக் குறைந்தளவே இருந்தது என்று Center for Public Integrity[2] கூறுகிறது. 1995 ஆம் ஆண்டிலிருந்து 1998 ஆம் ஆண்டு வரை இந்நிறுவனங்கள் அரசியல் கட்சிகளுக்கு பிரச்சாரப் பங்களிப்பாக ஏறக்குறைய அரை மில்லியன் அமெரிக்க டாலர்கள் செலவழித்தார்கள். 2000 மற்றும் 2002 ஆம் ஆண்டு தேர்தல்களில் பிரச்சாரத்திற்கென்று செலவிடப்பட்ட தொகை 1.5 மில்லியன் அமெரிக்க டாலர் என்ற வகையில் மும்மடங்கானது. இந்த தொகையில் பாதிக்கு மேற்பட்ட தொகை இரண்டு பெரிய நிறுவனங்களிடமிருந்து வந்தது- United Water மற்றும் American Water. 1990 ஆம் ஆண்டு ஏற்பட்ட கூட்டாட்சி சட்டங்களில் ஏற்பட்ட மாறுதல்களைப் பயன்படுத்திக் கொண்டு தனியார் நிறுவனங்கள் தண்ணீர் சேவையை தனியார்மயமாக்கும் வேகத்தை இரண்டு மடங்காக்கியிருந்தன.

---

1 அமெரிக்க சேவைகள் ஏற்றுமதிக்கான தடையை குறைப்பதற்காக தன்னை அர்ப்பணித்துக் கொண்ட வணிக அமைப்பு.

2 அரசு மற்றும் தனியார் நிறுவனங்களின் அதிகார துஷ்பிரயோகம், கடமை தவறல், ஊழல் ஆகியவற்றை வெளிக்கொணர செயல்படும் அமெரிக்க புலன்விசாரணை இதழியல் அமைப்பு.

இருபது ஆண்டுகள் வரைக்கும் நீடிக்கக்கூடிய நீண்டகால ஒப்பந்தங்களை நகராட்சிகளோடு செய்துகொள்ள அனுமதிக்கும் கூட்டாட்சி சட்டங்களை பயன்படுத்தி இன்னும் பில்லியன் டாலர் ஒப்பந்தங்களை நோக்கிச் செல்லும் வாய்ப்புகளைப் பெற்றுள்ளன இந்நிறுவனங்கள். தனியார் தண்ணீர் அமைப்புகளை இயக்கும் நீண்ட கால ஒப்பந்தங்களின் எண்ணிக்கை 1997 ஆம் ஆண்டு 400-லிருந்து 2003 ஆம் ஆண்டு 1100-ஆக அதிகரித்துள்ளது. ஒரு நாடு இந்த ஒப்பந்தம் தவறானது என்று முடிவு செய்தால் அதை ரத்து செய்ய இந்த வகையான ஒப்பந்தங்கள் பெரும் தடையாக உள்ளன. இன்று, 1300 அரசு-தனியார் கூட்டாண்மைகளுடன், 1.7 பில்லியன் அமெரிக்க டாலர் வணிகத்துடனும், 15 சதவீத அமெரிக்கர்களுக்கு தண்ணீர் சேவையை வழங்கும் வகையில் அமெரிக்காவின் தனியார் தண்ணீர் சந்தை இருப்பதாக 2006 ஆம் ஆண்டு தண்ணீர் நிறுவனங்களுக்கான தேசிய அமைப்பு[1] வெளியிட்ட அறிக்கை கூறுகிறது.

தண்ணீர் வினியோகத்திற்காக வழங்கப்படும் கூட்டாட்சி நிதிக்கு கைமாறாக நகராட்சி அமைப்புகள் தங்களுக்கான தண்ணீர் வினியோகத்தை தனியாருக்கு தாரைவார்க்கக் கோரும் சட்டத்தை இயற்றச் செய்ய அமெரிக்காவை இக்கார்ப்பரேட் நிறுவனங்கள் வலியுறுத்திக் கொண்டிருக்கின்றன. இவர்கள், தண்ணீர் மற்றும் கழிவுநீர் மேலாண்மை நிறுவனங்களை அரசு கட்டுப்பாட்டிலிருந்து வரம்பற்ற தனியார் செயல்பாட்டுக்கு மாற்றும் புஷ் அவர்களின் முயற்சியை இவர்கள் ஆதரிக்கிறார்கள். இம்முயற்சி சுற்றுச்சூழல் பாதுகாப்பு முகமையாலும் ஆதரிக்கப்பட்டது. "இது உண்மையில் ஒரு முக்கியமான நடவடிக்கை... தண்ணீர் மற்றும் கழிவுநீர் உட்கட்டமைப்பிற்கு பில்லியன் கணக்கான புதிய டாலர்களை கொண்டுவரும்" என்று அட்லாண்டாவில் சுற்றுச்சூழல் பாதுகாப்பு முகமையால் நடத்தப்பட்ட தண்ணீர் உட்கட்டமைப்பு குறித்த மாநாட்டில் சுற்றுச்சூழல் பாதுகாப்பு முகமையின் தண்ணீர் பிரிவு அலுவலகத்தின் துணை நிர்வாகி பெஞ்சமின் கிரம்பில்ஸ் (Benjamin Grumbles) கூறியதாக Bond Buyer[2] 2007 ஆம் ஆண்டு மார்ச் 22-இல் கூறியுள்ளது.

இந்த பகாசுர கார்ப்பரேட் கூட்டாளிகளின் வளர்ச்சிக்காக இலக்குவைக்கப்பட்ட அடுத்த பகுதி ஐரோப்பாவாகும். இந்நிறுவனங்கள் தனியார் தண்ணீர் அமைப்புகள் செயல்பட

---

1 National Association of Water Companies - அமெரிக்க தனியார் தண்ணீர் துறையின் தேசிய அமைப்பு.

2 நியூயார்க் நகரத்தை சேர்ந்த 100 வயதைக் கடந்த வணிக நாளிதழ்.

அனுமதிப்பது குறித்து யோசிக்க மறுக்கும் நாடுகளில், அரசு-தனியார் கூட்டாண்மை குறித்து ஒரு சாதகமான சூழலை உருவாக்க ஐரோப்பிய கமிசனில் உள்ள தங்களது நண்பர்களோடு இணைந்து பணியாற்றுகின்றன. இங்கு ஏறக்குறைய 70 சதவீத தண்ணீர் சேவை அரசின் கைகளில் உள்ளது. இவற்றில் போட்டியிட அனுமதிக்குமாறு அழுத்தம் அதிகரித்துக்கொண்டே இருக்கிறது. தனியார்மயத்திற்கு அரசியல் ரீதியில் முதிர்ந்த இடமாக ஜெர்மனி, ஆஸ்திரியா மற்றும் இத்தாலியை இந்த "இரண்டு பெரிய" நிறுவனங்கள் குறிவைத்துக் கொண்டிருக்கின்றன. தண்ணீர் வினியோக அமைப்புகள் ஃப்ரான்ஸ், ஸ்பெயின், வேல்ஸ் மற்றும் இங்கிலாந்தில் ஏற்கனவே அதிக அளவில் தனியார்மயமாக்கப்பட்டுவிட்டன. தன்னுடைய பல அறிக்கைகளில் முதலீட்டு உட்கட்டமைப்பிற்காக, தேவையுள்ள கண்டங்களுக்கு முன்னேறிச் செல்லும் வழியாக அரசு-தனியார் கூட்டாண்மையை ஐரோப்பிய கமிசன், பரிந்துரைத்துள்ளது.

உலக வங்கி, மறுசீரமைப்பு மற்றும் வளர்ச்சிக்கான ஐரோப்பிய வங்கி ஆகியவற்றின் ஆதரவோடு இந்த கார்ப்பரேட் நிறுவனங்கள் கிழக்கத்திய மற்றும் மத்திய ஐரோப்பிய ஏழை நாடுகளை இலக்காக்கி உள்ளன. மேலும், இவைகள் குரேசியா, அல்பேனியா, செக் குடியரசு, ருமேனியா, செர்பியா, எஸ்டோனியா மற்றும் ஹங்கேரியில் செயல்பட்டுக் கொண்டிருப்பதாக பொதுச்சேவைக்கான சர்வதேச ஆராய்ச்சி அமைப்பைச் (Public Service International Research Unit) சேர்ந்த டேவிட் ஹால் எச்சரிக்கிறார். 2005 ஆம் ஆண்டு ஐரோப்பாவின் தண்ணீர் வியாபரம் "மேல்நோக்கி" சென்றது என்று Masons Water Year Book குறிப்பிடுகிறது. மத்திய கிழக்கு நாடுகளும் இலக்கு சந்தைகளாக உள்ளன. உதாரணத்திற்கு, 2006 ஆம் ஆண்டு சவுதி அரேபியா தண்ணீர் சேவையை தனியார்மயமாக்கியது. மேலும் 2010 ஆம் ஆண்டுக்குள் தன் மக்கள்தொகையில் பாதிபேருக்கு இவ்வசதி விரிவுபடுத்தப்படும் என்று எதிர்பார்க்கிறது.

ஆனால் இவர்கள் எல்லாருக்கும் வாய்த்த பெரிய கேக் சீனா. சூயெஸ் என்விரான்மெண்ட் (Suez Environment), வியோலியா மற்றும் தேம்ஸ் போன்ற கார்ப்பரேட் நிறுவனங்கள் ஏற்கனவே சீனாவில் செயல்பட்டுக் கொண்டிருக்கிறார்கள். 20 வருடங்களுக்கு முன்பு இவர்கள் அங்கு தங்களது சாம்ராஜ்யத்தை துவக்கினார்கள். இவர்கள் தண்ணீரை "உற்பத்தி" செய்து நகராட்சிகளுக்கு மொத்தமாக விற்கவேண்டும். ஏனென்றால் தன் மக்களுக்கான தண்ணீர் வினியோகத்தில் கடும் கட்டுப்பாட்டுடன் சீனா நடந்துகொள்கிறது. சீனாவில் உள்ள ஆட்சியமைப்பு சந்தை நடவடிக்கைகளுக்கு சாதகமாக உள்ளதால் இந்நிறுவனங்கள் நீண்ட கால ஒப்பந்தங்களைப்

எளிதாகப் பெறமுடியும். வியோலியா 17 நகரங்களுக்கு தனது சேவையை வழங்குகிறது. நிலுவைத்தொகை வசூலை அரசு மிக கடுமையாக நடைமுறைப்படுத்துகிறது. 99 சதவீதம் பேர் முறையாக தொகையை செலுத்திவிடுகின்றனர்.

எந்த அளவுகோலாலும் அளக்க முடியாதபடி இலாபம் அபரிமிதமாக உள்ளது. சராசரியாக இலாபம் 20 சதவீதத்திகு மேல் கிடைக்கிறது. 2002 ஆம் ஆண்டு Thames Water நிறுவனம் சீன தண்ணீர் நிறுவனத்தின் மிகப்பெரிய பங்கை தனியாகப் பெற்றது. இதன் மூலம் இந்நிறுவனத்தின் நுகர்வோர் தளம் சீனாவில் 6.5 மில்லியனாக உயர்ந்தது. சூயெஸ் நிறுவனம் 16 நகரங்களில் 640 மில்லியன் அமெரிக்க டாலர் முதலீட்டுடன் 19 கூட்டு நடவடிக்கைகளோடு இயங்கிக் கொண்டிருக்கிறது. தன்னுடைய முதலீட்டை இன்னும் இரண்டு வருடங்களில் இரண்டு மடங்காக்க உள்ளது இந்நிறுவனம். சீனாவின் கேந்திர பகுதிகளில் சூயெஸ் நிறுவனத்தின் வளர்ச்சி 2006 ஆம் ஆண்டு 26 சதவீதமாக உயர்ந்தது. இந்நிறுவனம் சமீபத்தில்தான் தன்னுடைய ஆசிய-பசிபிக் பிராந்திய தலைமை நிலையத்தை சங்காய்[1] (Shanghai) நகருக்கு மாற்றியது.

□ □ □

இந்த தண்ணீர் நிறுவனங்கள் தண்ணீர் வணிகத்திற்கான வெளி என்பது தங்களது காலடியின் கீழ் நகர்ந்து கொண்டிருக்கின்றது என்பதை நன்கு உணர்ந்துள்ளன. மேலும் உலகின் சந்தை மற்றும் மறுபயன்பாட்டு தொழில்துறையில் நுழைந்து கொண்டிருக்கும் புதிய போட்டியாளர்களையும் இவைகள் எதிர்கொள்ள வேண்டியிருக்கிறது. இருப்பினும், உலக வங்கி மற்றும் ஐ.நா. உடன் இணைந்து கொண்டு சூயெஸ் மற்றும் வியோலியா மற்றும் பல தனியார் தண்ணீர் நிறுவனங்கள், தண்ணீர் சேவையை முற்றிலும் வியாபாரமாக்கும் நடைமுறை மற்றும், உலகளாவிய கார்ப்பரேட் குழுமங்களை உருவாக்குவதற்கான ஏற்பாடுகளைச் செய்துகொண்டிருக்கின்றன.

1 சீனா மற்றும் உலகத்திலேயே அதிக மக்கள் தொகை கொண்ட நகரம்.

பகுதி - 3

தண்ணீரை வேட்டையாடுபவர்கள் முன்னோக்கிச் சென்று கொண்டிருக்கிறார்கள்

"இவைகள் அசிங்கமான முடிவுகள்தான், வேறுவழியில்லை; நீங்கள் குடிக்க வேண்டும் அல்லது சாக வேண்டும்"

– மறுசுழற்சி செய்யப்பட்ட கழிவு நீரை குடிக்க வழங்கியதற்கு எதிர்ப்பு தெரிவித்த மக்களுக்கு பதிலளிக்கையில் குயின்ஸ்லாந்து[1] பிரதமர் பீட்டர் பீட்டி (Peter Beattie) கூறியது

தொழிற்சாலை மற்றும் நகராட்சிகளுக்குத் தேவையான தண்ணீரை வினியோகிக்கவும், கழிவு நீரை சுத்திகரிக்கும் வசதிகளை வழங்கவும் புதிய நிறுவனங்கள் தண்ணீர் சந்தைக்கு வந்திருப்பதன் மூலம், சூயெஸ், வியோலியா போன்ற பலம் பொருந்திய, பணக்கார நிறுவனங்கள் கடுமையான போட்டியை சந்தித்துக் கொண்டிருக்கின்றன. இந்நிறுவனங்களின் தொழில்நுட்பப் பிரிவு அதிகம் இலாபம் தருகின்ற பயன்பாட்டுப் பிரிவைவிட இரண்டு மடங்கு வேகத்தில் வளர்ந்து கொண்டிருக்கிறது. மேலும் இவ்வளர்ச்சி ஒட்டுமொத்த வருவாயில் நான்கில் ஒரு பங்கு உள்ளது. அடுத்த பத்தாண்டுகளில் தண்ணீரை மறுபயன்பாட்டுக்கு உட்படுத்தும் திறன் 191 சதவீதமாக அதிகரிக்கும் என்று Water Reuse Markets 2005-2015: A Global Assessment & Forecast என்ற அறிக்கை கூறுகிறது. இவ்வறிக்கை Global Water Intelligence அமைப்பால் வெளியிடப்பட்டது. தண்ணீர் மறுபயன்பாட்டின் (Reuse) மீதான முதலீடு என்பது 28 பில்லியன் அமெரிக்க டாலராக இருக்கும். மறுசுழற்சி (Recycle) தொழில்நுட்ப சந்தையின் தற்போதைய மதிப்பு 40 பில்லியன் அமெரிக்க டாலர், இது அடுத்த எட்டு அல்லது பத்தாண்டுகளில் இரண்டு மடங்காகும் என்று சீமன்ஸ்[2] மதிப்பிடுகிறது.

---

1 Queensland - ஆஸ்திரேலியாவின் மிகப்பெரிய நகரங்களில் இரண்டாவது நகரம்.
2 Siemes Technology snd Service Private Ltd. சீமென்ஸ் ஏ.ஜி. ஒரு ஜெர்மனியை சேர்ந்த எலக்ட்ரானிக்ஸ் மற்றும் பொறியியல் நிறுவனம். தலைமையிடம் மியூனிச்.

வரும் காலங்களில் போர் என்பது எண்ணெய்க்காக நடக்காது, தண்ணீருக்காகத்தான் என்று தனது நிறுவனம் நம்புவதாக 10,000 பணியாளர்களுடன், 130 நாடுகளில் இயங்கிக் கொண்டிருக்கும் சர்வதேச தண்ணீர் சுத்திகரிப்பு நிறுவனமான நால்கோ[1] நிறுவனத்தின் தலைமை செயல் அதிகாரி வில்லியம் ஜே.ரோ (William J. Roe) கூறியிருக்கிறார். தண்ணீர் வியாபாரத்தில் "அனைத்து வகையான உற்பத்திப்பொருள்களுடனும், சேவைகளுடனும்" 1,00,000 நபர்கள் இயங்கிக் கொண்டிருப்பதாக U.S. Filter நிறுவனத்தின் தலைமை செயல் அதிகாரி ஆண்ட்ரியூ டி. செய்டல் (Andrew D. Seidel) கூறுகிறார்.

"தண்ணீர் நிறுவனங்கள் தண்ணீரை சுத்தப்படுத்த பயன்படுத்திய வேதிப் பொருள்களை கணிப்பொறி சிப்புகள் (Chips) செய்ய வழங்குகின்றன. இந்த தண்ணீர் மனித உடலிலிருந்து கால்சியம், ஜிங்க் உள்ளிட்ட முக்கிய தாதுக்களை நீக்கிவிடுவதால் உடலுக்கு ஆபத்தானதாகும் என்று நியூயார்க் டைம்ஸ்[2] இதழைச் சேர்ந்த க்ளாடியா ஹெச். டியூட்ச் (Claudia H. Deutsch) கூறுகிறார். "தொழிற்சாலை குழாய்களை குளிர்விக்கும் போதோ அல்லது வெப்பப்படுத்தும் போதோ ஏற்படும் அரிப்பைத் தடுக்க பயன்படும் வேதிப் பொருட்களை இவர்கள் விற்கிறார்கள், மேலும் உப்புநீரை நன்னீர் ஓடைகளிலிருந்து பெறப்பட்டது போல இனிமையானதாக மாற்றிவிடுகிறார்கள். கொக்ககோலாவும், ஸ்டார்பக்[3] காப்பியும் ஒரே சுவையுடன் இருப்பதை உறுதிப்படுத்துகிறார்கள் இவர்கள். இவைகளை நீங்கள் உலகின் எந்த பகுதியில் வாங்குகிறீர்கள் என்பது பிரச்சினை இல்லை. இவர்கள் சுத்திகரிப்பு ஆலைகளின் மூலமாக அமிலத்தன்மை வாய்ந்த மலிவான கச்சா எண்ணெய்யை உயர்தர பெட்ரோலாக மாற்றிவிடுகிறார்கள். இறுதியில், குழாய் இணைப்புகள், காலநிலை கட்டுப்பாட்டு அமைப்பு, உணவகங்கள், மருத்துவமனைகள் மற்றும் குடியிருப்பு வளாகங்கள் போன்றவைகளை நிர்மாணிக்கும்போது நோய்க்கிருமிகளையும் சேர்த்து பரப்பிக் கொண்டிருக்கிறார்கள்" என்று க்ளாடியா கூறுகிறார்.

இத்தகைய நடைமுறையை Masons Water Yearbook உறுதிப்படுத்துகிறது. உப்பு நீக்கும் தொழில்துறை, தண்ணீர் உற்பத்தி செய்யும் பொறுப்பை வெளியாருக்கு வழங்குவதுதான்

---

1 Nalco - Ecolab Inc என்ற அமெரிக்க நிறுவனத்தின் துணை நிறுவனம். இது 1928 ஆம் ஆண்டு ஆரம்பிக்கப்பட்டது. தண்ணீர் சுத்திகரிப்பில் முன்னணி நிறுவனமாகும்.

2 Newyork Times - 1851 ஆம் ஆண்டு ஆரம்பிக்கப்பட்ட அமெரிக்க தினசரி நாளிதழ்.

3 Starbuck - சர்வதேச அமெரிக்க காப்பி நிறுவனம். 1971 ஆம் ஆண்டு ஆரம்பிக்கப்பட்டது.

தண்ணீர் உற்பத்தி தொழில் பிரிவின் சுறுசுறுப்பான துறையாகும். இன்னும் பல ஆண்டுகளுக்கு இத்துறை ஆரோக்கியமான வேகத்தில் வளரும் என்று இப்புத்தகம் கூறுகிறது. அதாவது இனிவரும் காலங்களில் ஐரோப்பிய கார்ப்பரேட் நிறுவனங்களால் தண்ணீர் சந்தையில் ஆதிக்கம் செலுத்த முடியாது என்று கூறுகிறது இப்புத்தகம். இப்புத்தகம், மொராக்கோ, போலந்து, ரஷ்யா, ஸ்வீடன் மற்றும் அமெரிக்காவில் உருவாகிக் கொண்டிருக்கும் புதிய தண்ணீர் நிறுவனங்களை ஆவணப்படுத்தியிருக்கிறது. 2004 ஆம் ஆண்டு ஜனவரி மாதம் அறிவியல் மற்றும் சுற்றுச் சூழலுக்கான தேசியக் கவுன்சில்[1] நடத்திய மாநாட்டில் ஸ்வாப் கேபிடல் மார்க்கெட்[2] என்ற நிறுவனத்தை சேர்ந்த டேப்ரா ஜி. காய் (Debra G.Coy) "தண்ணீர் மிகவும் சூடாக இருக்கிறது" என்று கூறியுள்ளார். புதிய வினியோகத்திற்கான தேவையை எதிர் கொள்வதற்கும், இல்லாது போன அல்லது சீரழிந்து போயுள்ள தண்ணீர் உட்கட்டமைப்பை தரமுயர்த்தவும் தேவைப்படுகிற செலவினங்கள், சர்வதேச அளவில் தண்ணீர் சார்ந்த தொழில் வாய்ப்புகளையும், தொழில்நுட்பம் சார்ந்த தீர்வுகளையும் உருவாக்கிக் கொண்டிருக்கிறது. இது சொல்லமுடியாத அளவிற்கு மூலதன வாய்ப்புகளை உருவாக்குகிறது என்றும் அவர் கூறுகிறார்.

அடுத்த இருபதாண்டுகளில், உப்பு நீக்கும் தொழில் நுட்பம் மற்றும் இன்னபிற தண்ணீர் சுத்திகரிப்பு தொழில்நுட்பங்களிலும் உற்பத்தித்திறனை அதிகரிக்க 80 பில்லியன் அமெரிக்க டாலரை செலவிட சவுதி அரேபியா திட்டமிட்டுள்ளது. அடுத்த பத்தாண்டில் நீர் சுத்திகரிப்பு தொழில்நுட்பத்திற்காக 100 பில்லியன் அமெரிக்க டாலரை துபாய் முதலீடு செய்யும். சீனா 300 ஜிகாவாட்ஸ் மதிப்பிலான 200-400 இடையிலான எண்ணிக்கையில் மின்நிலையங்களை அமைக்க திட்டமிட்டுக் கொண்டிருக்கிறது. இந்த மின்நிலையங்களை அமைக்க சீனாவிற்கு போதிய தண்ணீர் வசதி இல்லை என்பது ஒரு பக்கம். மேலும், சீனாவின் மக்கள்தொகை 2030 ஆம் ஆண்டிற்குள் 1.6 பில்லியனாக அதிகரிக்கும்; இதற்கு தற்போது உள்ள 130 பில்லியன் கன மீட்டர் என்ற நிலையிலிருந்து 230 பில்லியன் கன மீட்டர் என்ற அளவில் தண்ணீர் தேவை அதிகரிக்கும் என்று சீன நீர்வளத்துறை அமைச்சகம் கூறுகிறது. ஆகையால் 2006-2010 ஆம் ஆண்டுகளுக்குள்

---

1 இலாப நோக்கில் செயல்படாத அமெரிக்க அமைப்பு. சுற்றுச்சூழல் சார்ந்த கொள்கை முடிவுகள் அறிவியல் அடிப்படையில் இருக்க வேண்டும் என்று இந்த அமைப்பு கோருகிறது.

2 Schwab Capital Market - அமெரிக்காவைச் சேர்ந்த பங்குச் சந்தை தரகு மற்றும் வங்கி நிறுவனம். 1971 ஆம் ஆண்டு ஆரம்பிக்கப்பட்டது.

தண்ணீரின் தரத்தை உயர்த்துவதற்காக 125 பில்லியன் அமெரிக்க டாலரை சீனா ஒதுக்கியுள்ளது. சூயெஸ் நிறுவனத்தின் கழிவுநீர் சுத்திகரிப்பு துணை நிறுவனமான டேக்ரமாண்ட் (Degremont) சீனாவில் ஏற்கனவே 140 சுத்திகரிப்பு ஆலைகளை நிறுவியுள்ளது. இன்னும் 160 ஆலைகளை நிறுவவும் திட்டமிட்டுள்ளது.

சர்வதேச அளவில் அடுத்த 25 வருடங்களில் மராமத்து மற்றும் உட்கட்டமைப்பு கட்டுமானத்திற்காக தேவைப்படும் தொகை 20 ட்ரில்லியன் அமெரிக்க டாலரைத் தொடும் என்று மிச்சிகன்[1] நகரத்தைச் சேர்ந்த முதலீட்டு நிறுவனமான க்ளீண்டெக் குழுமத்தின்[2] பங்குதாரரான ஜான் பால்பாக் (John Balbach) கூறுகிறார். அமெரிக்கா பயன்படுத்தும் தண்ணீர் குழாய்கள் மற்றும் உட்கட்டமைப்பை நிர்மாணிக்கவும், செயல்படுத்தவும் ஒதுக்கப்படும் தொகையான 55 பில்லியன் அமெரிக்க டாலரில் 40 பில்லியன் டாலரை பழைய குழாய்களை மராமத்து செய்யவும், பழைய உட்கட்டமைப்பை சீரமைக்கவும் அடுத்த பத்தாண்டுகளுக்கு ஒதுக்க வேண்டியிருக்கும் என்று அமெரிக்க பாராளுமன்ற நிதிநிலை அறிக்கைக்கான அலுவலகம் கூறுகிறது. அமெரிக்காவின் நகராட்சி தண்ணீர் வினியோக அமைப்பை சீரமைக்க அடுத்த பல பத்தாண்டுகளில் 1 ட்ரில்லியன் டாலர்களுக்கு மேல் செலவு செய்ய வேண்டியிருக்கும் என்று அமெரிக்க கட்டுமான பொறியாளர்கள் அமைப்பு[3] கூறுகிறது. இதே கதைதான் உலகம் முழுவதும். ஏனென்றால் பழைய குழாய்கள் மூலம் தண்ணீர் பெருமளவில் வீணாவதால் இந்த அமைப்பை மாற்றச் சொல்லி அரசுகளுக்கு அழுத்தம் கொடுக்கப்படுகின்றன. அதே நேரத்தில், தனியார் தொழிற்சாலைகளுக்கான சந்தை வாய்ப்புகள் அதிகரித்தவண்ணம் இருக்கின்றன. ஏனென்றால் நுகரும் நாடுகள் தங்களது நாடுகளில் சுத்திகரிப்பு ஆலைகளை தொடங்குவதைவிட இப்பணியை தண்ணீர் மற்றும் தண்ணீர் சேவைகளுக்கான சர்வதேச நிறுவனங்களுக்கு வழங்க தயாராக உள்ளன.

---

1 Michigan - அமெரிக்காவின் மத்திய மேற்குப் பகுதியில் மைந்துள்ள ஒரு மாநிலம்.
2 Cleantech Group - தண்ணீரை சுத்தப்படுத்தும் தொழில்நுட்பங்களை உலகம் முழுதும் பரப்புவதற்கான சந்தையை உருவாக்க கோரும் அமெரிக்க நிறுவனம். இது 2002 ஆம் ஆண்டு ஆரம்பிக்கப்பட்டது.
3 The American Society of Civil Engineers - கட்டுமானப் பொறியாளர்களை உலகம் முழுதும் பிரதிநிதித்துவப்படுத்த 1852 ஆம் ஆண்டில் அமெரிக்காவில் ஏற்படுத்தப்பட்ட வரிவிலக்கு பெற்ற அமைப்பு.

புதிய தண்ணீர் நிறுவனங்கள் சந்தையில் நுழைகின்றன

130 நாடுகளில் தண்ணீர் வினியோகம் மற்றும் கழிவுநீர் சுத்திகரிப்பில் மிகப்பெரிய நிறுவனமாக தாங்கள் இருப்பதாக அமெரிக்காவைச் சேர்ந்த ஐ.ஐ.டி. கார்ப்பரேசன்[1] உரிமை கொண்டாடுகிறது. ஐ.ஐ.டி. நிறுவனத்தின் தண்ணீர் பிரிவு பரந்தது மற்றும் படைப்பாக்கத்திறன் வாய்ந்தது; உதாரணமாக, சீனாவில் இந்நிறுவனத்திற்கு சொந்தமான 250 கழிவுநீர் சுத்திகரிப்பு நிலையங்கள் உள்ளன. மேலும் ஹூவர்[2] அணையின் உள் குகைகளிலிருந்து நீரை உறிஞ்சும் குழாய்களையும் இந்நிறுவனம் செயல்படுத்துகிறது. குடியிருப்புகள், நகராட்சிகள் மற்றும் வணிக நோக்கத்திற்கு தேவையான தண்ணீர் குழாய்களை இந்நிறுவனம் உற்பத்தி செய்கிறது; தொழிற்சாலைகள், நகராட்சிக்கு தேவையான உயிரியல் ரீதியான வடிகட்டு உபகரணங்கள் மற்றும் தொற்று பரவாத சுத்திகரிப்பு சாதனங்களையும் தயாரிக்கிறது; சுரங்கம் தோண்டுதல், வேதியல், காகிதம் மற்றும் பெட்ரோலிய தொழிற்சாலைகளுக்கு தேவையான மோட்டார்களையும் இந்நிறுவனம் தயாரிக்கிறது.

9 பில்லியன் அமெரிக்க டாலர் மதிப்பிலான உற்பத்தி மற்றும் உபகரண தயாரிப்பு அமெரிக்க நிறுவனமான டனாஹர் கார்ப்பரேசன்[3] கழிவுநீர் சுத்திகரிப்பில் நுழைந்துள்ளது. இவ்விரு நிறுவனங்களும் மற்ற அமெரிக்க நிறுவனங்களின் வரிசையில் இணைந்து அமெரிக்காவில் மட்டும் 100 பில்லியன் டாலர் அளவில் இலாபம் சம்பாதிக்க ஆர்வமாக உள்ளார்கள்.

சந்தையில் போட்டியை அதிரிக்கும் விதமாக சமீபத்தில்தான் உலக பகாசுர நிறுவனம் G.E. இத்துறையில் நுழைந்தது. 2001 ஆம் ஆண்டு இந்நிறுவனம், பெட்ஸ் டியர்பார்ன்[4] என்ற தண்ணீர் சுத்திகரிப்பு நிறுவனத்தை வாங்கியது. அடுத்து, இரண்டு வருடங்கள் கழித்து, தண்ணீர் சுத்திகரிப்பில் பயன்படுத்தப்படும்

---

1 IIT Corp. - அமெரிக்காவைச் சேர்ந்த பல்துறை உற்பத்தி நிறுவனம். 1920 ஆம் ஆண்டு ஆரம்பிக்கப்பட்டது.

2 89 ஹெக்டேர் பரப்பில் உள்ள அமெரிக்காவைச் சேர்ந்த புவியீர்ப்பு அணை.

3 Danahar Corporation - அமெரிக்க சர்வதேச நிறுவனம். தலைமையிடம் வாஷிங்டன் டி.சி. மருத்துவ தொழில்நுட்பங்கள், தொழிற்சாலை தொழில்நுட்பங்கள் மற்றும் உபகரணங்கள் உற்பத்தி பிரிவில் கவனம் செலுத்துகிறது.

4 Betz Dearborn - தண்ணீர் சுத்திகரிப்பிற்கான வேதியியலில் முக்கிய பங்கு வகிக்கும் அமெரிக்க நிறுவனம்.

மென்தோல்களை தயாரிக்கும் ஆஸ்மானிக்ஸ்[1] என்ற நிறுவனத்தை வாங்கியது. இதன் மூலம் G.E. டெக்னாலஜீஸ் என்ற நிறுவனம் ஆரம்பிக்கப்பட்டது. இதன் மதிப்பு தற்போது 1.4 பில்லியன் அமெரிக்க டாலராகும். அதே வருடம் 1.1 பில்லியன் அமெரிக்க டாலருக்கு அமெரிக்காவை சேர்ந்த அயானிக்ஸ்[2] என்ற உப்பு நீக்கும் நிறுவனத்தை வாங்கியது; மேலும், நுண்வடிகட்டி மென்தோல்களை உருவாக்கும் நிறுவனமான செனான் என்விரான்மெண்ட் இன்க்[3] என்ற நிறுவனத்தையும் வாங்கியது. கார்கள் மற்றும் தண்ணீர் குழாய்கள் போன்றவற்றை தயாரிக்க பயன்படுத்தப்பட்ட நீரில் உள்ள வேதியியல் பிரச்சினைகளை "கண்டறிய" இந்நிறுவனங்களின் ஆராய்ச்சியாளர்கள் G.E. Medical System வசமிருந்து பெறப்பட்ட காட்சிப் பிரதி (Imaging Technology) தொழிநுட்பத்தையே பயன்படுத்துகின்றனர். உலகளவிலான தண்ணீர் சந்தையில் புழங்கும் தொகையில் 50 பில்லியன் அமெரிக்க டாலரை தாங்கள் அடைய விரும்புவதாக G.E. அறிவித்துள்ளது. இந்த சந்தையில் ஒரு தீவிரமான போட்டியாளராக வரவேண்டும் என்பதை கருத்தாகக் கொண்டு செயல்பட ஐரோப்பிய உட்கட்டமைப்பில் 1 பில்லியன் அமெரிக்க டாலருக்கு மேல் முதலீடு செய்யவிருப்பதாக 2001 ஆம் ஆண்டு G.E. அறிவித்தது.

G.E., IIT மற்றும் NALCO நிறுவனங்கள் சந்தையின் 40 சதவீத மதிப்பை தங்கள் வசம் வைத்திருக்கின்ற நிறுவனங்களாகும். இந்த களத்தில் புதிய போட்டியாளர்களும் நுழைந்து கொண்டிருக்கிறார்கள் என்பதும் உண்மை. "உலகத்தில் வசிக்கும் மக்களுக்காக பாதுகாப்பான மற்றும் நிலைத்த தண்ணீர் வினியோகம்" செய்வதற்காக டவ் கெமிகல்[4] தற்போது டவ் வாட்டர் சொலூஷன் (Dove Water Solution) என்ற நிறுவனத்தை ஆரம்பித்தது. இந்நிறுவனத்தின் தண்ணீர் சுத்திகரிப்பு மற்றும் உப்புநீக்கும் துறை 2006 ஆம் ஆண்டு மட்டும் 450 மில்லியன் அமெரிக்க டாலரை சம்பாதித்ததன் மூலம் அதிவேகமாக வளர்ந்த வியாபார நிறுவனமாக திகழ்ந்தது. (இந்நிறுவனம்

1 Osmonics - தண்ணீர் வடிகட்டுதல் மற்றும் சுத்தப்படுத்துதலில் பங்கேற்கும் சர்வதேச அமெரிக்க நிறுவனம்.

2 Ionics - அமெரிக்காவை சேர்ந்த உப்புநீக்கம் செய்யும் நிறுவனம்.

3 Zenon Environment Inc. - கனடாவைச் சேர்ந்த தண்ணீர் சுத்திகரிப்பு நிறுவனம். இந்நிறுவனம் 1980 ஆம் ஆண்டு ஆரம்பிக்கப்பட்டது.

4 Dove Chemical - அமெரிக்காவை சேர்ந்த சர்வதேச வேதியியல் நிறுவனம். தலைமையிடம் மிச்சிகன் மாகாணம். இந்நிறுவனம் 1897 ஆம் ஆண்டு உருவாக்கப்பட்டது.

இவ்வுலகிற்கு நபால்ம்[1] மற்றும் ஏஜெண்ட் ஆரஞ்ச்[2] போன்ற ஆபத்துக்களை கொண்டுவந்ததால் தண்ணீர் வியாபாரத்திலிருந்து ஒதுங்கி இருக்க வேண்டும் என்ற எதிர்ப்புகள் டவ் நிறுவனத்திற்கு எதிராக கிளம்பின. இந்த எதிர்ப்புகளை எதிர்கொள்ள மூன்றாம் உலக நாடுகளில் பாதுகாப்பான தண்ணீர் வழங்கும் திட்டங்களுக்கு பணம் திரட்ட உலகம் முழுதும் ஆட்களை அனுப்பும் ப்ளூ ப்ளானெட் ரன்[3] என்ற திட்டத்திற்கு நிதி உதவி செய்து கொண்டிருக்கிறது).

நிச்சயமாக இந்த பகாசுர நிறுவனங்களை இல்லாமல் செய்துவிட முடியாது. ஐரோப்பாவின் மிகப்பெரிய இரண்டு கழிவு மேலாண்மை நிறுவனங்கள், SITA (சூயெஸ் நிறுவனத்தின் தண்ணீர் பிரிவு) மற்றும் வியோலியா என்விரான்மெண்டல் சர்வீசஸ் (வியோலியாவின் கழிவு சுத்திகரிப்பு பிரிவு). மூன்றாவதாக வருவது ரெமாண்டிஸ் (Remondis). RWE நிறுவனத்தின் தண்ணீர் பிரிவை ரெமாண்டிஸ் நிறுவனத்தின் தாய் நிறுவனம் ரெத்மான் (Rethmann) கையகப்படுத்தியதன் மூலம் ரெமாண்டிஸ் நிறுவனம் உருவாக்கப்பட்டது. இவர்கள் அனைவரும் தண்ணீர் சுத்திகரிப்பு ஒப்பந்தங்களை துரத்திக் கொண்டிருக்கிறார்கள். 2004 ஆம் ஆண்டு மேற்கு ஐரோப்பாவில் Peugeot Citroen[4] கார் தயாரிப்பு நிறுவனம் தான் பயன்படுத்திய தண்ணீரை சுத்தப்படுத்த விடப்பட்ட 1.3 பில்லியன் அமெரிக்க டாலர் மதிப்பிலான ஒப்பந்தத்தை வியோலியா நிறுவனம் பெற்றது. 2006 ஆம் ஆண்டு பீஜிங் யான்ஷான் பெட்ரோகெமிகல்[5]

1 Napalm - நாப்தால்மிக் அமிலம் மற்றும் பால்மிடிக் அமிலம் கலந்த ஒரு ஜெல் தன்மையிலான வேதிப்பொருள். இதை குண்டு வடிவத்தில் மக்கள் மீது பயன்படுத்தும்போது மூச்சுத்திணறி நினைவிழந்து இறக்க வேண்டிவரும். உடலில் கடுமையான தீக்காயங்களை ஏற்படுத்தும். இந்த பொருளைத்தான் அமெரிக்கா வியட்னாம் போரில் பயன்படுத்தியது.

2 Agent Orange - ஹெர்பிசைடு ஆரஞ்ச் மற்றும் ஏஜெண்ட் LNX ஆகியவற்றின் சங்கேத குறியீடு. இந்த வேதிப்பொருள்தான் வியட்னாம் போரில் அமெரிக்காவால் பயன்படுத்தப்பட்டது. இதில் 4,00,000 வியட்னாம் மக்கள் கொல்லப்பட்டார்கள் அல்லது முடமாக்கப்பட்டார்கள் என்று வியட்னாம் கூறுகிறது.

3 Blue Planet Run - பாதுகாப்பான குடிநீர் திட்டங்கள் குறித்த விழிப்புணர்வை ஏற்படுத்தவும் ,அதற்காகன நிதி திரட்டவும் சர்வதேச அளவில் மேற்கொள்ளப்படும் ரிலே ஓட்டம். 2007 ஆம் ஆண்டு நியூயார்க்கில் தொடங்கிய ஓட்டம் 95 நாட்களில் 16 நாடுகளைக் கடந்தது. கடக்கப்பட்ட தொலைவு 15,200 மைல்கள்.

4 ஃப்ரான்சை சேர்ந்த சர்வதேச தானியங்கி வாகனங்கள் மற்றும் இரண்டு சக்கர வாகனங்கள் தயாரிப்பாளர். இந்நிறுவனம் 1976 ஆம் ஆண்டு ஆரம்பிக்கப்பட்டது.

5 Beijing Yanshan Petrochemical - Sinopec Group நிறுவனத்தின் கீழ் செயல்படக்கூடிய ஒரு சீன பெட்ரோகெமிகல் நிறுவனம். 1970 ஆம் ஆண்டு ஆரம்பிக்கப்பட்டது.

தளத்தில் பயன்படுத்தப்பட்ட தொழிற்சாலை தண்ணீரை சேகரித்து மறுசுழற்சிக்கு உட்படுத்தி, சுத்திகரிக்கும் ஒப்பந்தத்தில் வியோலியா கையெழுத்திட்டது. பாரிசில் உள்ள தன்னுடைய ஆராய்ச்சி மற்றும் மேம்பாட்டு மையத்திலிருந்து சீனாவிற்கு தேவையான முக்கியத்துவம் வாய்ந்த உயிரியல் மற்றும் வேதியல் முறையிலான சுத்திகரிப்பு தொழில்நுட்பங்களை சூயெஸ் வழங்குகிறது. சூயெஸ் நிறுவனத்தின் நிர்வாக இயக்குனர் ஸ்டீவ் க்ளார்க் (Steve CLark) சூயெஸ் நிறுவனம் பல மில்லியன் டாலர் மதிப்பிலான ஆராய்ச்சி மற்றும் மேம்பாட்டு மையத்தை சாங்காய் நகரில் விரைவில் ஆரம்பிக்க உள்ளதாக யூரோபிஸ்[1] இதழில் கூறியுள்ளார்.

தண்ணீர் துறை சில பல்கலைக் கழகங்களிலும், சில பகுதிகளிலும் "மேன்மைத்துவ மையங்களை" உருவாக்க தொடங்கி விட்டன. உலகம் முழுதும் தண்ணீர் துறைக்கு தேவையான வல்லுனர்கள் மற்றும் தொழில்நுட்பத்தை ஏற்றுமதி செய்வதன் மூலம் சிங்கப்பூர் ஒரு "சர்வதேச நீரியல் மையமாக" உருவெடுத்துள்ளது. தனியார் தண்ணீர் துறைக்கு தேவையான தீர்வுகளை வழங்க ஆராய்ச்சியாளர்களுக்கு பயிற்சி மற்றும் உலகத்தரம் வாய்ந்த தண்ணீர் ஆராய்ச்சி மையத்தை அமைக்கவும் 330 மில்லியன் அமெரிக்க டாலரை ஒதுக்கியுள்ளதாக, சிங்கப்பூரின் சுற்றுச்சூழல் மற்றும் தண்ணீர் துறை மேம்பாட்டு கவுன்சில் (Environment and Water Industry Development Council) 2007 ஆம் ஆண்டு பிப்ரவரியில் அறிவித்தது. இந்த வாய்ப்பை பயன்படுத்தி அமெரிக்க தனியார் நிறுவனங்களில் "முதல் 500" இடங்களில் இடம்பிடித்துள்ள கட்டுமான மற்றும் ஆலோசனை நிறுவனமான ப்ளாக் அண்ட் வீட்ச்[2] தன்னுடைய வணிகத்தை சிங்கப்பூருக்கு மாற்றிவிட்டது. ப்ளாக் அண்ட் வீட்ச், சிங்கப்பூரை உப்பு நீக்கும் துறையில் மேன்மைத்துவ மையமாகவும், சர்வதேச திட்ட மையமாகவும் வடிவமைத்துள்ளது. மேலும் இந்நிறுவனம் தனக்காக பணியாற்றும் தண்ணீர் சார்ந்த தொழில்நுட்ப வல்லுனர்களை 2009 ஆம் ஆண்டுக்குள் பத்து மடங்காக அதிகரிக்கப் போவதாக அறிவித்துள்ளது.

ஜெர்மனி நாட்டைச் சேர்ந்த பகாசுர நிறுவனம் சீமன்ஸ் சர்வதேச தண்ணீர் வியாபாரத்தின் இன்னொரு நபர். 2004 ஆம் ஆண்டு இந்நிறுவனம் வியோலியாவிடமிருந்து 1 பில்லியன்

1 EuroBiz - ஐரோப்பா முதல் ஜப்பான் வரை உள்ள நாடுளில் நடைபெறும் முதலீடு மற்றும் வர்த்தக விவரங்களை தாங்கி வரும் மாத இதழ்.

2 Black and Veatch - உட்கட்டமைப்பு மேலாண்மையில் நிபுணத்துவம் வாய்ந்த அமெரிக்காவைச் சேர்ந்த சர்வதேச கட்டுமான மற்றும் பொறியியல் நிறுவனம். இந்நிறுவனம் 1915 ஆம் ஆண்டு ஆரம்பிக்கப்பட்டது.

அமெரிக்க டாலருக்கு U.S Filter நிறுவனத்தை வாங்கியது. மேலும் இஸ்ரேல் நிறுவனம் மெக்ராட் (Mekerot) உடன் கூட்டாண்மை வைத்துக்கொண்டது. தன்னுடைய தண்ணீர் பிரிவில் 6000 பணியாளர்களை கொண்டுள்ள சீமன்ஸ் வாட்டர் டெக்னாலஜீஸ், சிங்கப்பூரில் 50 மில்லியன் அமெரிக்க டாலர் மதிப்பில் ஒரு சர்வதேச தண்ணீர் ஆராய்ச்சி மேம்பாடு மற்றும் கட்டுமான மையம் ஒன்றை ஆரம்பிக்கப் போவதாக 2006 ஆம் ஆண்டு அறிவித்தது. மேலும் தன் நாட்டிலிருந்தும் போட்டியாளர்களை சிங்கப்பூர் உருவாக்கிக் கொண்டிருக்கிறது. செம்ப்கார்ப் (Sembcorp), டயென் (Dayen), டார்கோ (Darco), எகோவாட்டர் (EcoWater), சல்கான் (Salcon), மற்றும் ஹைஃப்ளக்ஸ் (Hyflux) உள்ளிட்ட சிங்கப்பூர் தண்ணீர் சுத்திகரிப்பு நிறுவனங்கள் ஆசியா மற்றும் சீனாவில் செயல்பட்டுக் கொண்டிருக்கின்றன. (சர்ச்சைக்குரிய நியூவாட்டர்[1] நிறுவனத்தை உருவாக்கியது ஹைஃப்ளக்ஸ் நிறுவனம்தான்.)

அணுசக்தியிலிருந்து நானோ தொழில்நுட்பம் வரை பரிசீலனை என்பதே கிடையாது

உப்பு நீக்கம்

உப்பு நீக்க தொழில்நுட்பம் தண்ணீர் சந்தையில் ஆரம்ப கட்டத்திலேயே இருக்கிறது. 2015 ஆம் ஆண்டிற்குள் இந்த துறையின் செயல்பாடு மும்மடங்காகும் என்று Global Water Intelligence கூறுகிறது. இந்த வருடங்களில் இதன் மூலதன முதலீடு 60 பில்லியன் அமெரிக்க டாலரைத் தொடும். (சுற்றுச்சூழல் சந்தை குறித்து ஆய்வு செய்யும் கணினி வழி இதழான Water Industry News இந்த தொகை 95 பில்லியன் அமெரிக்க டாலராக இருக்கும் என்று கூறுகிறது). இந்த தொகையில் பாதிக்கு மேல் தனியார் துறையிலிருந்து வரும் என்று எதிர்பார்க்கப்படுகிறது. அதாவது தண்ணீர் வியாபாரத்தின் வேறெந்த பகுதியையும் விட உப்பு நீக்கம் செய்யும் தொழிநுட்பத்தில்தான் தனியார் பங்களிப்பு அதிகமாக இருக்கப் போகிறது என்று அர்த்தம். உப்புநீக்க தொழில்நுட்பம் என்பது தண்ணீர் துறையின் சர்வதேச

1 Singapore's Public Utilities Board-ஆல் சுத்திகரிக்கப்பட்ட தண்ணீருக்கான பிராண்டு பெயர்.

பகுதியையும், அதிநவீன தொழில்நுட்பங்களையும் உள்ளடக்கியது. இதன் சந்தை மதிப்பு 2010 ஆம் ஆண்டு 66 பில்லியன் அமெரிக்க டாலராகவும், 2015 ஆம் ஆண்டுக்குள் 126 பில்லியன் அமெரிக்க டாலராகவும் இருக்கும்.

உப்புநீக்கம் செய்யும் தொழில் நுட்பத்தின் மிகப்பெரிய சந்தை வழக்கம்போல் வளைகுடா பகுதியாகத்தான் இருக்கும். வரும் ஆண்டுகளில் இது இரண்டு மடங்காகும். அல்ஜீரியா, லிபியா மற்றும் இஸ்ரேல் உள்ளிட்ட மத்தியத்தரைக்கடல் விளிம்பு நாடுகள்தான் மிகப்பெரிய வளர்ச்சிப் பகுதியாக இருக்கப்போகிறது. ஏனென்றால் இந்நாடுகள்தான் ஏறத்தாழ 300 சதவீதத்திற்கு மேலான அளவில் திறன் அதிகரிப்பை எதிர்பார்த்துக் கொண்டிருக்கின்றன. உப்புநீக்கும் தொழில்நுட்பத்தில் நகராட்சி அளவில் அமெரிக்கா ஒரு "திருப்புமுனையை ஏற்படுத்தும்". ஆஸ்திரேலியாவில் அமைக்கப்படவுள்ள ஆலை லாப நோக்கின் அடிப்படையில் இயக்கப்படும். இதை அந்த அரசும் உறுதிப்படுத்தியுள்ளது.

உலகம் முழுதும் ஏறக்குறைய 87 உப்புநீக்கம் செய்யும் கார்ப்பரேட் நிறுவனங்கள் உள்ளன. இந்த எண்ணிக்கை உயர்ந்து கொண்டிருக்கிறது. IIT, சீமன்ஸ், டவ், நால்கோ மற்றும் G.E. போன்ற தண்ணீர் சுத்திகரிப்பு முன்னணி நிறுவனங்கள் உப்புநீக்கத் துறையில் இறங்கியது போல் சூயெஸ் மற்றும் வியோலியா நிறுவனங்களும் இத்துறையில் இறங்கியிருக்கின்றன. IIT, சீமன்ஸ், டவ், நால்கோ மற்றும் G.E. போன்ற நிறுவனங்கள் உலகம் முழுதும் உள்ள தங்குமிடங்கள் மற்றும் ஹோட்டல்களுக்கு தேவைப்படும் தண்ணீரை வினியோகம் செய்யவும், அவசர சேவைகளுக்காகவும் "நடமாடும் உப்புநீக்கும் வாகனத்தை" வைத்துள்ளன. G.E. நிறுவனம் மற்றொரு அமெரிக்க நிறுவனமான பால் கார்ப்பரேசனுடன் (Pall Corporation) இணைந்து சர்வதேச உப்புநீக்கும் சந்தையை விரிவுபடுத்த கூட்டணி அமைத்துள்ளது. பால் கார்ப்பரேசன் மென்தோல் வடிகட்டு அமைப்பை உற்பத்திசெய்து உலகம் முழுதும் அனுப்பும் நிறுவனம். இதன் வருமானம் 2006 ஆம் ஆண்டு 2 பில்லியன் அமெரிக்க டாலரைத் தொட்டது. G.E. நிறுவனம் மீண்டும் சவுதி அரேபியாவின் முக்கியமான உப்பு நீக்கம் செய்யும் கார்ப்பரேட் நிறுவனம் ACWA உடன் அணி சேர்ந்துள்ளது. பிப்ரவரி 2007-ஆண்டு ஆப்பிரிக்காவின் மிகப்பெரிய உப்புநீக்கும் ஆலையை அல்ஜீரியாவில் கட்டவிருப்பதாக G.E. நிறுவனம் அறிவித்துள்ளது. கிழக்கு லண்டனில் உள்ள தேம்ஸ் ஆற்றின் உப்புநீரை நன்னீராக மாற்றும் ஆலையைக் கட்ட தேம்ஸ் வாட்டர் நிறுவனம் அனுமதி கோரியுள்ளது. ஆனால் லண்டன் மேயர் கென் லிவிங்க்ஸ்டன் (Ken

Livingstone) இதை எதிர்க்கிறார். இவர் பல வருடங்களாக இந்நிறுவனம் வழங்கி வரும் தண்ணீர் சேவையினால் பாதிக்கப்பட்ட குழாய்களை சரிசெய்து தரச்சொல்லி போராடிக் கொண்டிருக்கிறார். இக்குழாய்கள் கசிவதால் சுத்திகரிக்கப்பட்ட தண்ணீர் ஒவ்வொரு நாளும் பில்லியன் லிட்டர் அளவில் கசிந்தொழுகுகிறது. தேவைப்படுவதாக சொல்லப்படும் தண்ணீரை உப்புநீக்க தொழில்நுட்பத்தைப் பயன்படுத்தி உற்பத்திசெய்து அதன்மூலம் இலாபம் சம்பாதிக்க நினைக்கும் ஒரு தனியார் நிறுவனம், தான் ஏற்கனவே வழங்கும் தண்ணீரில் ஏற்படும் கசிவுகளை அடைத்தாலே இலாபம் சம்பாதிக்க முடியும் என்பது தெரிந்தும் அதற்கான நடவடிக்கை எடுக்காமல் இருப்பது முரண்நகையாக உள்ளதாக அந்த மேயர் கூறுகிறார்.

மற்ற முக்கியமான நிறுவனங்களில் ஒன்றான ஸ்பெயின் நிறுவனம் பிஃபெசா (Befesa), 2007 ஆம் ஆண்டு இந்தியாவிலேயே மிகப்பெரிய உப்புநீக்கும் ஆலையை சென்னை நகரில் நிர்மாணித்து அதை 25 ஆண்டுகளுக்கு இயக்குவதற்கான நிதிசார்ந்த விஷயங்களை முடித்துள்ளது. மற்றொரு ஸ்பெயின் நாட்டு நிறுவனம் இனிமா (Inima). இந்நிறுவனம் உலகம் முழுவது 25 முக்கிய உப்புநீக்கும் ஆலைகளுக்கு சொந்தக்காரர். கன்சாலிடேட்டட் வாட்டர் (Consolidated Water) என்ற நிறுவனம் தன்னை கேய்மேன் தீவில்[1] பதிவு செய்துள்ளது. மேலும் இந்நிறுவனம், பெலிஸ் (Belize), பார்படாஸ் (Barbados), பிரிட்டிஷ் விர்ஷின் தீவுகள் (British Virgin Islands) மற்றும் பஹாமாஸ் (Bahamas) தீவுகளிலும் செயல்பட்டு வருகிறது. மெடிடோ (Metito) நிறுவனம் 14 அரேபிய மற்றும் மத்திய கிழக்கு நாடுகளில் செயல்பட்டுவருகிறது. மேலும் இந்நிறுவனம் அர்ஜெண்டினா, ஆஸ்திரேலியா போன்ற தூரத்து நாடுகளிலும் தனது சேவையை விரிவுபடுத்தியுள்ளது. இஸ்ரேல் நிறுவனம் IDE ஒரு சர்வதேச நிறுவனமாக மாறிவருகிறது. இது இஸ்ரேலில் மிகப்பெரிய ஆலையை நிறுவியுள்ளது, தனது இருப்பை மத்திய தரைக்கடல் நாடுகள் வரையிலும் விரிவுபடுத்தியுள்ளது.

ஸ்டாம்ஃபோர்ட் (Stamford), கனெக்டிகட்[2]டை தளமாக கொண்ட பொசிடோன் ரிசோர்சஸ் (Poseidone Resources) போன்றவைகள் அமெரிக்க நிறுவனங்களாகும். இந்நிறுவனம் மேற்கு அரைக்கோளத்திலேயே மிகப்பெரிய தம்பா வளைகுடா[3]

1 Cayman - கரீபிய கடலின் மேற்குப் பகுதியில் அமைந்துள்ள தீவு.

2 Connecticut - ஓர் அமெரிக்க மாநிலம். Stamford கனெக்டிகட் மாநிலத்தில் அமைந்துள்ள ஒரு நகரம்.

3 Thamba Bay - மெக்சிகோ வளைகுடாவில் அமைந்திருக்கக்கூடிய பெரிய இயற்கை துறைமுகம்.

உப்பு நீக்கும் ஆலையை கட்டியது. மேலும், CalAm (California American), தனியாருக்கு சொந்தமான அமெரிக்காவின் மிகப்பெரிய தண்ணீர் நிறுவனமாகும். இதற்கு 27 மாநிலங்களில் கிளை நிறுவனங்கள் உண்டு. RWE தற்பொழுது CalAm நிறுவனத்தை முழுவதும் சொந்தமாக்கிவிட்டது. CalAm தற்பொழுது Monterey Bay National Marine Sanctuary-க்கு[1] அருகில் சர்ச்சைக்குரிய உப்பு நீக்கும் ஆலையை திறக்க போட்டிப்போட்டுக் கொண்டிருக்கிறது.

அகுவா ஜெனிசிஸ் (Aqua Genesis) போன்ற புதிய நிறுவனங்களும் உண்டு. இந்த அகுவா ஜெனிசிஸ் டெல்டா-டி (Delta-T) என்ற கருவியை கண்டுபிடித்துள்ளது. மின்சாரம் இல்லாத போதும் கூட இந்த கருவியின் மூலம் உப்பு நீக்கும் ஆலைகளை இயக்கமுடியும். ஏனென்றால் இக்கருவி புவியின் உள்கிடை (Geothermal) வெப்பத்தில் இயங்குகிறது. சாண்டியாகோ (San Dieago) மாநில பல்கலைக்கழகத்தில் இயங்கும் மேம்பட்ட தண்ணீர் தொழில்நுட்ப மையத்தின் இணை நிறுவனரும், இயக்குனருமான ரொனால்ட் நியூகோம்ப் (Renald Newcomb) தன்னுடைய நிறுவனத்தின் தோற்றம் பற்றி கூறும்பொழுது "எங்கள் நிறுவனத்தின் பலத்தின் பரிமாணத்தை மதிப்பிட முயன்றோம். எண்கள் மிகவும் பெரியதாக இருந்ததால் அம்முயற்சியை கைவிட்டுவிட்டோம்" என்று கூறுகிறார்.

அணு ஆற்றல் மூலம் உப்புநீக்கம்

மரபு சார்ந்த உப்புநீக்கும் தொழில்நுட்பத்தின் செலவு காரணமாக தேவைப்படும் ஆற்றலை வழங்க அணுக்கரு உலைகளைப் பயன்படுத்தலாம் என்கின்ற எண்ணம் சர்வதேச அணு ஆற்றல் முகமை உட்பட எல்லா மட்டங்களிலும் வேர்பிடித்து வருகிறது. இம்முகமை 2005 ஆம் ஆண்டு அமைதிக்கான நோபல் பரிசு பெற்றது என்பது குறிப்பிடத்தக்கது. அணுக்கரு உலைகளைப் பயன்படுத்தி கடல்நீரிலிருந்து நன்னீர் தயாரிக்கும் முறைதான் அணு ஆற்றல் மூலம் உப்புநீக்குதல் ஆகும் என்று உப்புநீக்க பொருளாதார மதிப்பீட்டு திட்டம் (Desalination Economic Evaluation Programme) வரையறுக்கிறது. மேலும் இந்த முகமை இந்த ஆற்றல் சர்வதேச அளவில் பயன்படுத்தப்படவேண்டும் என்று விரும்புகிறது. இம்முகமை 2004 ஆம் ஆண்டு தனக்காக அணு ஆற்றல் முகமைகளைச் சேர்ந்த கல்வியாளர்கள் மற்றும் பிரதிநிதிகளை உள்ளடக்கிய International Journal of Nuclear Desalination என்ற இதழ் ஒன்றை ஆரம்பித்துள்ளது. அணுஆற்றல் மூலம்

---

1 கலிஃபோர்னிய மத்தியக் கடற்கரையில் அமைந்திருக்கக்கூடிய பாதுகாக்கப்பட்ட கடற்கரைப் பகுதி

உப்புநீக்கம் செய்வதை ஐரோப்பிய சமூகம் ஆதரிப்பதுபோல அமெரிக்க சமூகமும் ஆதரிக்கிறது.

அணுஆற்றல் மூலம் உப்புநீக்கும் ஆலைகள் ஏற்கனவே ஜப்பான், கஜகிஸ்தான் மற்றும் இந்தியாவில் செயல்பட்டுக்கொண்டிருக்கின்றன. புதிய ஆலைகள் இந்தியா, பாகிஸ்தான், எகிப்து, மற்றும் சீனா போன்ற நாடுகளுக்காக தயாராகி வருகின்றன. ரஷ்யா, மொராக்கோ, டுனிசியா, ஆஸ்திரேலியா, அல்ஜீரியா, இரான், இந்தோனேசியா மற்றும் அர்ஜெண்டினா போன்ற நாடுகள் இது குறித்து ஆலோசித்து வருகின்றன. இந்த நாடுகளில் அணுஆற்றல் மூலம் உப்புநீக்கும் ஆலைகள் முக்கிய பங்கு வகிக்கும் என்று Global Water Intelligence கூறுகிறது. இவ்விஷயம் இந்த நாடுகளின் அரசுகளால் மிகவும் ஆதரிக்கப்படுகிறது. உப்புநீக்கம் செய்யும் தொழிநுட்பம் குறித்து ஆராய்ச்சி செய்யவும், அணுக்கரு பொறியாளர்களை பயிற்றுவிக்கவும் டெக்ஸாஸ் பல்கலைக்கழகம் (Texas University) எடுக்கும் முயற்சியை இம்மாகாண செனட் உறுப்பினர் கேய் பெய்லி ஹட்சிசன் (Kay Bailey Hutchison) ஆதரிக்கிறார். யுரேனியம் செறிவூட்டும் வசதி அதிகம் உள்ள ஆண்ட்ரூஸ் மாகாணத்தில்[1], நிலத்தின் கீழ் கட்டப்பட்டுள்ள ஹீலியம் மூலம் குளிர்விக்கப்பட்ட அணுக்கரு ஆராய்ச்சி நிலையம் என்பது ஒரு உள்நாட்டு தொழில்நுட்பமாகும்.

அணுஆற்றல் மூலம் உப்புநீக்கும் முறை சூடுபிடிக்க ஆரம்பிக்க, யுரேனிய நிறுவனங்கள் முதல், அணுக்கரு துறை வரை உள்ள புதிய நிறுவனங்களோடு, ஏற்கனவே இந்த களத்தில் உள்ள தண்ணீர் நிறுவனங்களும் தங்களது வாய்ப்புகளுக்காக போட்டிப்போடுகின்றன. 2007 ஆம் ஆண்டு மார்ச் மாதம் சூயெஸ் நிறுவனத்தின் தலைமை செயல் இயக்குனர் ஜெரார்ட் மெஸ்ட்ராலெட் (Gerard Mestrallet) இந்த புதிய திட்டத்தில் குறிப்பிடப்பட்டுள்ள "வரம்பான 2015-2020"-க்குள் தங்களது நிறுவனத்திற்கு முதலீடு செய்யும் நோக்கம் உள்ளதாக அறிவித்தார். அணு ஆற்றலின் மூலம் மின்சாரம் தயாரிப்பதை சூயெஸ் குறிவைத்திருந்தாலும், அணு ஆற்றல் மூலம் உப்புநீக்கும் தொழிநுட்பத்தில் தனது தண்ணீர் பிரிவின் மூலம் முதலீடு செய்வது ஒன்றும் அதற்கு பெரிய விஷயமாக இருக்காது.

நானோ தொழில்நுட்பம்

மூலக்கூறு மட்டத்தில் அணுகும் புதிய பயன்பாட்டு அறிவியல் மற்றும் தொழில்நுட்பம்தான் நானோ தொழில்நுட்பம். நானோ துகள்கள் அதன் அளவின் அடிப்படையில் பெயரிடப்பட்டிருக்கின்றன.

1 Andrews - டெக்ஸாஸ் மாநிலத்தில் அமைந்துள்ள ஒரு மாகாணம்.

மேலும், இவைகள் இதற்கு முன் மனிதன் வணிகநோக்கில் பயன்படுத்திய உற்பத்திப் பொருட்களைவிட மிகவும் சிறியன. நானோ தொழில்நுட்பம் அடுத்த தொழில்புரட்சியாக சொல்லப்படுகிறது. இத்தொழில்நுட்பம் திரைச்சீலைகள், உணவுக்கறை ஏற்படாத உடை தயாரிப்பு, உணவு பக்குவப்படுத்துதல், உணவுப் பொருள்கள், மின்னனுவியல் உபகரணங்கள் மற்றும் மருந்துகள் தயாரிப்பில் பயன்படுத்தப்படுகிறது. கடந்த பத்தாண்டுகளாக மருந்து மற்றும் உணவு நிறுவனங்கள் நானோ தொழில்நுட்ப ஆராய்ச்சிக்காக அதிக அளவில் முதலீடு செய்துகொண்டிருக்கின்றன. இத்தொழில்நுட்பம் அடுத்த ஐந்தாண்டுகளில் மட்டும் 2.6 ட்ரில்லியன் அமெரிக்க டாலர் அளவிற்கு வளரும் என்று அறிவியல் இதழான லக்ஸ் ரிசர்ச்[1] கூறுகிறது. இந்த தொழில்நுட்பத்தைப் பயன்படுத்தி மருந்து நிறுவனங்கள் ஏற்கனவே ஒரு வருடத்திற்கு 1 பில்லியன் அமெரிக்க டாலரை சம்பாதித்துக் கொண்டிருக்கிறார்கள். அமெரிக்க காப்புரிமை மற்றும் இலச்சினை அலுவலகம் ஏற்கனவே நானோ தொழிநுட்பம் தொடர்பான 4,000 காப்புரிமைகளை வழங்கியுள்ளது. 2,700 காப்புரிமைகள் நிலுவையில் உள்ளன.

தண்ணீர் தொழில்நுட்பத்தின் சமீபத்திய சூப்பர் ஸ்டாரான நானோ தொழில்நுட்பத்தை கண்டறிய சர்வதேச உப்பு நீக்கும், தண்ணீர் தூய்மைப்படுத்தும் மற்றும் சுத்திகரிக்கும் கார்ப்பரேட் நிறுவனங்கள் ஒரு புதிய பிரிவை ஆரம்பித்துள்ளன. அசுத்தமான தண்ணீரை தூய்மைப்படுத்த இந்நிறுவனங்களைச் சேர்ந்த விஞ்ஞானிகள் நானோ துகள்கள் உள்ளடங்கிய இன்னும் கீழ்மட்ட நுண்ணியங்கள் நோக்கி ஆராய்ந்து கொண்டிருக்கிறார்கள். இதன் மூலம், நுண்துளை படிக திடப்பொருட்கள் மற்றும் நானோ மென்சவ்வுகள் போன்ற தொழில்நுட்பங்களைப் பயன்படுத்தி நிலத்தடி நீரின் பல்வடிவ மாசுக்களை நீக்க முயற்சிக்கிறார்கள். அரசுகளால் நிதி உதவி செய்யப்பட்டு இவர்களின் வேட்கை தணிக்கப்படுகிறது. ஐந்து பல்கலைக்கழகங்களில் நானோ தொழில்நுட்ப ஆராய்ச்சிக்காக இஸ்ரேல் அரசு முதலீடு செய்து கொண்டிருக்கிறது. நானோ தொழிநுட்பம் பற்றி ஆராயவும், அதன் மேம்பாட்டுக்காகவும் அமெரிக்க அரசு 2 பில்லியன் அமெரிக்க டாலரை முதலீடு செய்துள்ளது.

2004 ஆம் ஆண்டு அமெரிக்காவில் உள்ள பல துறைகள் தேசிய நானோ தொழில்நுட்பம் குறித்து முயற்சி ஒன்றை ஆரம்பிக்க ஒன்று கூடின. டெக்ஸாஸ் மாகாணத்தில் உள்ள

1 Lux Research - வளர்ந்து கொண்டிருக்கிற தொழில்நுட்பங்கள் குறித்து தகவல்கள் மற்றும் ஆலோசனை வழங்கும் அமெரிக்க ஆராய்ச்சி அமைப்பு.

ரைஸ் பல்கலைக் கழகத்தைச் (Rice University) சேர்ந்த விஞ்ஞானிகள் மனித முடியை விட 5000 மடங்கு சிறியதான இரும்பு ஆக்ஸைடின் நானோ துகள்களை கண்டுபிடித்துவிட்டதாக நவம்பர் 2006 ஆம் ஆண்டு அறிவித்தது பெரிய கிளர்வை ஏற்படுத்திவிட்டது. இத்துகள்கள் மூலம் செய்யப்பட்ட வடிகட்டியைப் பயன்படுத்தி ஆர்சனிக் போன்ற விஷப்பொருட்கள் நீரில் கலந்திருந்தாலும் அதை எளிதில் வடிகட்டிவிட முடியும் என்று அறிவித்தார்கள். அதே மாதத்தில், UCLA[1] அமைப்பைச் சேர்ந்த ஆராய்ச்சியாளர்கள் தாங்கள் ஒரு தலைகிழ் சவ்வூடுபரவல் மென்தோல் (Rivrse Osmosis Membrane) ஒன்றை உருவாக்கியிருப்பதாக அறிவித்தார்கள். இதன் மூலம், கடல் நீரை உப்புநீக்கம் செய்வதற்கும், கழிவுநீரை சுத்திகரிப்பதற்கும் ஆகும் செலவு குறையுமென்றும் அறிவித்தார்கள். 2007 ஆம் ஆண்டு மோசமான தரத்தில் உள்ள தண்ணீருக்கான நானோ தொழில்நுட்பத்தை கண்டறிய சுற்றுச்சூழல் பாதுகாப்பு முகமை 5 மில்லியன் அமெரிக்க டாலரை ஒதுக்கியது.

அரசு நிதி உதவியின் மூலம் நடத்தப்பட்ட பல ஆராய்ச்சிகளின் முடிவில் நடந்தது போல, இதிலும், நானோ தொழில்நுட்பத்தின் இலாபத்தை உணர்ந்து, இந்த ஆராய்ச்சியின் பயனையும், இத் தொழில்நுட்பத்தையும் தனியார் தண்ணீர் நிறுவனங்கள் தங்களின் கட்டுப்பாட்டில் எடுத்துக் கொண்டிருக்கிறார்கள். UCLA விஞ்ஞானிகள், தங்களது கண்டுபிடிப்புக்கான காப்புரிமையை பெற நானோ H2O என்ற தனியார் நிறுவனத்தோடு இணைந்து செயல்பட்டுக் கொண்டிருக்கிறார்கள். 2008 ஆம் ஆண்டு தங்களது புதிய மென்சவ்வுகள் வணிகரீதியில் கிடைக்கும் என்று எதிர்பார்த்துக் கொண்டிருக்கிறார்கள். இந்நிறுவனம் தனது இணைய முகவரியில் தங்களது உற்பத்திப்பொருள் UCLA ஆராய்ச்சியை சார்ந்தது என்று கூறியுள்ளது. 2005 ஆம் ஆண்டு UCLA விஞ்ஞானிகள் தண்ணீர் தொழில்நுட்ப ஆராய்ச்சி மையம் (Water Technology Research Center) என்ற இணை நிறுவனத்தை நிறுவினார்கள். இந்நிறுவனம், நானோ சிஸ்டம் இன்ஸ்டிடூட் (Nano System Institute) என்ற நிறுவனத்துடன் இணைந்து செயல்படுகிறது. "பல்கலைக்கழக ஆராய்ச்சியுடன் இணைந்து செயல்படுவதை ஊக்கப்படுத்தி, அதன் மூலம் நானோ தொழில்நுட்பத்தின் கண்டுபிடிப்புகளை மிக விரைவில் வியாபாரமாக்கிவிடுவதுதான்" நானோ சிஸ்டம் இன்ஸ்டிடூட்டின் கொள்கையாகும்.

தொழில்துறையில் தற்போது டைட்டானியம் டையாக்சைடு தொழில்நுட்பம் சோதிக்கப்பட்டு பயன்படுத்தப்படுகிறது.

---

[1] University of Columbia and Los Angels.

Energy's Pacific Northwest National Laboratory[1] என்ற துறை, தன்னுடைய இணைய தளத்தில், "இந்த புதுமையான பொருள்கள் சந்தைப் படுத்தப்படுவதற்கு தயாராக உள்ளன" என்று அறிவிக்கிறது. "அறிவியலை சந்தையை நோக்கி நகர்த்து" என்பதே இத்துறையின் நோக்கம். ஏராளமான சிறிய நானோ தொழில்நுட்ப நிறுவனங்கள் புதிது புதிதாய் முளைத்துக் கொண்டிருக்கின்றன. இதே கதைதான் பல நாடுகளில் நிகழ்ந்து கொண்டிருக்கிறது. நானோ தொழில்நுட்பத்தை வணிகப்படுத்துதல் என்ற தலைப்பில் ஆஸ்திரேலியா ஜூன் 2006 ஆம் ஆண்டு ஒரு மாநாட்டிற்கு ஏற்பாடு செய்தது. "நானோ தொழில்நுட்பங்களை வணிகப்படுத்தவும், அதன் வளர்ச்சிக்கு உதவவும்" இம்மாநாடு அரசாங்கங்களில் தலைவர்கள், கல்வியாளர்கள், அறிவியல் மற்றும் தொழில்துறை என்று அனைவரையும் ஒன்றிணைத்தது. இந்த மாநாட்டின் முக்கிய விளைவு, நானோ தொழில்நுட்பத்தை வணிகப்படுத்துவதற்கான தேசிய ஆலோசனை கமிட்டி (National Consultative Committee on Nanotechnology Commercialisation) என்ற அமைப்பு உருவானதுதான். "வணிகரீதியிலான நானோ தொழில்நுட்பத்தை ஏற்றுக்கொண்டு கல்வியாளர்கள், தொழில்துறை மற்றும் அரசுகளுக்கு இடையே ஒரு பாலமாக செயல்பட்டு புதுமைகளை ஒருங்கிணைப்பதும் அதை முடுக்கிவிடுவதும்" இந்த அமைப்பின் பணியாகும்.

சூயெஸ், வியோலியா மற்றும் G.E. போன்ற நிறுவனங்கள்தான் தண்ணீர் சார்ந்த நானோ தொழில்நுட்பத்தின் முக்கிய தளகர்த்தாக்கள் என்பது அனைவருக்கும் தெரியும். வியோலியா தன்னுடைய சொந்த நானோ தொழில்நுட்பத்தை உருவாக்குவதற்காக டவ் கெமிகல் நிறுவனத்தின் துணை நிறுவனமான ஃபில்ம்டெக் (Filmtech) உடன் அணிசேர்ந்துள்ளது. பாரீஸ் நகரின் புறப்பகுதியில் அமைந்துள்ள ஒரு ஆலையில் சூயெஸ் நிறுவனம் "அல்ட்ரா வடிகட்டி"[2] எனும் வடிகட்டும் அமைப்பை நிர்மாணித்துள்ளது. நானோ தொழில்நுட்பத்தைப் பயன்படுத்தி "தண்ணீர் சுத்திகரிப்புக்கான எந்திரவியல் மற்றும் பொறியியல் ரீதியிலான திட்டங்களை வழங்கக்கூடிய உலகின் தலைசிறந்த வினியோகஸ்தர் என்று அனைவராலும் அங்கீகரிக்கப்படுவதே" G.E. வாட்டர் டெக்னாலஜீஸ் நிறுவனத்தின் குறிக்கோளாகும். ஜெர்மனியைச் சேர்ந்த வேதியல்

---

1 அமெரிக்க ஆற்றல் துறையின் ஒரு பிரிவு இது. இத்துறை 1965 ஆம் ஆண்டு ஆரம்பிக்கப்பட்டது. ஆற்றல், தேசியப் பாதுகாப்பு மற்றும் சுற்றுச்சூழல் போன்ற துறைகளில் ஆராய்ச்சி மேற்கொள்கிறது.

2 அல்ட்ரா மைக்ரோஸ்கோபிக் துகள்களைக்கூட வடிகட்டிவிடுகின்ற மிக நுண்ணிய வடிகட்டி.

நிறுவனமான BASF, நானோ தொழிநுட்ப ஆராய்ச்சிக்காக தான் ஒதுக்கவுள்ள 105 மில்லியன் அமெரிக்க டாலர் தொகையில் ஒரு குறிப்பிட்ட பகுதியை தண்ணீர் சுத்திகரிப்பு தொழில்நுட்ப ஆராய்ச்சிக்காக ஒதுக்கியுள்ளது. இத்தகைய சூடான புதிய தொழில்நுட்பத்தை தங்களது கட்டுப்பாட்டில் கொண்டுவர இந்த மற்றும் பிற தனியார் கார்ப்பரேட் நிறுவனங்கள் முன்னோக்கிச் சென்று கொண்டிருக்கின்றன.

புதிதாய் உருவெடுத்துக் கொண்டிருக்கின்ற தொழில்நுட்பங்கள்

முதலீட்டு ஆர்வத்தை உருவாக்குவதற்காக புதிய தொழில் நுட்பங்கள் உருவாகிக் கொண்டிருக்கின்றன. இதில் அட்மாஸ்பரிக் வாட்டர் ஜெனெரேட்டர்ஸ் (AWGs) தயாரிப்பாளர்களும் உள்ளடங்குவார்கள். அட்மாஸ்பரிக் வாட்டர் ஜெனெரேட்டர்ஸ் என்பது ஒரு எந்திரமாகும். இவ்வெந்திரம் நீரை காற்றிலிருந்து உறிஞ்சுகிறது. சீனாவை சேர்ந்த ஹெண்ட்ரெக்ஸ் மற்றும் சிங்கப்பூரை சேர்ந்த ஹைஃப்ளக்ஸ் போன்ற நிறுவனங்கள், வீடுகள், அலுவலகங்களுக்கு சிறிய எந்திரங்களை வினியோகம் செய்யுகின்றன. இதில் சில நிறுவனங்கள் வளிமண்டலத்திலிருந்து நீரை உறிஞ்சி வறண்டுபோன பகுதிகளுக்கும், மக்களுக்கும் வினியோகிக்க முயன்று கொண்டிருக்கின்றன. அகுவா சயின்ஸ் (AquaScience) என்கிற ஃப்ளோரிடாவைச் சேர்ந்த அட்மாஸ்பரிக் வாட்டர் ஜெனெரேட்டர்ஸ் நிறுவனம் ஒரு நாளைக்கு நடமாடும் நன்னீர் உற்பத்தி அமைப்பின் மூலம் 4500 லிட்டர் தண்ணீரை உற்பத்தி செய்கிறது. இந்நிறுவனம் பெண்டகன் உடன் இதற்கான ஒப்பந்தத்தை செய்துள்ளது. இதன் மூலம் இராக்கில் போரில் ஈடுபட்டுக் கொண்டிருக்கும் அமெரிக்க வீரர்களுக்கு தண்ணீர் வழங்கப்படும். ஃப்ரீ வாட்டர் இன்க். (Free Water Inc.) என்ற இன்னொரு அட்மாஸ்பரிக் வாட்டர் ஜெனெரேட்டர்ஸ் நிறுவனம் வளிமண்டலத்திலிருந்து நீர் உற்பத்தி செய்கிறது. ஃப்ரீ வாட்டர் தன்னுடைய கூட்டாளி நிறுவனமான ஏர் 2 வாட்டர் (Air2Water) உடன் இணைந்து காப்புரிமை பெற்றுள்ளது. இதன் மூலம் “சந்தையில் எந்த ஒரு போட்டியில்லாமல் தனது கட்டுப்பாட்டில் கொண்டுவருவது” இந்நிறுவனங்களின் குறிக்கோளாகும்.

செயற்கை மழை (மழை வாய்ப்பை அதிகரிக்க விமானங்களின் மூலம் சில்வர் அயோடைடு மற்றும் உலர்ந்த பனிக்கட்டியை மேகங்களினூடே தூவுவது) என்பது பரவலாக உள்ளது. இம்முறை தற்போது அமெரிக்கா, சீனா மற்றும் ஆஸ்திரேலியா உள்ளிட்ட 24 நாடுகளில் பின்பற்றப்பபட்டு வருகிறது. இத்தகைய “மேக திருட்டில்”

கிராமம் நகரம் என்ற சண்டையெல்லாம் கிடையாது. உலகில் செயற்கை மழைக்காக அதிகம் செலவிடும் நாடு சீனா. இந்நாடு ஒரு வருடத்திற்கு 50 மில்லியன் அமெரிக்க டாலரை செலவிடுகிறது. மேகங்களிலிருந்து மழையை சேகரிக்க 35,000 பேர்களை பணியில் அமர்த்தியுள்ளது சீனா. மழைப்பொழிவு 10 சதவீதம் அதிகரித்துள்ளதாக அதிகாரப்பூர்வமாக அறிவிக்கப்பட்டுள்ளது. ஆனால் இந்நடைமுறை நீரியல் சுழற்சியை பாதிக்கும் என்று விஞ்ஞானிகள் கவலைப்படுகின்றனர். இந்த தொழில்நுட்பத்திற்கான சந்தை வாய்ப்பு என்பது உள்ளூர் மட்டத்திலேயே இருப்பதால் பெரியளவிலான சந்தை வாய்ப்பு அதிகளவில் உள்ளது.

தண்ணீர் சொத்துரிமைகள்

தண்ணீர் மற்றும் தண்ணீர் சார்ந்த உரிமைகளை வாங்குதல், வணிகம் புரிதல் மற்றும் விற்றல் போன்ற புதிய நடைமுறைகள் வந்துள்ளன. 2001 ஆம் ஆண்டு ஆஸ்திரேலிய அரசு ஊரக நிலச் சொந்தக்காரர்கள் மற்றும் விவசாயிகள் தண்ணீரை தங்களது கட்டுப்பாட்டிலிருந்து "விடுவித்து" நகர்ப்புரத்து மக்களுக்கு விற்க அனுமதிக்கும் வகையில் சட்டத்தை மாற்றியதால் வாட்டர் மூவ் (Water Move), எல்டர்ஸ் வாட்டர் ட்ரேடிங் (Elders Water Trading) போன்ற தரகு நிறுவனங்கள் பெரும் எண்ணிக்கையில் உருவாகியுள்ளன. மெக்சிகோவை சேர்ந்த தரகு மற்றும் முதலீட்டு-வங்கி நிறுவனம் வாட்டர்பேங்க் (Water Bank). "தண்ணீர் உரிமைகள், பயன்பாட்டு சாதனங்கள், நீரூற்றுகள் மற்றும் பெருமளவிலான தண்ணீர் போன்றவற்றை விற்பவர்களோடு வாங்குபவர்களை இணைப்பதுதான்" இந்நிறுவனத்தின் பணி. இந்நிறுவனம் உலகம் முழுவதும் விற்பனைக்காக 375 நீர் வளங்களை வைத்திருப்பதாக கூறினாலும் அந்த நிறுவனங்கள் குறித்தும் அதன் இயக்குனர்கள் குறித்தும் ஓரிரு தகவல்களே இணையதளத்தில் உள்ளன. அதற்கு விளக்கமளித்து வாட்டர் பேங்க் "எங்கள் நிறுவனமும், அதன் பணியாளர்களும் புலனாய்வு அடிப்படையிலான ஒரு அறிக்கையை உருவாக்கிக் கொண்டிருக்கிறோம். அதை இணையதளத்திலும் பதிவேற்றம் செய்துள்ளோம். தண்ணீரின் உயர் அரசியல் பண்பின் காரணமாகவும், ஆபத்தான கொள்கைகளினாலும், நாங்கள் எங்களை பத்திரிக்கையாளர்களாக கருதுகிறோம். எனவே எங்களது பொருளின் மூலங்கள் குறித்த தகவல்கள் ரகசியமாக, மிகவும் ரகசியமாக வைக்கப்படவேண்டும்" என்று கூறியுள்ளது.

கொலராடோவைச் (Colorado) சேர்ந்த தண்ணீர் விற்பனையாளரான வாட்டர் கொலராடோ.காம் (WaterColorado.com), 2006 ஆம் ஆண்டு

மட்டும் தண்ணீரின் விலை 40 சதவீதம் அதிகரித்துள்ளது என்று கூறுகிறது. 1950 ஆம் ஆண்டு, கொலராடோ பிக் தாம்சன் ப்ராஜெக்ட்[1] மூலம் பெறப்பட்ட ஒரு ஏக்கர்-அடி நீரின் விலை (ஒரு ஏக்கர்-அடி என்பது 1.3 மில்லியன் கன மீட்டர் தண்ணீர் ஆகும்) வெறும் ஒரு டாலர்தான், தற்போது அதன் விலை, 16,000 அமெரிக்க டாலர்.

இத்தகைய புதிய தண்ணீர் சந்தைக்கான வாய்ப்பை எதிர்பார்த்து, தண்ணீர் தொழில் விற்பன்னர்கள் தண்ணீர் வளங்களுக்கான புதிய மூலங்களை தேடிக் கொண்டிருக்கிறார்கள்.மேலும், எதிர்கால இலாபத்திற்காக தண்ணீர் மற்றும் தண்ணீர் உரிமைகளை வாங்கி நிறுத்தி வைத்திருக்கிறார்கள். PICO ஹோல்டிங்ஸ்[2] என்ற நிறுவனத்தின் தண்ணீர் தரகு நிறுவனம்தான் விட்லர் வாட்டர் (Vitler Water). PICO ஹோல்டிங்ஸ் கலிஃபோர்னியாவைச் சேர்ந்த நீர் வள நிறுவனம். “பொது மற்றும் தனியார் துறையினர் பயன்படுத்தும் வண்ணம் நீர் வளங்களை குத்தகை அல்லது விற்பனை செய்வதன் மூலமும் மற்றும் நிலத்தடி சேமிப்பு வசதிகளை “உருவாக்க கேந்திர முக்கியத்துவம் வாய்ந்த நீர் வளங்கள் மற்றும் சேமிப்பு வசதிகளை வாங்கும்” வியாபாரத்தில் ஈடுபடுவதுதான் இந்நிறுவனத்தின் பணி. தற்போதைய விட்லர் நிறுவனத்தின் தலைவரும், கார்சன் (Carson) நகரத்தின் முன்னாள் தண்ணீர் பிரிவு மேலாளருமான டொரோத்தி டிமியன்-பால்மர் (Dorothy Timien-Palmer) தன்னுடைய நிறுவனத்தை “நீர் மேம்பாட்டாளர்” என்று அழைக்கிறார். 2007 ஆம் ஆண்டின் ஆரம்பத்தில் இந்நிறுவனம், நெவீடா (Neveda), மற்றும் அரிசோனா (Arisona) பகுதிகளில் 500 மில்லியன் அமெரிக்க டாலர் மதிப்பில் 1,35,000 ஏக்கர்-அடி அளவிற்கான தண்ணீர் உரிமைகளை பெற்றிருந்தது. ஆனால், அமெரிக்க மத்தியமேற்குப் பகுதிகளில் தண்ணீரின் விலை செங்குத்தாக மற்றும் தவிர்க்கமுடியாத வகையில் ஏறிக்கொண்டிருப்பதால் இந்நிறுவனம் தன்னிடமுள்ள தண்ணீரை விற்காமல் விற்பனையை நிறுத்தி வைத்துள்ளது.

75 வயதான டெக்ஸாஸ் மாகாணத்தை சேர்ந்த எண்ணெய் பில்லியனர் டி. பூனே பிக்கென்ஸ் (T. Boone Pickens), மீசா வாட்டர் (Mesa Water) என்ற பெயரில் ஒரு நிறுவனத்தை ஆரம்பித்துள்ளார். இந்நிறுவனம் ராபர்ட்ஸ் மாகாணத்தில் (Roberts County) 2,00,000 ஏக்கர் அளவிற்கு நிலத்தடி நீருக்கான உரிமையை வாங்கியுள்ளது. இதன் மூலம் 75 மில்லியன் அமெரிக்க டாலர் முதலீட்டிலிருந்து

1 Colorado Big Thomson Project - கொலராடோ ஆற்றின் நதிமுகத்திலிருந்து தண்ணீரை திசைமாற்றிவிடும் திட்டம்.

2 PICO Holdings - ஆயுள் காப்பீடு, உடல்நலக் காப்பீடு மற்றும் இன்னபிற காப்பீடுகள் வழங்கும் அமெரிக்க நிறுவனம். இதற்கு துணை நிறுவனங்களும் உண்டு.

1 பில்லியன் அமெரிக்க டாலர் இலாபம் சம்பாதிக்க இந்நிறுவனம் எதிர்பார்க்கிறது. இவர் ஒகல்லாலா (Ogallala) தண்ணீரை உறிஞ்சி எல் பாசோ (El Paso), லப்பாக் (Lubbock), சான் ஆண்டனியோ (San Antonio) மற்றும் டல்லாஸ் (Dallas), போன்ற நிறுவனங்களுக்கு விற்க விரும்புகிறார். தண்ணீரைப் பதுக்கும் இந்த விஷயத்திற்கு அரசு அமைப்புகள் எந்த எதிர்ப்பையும் காட்டவில்லை.

பல நிறுவனங்கள் தண்ணீரை கப்பல் மூலம் உலகம் முழுதும் எடுத்துச்சென்று நல்ல விலைக்கு விற்க தயாராக இருக்கிறார்கள் என்பது ஒன்றும் ஆச்சரியமாக இருக்காது. வேர்ல்ட் வாட்டர் SA[1] லக்ஸம்பர்க்கில் தன்னை பதிவு செய்திருந்தாலும், அன்காரேஜ் அலாஸ்கா[2] பகுதியைத் தாண்டியும் இயங்குகிறது. இங்குதான் இந்நிறுவனத்தின் தலைவர் ரிக் டேவிட்ஜ் (Ric Daidge) வசிக்கிறார். அலாஸ்கா அரசின் தண்ணீர் துறையின் முன்னாள் சர்வாதிகாரியான டேவிட்ஜ் அவர்கள்தான் தண்ணீர் விற்பனைக்கு பாதையமைத்தவர். தற்போது இவர் வேர்ல்ட் வாட்டர் நிறுவனத்திற்கு தலைமை வகுக்கிறார். "பொது அல்லது தனியார் அமைப்பை சேர்ந்த வாங்கும் நிறுவனங்களோடு நீண்ட கால அல்லது ஒரு தவணையில் தொகையை செலுத்தும் சர்வதேச ஒப்பந்தங்களுக்கான உயிர்ப்புள்ள சந்தைகளை கண்டறிவதுதான்" இந்நிறுவனத்தின் நோக்கம். இவரது நிறுவனம் ஜப்பானைச் சேர்ந்த கப்பல் நிறுவனமான NYK உடன் கூட்டணி வைத்துள்ளது. மேலும் அலாஸ்காவிலிருந்து கலிஃபோர்னியாவிற்கு தண்ணீரை ஏற்றுமதி செய்யும் அலாஸ்கா வாட்டர் எக்ஸ்போர்ட்ஸ் (Alaska Water Exports) நிறுவனத்துடனும் கூட்டு வைத்துள்ளனர்.

தெற்கு கரோலினா மாகாணத்தைச் சேர்ந்த ஃப்ளோ இன்க். (Flow Inc.) என்ற நிறுவனம், எண்ணெய் கப்பல்கள் தங்களது சரக்கை அமெரிக்க துறைமுகத்தில் இறக்கிவிட்டு மத்திய கிழக்கு பகுதிக்கு திரும்பும்போது தண்ணீர் அடங்கிய டேங்குகளை அதில் ஏற்றி மற்ற பகுதிகளுக்கு கொண்டு செல்ல விரும்புகிறது. எண்ணெய் கப்பல்களுடன் ஒரு முக்கியமான ஒப்பந்தத்தில் கையெழுத்திடும் தருவாயில் உள்ளதாகவும், இதன் மூலம் தண்ணீர் அதிகமாக தேவைப்படும் மத்திய கிழக்கு நாடுளுக்கு ஒரு வருடத்திற்கு 165 மில்லியன் கன மீட்டர் நன்னீரை ஏற்றுமதி செய்யமுடியும் என்று இந்நிறுவனத்தின் தலைவர் யூஜீன் கர்ரிகன் (Eugene Corrigen) கூறுகிறார். பணக்கார வளைகுடா நாடுகள் பெருமளவில் தண்ணீரை

---
1 World Water SA - கப்பல் மூலம் தண்ணீரை உலகம் முழுதும் வினியோகம் செய்யும் சர்வதேச நிறுவனம்.
2 Anchorage Alaska - அலாஸ்கா மாநிலத்தில் உள்ள ஒரு நகராட்சி.

இறக்குமதி செய்யும் அளவிற்கு கப்பல் வசதியை கொண்டிருப்பதாக கூறியுள்ளார் இவர்.

பாட்டில் தண்ணீர் தொழில் செழித்து வளர்கிறது

பாட்டில் தண்ணீருக்கென்றே ஒரு செயல்முறை உண்டு. பாட்டில் தண்ணீர் என்பது பணக்காரர்களுக்காக உருவாக்கப்பட்டிருந்தாலும் இது நமக்கு ஒன்றும் புதிதல்ல. 1855 ஆம் ஆண்டு ஃப்ரான்ஸ் நாட்டின் விட்டல் கிராண்ட் சோர்ஸ் (Vittel Grand Source) என்ற நிறுவனம் மினரல் தண்ணீரை (Mineral Water) தனிக் கொள்கலனில் அடைத்து விற்பதற்கான அனுமதியைப் பெற்றது. சில வருடங்கள் கழித்து பெர்ரியர் (Perrier) நிறுவனம் அதே உரிமத்தைப் பெற்றது. 100 வருடங்கள் கழித்து விட்டல் முதல் பிளாஸ்டிக் பாட்டில் தண்ணீரை அறிமுகப்படுத்தியது. அதிலிருந்து ஆரம்பித்தது போட்டி. உயர்குடி நுகர்வோர்களுக்கான உற்பத்திப்பொருளாக ஆரம்பிக்கப்பட்ட ஒன்று, உலகில் மிக வேகமாக வளரும் தொழில்துறையாக மாறியது. 1970 ஆம் ஆண்டு மட்டும் உலகம் முழுவதும் ஏறக்குறைய 1 பில்லியன் லிட்டர் தண்ணீர் விற்கப்பட்டது. 2006 ஆம் ஆண்டிற்குள் நுகர்வு என்பது 200 பில்லியன் லிட்டராக அதிகரித்தது. வருடாந்திர வளர்ச்சி என்பது 10 சதவீதமாக இருந்தது. இந்த துறைக்கான முடிவு என்பது கண்ணுக்கெட்டிய தூரம் வரை தெரியவில்லை.

அமெரிக்கர்கள்தான் அதிக பாட்டில் தண்ணீரை நுகர்கிறார்கள் (ஒரு வருடத்திற்கு 32 பில்லியன் லிட்டர்), அடுத்து மெக்சிகோ (20 பில்லியன் லிட்டர்), சீனா மற்றும் பிரேசில் (14 பில்லியன் லிட்டர்). அடுத்து இத்தாலி மற்றும் ஜெர்மனி (12 பில்லியன் லிட்டர்). பாட்டில் தண்ணீர் வளரும் நாடுகளில் அதிகமாக நுகரப்படுகிறது. குறிப்பாக இந்தியா (2000-2005 ஆம் ஆண்டிற்குள் நுகர்வு மூன்று மடங்காகியது), சீனா, மெக்சிகோ, தென் ஆப்பிரிக்கா (ஒவ்வொரு வருடமும் 25 சதவீத வளர்ச்சி). நிறுவனத்தின் பெயர் அடிப்படையில் பாட்டில் தண்ணீரின் விலை குழாய் தண்ணீரை விட 240 மடங்கிலிருந்து 10,000 மடங்கு வரை அதிகமாக இருப்பதால் இத்துறையில் இலாபம் என்பது மிக அதிகமாக உள்ளது. ஏவியன்[1] நிறுவனத்தின் தண்ணீர் பாட்டில் ஒன்றை வாங்கும் பணத்தில் ஒரு வட அமெரிக்கன் சராசரியாக 4000 லிட்டர் குழாய் தண்ணீரை வாங்கிவிட முடியும். பாட்டில் தண்ணீர் துறையின் வருடாந்திர இலாபத்தின் மதிப்பு 100 பில்லியன் அமெரிக்க டாலராக இருப்பதாக ஒரு மதிப்பீடு கூறுகிறது.

---

1 Evian - ஃப்ரான்சை சேர்ந்த மினரல் தண்ணீர் பிராண்டு.

நான்கு முக்கிய நிறுவனங்கள் பாட்டில் தண்ணீர் வியாபாரத்தில் ஆதிக்கம் செலுத்துகின்றன. விட்டல், பெர்ரியர், சான் பெல்லாக்ரினோ (San Pellegrino) மற்றும் போலந்து ஸ்ப்ரிங்ஸ் (Poland Springs) போன்ற வெற்றிகரமான பிராண்டுகளை (Brand) ஸ்விட்சர்லாந்தை சேர்ந்த உணவு நிறுவனமான நெஸ்லே (Nestle), வாங்க ஆரம்பித்தது. 1990ஆம் ஆண்டு மற்றும் 1998ஆம் ஆண்டில் இந்நிறுவனம் தன்னுடைய சொந்த பாட்டில் தண்ணீர் நிறுவனமான நெஸ்லே ப்யூர் லைஃப் (Nestle Pure Life) என்ற நிறுவனத்தை ஆரம்பித்தது. இந்நிறுவனம் தற்போது நெஸ்லே வாட்டர்ஸ் என்றழைக்கப்படுகிறது. இந்நிறுவனத்தின் இலாபம் 2006ஆம் ஆண்டு 14 சதவீதம் அதிகரித்தது. அதில் பாட்டில் தண்ணீரின் இலாப சதவீத அதிகரிப்பு 10 சதவீதமாகும். தங்களது துறையில் தாங்கள் வெற்றிகரமாக வந்தபிறகு மற்ற பிராண்டு நிறுவனங்களை வாங்குவதுதான் நெஸ்லே நிறுவனத்தின் தந்திரமாகும். 130 நாடுகளில் 70 பிராண்டு நிறுவனங்கள் செயல்பட்டாலும் நெஸ்லே நிறுவனம்தான் இன்னும் முடிசூடா மன்னனாக திகழ்கிறது. நெஸ்லே நிறுவனத்தின் ஐரோப்பிய போட்டி நிறுவனம் டனோன் (Danone). ஏவியன் மற்றும் வோல்விக் (Volvic) போன்ற பிராண்டுகளுடன், ஒவ்வொரு வருடமும் 20 பில்லியன் லிட்டர் தண்ணீரை விற்பனை செய்கிறது. இரண்டு நிறுவனங்களும் நீரூற்றுகள் மற்றும் நிலத்தடி நீர் முதலிய ஆதாரங்களிலிருந்து தண்ணீர் எடுத்து விற்கின்றன. மேலும் புதிய வளங்களைத் தேடி உலகம் முழுதும் அலைந்து கொண்டிருக்கின்றன.

பெப்சிகோ மற்றும் கொக்ககோலா நிறுவனங்கள் அமெரிக்க போட்டி நிறுவனங்களாகும். இந்நிறுவனங்கள் முறையே அகுவாஃபினா (Aquafina) மற்றும் டாசனி (Dasani) என்ற பெயரில் உள்ளூர் பிராண்டுகளுடனும், சர்வதேச அளவில் அதிக எண்ணிக்கையிலான பிராண்டுகளுடன் செயல்பட்டு வருகின்றன. தங்களுடைய ஐரோப்பிய போட்டியாளர்கள் போலல்லாமல், இந்நிறுவனங்கள் இரண்டும் குழாய் நீரைப் பயன்படுத்தி, அதில் தாதுக்களை கலக்கின்றனர். இவர்களுக்குள் போட்டி அதிகமாக உள்ளது; 2006 ஆம் ஆண்டு தங்களுடைய 100 ஆண்டுகால வரலாற்றில் முதன்முறையாக எல்லா வகை விற்பனைகளிலும் பெப்சி கொக்ககோலாவை தோற்கடித்தது என்று Fortune இதழ் கூறுகிறது. பாட்டில் தண்ணீர் வியாபாரம் பெருமளவில் இலாபகரமான வியாபாரம் என்று கொக்ககோலா உணர்வதற்கு முன்னரே பெப்சி அறிந்துகொண்டது. எனவே தனது தண்ணீர் பிரிவின் மூலம் தனது வளங்களை அதில் முதலீடு செய்தது. இதன் மூலம் அகுவாஃபினாவை உலகின் முதல் பாட்டில்

தண்ணீர் நிறுவனமாக ஆக்கிற்று. இதுதான் பெப்சி நிறுவனத்தின் வெற்றிக்கான காரணம். கோக் நிறுவனம் அப்பொழுதுதான் இந்த துறையில் நுழைய ஆரம்பித்திருந்தது. 2006 ஆம் ஆண்டு கோக் நிறுவனத்தின் இலாபம் 20 சதவீதம் குறைந்தது. இதில் ஒரு நல்ல விஷயம் கோக் நிறுவனத்தின் தண்ணீர் பிரிவின் இலாபம் 10 சதவீதம் அதிகரித்ததுதான். போட்டியில் நிலைத்திருக்க கோக் நிறுவனம் அமெரிக்காவில், டனோன் நிறுவனத்தின் பங்குகளை வாங்கியது. மேலும், மே மாதம் 2007 ஆம் ஆண்டு ஒயிட்ஸ்டோன் (Whitestone) நிறுவனத்தின் பங்குகளை 4.1 பில்லியன் டாலர் அளவில் வாங்கியதன் மூலம் சத்து தண்ணீர் (Vitamin Water) தொழிலில் அடியெடுத்து வைத்தது கோக் நிறுவனம்.

"வானிலிருந்து வீழ்கின்ற தண்ணீரைப் பெற்று எரிவாயுவிற்காக நாங்கள் கொடுக்கும் பணத்தைவிட நான்கு மடங்கு அதிக விலையில் விற்பதுதான் இந்த துறை" என்று இண்டியானா மாகாண பல்கலைக்கழக (Indiana State University) பேராசிரியர் ரிச்சர்ட் வில்க் (Richard Wilk) சான் ஃப்ரான்சிஸ்கோ க்ரோனிக்கல்[1] இதழில் கூறியுள்ளார். பெரும்பாலான தொழில் மயமாக்கப்பட்ட நாடுகளில் பாட்டில் தண்ணீரைவிட குழாய் தண்ணீரே சிறந்தது என்று இவர் கூறுகிறார். பொது வினியோக திட்டம் மற்றும் இத்திட்டத்தின் மூலம் வழங்கப்பட்ட தண்ணீர் சில இடங்களில் அசுத்தமாய் போன நிகழ்வுகளைப் பயன்படுத்தி ஒரு கட்டுக்கதையை உருவாக்குவதில் இத்தொழில்துறை பெரும் வெற்றியைப் பெற்றுள்ளது. (2007 ஆம் ஆண்டு குரூப் நெப்டியூன் (Neptune) என்கிற பாரீஸ் பாட்டில் தண்ணீர் நிறுவனம் கிரிஸ்டலைன் (Cristaline) என்ற பிராண்டு தண்ணீருக்காக நகரம் முழுவதும் 14,000 விளம்பர பலகைகளை வைத்திருந்தது. இந்த விளம்பரத்தில் கிரிஸ்டலைன் பாட்டில் தண்ணீருக்கும் பக்கத்தில் ஒரு கழிப்பறையின் படமும் இருக்கும். "கழிவறையைக் கழுவ பயன்படும் தண்ணீரை குடிக்க மாட்டேன்" என்ற வாசகமும் அதில் இருந்தது. (அதாவது பொதுவினியோகத்தின் கீழ் வழங்கப்படும் தண்ணீர் என்பது கழிவறையை சுத்தப்படுத்ததான் லாயக்கு; அதனால் அனைவரும் கிரிஸ்டலைன் பிராண்டு தண்ணீரைத்தான் குடிக்கவேண்டும் என்கிறது இந்த விளம்பரம்). இது பெரிய பிரச்சினையை கிளப்பிவிட்டது).

வளரும் நாடுகளில் பாட்டில் தண்ணீர் வசதி படைத்தவர்களுக்கு பயன்படுகிறது. பாட்டில் தண்ணீர் வாங்கமுடியாமல் பெரும்பாலான மக்கள் அசுத்தமடைந்துள்ள நீர் வளங்களையே நம்பி இருக்க

1 Francisco Chronicle - கலிஃபோர்னிய மாநிலத்தில் உள்ள சான் ஃப்ரான்சிஸ்கோ பகுதியில் பிரசுரிக்கப்படும் தினசரி நாளிதழ்.

வேண்டியுள்ளது. தங்களின் புதிய சந்தைகளுக்கான தேடலில் இந்நிறுவனங்கள் ஏழைகள் இருக்கும் தென்கோளப் பகுதியிலிருந்து தண்ணீரை எடுத்து பணக்கார வடகோள சந்தைப்பகுதியில் விற்கின்றன. சில நிறுவனங்கள் மற்றும் பிராண்டுகள் தங்களது "உற்பத்திப்பொருளின்" தூய்மைத்தன்மை குறித்து பறைசாற்றுகின்றன: "மனிதனால் தொடப்படாத ஆதிகாலத்திய மழைக்காடுகளின் அருகில் அமைந்துள்ள நீர்த்தேக்கத்தில் உள்ள நீரூற்றிலிருந்து" தங்களது தண்ணீர் வருவதாக ஃபிஜி வாட்டர்[1] பெருமைபட்டுக் கொள்கிறது. ஒவ்வொரு நாளும் ஹவாய் தீவின் கடல் மட்டத்திலிருந்து 3000 அடி ஆழத்தில் மில்லியன் லிட்டர் கடல் நீர் எடுக்கப்படுவதாக கயோ[2] பாட்டில் தண்ணீர் நிறுவனம் கூறுகிறது. அதன் பின் இத் தண்ணீர் எதிர் சவ்வூடு பரவலுக்கு உட்படுத்தப்பட்டு மஹலோ ஹவாய் டீப் சீ (MaHaLo Hawaii Deep Sea) என்ற பிராண்டு பெயரில் "புவியின் மிகத்தூய்மையான" தண்ணீராக விற்கப்படுகிறது. டாஸ்மானியா (Tasmania) கடற்கரையிலிருந்து சேகரிக்கப்பட்ட தண்ணீரைப் பயன்படுத்துவதாக கிங் ஐஸ்லாண்ட் க்ளவுட் ஜூஸ் (King Island Cloud Juice) கூறுகிறது. 12 பாட்டில் அடங்கிய ஒரு பெட்டியின் விலை 80 அமெரிக்க டாலர். நாம் எந்த வெப்பநிலையில் பரிமாறுகிறோமோ அந்த வெப்பநிலைக்கேற்ப இத்தண்ணீரின் சுவை இருக்கும். அதாவது "குளிர்ச்சியாக வழங்கப்படும் போது ஒரு இனிமையான புத்துணர்வையும், அறை வெப்பநிலையில் வழங்கப்படும்போது ஒரு மெல்லி வெல்வட் துணியின் ஸ்பரிசத்தை" தண்ணீர் தருவதாக இந்நிறுவனம் கூறுகிறது.

டொனால்ட் ட்ரம்ப் (Donald Trumph) நிறுவனத்தின் ட்ரம்ப் ஐஸ் (Trumph Ice) என்ற பிராண்டு சந்தையில் நன்றாக விற்கப்படுகிறது. சோர்ஸ் க்ளேசியர் பீவரேஜ் (Source Glacier Beverage) நிறுவனம் தன்னுடைய 10 தவுசண்ட் BC (10 Thousand BC) பிராண்டு பாட்டில் தண்ணீர் பிரிட்டிஷ் கொலம்பியாவில் பாதுகாக்கப்பட்ட பனிப்பாறைகளிலிருந்து பெறப்பட்ட "நுண் தூய்மை" வாய்ந்தது என்றும் மேலும் "ஒரு உற்சாக இசையுடன்" அத்தண்ணீர் அடைக்கப்பட்டு உள்ளதாக கூறுகிறது. இந்நிறுவனம் தன்னுடைய

1 Fiji Water - ஃபிஜி தீவிலிருந்து தயாரிக்கப்பட்டு ஏற்றுமதி செய்யப்படும் பாட்டில் தண்ணீர். இதன் பிராண்ட் பெயர்தான் ஃபிஜி வாட்டர். இது ஒரு அமெரிக்க நிறுவனத்தின் பாட்டில் தண்ணீர் ஆகும்.

2 Koyo - ball, roller bearings, automotive steering மற்றும் உபகரணங்கள் தயாரிக்கும் அமெரிக்க முன்னணி நிறுவனம்.

பாட்டில் தண்ணீர் "Ferrari of Water"[1] என்று கூறுகிறது. ப்லிங் h2o (Bling h2o) நிறுவனம் ஒரு ஹாலிவுட் தயாரிப்பாளரின் சிந்தனையில் உதித்த எண்ணமாகும். இவர் திரைப்படங்களில் "தோற்றம் என்பது அதிமுக்கியத்துவம் வாய்ந்தது .... எந்த பாட்டில் தண்ணீரை ஒருவர் எடுத்துச் செல்கிறார் என்பதை வைத்து ஒரு மனிதனைப் பற்றி நிறைய சொல்லலாம் .... எங்களது படைப்பு விரிவடைந்து வருகிற அதி சொகுசு நுகர்வோர்களை இலக்காக வைத்து செயல்படுகிறது" என்று இந்நிறுவனம் கூறுகிறது. ப்லிங் தண்ணீர் பாட்டில் ஸ்வரோஸ்கி[2] படிக கற்களால் சுற்றப்பட்டு 40 அமெரிக்க டாலர் மற்றும் 75 அமெரிக்க டாலருக்கும் விற்கப்படுகிறது.

குழந்தைகளை இலக்காக வைத்து...

பாட்டில் தண்ணீர் துறையின் தற்போதைய புதிய இலக்கு குழந்தைகளாகும். இனிப்பு சார்ந்த பானங்களிலிருந்து குழந்தைகளை விடுவிக்க வேண்டும் என்று பெற்றோர்கள் மற்றும் உடல்நல நிபுணர்களிடமிருந்து வரும் அழுத்தங்களால், நிறுவனங்கள் பாட்டில் தண்ணீர் பிராண்டுகளுக்காக ஒருவருக்கொருவர் போட்டிப் போடுவதாக ப்ராண்ட்வீக்[3] கூறுகிறது. ராக்கெட் வடிவத்திலான பாட்டிலில் அகுவாபாட் (AquaPod) என்ற பானத்தை நெஸ்லே நிறுவனம் 6-12 வயது குழந்தைகளை இலக்காக வைத்து சந்தைப்படுத்தி வருகிறது. அகுவாபாட் பானத்தின் சுலோகம் "வேடிக்கை சூறாவளி". இந்த பானத்திற்கான விளம்பரம் குழந்தைகளுக்கான காமிக் புத்தகங்கள் மற்றும் தொலைக்காட்சி நிகழ்ச்சிகளிலும் பிரபலமடைந்துள்ளன. ஒரு வயதானவர் சோம்பேறித்தனமாக உட்கார்ந்திருக்கிறார். அதைப்பார்த்த ஒரு குழந்தையும் சோம்பேறித்தனப்படுகிறது. உடனே ஒரு விளம்பரம் "அவரை வேடிக்கை சூறாவளியை நோக்கி இழுத்து வா" என்று கூறும். உடனே அந்த குழந்தை அவ்வாறு செய்யும். அந்த அகுவாபாட் பாட்டில் அந்த பெரியவரை அப்படியே நசுக்கிச் செல்லும். இருவரும் சுறுசுறுப்பாகிவிடுவர்.

---

1. ஃபெராரி என்பது இத்தாலிய நாட்டைச் சேர்ந்த விளையாட்டுக்குப் பயன்படுத்தப்படும் கார்கள் தயாரிக்கும் நிறுவனம். இந்நிறுவனத்தின் சார்பில் பங்கேற்கும் வீரர்கள் கார் பந்தயத்தில் வெற்றிபெறுவார்கள். ஃபெராரி என்றால் போட்டி அல்லது ஓட்டம் எனலாம். அதே போல் தண்ணீரும் இங்கு காரைப் போல் போட்டிக்குரியதாக கூறப்படுகிறது.
2. Swarovski AG என்ற ஆஸ்திரிய நிறுவனத்தால் தயாரிக்கப்பட்ட படிகங்களின் பிராண்டு பெயர்தான் ஸ்வரோஸ்கி.
3. Brandweek - வாரந்தோறும் வெளியிடப்படும் அமெரிக்க வணிக இதழ்.

குழந்தைகளுக்கான பொருள்களை உற்பத்தி செய்கிற அமெரிக்க முன்னணி நிறுவனமான கிட்ஸ் ஒன்லி LLC (Kids Only LLC) கிட்ஸ் ஒன்லி™ என்ற பெயரில் குழந்தைகளுக்கான பாட்டில் தண்ணீரை தயாரித்துள்ளது. கிட்ஸ் ஒன்லி, ஸ்கூபி டூ[1], ப்ராட்ஸ்[2], சூப்பர்மேன் (Superman) மற்றும் ஸ்பைடர்மேன் (Spiderman) போன்றோருடன் கூட்டுசேர்ந்துள்ளார்கள். இவர்கள் அந்த பாட்டிலை அலங்கரிப்பார்கள். அதன் மூலம் இந்த "குழந்தைகள் தங்களுக்கு தேவையான நீரை வேடிக்கையான வழியில் பெறுவார்கள்". தானும் சந்தையில் தோற்றுப்போய்விடக்கூடாது என்பதற்காக காட் பீவரேஜெஸ் (Cott Beverages) நிறுவனம், ஃபைண்டிங் நெமோ[3] என்ற சுத்தப்படுத்தப்பட்ட நீர் மற்றும் த இன்கிரிடிபில்[4] என்ற வலுவூட்டப்பட்ட வாசனை தண்ணீரையும் உற்பத்தி செய்ய டிஸ்னி (Disney) நிறுவனத்துடன் அணி சேர்ந்துள்ளது. 6 பாட்டில்களின் விலை 3.99 அமெரிக்க டாலர். இது வெறும் ஆரம்பம்தான். H2O நிறுவனம் க்ரையோலா கலர் கூலர்ஸ் (Crayola Color Coolerz) உடன் வணிக ஒப்பந்தம் செய்துள்ளது. வயில்ட் வாட்டர்ஸ் (Wild Waters) மற்றும் வடா ஜூஸ் (Wadda Juice) என்ற தயாரிப்புகளுடன் சிறிய நிறுவனங்களும் சந்தையில் போட்டியில் இறங்கிக் கொண்டிருக்கின்றன.

தனியார் நிறுவனங்கள் இந்த நீலத் தங்கத்தை வைத்து சம்பாதித்துக் கொண்டிருக்கிறார்கள்

பாய்ந்தெழுகின்ற சந்தை வாய்ப்புகள்

நிறைய நிறுவனங்கள் ஏன் தண்ணீர் வியாபாரத்தில் இறங்கிக் கொண்டிருக்கின்றன என்பதற்கு சரியான காரணம் உள்ளது. உலகின் நன்னீர் வினியோகம் சுருங்கிப்போய்க் கொண்டிருப்பதால், புதிய ஆதாரங்களை தேடும் தேவை

1 SooBy-Doo - அரசு அங்கீகாரம் பெற்ற அமெரிக்க அனிமேசன் நிறுவனம்.

2 Bratz - அமெரிக்காவைச் சேர்ந்த பொம்மைகள் தயாரிப்பு நிறுவனம்.

3 Finding Nemo - அனிமேசன் மூலம் எடுக்கப்பட்ட நகைச்சுவை படம். இதே பெயர் பாட்டில் தண்ணீருக்கும் வைக்கப்பட்டுள்ளது.

4 The Incredible - அனிமேசன் மூலம் எடுக்கப்பட்ட நகைச்சுவை படம். இதே பெயர் பாட்டில் தண்ணீருக்கும் வைக்கப்பட்டுள்ளது.

எழுகிறது. இந்த புதிய சந்தை புதிய முதலீட்டு வாய்ப்புகளை உருவாக்கியுள்ளது. ஆகையால் தண்ணீர், பங்குச்சந்தையில் ஒரு மதிப்புமிக்க சொத்தாக மாறியுள்ளது. இதனால் குறைந்தபட்சம் ஒரு டஜன் நிறுவனங்கள் தண்ணீர் சார்ந்த வியாபாரத்தில் தினமும் பரிவர்த்தனை செய்கின்றன. தண்ணீர் இவ்வளவு மதிப்புமிக்கதாக மாறியதற்கு தூய்மையான தண்ணீருக்கான தேவைகள் அதிகரித்துக் கொண்டிருக்கின்றன. இந்த தேவைகள் என்பது மாறிவருகிற சுவை, வட்டி வீதம், பொருளாதார மந்தம், பணவீக்கம் போன்ற எதனாலும் பாதிக்கப்படாதது என்பதுதான் முக்கியம் என்று ஆய்வாளர்கள் கூறுகிறார்கள். "கண்களால் எவ்வளவு தூரம், எவ்வளவு நேரம் பார்க்கமுடியுமோ அந்த அளவிற்கு, அந்த தூரத்திற்கு தண்ணீர் ஒரு வளர்ச்சிக் காரணியாக" இருப்பதாக கோல்ட்மேன் சாக்ஸ் (Goldman Sachs) நிறுவனத்துக்கான ஆலோசகர் டீன் ட்ரய் (Deane Dray) நியூயார்க் டைம்ஸ் இதழில் கூறியுள்ளார். அடுத்த பத்தாண்டில் சர்வதேச அளவில் முதலீட்டாளர்களுக்கு சொந்தமான தண்ணீர் நிறுவனங்களால் சேவை வழங்கப்படும் மக்களின் எண்ணிக்கை 500 சதவீதமாக அதிகரிக்கும் என்று லேமென் பிரதர்ஸ்[1] கூறுகிறது.

Summit Water Equity நிதியத்தைச் சேர்ந்த ஜான் டிக்கர்சன் (John Dickerson) தன்னுடைய "யுனிவர்ஸ்" என்ற பெயரிலான ஹெட்ஜ் ஃபண்ட்[2], 661 பில்லியன் அமெரிக்க டாலர் மதிப்பில் 359 நிறுவனங்களை உள்ளடக்கியதாக கூறுகிறார். தண்ணீர், மின்சாரம் மற்றும் எரிவாயு ஆகிய மூன்று தொழில்துறைகளில் அதிவேகமாக வளரும் துறை தண்ணீர் துறைதான் என்று டிக்கர்சன் 2006 ஆம் ஆண்டு தன்னுடைய அறிக்கையில் கூறுகிறார். "தொய்வடையாத, தேவையோடு தொடர்புடைய, சர்வதேச கருப்பொருளான தண்ணீர் பற்றாக்குறை என்பது வெளிப்படையாக வியாபாரம் செய்யும் நிறுவனங்களின் எதிர்காலத்திற்கு பயனுள்ளதாக இருக்கும். இதைப்பயன்படுத்தி இந்நிறுவனங்கள் தேவை/அளிப்பு குழப்பத்திற்கான தீர்வை வழங்குகிறார்கள். இவ்வுலகில் தண்ணீரில் முதலீடு செய்தலில் முதலீட்டு வாய்ப்புகள் நிலைத்திருக்கின்றன. தண்ணீரில் முதலீடு என்பது பரந்த மற்றும் மிகவும் ஆழமான கருப்பொருள்" என்றும் கூறுகிறார் டிக்கர்சன்.

1 Lehman Brothers - சர்வதேச நிதிச் சேவை நிறுவனம். 2008 ஆம் ஆண்டு திவாலாகிப் போனது.
2 Hegde Fund - ஒதுக்கு நிதி. பங்குச் சந்தையில் முதலீடு செய்து முதலீட்டாளர்களுக்கு இலாபத்தை திருப்பிக் கொடுப்பதற்காக ஒதுக்கப்பட்ட நிதி.

முதலீட்டு வங்கி அமைப்பான செய்ட்லர் கேபிடல்[1] தண்ணீர் துறையில் உள்ள வாய்ப்புகளைப் பார்த்து மிகவும் உற்சாகம் அடைந்துள்ளது. இது ஒரு தண்ணீர் குழுமத்தை ஆரம்பித்துள்ளது. இக்குழுமம் தண்ணீர் துறையில் வியாபார மற்றும் முதலீட்டு வாய்ப்புகள் மூலம் இலாபம் சம்பாதிப்பது குறித்து மாநாடுகளை நடத்தி வருகிறது. "இந்த துறை உலகிலேயே மிகவும் பெரிய துறையாகும், பலம் வாய்ந்த் துறையுமாகும்; இத்துறையில் எப்படி வெற்றியைப் பெற வேண்டும், இந்த பத்தாண்டின் தண்ணீர் புரட்சியில் எப்படி நீங்கள் உங்களை பொருத்திக்கொள்வது என்பது குறித்த புரிதலை வழங்குவதும்தான் இந்த மாநாட்டின் நோக்கம்" என்று நவம்பர் 2005 ஆம் ஆண்டு கலிஃபோர்னியா மெரினா டெல் ரேய் (Marina Del Rey) நகரில் உள்ள ரிட்ஸ்-கார்ல்டன் (Ritz-Carlton) ஹோட்டலில் நடந்த மாநாட்டில் வழங்கப்பட்ட கையேட்டில் கூறப்பட்டுள்ளது.

பிரிட்டிஷ் நிதி சார்ந்த இதழான Money Week "தண்ணீர் சார்ந்த விற்பனைப்பொருள்கள் ஒரு காலத்தில் சோம்பல் அளிக்கிற அல்லது ஆபத்து காலத்தில் உதவுகிற பங்குகளாகத்தான் இருந்தன. இனி அப்படி இல்லை, கடந்த ஐந்து வருடங்களில் அமெரிக்க தண்ணீர் தொழில்துறை 244% இலாபத்தை கொண்டுவந்துள்ளது .... இங்கிலாந்தில் கூட தண்ணீர் தொடர்பான நிறுவனங்கள் ஆச்சரியப்படத்தக்க வகையில் இலாபம் கண்டுள்ளன" என்று கூறுகிறது. 2006 ஆம் ஆண்டு தண்ணீர் சார்ந்த பங்குசந்தையின் பங்குகள் மற்ற பங்குகளையெல்லம் தோற்கடித்துவிட்டு முதலிடத்தில் வந்தன. MSCI[2] பங்கு குறியீட்டெண்ணுடன் ஒப்பிடுகையில் இதன் பங்கு குறியீடு 40 சதவீதம் அதிகரித்தது என்று Global Water Intelligence கூறுகிறது. ஸ்விட்சர்லாந்தை சேர்ந்த பிக்டெட் தண்ணீர் நிதியத்தின் (Pictet's Water Fund) இலாபம் 22.8 சதவீதம் அதிகரித்தது. Sustainable Asset Management-ஐ சேர்ந்த Sustainability Water நிதியத்தின் இலாபம் 20.7 சதவீதம் அதிகரித்தது. சூயெஸ், வியோலியா மற்றும் பாட்டில் தண்ணீர் நிறுவனமான டனோான் உடன் இணைந்து பிக்டெட் 40 நாடுகளில் நிதியத்தை உருவாக்கியுள்ளது. Sustainable Asset Management-ஐ சேர்ந்த Sustainability Water நிதியம் மற்றும் பிக்டெட் தண்ணீர் நிதியமும் இணைந்து கழிவறை உபயோகப் பொருட்கள்,

1 Seidler Capitol - கலிஃபோர்னியாவைச் சேர்ந்த பங்குச் சந்தை முதலீட்டு நிறுவனம்.

2 பங்குச் சந்தையில் முதலீடு செய்கின்றவர்களுக்கு முதலீட்டு வாய்ப்புகள் குறித்து முடிவெடுப்பதில் உதவுகின்ற அமெரிக்க நிறுவனம்.

தண்ணீர் சுத்திகரிக்கும் சாதனங்களை தயாரிக்கும் நிறுவனங்களில் முதலீடு செய்கின்றன.

சொசைட்டே ஜெனரலே (Societe Generale) என்ற ஃப்ரான்ஸ் வங்கி பிப்ரவரி 2006 ஆம் ஆண்டு உலகளவில் தண்ணீர் சார்ந்த குறியீடு வழங்குவதற்காக ஒரு குறியீட்டு சான்றிதழை உருவாக்கியது. மேலும் இவ்வங்கி, தண்ணீர் சுத்திகரிப்பு, உட்கட்டமைப்பு ஆகியவற்றில் இயங்கிக் கொண்டிருக்கக்கூடிய 20 பெரிய சர்வதேச நிறுவனங்களில் முதலீடு செய்யவும் ஊக்குவித்து வருகிறது. இந்த குறியீட்டின் இணையதளம் "இந்த நீல தங்கம்" தன்னுள் "குறிப்பிடத்தக்க" வளர்ச்சிக்கான பலத்தை பெற்றிருப்பதாக கூறுகிறது. "Turbo warrant[1] குறியீடு என்ற புதிய குறியீட்டை உருவாக்கியதன் மூலம், தண்ணீர் சுத்திகரிப்பு, உட்கட்டமைப்பு ஆகியவற்றில் இயங்கிக் கொண்டிருக்கக்கூடிய 20 பெரிய சர்வதேச நிறுவனங்களின் வளர்ச்சியின் மூலம் இலாபம் பெறுவதற்கான வாய்ப்பை முதலீட்டாளர்கள் பெறுகின்றனர். எண்ணெய் மற்றும் எரிவாயு பங்குகளின் குறியீடுகள் அளித்த 29 சதவீத இலாபத்தை விட தண்ணீர் பங்குகளின் குறியீடு 35 சதவீத இலாபத்தை தருவதாக Bloomberg[2] கூறுகிறது. முதலீட்டுக்கான வாய்ப்புகள் வழங்கப்படும் வேகத்தைவிட தண்ணீர் சார்ந்த பங்குகளுக்கான தேவை வேகமாக வளர்ந்து வருகிறது. மே மாதம் 2007 ஆம் ஆண்டு, Credit Suisse[3], Macquaris Equities உடன் இணைந்து PL100 உலக தண்ணீர் அறக்கட்டளை என்ற பெயரில் ஒரு ஆஸ்திரேலிய முதலீட்டு நிதியத்தை ஆரம்பித்தது. "இந்த பொன்னான நேரத்தில் எண்ணெய் துறையைப் போலவே தண்ணீர் துறையும் உள்ளது" என்று இந்த நிதியத்தின் இயக்குனர் கூறியுள்ளார்.

முதலீட்டு வாய்ப்புகள்

பணத்தோடு யார் இருக்கிறார்களோ அவர்களுக்கு தண்ணீர் சார்ந்த முதலீடுகளுக்கு பஞ்சமே இல்லை. "மற்ற துறையில் ஏற்படும் பற்றாக்குறை, முதலீட்டு வாய்ப்புகளை உருவாக்குவது போல் தண்ணீர் பற்றாக்குறையும் அது சார்ந்த தொழிலின் மீதான ஆர்வம் மற்றும் முதலீட்டு வாய்ப்புகளை அதிகரிக்கிறது. அது

---

1 பங்குச்சந்தையில் ஒரு முதலீட்டு வாய்ப்பு.
2 வணிகம் மற்றும் நிதி சார்ந்த விஷயங்களை 24 மணி நேரமும் வழங்குகிற அமெரிக்க தொலைக்காட்சி.
3 சுவிட்சர்லாந்தை சேர்ந்த சர்வதேச நிதி நிறுவனம். இந்நிறுவனம் Credit Suisse என்ற பெயரில் வங்கி ஒன்றை நடத்துகிறது. இது 1858 ஆம் ஆண்டு ஆரம்பிக்கப்பட்டது.

தற்போது மிக அதிக அளவில் உள்ளது" என்று ஆல்பர்ட்டா மற்றும் கனடாவைச் சேர்ந்த கணினி வழி முதலீட்டு ஆலோசனை அமைப்பான Investopedia-வைச் சேர்ந்த ஜிம் மெக்வின்னி (Jim McWhinney) கூறுகிறார். 2002 மற்றும் 2007 ஆம் ஆண்டுகளுக்கிடையில் ITT பங்குகள் 135 சதவீதம் அதிகரித்தன. அமெரிக்காவை சேர்ந்த உபகரண நிறுவனமான பெண்டய்ர் (Pentair), 2004 ஆம் ஆண்டு விக்கார் (WicorMet-Pro) என்கிற தண்ணீர் சுத்திகரிப்பு நிறுவனத்தை வாங்கியது. பெண்டய்ர், மெட்-ப்ரோ-வின் துணை நிறுவனமான Pristine Water Solutions உடன் இணைந்து அதிக இலாபம் சம்பாதிக்க ஆரம்பித்தது. இந்நிறுவனத்தின் தலைவர் ரேமெண்ட் டி ஹாண்ட் (Raymond De Hont) நியூயார்க் டைம்ஸ் இதழில், "பத்து வருடங்களுக்கு முன் நாங்கள் 100 பில்லியன் அமெரிக்க டாலரை சம்பாதிக்கின்ற நிறுவனமாக இருந்தோம், ஆனால் தற்பொழுது தண்ணீர் துறையில் மட்டும் 2.13 பில்லியன் அமெரிக்க டாலர் அளவில் சம்பாதித்துக் கொண்டிருக்கிறோம்" என்று கூறியுள்ளார். அமெரிக்காவை சேர்ந்த வாட்டர் பேங்க் என்ற நிறுவனம் 2002 ஆம் ஆண்டு ஆரம்பிக்கப்பட்டது. இந்நிறுவனம் சர்வதேச அளவில் வசதிமிக்க ஹோட்டல்கள் மற்றும் கப்பல்களுக்கு ஐஸ் கட்டிகளை வினியோகம் செய்யும் நிறுவனம்; மற்றொன்று சர்வதேச அளவில் 75 இடங்களில் தண்ணீர் சார்ந்த தொழில்நுட்பங்களை வழங்கக்கூடிய நிறுவனமான வாட்ஸ் வாட்டர் டெக்னாலஜீஸ் (Watts Water Thechnology); தண்ணீர் மீட்டர்களை உற்பத்தி செய்து உலகம் முழுதும் இயக்கி வரும் நிறுவனம் இட்ரான் (Itron). இம்மூன்று நிறுவனங்களும் தண்ணீர் தந்த கொடையில் பணம் சம்பாதித்துக் கொண்டிருக்கிற முக்கிய நிறுவனங்களாகும்.

37 தண்ணீர் நிறுவனங்களை உள்ளடக்கிய Palisades Water Index குறியீடுதான் பங்குச்சந்தை குறியீடுகளின் அட்டவணையில் முதலிடத்தில் உள்ளது. இதில் ஐந்து நிறுவனங்கள் அமெரிக்க சந்தையில் செயல்பட்டுக் கொண்டிருக்கும் நிறுவனங்களாகும். சர்வதேச அளவில் தண்ணீர் துறையில் ஈடுபட்டுள்ள நிறுவனங்களின் செயல்பாடுகளை ஆராய்ந்து அறிவதற்கே இந்த பங்கு சந்தைக் குறியீடு ஆரம்பிக்கப்பட்டது. இக்குறியீடு ஒவ்வொரு வருடமும் சராசரியாக 18.7 சதம் அதிகரித்துள்ளது. 2006 ஆம் ஆண்டு டிசம்பர் 11 அன்று Palisades Water Index குறியீட்டை அமெரிக்க பங்குச்சந்தை பிரசுரிக்க ஆரம்பித்தது. இப்பொழுது இந்த குறியீடு ஒவ்வொரு 15 நொடிகளுக்கும் வெளியிடப்படுகிறது. Palisades Water Index குறியீட்டின் செயல்பாட்டை ஆராய உருவாக்கப்பட்ட Power Shares Water Resources Portfolio நிதியம் ஏற்கனவே 1 பில்லியன் அமெரிக்க

டாலர் அளவிலான சொத்துக்களை சம்பாதித்துவிட்டது. அந்த தருணத்தில் சம்பாதிக்கப்பட்ட மற்ற பங்குச் சந்தை குறியீடுகளை விட நான்கு மடங்கு அதிகம் என்று கணினி வழி மார்க்கெட்டிங் நிறுவனம் Tim Middleton of MSN Money கூறுகிறது.

கடந்த பத்தாண்டில் The Media General Water Utilities குறியீடு 133 சதவீதம் வரை ஏற்றங்கண்டது. இதே வளர்ச்சியைத்தான் பாரிஸை சேர்ந்த Praetor Global Water நிறுவனமும் அடைந்தது. ஏப்ரல் மாதம் 2005 ஆம் ஆண்டு ஆரம்பிக்கப்பட்ட நியூயார்க்கை சேர்ந்த Terrapin's Water நிதியம் ஆரம்பிக்கப்பட்ட முதல் வருடத்திலேயே 22 சதவீத இலாபத்தை அடைந்தது. 23 நிறுவனங்களின் பங்குகளை உள்ளடக்கிய Dow Jones U.S. Water குறியீடு 2000 மற்றும் 2006 ஆம் ஆண்டுகளுக்கிடையே 221 சதவீத வளர்ச்சியை அடைந்தது. S&P 1500 Water Utilities குறியீடு இரண்டு நிறுவனங்களை உள்ளடக்கியது. American Water Utilities மற்றும் Aqua America. இவ்விரண்டு நிறுவனங்களும் அமெரிக்காவைச் சேர்ந்த மிகப்பெரிய தண்ணீர் நிறுவனங்களாகும். இவ்விரண்டு நிறுவனங்களுக்குமிடையே 3 மில்லியன் வாடிக்கையாளர்கள் உள்ளனர். சர்வதேச தண்ணீர் வியாபாரம் குறித்த தகவல்களை The Bloomberg World Water[1] மற்றும் MSCI World Water[2] குறியீடுகள் வழங்குகின்றன.

சுற்றுச்சூழல் என்ற போர்வையில்

தண்ணீர் சார்ந்த நிதிச் சந்தையில் உள்ள பல நிறுவனங்கள் தங்களை "சுற்றுச்சூழலியலாளர்கள்" என்று கூறினாலும் அவர்களின் தனியார்மயம் மற்றும் இலாபம் சம்பாதிக்கும் நோக்கம் என்பது தெளிவு. Global Environment Fund என்பது அமெரிக்காவைச் சேர்ந்த SEC[3] பதிவு பெற்ற முதலீட்டு நிதியம், இதன் சொத்து மதிப்பு ஏறத்தாழ 1 பில்லியன் அமெரிக்க டாலர். இந்நிறுவனம் நிலைத்த வளர்ச்சி சார்ந்த செயல்பாடுகளில் முதலீடு செய்யும் அதிகாரம் படைத்தது. இந்நிறுவனம் SANEPAR என்ற பிரேசில் நாட்டின் அரசு நிறுவனத்தை தனியார்மயப்படுத்தும் வேலையில் முக்கிய பங்கு வகித்ததைப்பற்றி வெளிப்படையாக தன்னை புகழ்ந்துகொள்கிறது. SANEPAR நிறுவனத்தில் 30 மில்லியன் அமெரிக்க டாலரை Global Environment நிதியத்தில் முதலீடு செய்துள்ளதால் இந்த நிறுவனத்தின் நிர்வாகத்தில் முக்கியமான பாத்திரத்தை வகிக்கிறது இந்நிதியம்.

---

1 The Bloomberg World Water index - பங்குச் சந்தை குறியீடு.

2 MSCI World Water Index - பங்குச் சந்தை குறியீடு.

3 அமெரிக்க பங்குச் சந்தை ஒழுங்குமுறை கமிசன். (இந்தியாவிற்கு SEBI இருப்பதுபோல்)

மூன்றாம் உலக நாடுகளில் செயல்பட்டுக் கொண்டிருக்கும் தனியார் தண்ணீர் நிறுவனங்களில் 70 மில்லியன் அமெரிக்க டாலர் அளவில் முதலீடு செய்துள்ளது Global Environment Emerging Markets நிதியம். அமெரிக்காவைச் சேர்ந்த ஒரு நுகர்வோர் உற்பத்திப் பொருட்கள் தயாரிப்பு நிறுவனத்துடன் இணைந்து ஆப்பிரிக்க கண்டத்திற்கும் முழுமையான தண்ணீர் சுத்திகரிப்பு வசதிக்கான முதலீடு உருவாக்கப்பட்டிருக்கிறது. 250 மில்லியன் அமெரிக்க டாலர் மதிப்பிலான இன்னொரு "பசுமை" தனியார் பங்குச்சந்தை நிதியம் அட்லாண்டிஸ் (Atlantis) ஆகும். இந்நிதியம் Global Environment நிதியம் மற்றும் Poseidon Resources உடன் இணைந்து ஒரு கூட்டு முயற்சியில் வளரும் நாடுகளில் தனியார் உப்புநீக்கும் ஆலைகளை உருவாக்குகின்றன.

சுற்றுச்சூழல் பாதுகாப்பு முகமையின் முன்னாள் தலைவர் வில்லியம் கே. ரெய்லி (William K. Reilly) அவர்களால் Aqua International Partners என்கிற தனியார் தண்ணீர் பங்குச்சந்தை நிதியம் ஆரம்பிக்கப்பட்டது. "பாட்டில் தண்ணீர், சுத்தப்படுத்துதல் மற்றும் சுத்திகரிப்பு செயல்பாடுகளுக்கு தங்களை அர்ப்பணித்துக்கொண்ட நிறுவனங்கள் மேலும் உற்பத்தி சாதனங்கள் மற்றும் உபகரணங்கள், தண்ணீர் வினியோகம், ஆகியவற்றிற்கு சார்பான செயல்பாடுகள் போன்றவற்றில் முதலீடு செய்வதே" இந்த நிதியத்தின் நோக்கம் ஆகும். தான் சுற்றுச்சூழல் பாதுகாப்பு முகமையின் தலைவராக இருந்த காலத்தில் (1989-1993) கழிவு நீர் சுத்திகரிப்பு மற்றும் தண்ணீர் வினியோகம் ஆகியவற்றிற்கு அமெரிக்க அரசின் சார்பில் நிதி ஒதுக்கீடு செய்யும் பொறுப்பு இவருக்குரியதாக இருந்தது. தண்ணீர் சார்ந்த முதலீட்டில் 8 பில்லியன் அமெரிக்க டாலர் அளவிற்கான தொகையை மேற்பார்வை செய்தவர் இவரே. தன்னுடைய புதிய பொறுப்பின் மூலம், U.S. Overseas Private Investment Company என்ற நிறுவனத்திலிருந்து தனது Aqua International நிதியத்திற்கு நிதி உதவி பெறும் அளவிற்கு உள்ளார். U.S. Overseas Private Investment Company என்பது ஒரு அமெரிக்க அரசின் முகமை. இது "சுதந்திர சந்தையை ஊக்குவித்து உலகம் முழுதும் உருவாக்கிக் கொண்டிருக்கிற புதிய சந்தையில் அமெரிக்க முதலீட்டை" ஆதரிக்கும் அமைப்பாகும்.

இந்த தண்ணீர் தொழிற்துறை என்பது எவ்வளவு பெரியது? ஒரு நபர் இத்துறையின் வருடாந்திர வியாபாரம் 400 பில்லியன் அமெரிக்க டாலர் என்று மீண்டும் மீண்டும் பத்திரிக்கையில் படிக்கிறார். இப்புள்ளி விபரம் பெரிய நிறுவனங்கள் மற்றும் பாரம்பரிய தண்ணீர் சுத்திகரிப்பு துறையை உள்ளடக்கியதாக இருக்கிறது. ஆனால் Summit Water நிதியம் மட்டும் 700 பில்லியன் அமெரிக்க டாலர் மதிப்பிலான

நிறுவனங்களை கையாள்கிறது. பாட்டில் தண்ணீர், நகர்ப்புற தண்ணீர் உட்கட்டமைப்பிற்காக பயன்படுத்தப்படும் தொகை, சுத்திகரிப்பிற்காக உருவாகிக்கொண்டிருக்கும் தொழில்நுட்பங்கள் மற்றும் நானோ தொழில்நுட்பம் என்று அனைத்தையும் கூட்டினால் வரம்பு என்பதே இல்லாமல் ஒரு வருடத்திற்கு ட்ரில்லியன் கணக்கில் சம்பாதிக்கக்கூடிய சந்தையாக இருப்பது தெரிய வரும். உலகம் முழுதும் கப்பல் மூலம் தண்ணீர் எடுத்துச்சென்று விற்பனை செய்யும் வியாபாரம், பெருமளவிலான ஏற்றுமதி, கட்டுமான நிறுவனங்கள் சர்வதேச அளவில் தண்ணீர் வினியோக குழாய்கள் அமைப்பதில் ஆரம்பகட்டத்தில் உள்ளன, இதையும் கணக்கில் எடுத்துக்கொண்டால் சந்தை மதிப்பு ட்ரில்லியன்கள் கணக்கில் கொடி கட்டிப் பறக்கும். அணு ஆற்றலையும் இதில் சேர்த்துக் கொள்ளுங்கள். ஒரு பங்குச் சந்தை தரகரை கேளுங்கள்: தண்ணீர் மூலம் சம்பாதிக்கும் பணத்திற்கு எல்லை என்பதே இல்லை என்பார்.

கார்ப்பரேட் நிறுவனங்கள் தண்ணீரைக் கைப்பற்றியது சர்வதேச தண்ணீர் நெருக்கடியை அதிகமாக்கியுள்ளது

நன்னீர் என்பது கார்ப்பரேட்கள் அடங்கிய குழுமத்தின் கட்டுப்பாட்டில் உள்ள உலகத்தை நோக்கி சென்றுகொண்டிருக்கிறது என்பது தெளிவு. இதில் அரசுகள் மற்றும் சர்வதேச நிறுவனங்களால் ஆதரவளிக்கப்பட்ட தனியார் நிறுவனங்கள் யார், எந்த சூழலில் தண்ணீரை அணுகமுடியும் என்பது குறித்த அடிப்படையான முடிவுகளை எடுக்கின்றன. தண்ணீரில் தனியார் துறையின் பங்கு இல்லை என்று சொல்லும் நேரம் வருவதற்கான சாத்தியப்பாடு கிடையாது. அதே போல் விமர்சகர்கள் சொல்வதுபோல் சர்வதேச அளவில் ஏற்படும் தண்ணீர் நெருக்கடியை தீர்ப்பதற்கான பங்கு இந்த தனியார் நிறுவனங்களுக்கு இல்லை என்பதும் இல்லை. இருப்பினும், உலகத்தில் குறைந்து கொண்டிருக்கிற இந்த தண்ணீரின்பால் அரசின் மேற்பார்வையும், கட்டுப்பாடும் தற்போதைய தேவையாக உள்ளது. அதுவும் அனைவருக்கும் சொந்தமான இந்த சொத்து கையைவிட்டு போகுமுன் அரசுகள் தகுந்த நடவடிக்கை எடுக்க வேண்டும். இந்த பணி கார்ப்பரேட் நிறுவனங்களுக்கு இல்லை.

கார்ப்பரேட் நிறுவனங்களால் மறுசுழற்சிக்கு உட்படுத்தப்பட்ட தண்ணீருக்கு யார் சொந்தக்காரர் என்ற பதிலளிக்கப்படாத கேள்வி ஒன்று உள்ளது. அசுத்தமான தண்ணீரை சுத்தப்படுத்திய கார்ப்பரேட் நிறுவனம்தான் தன்னுடைய "உற்பத்திப் பொருளுக்கு" சொந்தக்காரர் என்று ஒரு வாதத்திற்கு வேண்டுமானால் வைத்துக்கொள்ளலாம். ஆனால் உண்மையில் இந்த உரிமையை பாட்டில் தண்ணீர் நிறுவனங்கள்தான் தங்களது கைகளில் வைத்துள்ளன. ஒரு நாள் முழுவதும் மறுசுழற்சி செய்யப்பட்ட தண்ணீரை தனியார் நிறுவனம் நமக்கு வழங்குவதாக கற்பனை செய்து பாருங்கள். இவர்கள்தான் அந்த தண்ணீருக்கு உண்மையான சொந்தக்காரர்களா அல்லது அதை சுத்திகரித்ததற்காக இலாபம் சம்பாதிக்கும் உரிமையை மட்டும் பெறுகிறார்களா? அவர்கள்தான் சொந்தக்காரர்கள் என்றால், இவர்கள் வழங்கும் தண்ணீரின் அசுத்தத் தன்மையால் யார் வாழ்கிறார்கள் அல்லது சாகிறார்கள் என்பதை அவர்களால் தீர்மானிக்க முடியுமா?

பாதுகாத்து வைத்தல், தண்ணீருக்கான நீதி மற்றும் ஜனநாயகம் ஆகிய மூன்று கொள்கைகளில்தான் சர்வதேச தண்ணீர் நெருக்கடிக்கான பதில் இருக்கிறது என்று எளிமையாக சொல்லிவிடலாம். வாழ்வதற்காக போட்டியிட வேண்டும் என்ற நிலையில் உள்ள எந்த கார்ப்பரேட் நிறுவனமும் இந்த மூன்று கொள்கைகளின் அடிப்படையில் செயல்பட முடியாது. அதிகரித்துக் கொண்டிருக்கிற தண்ணீரின் மீதான கார்ப்பரேட் நிறுவனங்களின் கட்டுப்பாட்டில் அடிப்படையாக மூன்று முக்கிய பிரச்சினைகள் உள்ளன.

மாசுபடுத்தலை நிறுத்த எந்த ஊக்கமும் கொடுக்கப்படுவதில்லை

தண்ணீரைப் பாதுகாத்து வைத்தலில் இவர்களுக்கு எந்த இலாபமும் இல்லை என்பது முதல் விஷயம். உண்மையில் உலகின் நன்னீர் என்பது மாசுபடுத்தப்படுவதும் அழிக்கப்படுவதும் தனியார் தண்ணீர் துறைக்கு மிகவும் பயனுள்ள விஷயம்தான். ஒவ்வொரு தனிப்பட்ட கார்ப்பரேட் நிறுவனங்களின் தலைவர் தண்ணீர் நெருக்கடி குறித்து மகிழ்ச்சியடையாவிட்டாலும் கூட, உண்மையில் இந்த நெருக்கடிதான் அவர்களுக்கு இலாபத்தை தேடித் தருகிறது. அதிகரித்துள்ள தேவைக்கேற்ப அளிப்பை வழங்கமுடியாத அளவிற்கு வினியோகம் குறைந்து போனதால், இதைப்பயன்படுத்தி சந்தை அதிகம் இலாபம் சம்பாதிக்கிற நிறுவனங்களையே விரும்புகின்றது. (Food And Water Watch அமைப்பால் பெறப்பட்ட RWE's American-Water நிறுவனத்தின் ரகசிய கூட்டங்களின் குறிப்புகளில் ஒன்று, அதன் தலைமை நிர்வாக அதிகாரி, ஹார்ரி ரோயல்ஸ் (Harry

Roels) சுற்றுச்சூழல் ஒழுங்குமுறைகளால் நிறுவனத்திற்கு ஏற்பட்ட செலவை நுகர்வோர்களின் தலையில் கட்டமுடிவதில்லை என்று புலம்பியதாக கூறுகிறது). மேலும் சுத்திகரிப்பு தொழில்நுட்பத்தில், அரசுகள், தொழில் நிறுவனங்கள் மற்றும் பல்கலைக்கழகங்கள் அதிக அளவில் முதலீடு செய்வதால் தண்ணீரை சேமித்து பாதுகாத்து வைப்பதற்கான அழுத்தம் குறைந்தளவே கொடுக்கப்படுகிறது. தண்ணீரை சுத்திகரிக்கும் தொழில்துறை மிகப்பெரிய அளவில் மற்றும் கடும் செலவு பிடிக்கிற அளவில் இருந்தால், தண்ணீரைப் பாதுகாக்க கோரி அரசுகள் மற்றும் சர்வதேச நிறுவனங்கள் மீதான அரசியல் மற்றும் பொருளாதார ரீதியிலான அழுத்தம் அதிகரிக்கும்.

ஏற்கனவே தண்ணீர் தொழில்நுட்ப துறையில் தண்ணீர் வணிகத்தை ஊக்குவிக்கும் விதிகள் உள்ளன. தனியார் சுத்திகரிப்பு நிறுவனங்களில் முதலீடு செய்யவும், எல்லைதாண்டி வணிகம் செய்யவும் உலக வர்த்தக மையம் ஊக்கப்படுத்தி வருகிறது. எல்லா பண்டங்கள் மற்றும் சேவைகள் அளிப்பில் உள்ளது போல அரசுகள் பொதுச் சொத்தான தண்ணீர் மீதான கட்டுப்பாட்டை தனியாருக்கு விட்டுக் கொடுக்க ஊக்கப்படுத்தப்படுகிறார்கள். மேலும் இத் தனியார் நிறுவனங்கள் நடப்பில் இருக்கிற விதிமுறைகள் தங்களது வியாபாரத்தை குறைந்தளவே பாதிக்குமாறு பார்த்துக் கொள்கிறார்கள். அதாவது, மக்கள் மற்றும் சுற்றுச்சூழலை பாதுகாக்க உள்ள விதிகள் மற்றும் ஒழுங்குமுறைகள் தனியார் வியாபாரத்தை பாதிக்கக்கூடாத வகையில் பார்த்துக் கொள்கிறார்கள் என்று அர்த்தம். மேலும் தங்களது தர நிர்ணய அளவுகளை அரசுகள் குறைத்துக்கொள்ள வேண்டும். உலக வர்த்தக நிறுவனத்தின் தேசிய சுத்திகரிப்பு விதி, அரசுகள் உள்நாட்டு சுத்திகரிப்பு நிறுவனங்களுக்கு ஆதரவாக செயல்படாமல், தண்ணீர் தொழில்நுட்ப பன்னாட்டு நிறுவனங்களுக்காக ஏல முறையை திறந்துவிட வேண்டும் என்று கூறுகின்றது. இந்த சர்வதேச நிறுவனங்கள் எப்பொழுதும் மிக வலிமை உடையவர்களாகவே இருக்கின்றன.

பணக்காரர்கள் மட்டும்தான் சுத்தமான தண்ணீரைப் பெறுவார்கள்

கார்ப்பரேட் நிறுவனங்களின் கட்டுப்பாட்டில் உள்ள தண்ணீரின் அடுத்த பிரச்சினை, எங்கு பணம் உள்ளதோ அங்குதான் தண்ணீரும் அதற்கான உட்கட்டமைப்பும் வரும்; தண்ணீர் தேவைப்படும் இடத்திற்கு அது வராது. ஏழைகளுக்கு தண்ணீர் வழங்கவேண்டும் என்பதற்காக எந்த கார்ப்பரேட் நிறுவனமும் வியாபாரம் செய்வதில்லை. அது அரசின் பணி என்று இந்த

கார்ப்பரேட் நிறுவனங்களின் தலைவர்கள் சொல்கின்றனர். பணம் கொடுக்க முடியாதவர்களுக்கு தண்ணீர் கொடுக்க முடியாது.

ஏற்கனவே சவுதி அரேபியா மற்றும் இஸ்ரேல் போன்ற வசதி படைத்த நாடுகள் தங்களுடைய அன்றாட தேவைகளுக்கு அதிகம் செலவு பிடிக்கிற தண்ணீர் சுத்திகரிப்பு தொழில்நுட்பங்களையே சார்ந்துள்ளன. அதே வேளையில், தண்ணீர் பஞ்சம் உள்ள நமீபியா மற்றும் பாகிஸ்தான் போன்ற நாடுகளால் அவ்வளவு தொகையை செலவு செய்ய முடியாது. ஆகையால் அந்நாட்டு மக்கள் தண்ணீர் பற்றாக்குறையால் பாதிக்கப்படுகிறார்கள். யார் பணம் கொடுத்துப் பெறமுடியுமோ அவர்களின் சிறப்புரிமையாக பாட்டில் தண்ணீர் இருக்கிறது. World Water மற்றும் Flow Inc. போன்ற இரண்டு சர்வதேச தண்ணீர் வினியோக நிறுவனங்கள் தண்ணீருக்காக செத்துக் கொண்டிருக்கும் நாடுகளுக்கு தண்ணீரை வழங்காமல், முதல் நிறுவனம் சவுதி அரேபியாவிற்கும், இரண்டாவது நிறுவனம் United Arab Emirates நாட்டிற்கும் தண்ணீர் வழங்க துடித்துக் கொண்டிருக்கின்றன.

மேலும், மற்ற எல்லா தொழில் துறையில் உள்ளது போல், தண்ணீர் தொழில்துறை, தண்ணீர் சார்ந்த கொள்கையில் அரசுக்கும், சர்வதேச அமைப்புகளுக்கு ஆலோசனை வழங்கவும், அதிகாரம் செலுத்தவும் செய்கின்றது. பகுதி இரண்டில் ஏற்கனவே கோடிட்டு காட்டியுள்ளது போல, பெரிய நிறுவனங்கள், உலக வங்கி, ஐ.நா. மற்றும் தங்களது சொந்த நாடுகளில் தங்களுக்கான அதிகார மையங்களை வைத்துள்ளன. சூயெஸ் மற்றும் வியோலியா போன்ற பெரும் கார்ப்பரேட் நிறுவனங்கள், தண்ணீர் சேவைக்கான நிதி உதவி எந்த நாட்டிற்கு போக வேண்டும் என்ற உலக வங்கியின் முடிவுகளில் ஆதிக்கம் செலுத்துகின்றன என்று Pipedreams[1] கூறுகிறது. "சமீப காலமாக முன்னிருக்கையில் அமர்ந்து கொண்டு தண்ணீர் துறையின் முதலீடு என்பது எந்த உள்ளடக்கத்தில், எந்த பகுதியில் எந்த நகரில் அனுமதிக்கப்படவேண்டும் என்பது குறித்து முடிவு எடுக்கும் இடத்தில் தனியார் நிறுவனங்கள் அனுமதிக்கப்பட்டுள்ளன" என்று அந்த இதழ் கூறுகிறது. இலாபம் சம்பாதிக்க வேண்டும் என்கிற கார்ப்பரேட் நிறுவனங்களின் நோக்கத்தால், ஒரு நாடோ அல்லது நகரமோ அங்கு ஏழைகள் வசித்தாலும் கூட நன்கொடையாளர்கள் அளித்த தொகையை வைத்துக்கூட இப்பகுதிகளில் முதலீடு செய்யப்படுவதில்லை. தண்ணீர் நிறுவனங்களுக்கு இவர்களால் இலாபம் ஏற்படுத்தி

---

[1] வாரத்தில் செவ்வாய் மற்றும் வெள்ளிக்கிழமைகளில் வெளி வரும் அமெரிக்க தினசரி நாளிதழ்.

கொடுக்கமுடியாது என்பதால், ஊரகப் பகுதியைச் சேர்ந்த மக்களும் கவனிப்பில்லாமல் பாதிக்கப்படுகிறார்கள். அதன் விளைவாக சஹாரா தென்பகுதி நாடுகள் மற்றும் தெற்காசிய நாடுகளில் உறுதியளிக்கப்பட்ட அளவை விட 1 சதவீதம் மட்டுமே முதலீடு செய்யப்படுகிறது.

இயற்கை தன்னைத்தானே காத்துக்கொள்ள வேண்டியிருக்கும்

எந்த ஒரு ஒழுங்குமுறையோ அல்லது அரசுக் கட்டுப்பாடோ இல்லாததால் இந்த தண்ணீர் கொள்ளையிலிருந்து இயற்கை உலகை, ஒருங்கமைந்த சூழலியலை காப்பாற்ற எந்த வாய்ப்புகளும் இல்லை என்பது கார்ப்பரேட்களின் கட்டுப்பாட்டில் உள்ள தண்ணீரினால் விளைந்த மூன்றாவது பிரச்சினையாகும். உலகின் பெரும்பகுதியில் உள்ள அரசுகளுக்கு தங்களது நாடுகளில் எந்தெந்த இடங்களில் நிலத்தடி நீர் வளங்கள் உள்ளன என்பது குறித்து குறைந்த அறிவே உள்ளது. அதன் விளைவாக தற்போது எடுக்கப்படும் தண்ணீரின் அளவு போதுமானதா அல்லது எவ்வளவு குழாய்கள் இயக்கப்பட வேண்டும் என்பது குறித்த அறிவு எதுவும் இவர்களிடம் இல்லை. தண்ணீர் வினியோகத்தில் தனியார் கட்டுப்பாடு குறித்து தனியார் நிறுவனங்களின் ஆர்வம் எவ்வளவுக்கெவ்வளவு அதிகமாக உள்ளதோ அந்த அளவிற்கு இது குறித்து அரசும் பொது மக்களும் பேசுவது குறைவாகவே உள்ளது. தண்ணீரை பண்டமாக்குதல் என்பது இயற்கையை பண்டமாக்குதலாகும். பணம் செலுத்துபவர் மட்டும்தான் தண்ணீர் பெற முடியும் என்று இருந்தால், இயற்கையைக் காப்பாற்றும் பொருட்டு அதை யாரால் காசு கொடுத்து வாங்க முடியும்?

வளரும் நாடுகளில் உள்ள பெருநகரங்கள் போன்ற நகர்ப்புற மையங்களின் தண்ணீர் தேவைகள், கிராமப்புறப் பகுதிகளின் தண்ணீர் வளங்களின் மீது சிக்கலை ஏற்படுத்துகின்றன. நகரங்களின் தேவைகள் கிராமப்புற ஆறுகள், ஏரிகள் மற்றும் நிலத்தடி நீர்த்தேக்கங்கள் போன்றவற்றை வடிகட்டிவிடுகின்றன. அரசுகள் தண்ணீர் அமைப்பின் மீதான தனது கட்டுப்பாட்டை பயன்படுத்தினால் மட்டுமே சூழலியலைப் பாதுகாக்க முயற்சிக்க முடியும். ஆனால் அது போட்டிகளுக்கிடையேயான அழுத்தத்தில் மாட்டிக் கொண்டிருக்கிறது. அருகி வருகிற தண்ணீர் வளங்களுக்காக

போட்டிப்போட்டுக் கொண்டிருக்கும் தரகர்களின் கைகளில் தண்ணீர் பரிமாற்றம் என்பது இருந்தால், இந்த செயல் முறைக்காக அரசு கட்டுப்பாடுகளை தளர்த்தினால், நீர் நிலைகளின் அழிவை தடுத்து நிறுத்தவும், நீர் நிலைகள் மற்றும் சூழலியலை பாதுகாக்கவும், உயிரினங்கள் மற்றும் தாவர வாழ்க்கையை காப்பாற்றுவதற்கும் வழி இல்லாமல் போய்விடும்.

மேலும், சுத்திகரிப்பு, மறு சுழற்சி மற்றும் நானோ தொழில்நுட்பம் போன்ற ஒவ்வொரு புதிய தொழில்நுட்பமும், பாட்டில் தண்ணீர் மற்றும் தண்ணீரை குழாய்கள் மூலம் ஓரிடத்திலிருந்து இன்னொரு இடத்திற்கு எடுத்துச் செல்லும் நடைமுறைகளும், இயற்கை உலகத்திற்கும், மனித உடல் நலத்திற்கும் நேரடியான அபாயத்தை விளைவிக்கின்றன.

தண்ணீரை சுத்தப்படுத்துதல் மற்றும் மறுசுழற்சி

உப்புநீக்கும் தொழில் நுட்பத்தில் உள்ள பிரச்சினைகள் குறித்து பகுதி 1-இல் கூறப்பட்டுள்ளது. அதாவது உப்புநீக்கும் ஆலைகள் அதிக ஆற்றலை உட்கொள்ள வல்லவை; கடலில் சுத்திகரிக்கப்படாமல் கொட்டப்பட்ட கழிவுகளால் மாசுப்படுத்தப்பட்ட கடல் நீரைதான் இந்த ஆலைகள் பயன்படுத்துகின்றன; இவைகள் விஷத்தன்மை உடைய இடைப்பொருளை உருவாக்குகின்றன. உண்மையில் இந்த ஆபத்தான இடைப்பொருள் என்பது அனைத்து தண்ணீர் சுத்திகரிப்பு அமைப்பிற்கும் பொதுவானதாகும். ஏனென்றால் இந்த முறையில், சவ்வூடு பரவலுக்காக பயன்படுத்தப்பட்ட மென்தோல்களை பாதுகாக்க வேதிப்பொருள்கள் பயன்படுத்தப்படுகின்றன. இவ்வேதிப் பொருள்களோடு சுத்திகரிப்பு செயல்முறைகளில் வெளிவிடப்படும் தேவையில்லாத பொருள்கள் மற்ற அசுத்தங்களோடு சேர்ந்து இடைப்பொருளாக வெளியிடப்படுகின்றன. சுத்திகரிப்பு செயல்பாடும் அதிக ஆற்றலை உட்கொள்ள வல்லது.

சமைத்தல் மற்றும் குடிநீருக்காக கழிவு நீரை மறுசுழற்சி செய்யும் சுத்திகரிப்பு முறைக்கு அதிகப்படியான ஆர்வம் காட்டப்படுகிறது. இங்கு மறுசுழற்சி செய்யப்பட்ட தண்ணீர் நீரூற்றின் தண்ணீரைப்போல் பாதுகாப்பானது என்று “வல்லுனர்கள்” அரசுகளுக்கு உறுதி அளிக்கிறார்கள். வீட்டை கழுவுவதற்கும், கழிவறைகள், தோட்டங்கள் மற்றும் வேலை செய்யும் இடங்கள், தொழிற்சாலைகள் போன்ற இடங்களில் மறுசுழற்சி செய்யப்பட்ட தண்ணீரை பயன்படுத்துவதன் தேவை குறித்து பேசப்பட்டாலும், இத்தண்ணீரைப் பயன்படுத்தி, குளித்தல், குடித்தல் மற்றும் சமைத்தல் என்பது கவலையளிக்கக்கூடிய விஷயமாகும். இந்த

மறுசுழற்சிக்குட்படுத்தப்பட்ட தண்ணீரில் மனிதன் மற்றும் விலங்குகளுக்கு ஆபத்து விளைவிக்கக்கூடிய மருந்துகள், ஹார்மோன்கள், ஆண்டிபயாடிக்ஸ் போன்றவைகள் தண்ணீரில் வீழ்படிவாக கலந்துள்ளன. இதன் மூலம் மனிதர்கள் மற்றும் விலங்குகளுக்கு பாலியல் சார்ந்த பிரச்சினைகளை தோன்ற காரணமாக உள்ளதாக சமீபத்திய ஆய்வுகள் தெரிவிக்கின்றன. அதி நவீன நுண் வடிகட்டிகள் மூலம் வடிகட்டப்பட்ட தண்ணீரில் கூட இந்த பொருள்கள் கலந்திருக்கும் என UCLA மற்றும் University of Wisconsin-ஐ[1] சேர்ந்த அறிஞர்கள் மெல் சஃபெட் (Mel Suffet), ஜோயல் பெடெர்சன் (Joel Pedersen) மற்றும் மாரி சொலிமன் (Mary Soliman) கூறுகின்றனர். லாஸ் ஏஞ்செல்ஸ் நகரில் உள்ள மூன்று அதி நவீன சுத்திகரிப்பு ஆலையிலிருந்து வெளியேற்றப்பட்ட கழிவுகளை 54 வேதிப் பொருட்களுக்காக ஆய்வு நடத்தினார்கள் இவர்கள். ஒவ்வொரு ஆலையின் கழிவுகளும் 29-லிருந்து 34 வரையிலான வேதிப்பொருட்களை கொண்டிருந்தன.

கலிஃபோர்னியா மாநில பல்கலைக்கழகத்தில், புற்றுநோய் மற்றும் மேம்பாட்டு உயிரியல் மையத்தில் பணிபுரியும் அமெரிக்க புற்றுநோய் நிபுணர் டாக்டர் ஸ்டீவன் ஓப்பன்ஹெய்மர் (Steven Oppenheimer) அவர்களும் இதே கவலையை வெளிப்படுத்தியுள்ளார். இந்த "கழிவறையிலிருந்து குடிநீர் குழாய்" வரையிலான செயல்பாடு என்பது கடைசி வாய்ப்பாகவே இருக்க வேண்டும் என்று ஓப்பன்ஹெய்மர் 'West Australian'[2] பத்திரிக்கையில் கூறியுள்ளார். மேலும் இவர் மறுசுழற்சி செய்யப்பட்ட தண்ணீரைப் பருகுதல் என்பது மனித உயிரை "Russian roulette"[3] விளையாட்டில் பணயம் வைப்பதற்கு சமமாகும் என்று ஒப்பிடுகிறார். "மறுசுழற்சியின் மூலம் பெறப்பட்ட குடிநீரில் கலந்திருக்கக்கூடிய விஷப் பொருட்கள் மற்றும் புற்றுநோய்க் காரணிகள் குறித்து அறிவியல் சமூகத்திற்கு தெரியாது அல்லது அது தெரிந்து கொள்ளாது" என்றும் அவர் கூறுகிறார். ஃபிலடெல்பியா மற்றும் நியூ ஜெர்ஸி போன்ற பகுதிகளில், American Water Works Association

---

1 விஸ்கான்சின் என்ற பகுதியில் அமைந்துள்ள அமெரிக்க ஆராய்ச்சிப் பல்கலைக் கழகம்.

2 பெர்த் மற்றும் மேற்கு ஆஸ்திரேலியப் பகுதிகளில் பிரசுரிக்கப்படும் உள்ளூர் நாளிதழ்.

3 ரஷ்யாவில் விளையாடப்படும் விபரீத விளயாட்டு. ஒரு துப்பாக்கியில் ஒரே ஒரு குண்டை நிரப்பி பின் ரிவால்வரை சுழற்றிவிட்டு தன்னையே ஒருவர் சுட்டுக் கொள்ளுதல். அந்த சுற்றில் அவர் பிழைத்துக் கொண்டால் பரிசுத் தொகை முழுதும் அவருக்குத்தான்.

செய்த ஆய்வுகள், சுத்திகரிக்கப்பட்ட தண்ணீரில் மருந்துகள், பூச்சிக் கொல்லிகள், ஹார்மோன்கள் மற்றும் களைக்கொல்லிகள் போன்றவற்றின் படிவுகள் காணப்பட்டதை கண்டறிந்துள்ளன. ஃபிலடெல்பியா தண்ணீர் துறையின் மேலாளர் கிரிஸ்டோபர் கிராக்கட் (Christopher Crockett) மிகவும் வருத்தப்பட்டு "எங்களுடைய ஆரம்பகட்ட நியூ ஜெர்ஸி ஆய்வில் காணப்பட்ட அனைத்து விஷப் பொருட்களும் இங்கும் காணப்பட்டன. அதோடு நாளமில்லா சுரப்பிகளை பாதிக்கும் காரணிகளும் கண்டறியப்பட்டுள்ளன" என்று Philadelphia Inquirer[1] இதழில் கூறியுள்ளார். 2007 ஆம் ஆண்டு மே மாத பதிப்பில் Water Research என்ற சர்வதேச இதழ், சிறிதளவிலான ஆண்டிபயாடிக்ஸ் கூட மிகவும் அதிநவீன சுத்திகரிப்பு முறைகளிலிருந்து தப்பித்து தண்ணீரோடு கலந்துவிடும் தன்மை உடையது என்று கூறுகிறது. இந்த ஆய்வு ஆஸ்திரேலியாவில் உள்ள குயின்ஸ்லாந்து பல்கலைக்கழகத்தை சேர்ந்த National Research Centre for Environmental Toxicology-ஆல் நடத்தப்பட்டது. 2007 ஆம் ஆண்டு ஜுன் மாத Newsweek[2] இதழ் நாளமில்லா சுரப்பிகளை பாதிக்கும் இந்த காரணிகளால் ஏற்படும் ஆபத்துகளைப் பற்றி கூறியது. பெண்கள் சிறிய வயதிலேயே பருவமடைதல் போன்ற ஆவணப்படுத்தப்பட்ட போக்குகளுக்கான காரணம் இது போன்ற நச்சுப்பொருட்கள் காரணமாக இருக்கலாம் என்று விஞ்ஞானிகள் ஆச்சரியப்படுவதாக இந்த இதழின் கட்டுரை கூறுகிறது.

சில நாடுகள் தண்ணீர் மறுசுழற்சியை நோக்கிச் செல்வதால், இச்சூழலுக்கு கடுமையான அரசு கட்டுப்பாடுகளும், சோதனையும் குறைந்தபட்சம் இருக்க வேண்டும். தன்னாட்சி அமைப்புகளால் ஆய்வு செய்யப்பட்டு பாதுகாப்பானது என்று சொல்லப்படாத வரை மறுசுழற்சிக்கு உட்படுத்தப்பட்ட தண்ணீர் அனுமதிக்கப்படக்கூடாது. குடிப்பதற்காக ஒரு இணைப்பும், மறுசுழற்சி செய்யப்பட்ட தண்ணீருக்காக இன்னொரு இணைப்பையும் மக்கள் தங்கள் வீடுகளில் அமைப்பது மிகவும் செலவு பிடிக்கும் என்பதால் இந்த துறை எல்லா பயன்பாடுகளுக்கும் மறுசுழற்சி செய்யப்பட்ட தண்ணீரையே பயன்படுத்த அனுமதிக்குமாறு அரசுகளுக்கு அழுத்தம் கொடுத்து வருகின்றன. Global Water Intelligence தான் வெளியிட்ட Water Reuse Markets 2005-2015: A Global Assessment & Forecast என்ற தலைப்பிலான சிறப்பு அறிக்கையில், தண்ணீரை மறுபயன்பாட்டிற்கு உட்படுத்த

1 பெனின்சுலேவியா மற்றும் ஃபிலடெல்பியா போன்ற மாநகரங்களில் வினியோகிக்கப்படும் தினசரி.

2 நியூயார்க் நகரிலிருந்து பிரசுரிக்கப்படும் வாராந்திர இதழ். இது தற்போது பிரசுரிக்கப்படுவதில்லை, இணைய இதழாக வெளிவருகிறது.

தேவைப்படும் உட்கட்டமைப்புகளுக்கு அதிகம் செலவு பிடிக்கும் என்பதால் இது குடிப்பதற்கும், சமைப்பதற்கும் பொருத்தமானதாக இருக்காது என்பதே இதன் பலவீனம் என்று இந்த அறிக்கையின் ஆசிரியர்கள் கூறுகின்றனர். இந்த புதிய உட்கட்டமைப்பு மூலதன செலவுகளை அதிகரிக்கும் என்றும் அவர்கள் கூறுகின்றனர்.

செலவை குறைக்க வேண்டும். இதற்கு என்ன பதில்? "சுத்திகரிக்கப்பட்ட தண்ணீரை அவ்விடத்திலிருந்து குழாய்கள் மூலம் நேரடியாக குடிநீர் வினியோகம் செய்யப்படும் அமைப்பிற்கு கொண்டு வரப்பட்டு (Direct potable reuse) பயன்படுத்தும் வகையில் கொள்கையில் மாற்றம் கொண்டுவந்தால் புதிய தண்ணீர் மறுபயன்பாட்டு திட்டங்களுக்கான இயக்கு செலவு 30 சதவீதம் வரை குறையும்" (அதாவது ஒரே இணைப்பு; நல்ல தண்ணீரும், சுத்திகரிக்கப்பட்ட தண்ணீரும் ஒரே குழாயில் செல்லும்). சரி, முக்கியமான பயனாளிகள்? "மென்சவ்வுகள் விற்பவர்களும் அதை இயக்கும் பொறியாளர்களும்தான்". தண்ணீர் சந்தைக்காக விதிமுறைகளை கைவிட வேண்டும் என்று கேட்பதில் நமக்கு ஒன்றும் ஆச்சரியம் இருக்கமுடியாது. "இருபது வருடங்களுக்கு முன் தகவல் தொழிநுட்பத்துறை எப்படி இருந்ததோ அதைப்போல் தற்போது தண்ணீர் துறை இருக்கிறது; அதாவது கடுமையான ஒழுங்குமுறைகள் மற்றும் மாற்றத்திற்கான தேவை" என்று இஸ்ரேல் நாட்டைச் சேர்ந்தவரும், தற்போது ஆரம்பிக்கப்பட்ட Waterfront என்ற நிறுவனத்தின் தலைவருமான ஒரி யாகெவ் (Ori Yogev) கூறுகிறார். 2007 ஆம் ஆண்டு மார்ச் மாத அறிக்கையில், Investing in Water என்ற முதலீட்டு ஆராய்ச்சி அமைப்பு, தண்ணீர் மீதான அரசின் கட்டுப்பாடுதான் "வளர்ச்சிக்கு பெரும் தடையாக" இருப்பதாக கண்டுபிடித்தது. அரசின் மேற்பார்வை என்பது இல்லாமல் போனதால், மறு பயன்பாடு மற்றும் பிற தொழில்நுட்பங்களைப் பொருத்தவரை எல்லை என்பது வானம்தான்.

நானோ தொழில்நுட்பத்தை ஒழுங்குபடுத்துதல்

இதைப்போலவே அரசின் மேற்பார்வைக்கு எதிர்ப்பு கிளம்பும் இடம் தண்ணீர் சார்ந்த நானோ தொழில்நுட்ப துறையாகும். அறிஞர்கள் மற்றும் சுற்றுச்சூழல் ஆர்வலர்களுக்கிடையே நானோ சுதந்திர துகள்கள் (Nano Free Particles) பற்றி உலவி வரும் கருத்துக்களை எதிர்கொள்ளவே இந்த தொழில் நுட்பம் திணிக்கப்பட்டுக் கொண்டிருக்கிறது. உற்பத்தி செய்யப்பட்ட மூலத்திலிருந்து பிரிந்து சென்று சுதந்திரமாக வெளியிலும், மனித உடலிலும் திரியக்கூடியவைகள் இந்த சுதந்திர துகள்கள். அதன் மூலம்

இத்துகள்கள், தோல், நுரையீரல்கள், கல்லீரல் மற்றும் சிறுநீரகங்கள் மேலும் இரத்தம், மூளையைக் கூட தாக்கவல்லவை.

துகள்கள் எவ்வளவு நுண்ணியதாக உள்ளதோ அந்த அளவிற்கு அதன் பரவும் பரப்பு அதிகம். டெக்ஸாஸ் மாகாண, ரைஸ் பல்கலைக்கழகத்தின் (Rice University) வேதிப் பொறியியல் பேராசிரியர் மார்க் விஸ்னர் (Mark Wiesner) நானோ துகள்கள் ஒரே மாதிரியாக தண்ணீரில் பரவாது. நிறைய பாரபட்சமற்ற ஆய்வுகள் செய்யும் வரை இந்த தொழில்நுட்பத்தை மேம்படுத்தும் வேகத்தை குறைக்க வேண்டும் என்று கோருகிறார். 2004 ஆம் ஆண்டு American Chemical Society-இன் ஆண்டு கூட்டத்தில் சமர்ப்பிக்கப்பட்ட அறிக்கையில் இவர், தண்ணீர் சுத்திகரிப்பு ஆலைகளிலோ அல்லது நிலத்தடி நீர் சூழலிலோ இந்த துகள்கள் நடந்துகொள்ளும் முறை, இந்த துகள்களை உருவாக்க பயன்படுத்தப்பட்ட அணுக்கள் அல்லது மூலகூறுகளைப் போல் பல்வகைப்பட்டதாக இருக்கிறது என்று கூறியுள்ளார். "அளவு குறைய குறைய, பண்புகள் மாற்றமடைகின்றன" என்று Associated Press, பேட்டியளிக்கையில் கூறியுள்ளார். அந்த கூட்டத்தில் பேசிய மற்ற விஞ்ஞானிகள் நானோ துகள்கள் மீன்களில் மூளைப் பாதிப்பை ஏற்படுத்துவதாக கூறியுள்ளனர்.

வளர்ந்து கொண்டிருக்கும் இந்த தொழில்நுட்பத்தின் மீது அரசு கடுமையான மேற்பார்வையை மேற்கொள்ள வேண்டும் என்று பல அமெரிக்க சுற்றுச்சூழல் மற்றும் சுகாதார அமைப்புகள் வலியுறுத்திக் கொண்டிருக்கின்றன. 2006 ஆம் ஆண்டு மே மாதத்தில், Friends of the Earth, Greenpeace மற்றும் International centre for Technological Assessment போன்ற அமைப்புகள் சேர்ந்து இந்த நானோ துகளை ஒரு "புதிய வஸ்துவாக" கருத வேண்டுமென்றும், இதை சந்தைக்குள் அனுமதிக்கும் முன் கடுமையான சுகாதார மற்றும் பாதுகாப்பு சோதனைகளுக்கு உட்படுத்த வேண்டும் என்று U.S. Food and Drug[1] நிர்வாகத்தை கோரியுள்ளன. இந்த மூன்று அமைப்புகளும் British Royal Society உடன் இணைந்துள்ளன. மனித சமூகம் இதற்கு முன் கண்டுபிடித்த துகள்களைவிட இது வித்தியாசமானது என்று British Royal Society கூறுகிறது. எனவே பிரிட்டிஷ் அரசு இந்த தொழில்நுட்பத்தை பொருத்தவரை ஒரு முன்னெச்சரிக்கை கொள்கையையே கடைபிடிக்க வேண்டுமென்று British Royal Society கோரியுள்ளது. "இருக்கின்ற சாட்சியங்களுக்கு மாறான சாட்சியங்கள் கிடைக்கும் வரை, தொழிற்சாலைகள் மற்றும் ஆராய்ச்சி கூடங்களில் உற்பத்தி செய்யப்பட்ட நானோ துகள்கள் மற்றும் நானோ

---

1 U.S. Food and Drug Administration - சுகாதாரம், மனித சேவைகள் ஆகியவற்றிற்கான அமெரிக்க முகமை.

குழாய்களை ஆபத்தானவைகள் என்று அறிவித்து, அவைகளை முடிந்த வரை பயன்பாட்டிலிருந்து குறைத்துக்கொள்ள வேண்டும்" என்று British Royal Society கூறுகிறது.

இருப்பினும் அரசின் கட்டுப்பாட்டிற்குள் இல்லாமல் அனைத்தும் எதிராகவே நடந்து கொண்டிருக்கிறது. உலகை சொந்தம் கொண்டாடுவதில் ஒரு புதிய முறை உருவாகி இருப்பதாக விமர்சகர்கள் எச்சரிக்கிறார்கள். மேலும், இந்த தொழில்நுட்பத்தின் மூலமாக கார்ப்பரேட் நிறுவனங்களின் கட்டுப்பாட்டிற்கு வழி திறக்கப்பட்டுள்ளது. வாழ்க்கை என்ற அமைப்பிற்கு உயிர்தொழில்நுட்பவியல் என்ற தொழில்நுட்பம் எப்படி காப்புரிமை பெற்றுள்ளதோ அதுபோல் நானோ தொழில்நுட்பம் என்ற தொழிநுட்பத்தை நிறுத்தவில்லையென்றால் அதுவும் பொருள் என்ற வஸ்துவிற்கு முழுமையான காப்புரிமையைப் பெறப் போகிறது. The Natural Resource Defence Council தன்னுடைய இணையதளத்தில் அரசு மற்றும் பொதுக்கட்டுப்பாடு என்பது இல்லாமல், "நாம் நானோ தொழில்நுட்பத்தை பயன்படுத்தி அமெரிக்க மக்கள் மீது கட்டுப்பாடில்லாத சோதனைகளை மேற்கொள்ள அனுமதித்துக் கொண்டிருக்கப் போகின்றோம்" என்று எச்சரித்துள்ளது. இதுவரை நானோ துகள்கள் அரசின் எந்த ஒரு சிறப்பு விதிமுறைகளுக்கும் கீழ் வரவில்லையாதலால் அரசின்பால் அது தொடர்பாக நடவடிக்கை எடுக்க அழுத்தம் கொடுக்கப்பட்டுக் கொண்டிருக்கிறது. பெதிஸ்டா (Bethesda) நகரில் அக்டோபர் 2006 ஆம் ஆண்டு கூடிய Food and Drug Administration Nanotechnology Task Force-இன் முதல் கூட்டத்தில் தொழில் துறையின் பிரதிநிதிகள் இருக்கின்ற விதிமுறைகளே போதுமானது என்றார்கள். நானோ துகள்களுக்கென்றே தனியான விதிமுறைகள் Food and Drug நிர்வாகத்தின் வசம் இல்லை என்பதை ஒத்துக்கொள்ளும் அதே வேளையில் "Food and Drug நிர்வாகம் ஏற்கனவே விரிவான ஒழுங்குபடுத்தும் விதிகளை வைத்திருக்கிறது" என்று United States Council for International Business - அமைப்பை சேர்ந்த மாத்யூ பி. ஜஃபே (Mathew P. Jaffe) The Scientist[1] இதழில் கூறியுள்ளார்.

பாட்டில் தண்ணீர்

பாட்டில் தண்ணீர் தொழில்துறைதான் புவியில் அதிகம் மாசுபடுத்தும் தொழில்துறையாகும். மேலும், குறைந்தளவே ஒழுங்குபடுத்தப்பட்ட துறையுமாகும். பாலி எதிலீன் (Polyethylene) மற்றும் ஃப்தாலேட் (Phthalate) போன்ற வேதிப்பொருட்கள், கச்சா எண்ணெய் ஆகியவற்றிலிருந்து பெறப்பட்ட பாலி எதிலீன்

---

[1] உயிர் விஞ்ஞானிகளுக்கான அறிவியல் இதழ்.

டெரெஃப்தாலேட் (Polyethylene Terephthalate) மூலம் தயாரிக்கப்பட்ட பிளாஸ்டிக்கினால் இந்த பாட்டில்கள் தயாரிக்கப்படுவதால், இந்த வேதிப்பொருட்கள் தண்ணீரில் ஊடுருவி நிலத்திலும் ஊடுருவி விடும். நான்கில் ஒரு பங்கு பாட்டில் தண்ணீர் நாடுகளின் எல்லைகளை கடந்து வேற்று நாடுகளின் நுகர்வோர்களை அடைகின்றன. இதற்கு பயன்படுத்தப்படும் படகுகள், ரயில்கள் மற்றும் ட்ரக்குகளுக்கு அதிகளவில் ஆற்றல் எரிபொருள் வடிவில் பயன்படுத்தப்படுகின்றன. ஏற்றுமதி செய்யப்பட்ட 1 மில்லியன் பாட்டில்கள் 18.2 டன் (18,000 கிலோகிராம்) கார்பன் டை ஆக்சைடு வெளியிடப்படுவதற்கு காரணமாகின்றன. உலகம் முழுவதும், ஒவ்வொரு வருடமும், பாட்டில் தண்ணீருக்காகவென்று 2.7 மில்லியன் டன்கள் (ஏறக்குறைய 2.5 பில்லியன் கிலோகிராம்) பிளாஸ்டிக் பயன்படுத்தப்படுகின்றன. இதன் மூலம் மலைபோல் குப்பைகள் குவிந்து, நீர் நிலைகளும் நாற்றமடிக்கின்றன. 5 சதவீதத்திற்கு குறைவான அளவிலான பாட்டில்களே மறுசுழற்சிக்கு உட்படுத்தப்படுகின்றன. பெரும்பாலானவைகள் ஒன்று எரிக்கப் படுகின்றன. இதன் மூலம் குளோரின் வாயு மற்றும் கன உலோகங்களை உள்ளடக்கிய சாம்பல்கள் உருவாக்கப்படுகின்றன. அல்லது மண்ணில் புதைக்கப்படுகின்றன. இதில் இப்பிளாஸ்டிக்குகள் உயிரியல் ரீதியில் சிதைந்து போக ஆயிரக்கணக்கான வருடங்கள் ஆகின்றன. வடகோளப்பகுதியில் பயன்படுத்தப்பட்ட மறு சுழற்சிக்கு உட்படுத்தப்பட்ட பாட்டில்களில் பாதி சீனாவிற்கு செல்கிறது. அங்கு அது ஏற்கனவே பாதிக்கப்பட்ட நீர்நிலைகளை மேலும் பாதிக்கின்றன. மேலும் இப்பாட்டில்களுக்கான ஆற்றல் செலவும் அதிகரிக்கிறது.

பாட்டில் தண்ணீருக்காக தண்ணீரை உறிஞ்சி எடுப்பது ஏற்கனவே பாதிக்கப்பட்ட பகுதிகளான பெரிய ஏரியிலிருந்தும் (Great Lakes), ஊரகப் பகுதிகளிலிருந்தும் எடுக்கப்படுகின்றன. (பெரிய ஏரியிலிருந்து ஏற்கனவே ஒவ்வொரு நாளைக்கும் 4 ட்ரில்லியன் லிட்டர் தண்ணீர் எடுக்கப்பட்டுவிட்டதாக Detroit News[1] கூறுகிறது). ஊரக இந்தியப் பகுதியில் தங்களுக்கு தேவையான தண்ணீரை கொக்ககோலா ஆலைகள் எடுப்பதால், தண்ணீர் மட்டம் குறைந்து பாதிக்கப்படுவது குறைவாக இருந்தாலும், அப்பகுதியில் வாழும் மக்களின் நீர்நிலைகள் மற்றும் வாழ்வாதாரங்கள் பாதிக்கப்படுகின்றன. இந்த தொழிற்சாலைகளின் உரிமைதாரர்கள் தாங்கள் பயன்படுத்திக் கொள்ளும் தண்ணீருக்கு இணையாக எதையும் கொடுப்பதில்லை. பல நாடுகளில் இவர்கள் தாங்கள்

1 மிச்சிகன் மற்றும் டெட்ராய்ட் நகரங்களில் பிரசுரிக்கப்படும் நாளிதழ்

இலாபமடைவதற்காக எங்கு தண்ணீரை எடுத்தார்களோ அந்த பொதுச் சொத்திற்கான வரியையோ அல்லது உரிமைத் தொகையையோ கொடுக்கவில்லை அல்லது மிகக்குறைந்த அளவே கொடுக்கிறார்கள். பெப்சி மற்றும் கொக்ககோலா நிறுவனங்கள் வடிகட்டப்பட்ட குழாய் தண்ணீரைப் பயன்படுத்துவதால் இதன் உற்பத்தியில் பெருமளவிலான தண்ணீர் வீணடிக்கப்படுகிறது. சிக்கலான மற்றும் வீணடிக்கும் வகையிலான தயாரிப்பு முறையினால் ஒரு லிட்டர் பாட்டில் தண்ணீர் தயாரிக்க 2.6 லிட்டர் தண்ணீர் பயன்படுத்தப்படுகிறது.

மொத்தத்தில் பாட்டில் தண்ணீர் குழாய் தண்ணீரைவிட பாதுகாப்பானதும் இல்லை. இதற்கான ஒழுங்குமுறை பெருமளவில் இல்லையாதலால், சில பாட்டில் தண்ணீர், அதிகளவில் ஒழுங்குமுறைக்கு உட்படுத்தப்பட்டுள்ள குழாய் தண்ணீரைவிட பாதுகாப்பானது இல்லை என்று ஆய்வுகள் தெரிவிக்கின்றன. இதில் மிக மிக்கியமான ஆய்வு 1999 ஆம் ஆண்டு அமெரிக்காவை சேர்ந்த Natural Resource Defence Council நடத்திய ஆய்வாகும். இது தன்னுடைய ஆய்வை சமர்ப்பிக்க நான்கு வருடங்கள் எடுத்துக்கொண்டது. ஏனென்றால் 1000 வகையான பாட்டில் தண்ணீரும், 103 பிராண்டுகளும் ஆய்விற்கு எடுத்துக் கொள்ளப்பட்டன; நெதர்லாந்தில் உள்ள பல்கலைக்கழக மருத்துவ மையத்தை (University Medical Centre) சேர்ந்த டாக்டர். ரோக்கஸ் க்லாண்ட் (Rocus Klont) 68 பிராண்டு ஐரோப்பிய மினரல் பாட்டில் தண்ணீரை 2004 ஆம் ஆண்டு செய்தார். இவ்வாய்வு, இந்த பாட்டில் தண்ணீரில் பெனிசிலியம் (Penicillium - உணவைக் கெட்டுப்போகச் செய்யும்) மற்றும் லெஜியோனெல்லா பாக்டீரியாக்களின் (legionella bacteria - கடுமையான சுரம் மற்றும் நிமோனியாவை ஏற்படுத்தும்) படிவுகள் உள்ளிட்ட "அதிகளவிலான பாக்டீரிய மாசுக்கள்" காணப்படுகின்றன என்று கூறுகிறது. 2006 ஆம் ஆண்டு Sustain என்ற சுற்றுச்சூழல் குழுவால் Have you bottled it? என்ற தலைப்பிலான ஆய்வு, தனிப்பட்ட சுகாதாரம் மற்றும் இந்த பூமிக்கு குழாய் தண்ணீரையே பரிந்துரைக்கிறது. 2004 ஆம் ஆண்டு பிரிட்டனில் கொக்ககோலா தன்னுடைய டாசனி (Dasani) பாட்டில் தண்ணீரை வாபஸ் பெற்றுக்கொள்ளும் நிலைக்கு தள்ளப்பட்டது. ஏனென்றால் இதில் சிறுநீரகம், காது, வயிறு சில சமயங்களில் அதிகளவில் எடுத்துக்கொண்டால் உயிருக்கே ஆபத்தான ப்ரோமேட் (Bromate) என்கிற வேதிப்பொருள் அதிகளவில் கலந்துள்ளது கண்டுபிடிக்கப்பட்டது.

இன்னும் கொக்ககோலா போன்ற நிறுவனங்கள் உலகம் முழுதும் உள்ள பல்கலைக்கழகங்கள் மற்றும் பள்ளிகளில்

தங்களின் குளிர்பானங்கள் ஒரு விதமான அதிசய பானங்கள் என்று சந்தைப்படுத்திக் கொண்டிருக்கின்றன. மேலும் மக்கள் பாட்டில் தண்ணீர்தான் குடிப்பதற்கு பாதுகாப்பானது என்ற கட்டுக்கதையை நம்பி அவைகளை வாங்குவதால் இந்நிறுவனங்கள் புதிய புதிய சந்தைகளைப் பெற்றுக் கொண்டிருக்கின்றன. மக்கள் தண்ணீரை ஒரு பண்டமாக பார்க்க வைத்ததுதான் பாட்டில் தண்ணீரைப் பொருத்தவரை ஒரு மோசமான விஷயமாகும். இதன் மூலம் கார்ப்பரேட் நிறுவனங்களின் கட்டுப்பாட்டிற்கு தண்ணீர் சென்று விடுவதற்கான வாசல் திறந்துவிடப் படுகிறது.

□ □ □

பாட்டில் தண்ணீர் தொழில்துறையின் பயங்கரமான பரவல் என்பது அந்த தண்ணீரை பண்டமாக்குவதற்கு எதிராக ஒரு வலிமைமிக்க எதிர்விளைவை ஏற்படுத்தியுள்ளது. இதுதான் தண்ணீருக்கான நீதி கோரும் சர்வதேச இயக்கத்திற்கான ஒரு தூணாக உள்ளது. திட்டமிட்டு கைப்பற்றப்பட்ட தண்ணீர் சேவைகளின் தனியார் கட்டுப்பாடு என்பது உலகம் முழுதும் உள்ள சமூகங்கள் மற்றும் குடிமக்கள் என அடிமட்டத்திலிருந்து பின்விளைவை ஏற்படுத்தக்கூடியது. வாழ்க்கையின் ஒவ்வொரு கட்டத்திலும் சர்வதேச கார்ப்பரேட் நிறுவனங்களின் வளர்ந்து வருகின்ற ஆதிக்கம் மற்றும் நிலையில்லா வரம்பற்ற வளர்ச்சி ஆகியவற்றிற்கு எதிராக சர்வதேச மக்கள் இயக்கம் கடந்த பத்தாண்டுகளாக சவால் விடுகின்றது. குறிப்பாக செயல்பாட்டாளர்கள் "பொதுச் சொத்துக்களுக்காக" தனியார்மயத்தை எதிர்த்து போராடி இருக்கிறார்கள். தண்ணீர் என்பது விவாதத்திற்கான மூலப்பொருளாக இருக்கும்போது, இந்த தண்ணீர் நிறுவனங்கள், உலக வங்கி மற்றும் அரசியல் நடிகர்கள் என அனைவரும் எழுந்து கொண்டிருக்கிற பின்விளைவுகளை கவனிக்காமல் விட்டுவிடுவார்கள் என்று நினைக்க முடியாது.

பகுதி - 4

நீர்ப் போராளிகள் திருப்பித் தாக்குகிறார்கள்

காதலில்லாமல் ஆயிரக்கணக்கானோர் வாழ்ந்திருக்கிறார்கள்;
ஆனால் தண்ணீர் இல்லாமல் யாரும் வாழ்ந்ததில்லை
– கீ.பி. ஆடன், First Things First[1]

தண்ணீரை கார்ப்பரேட் நிறுவனங்கள் தங்களது கட்டுப்பாட்டில் எடுத்துக்கொண்டதற்கு கடுமையான எதிர்ப்புகள் உலகின் ஒவ்வொரு மூலையிலும் உருவாகி இருக்கின்றன. ஆச்சரியப்படத்தக்க வகையில், தண்ணீருக்கான நீதி கோரும் இயக்கம் என்ற இயக்கம் வெற்றிகரமாக உருவாகும் அளவிற்கு இந்த எதிர்ப்பு இருந்திருக்கிறது. "எல்லோருக்கும் தண்ணீர்" என்ற கோஷம்தான் சுத்தமான தண்ணீர், வாழ்க்கை, சுகாதாரம் மற்றும் கௌரவம் போன்றவற்றிற்காக போராடும் உள்ளூர் மக்களை அணிதிரட்டும் கோஷமாக உள்ளது. பெரும்பாலான மக்கள் பசி, வறுமை மற்றும் சுரண்டல் போன்ற இன்னல்களுடன் பல வருடங்களாக வாழ்ந்திருக்கிறார்கள். உலக வங்கியின் கொள்கையின் அடிப்படையில் தங்களை கைவிட்ட அரசாங்கங்களிடம் எதையும் எதிர்பார்க்காமல் கல்வியின்றி, சுகாதாரமின்றி தங்களது இருப்பிடங்களிலிருந்து வெளியேறியவர்கள் பலர். இருப்பினும் இலட்சக்கணக்கான மக்களுக்கு தண்ணீரின் மீதான தாக்குதல் என்பது ஒரு முக்கியமான நிலைப்புள்ளியாக தெரிந்ததது. தண்ணீரில்லாமல் வாழ்க்கையில்லை. ஆகையால், உலகம் முழுதும் இருக்கிற ஆயிரக்கணக்கான மக்களினங்களுக்கு உள்ளூர் நீராதாரத்தின் மீதான தங்களது உரிமைக்கான போராட்டமானது அரசியல் ரீதியாக அணிதிரட்டப்படக்கூடிய ஒன்றாக மாறியுள்ளது.

தண்ணீரை ஒரு பண்டமாக மாற்றி அதை சுதந்திர சந்தையில் ஏலமுறைக்கு உட்படுத்தி விற்பவர்களுக்கும், அதே தண்ணீரை ஒரு அடிப்படை உரிமையாகவும், அனைவரின் நம்பிக்கையாகவும், இயற்கையின், மக்களின் பொதுச் சொத்தாகவும் பார்ப்பவர்களுக்குமிடையே ஒரு பலமான போட்டி எழுந்துள்ளது.

---

1   இருபதாம் நூற்றாண்டைச் சேர்ந்த ஆங்கிலோ – அமெரிக்க கவிஞர்; இவர் எழுதிய கவிதையின் தலைப்பு First Things First.

உலகம் முழுதும் உள்ள நூற்றுக்கணக்கான மக்களினங்களில்தான் தண்ணீருக்கான நீதி கோரும் சர்வதேச இயக்கத்தின் தோற்றுவாய் அமைந்துள்ளது. இம்மக்கள்தான் தங்களது நீராதாரங்களை மாசுபாட்டிலிருந்தும், அழிவிலிருந்தும், திருட்டிலிருந்தும் காப்பாற்ற போராடிக் கொண்டிருக்கிறார்கள். இந்த அழிவு, மாசுபாடு, திருட்டு வேலைகள் உலக வங்கியால் ஆதரிக்கப்பட்ட தனியார் தண்ணீர் நிறுவனங்கள், பாட்டில் தண்ணீர் நிறுவனங்கள் போன்ற சர்வதேச கார்ப்பரேட் நிறுவனங்களாலும் மற்ற நாடுகளாலும், சொந்த அரசுகளாலும் செய்யப்படுகின்றன. 1990 ஆம் ஆண்டு வரையிலும் இம்மக்கள் மற்ற பகுதிகளில் நடக்கும் போராட்டங்கள் பற்றி அறியாமல் தனியாக போராடிக் கொண்டிருந்தார்கள் அல்லது தண்ணீர் நெருக்கடியின் சர்வதேச தன்மையைப் பற்றிய விழிப்புணர்வு இல்லாமல் இருந்தார்கள் என்று கூறலாம்.

லத்தீன் அமெரிக்கா

வளரும் நாடுகளில் தண்ணீர் தனியார் மயமாக்கம் என்பது ஆய்விற்குட்படுத்தப்பட்ட பகுதி லத்தீன் அமெரிக்காதான். இந்த திட்டங்களின் தோல்விதான் பல லத்தீன் அமெரிக்க நாடுகள் புதிய தாராளவாத சந்தை அமைப்பை நிராகரிக்க முக்கிய காரணியாக இருந்தது. இந்த நாடுகள்தான் வடகோள நாடுகளிடம், அவைகளின் வட அமெரிக்க சுதந்திர வணிக ஒப்பந்தத்தை (NAFTA) நிராகரித்துவிட்டன. இதன் மூலம் பெரிய தண்ணீர் நிறுவனங்கள் அந்த நாடுகளிலிருந்து பின்வாங்க நேரிட்டது. பல லத்தீன் அமெரிக்க நாடுகள் மிக மோசமான பல சர்வதேச நிறுவனங்களிலிருந்து விலகிவிட்டன. மே, 2007 ஆம் ஆண்டு பொலிவியா, வெனிசுலேவியா மற்றும் நிகரகுவா போன்ற நாடுகள் உலக வங்கியினுடைய முதலீட்டுச் சர்ச்சைகளுக்கான சர்வதேச மத்தியஸ்த மையத்திலிருந்து (WorldBank's International Centre for tha Settlement of Investment Disputes) தாங்கள் விலகும் முடிவை அறிவித்தன. தனியார் தண்ணீர் வினியோக ஒப்பந்தங்களை ரத்துசெய்த நாடுகளிடம் நஷ்டஈடு கேட்டு வழக்கு தொடரும் தனியார் தண்ணீர் நிறுவனங்கள் இந்த மையத்தை பயன்படுத்திக்கொண்ட முறையை பார்த்து அதிலிருந்து விலகுவதாக இந்த நாடுகள் அறிவித்திருப்பது ஒன்றும் சாதாரண விஷயமல்ல.

தன்னிடம் அபரிமிதமாக உள்ள தண்ணீர் வளத்தின் அடிப்படையில் லத்தீன் அமெரிக்கா தனிநபர் பயன்படுத்தும் தண்ணீரின் அளவைப் பொருத்து உலகளவில் முதலிடம் பிடித்திருக்க வேண்டும். ஆனால் அப்படி இல்லை; அது மிகவும் மோசமான இடத்தில் இருக்கிறது. அதற்கு ஒன்றோடு ஒன்று தொடர்புடைய மூன்று காரணங்கள் உள்ளன. மாசுபட்டு போன நீர்நிலைகள்; ஆழமான வர்க்க வேறுபாடுகள்; தண்ணீர் தனியார்மயம். லத்தீன் அமெரிக்காவின் பல பகுதிகளில் பணக்காரர்கள் மட்டும்தான் சுத்தமான தண்ணீரைப் பெற முடியும். தண்ணீரின் மீதான கார்ப்பரேட் நிறுவனங்களின் கட்டுப்பாட்டிற்கு எதிராக உலகின் இப்பகுதியிலிருந்து கடுமையான போராட்டங்கள் எழுந்திருப்பது ஒன்றும் ஆச்சரியமான விஷயமல்ல.

பொலிவியா

ஐந்து அடி உயரம், சாதாரண உடல் வாகு, இருக்கிற இடம் கூட தெரியாத ஆஸ்கார் ஒலிவேரா[1] என்ற செருப்பு தைப்பவரின் தலைமையில் பொலிவியாவில் உள்ள கொச்சாபாம்பா[2] பகுதி மக்கள் தங்களது தண்ணீர் சேவைகள் தனியார்மயமாக்கப்பட்டதை எதிர்த்து எழுந்து நின்றதுதான் சர்வதேச அளவில் "தண்ணீர் போருக்கான" முதல் போராட்டம். இது உலகின் கவனத்தை பெருமளவில் ஈர்த்தது. 1998 ஆம் ஆண்டு உலக வங்கியின் மேற்பார்வையின் கீழ், பொலிவிய அரசு தன்னுடைய தண்ணீர் அமைப்பை தனியார் மயமாக்கும் சட்டத்தில் கையெழுத்திட்டது. அதன் மூலம் இதற்கான ஒப்பந்தம் அமெரிக்க பொறியியல் பகாசுர நிறுவனமான பெக்டெல் (Bechtel) நிறுவனத்திற்கு வழங்கப்பட்டது. இந்நிறுவனம் உடனே தண்ணீருக்கான கட்டணத்தை மூன்று மடங்காக்கியது. ஒரு மாதத்திற்கான குறைந்தபட்ச கூலி 60 அமெரிக்க டாலர் என்று உள்ள ஒரு நாட்டில், தண்ணீருக்கான கட்டணம் மட்டும் 20 அமெரிக்க டாலராக இருந்தது. உண்மையில் இம்மக்களால் அதை கொடுக்க முடியாது. கொள்கலன்களில் இம்மக்கள் சேகரித்த மழை நீருக்கும் இந்நிறுவனம் கட்டணம் வசூலித்தது. அதன் விளைவாக, உலகிலேயே தண்ணீர் தனியார்மயத்திற்கு எதிரான முதல் கூட்டணியாக La Coordinadora de Defensa del Agua y de la Vida (வாழ்க்கை மற்றும் தண்ணீர் பாதுகாப்பிற்கான கூட்டணி) என்ற அமைப்பு ஆரம்பிக்கப்பட்டு, அரசு பெக்டெல் நிறுவனத்துடனான

---

1 Oscar Olivera - பொலிவியாவில் தண்ணீர் தனியார்மயத்தை எதிர்த்து போராடிய முக்கியமான தலைவர்களில் ஒருவர்.
2 Cochabamba - மத்திய பொலிவியாவில் அமைந்துள்ள ஒரு நகரம்.

ஒப்பந்தத்தை ரத்து செய்ய வலியுறுத்தி ஒரு பொது வாக்கெடுப்பு வெற்றிகரமாக நடத்தி முடிக்கப்பட்டது. அரசு செவி சாய்க்காத போது, ஆயிரக்கணக்கானோர் தெருவில் இறங்கிப் போராடினார்கள். அதனைத் தொடர்ந்து நடத்தப்பட்ட இராணுவத் தாக்குதலில் 12 நபர்களுக்கு மேல் காயமடைந்தார்கள்; 17 வயது இளைஞர் ஒருவர் கொல்லப்பட்டார். 2000, ஏப்ரல் 10 ஆம் தேதி, பொலிவிய அரசு பெக்டெல் நிறுவனத்தை அந்த நாட்டிலிருந்து வெளியேறுமாறு கேட்டுக்கொண்டது.

லா பாஸ்[1] பகுதியில் தண்ணீரை தனியார்மயமாக்கச் சொல்லி உலக வங்கி கொடுத்த அழுத்தத்திற்கு பொலிவிய அரசாங்கம் அடங்கிப் போனது. மேலும் 1997 ஆம் ஆண்டு பொலிவியாவிற்கும், அதன் அருகில் உள்ள எல் ஆல்ட்டோ (El Alto) என்கிற மலைப் பிரதேசத்திற்கும் தண்ணீர் வழங்கும் ஒப்பந்தம் சூயெஸ் நிறுவனத்திற்கு 30 ஆண்டுகளுக்கு வழங்கப்பட்டது. இம்மலைப் பிரதேசத்தில் பழங்குடி மக்கள் வசிக்கின்றனர். இவ்வொப்பந்தத்தில் ஆரம்பத்திலிருந்தே பிரச்சினை இருந்தது. சூயெஸ் நிறுவனத்தின் துணை நிறுவனமான அகுவாஸ் டெல் இலிமானி (Aguas del Illimani) மூன்று முக்கியமான வாக்குறுதிகளை கடைபிடிக்கவில்லை; ஏழை பணக்காரன் என்ற வேறுபாடில்லாமல் அனைத்து குடிமக்களுக்கும் தண்ணீரை வினியோகம் செய்யவில்லை, இதனால் 2 இலட்சம் மக்கள் தவிக்க விடப்பட்டார்கள்; கழிவு நீர் சுத்திகரிப்பு மற்றும் மராமத்து வேலைகளில் முதலீடு செய்யவில்லை. அதற்கு பதிலாக லா பாஸ் பகுதியின் வழியாக கழிவுநீர்க் கால்வாய்களை வெட்டி இக்கால்வாய்களின் மூலமாக குப்பைகள், கழிவுப்பொருட்கள் மற்றும் அந்நகரத்தின் இறைச்சிக் கூடங்களிலிருந்து வெளியேறும் கழிவுகளையும் யுனஸ்கோ (UNESCO) நிறுவனத்தின் பாரம்பரிய சின்னங்களின் பட்டியலில் இடம்பெற்றுள்ள டிட்டிகாகா (Titicaca) ஏரியில் கொண்டு விடுவதில் கவனம் செலுத்தியது. வெந்தபுண்ணில் வேல் பாய்ச்சுவதுபோல, தனது ஆலையை ஒரு கோட்டையைப் போல் அழகான இலிமானி மலையடிவாரத்தின் கீழ் இந்நிறுவனம் அமைத்தது. அதன் மூலம் அந்த பனிமலையைக் கைப்பற்றி, ஆரம்பகட்ட ஆய்வுகளுக்குப் பிறகு தண்ணீரை உருகவைத்து குழாய்கள் மூலம் லா பாஸ் பகுதியில் பணம் செலுத்த முடிந்த குடும்பங்களுக்கும், வியாபார மையங்களுக்கும் அனுப்பியது. இம்மலைக்கு அருகில் மின்சாரவசதி, தண்ணிர் வசதி என்று எந்த வசதியும் இல்லாமல் 100 குடும்பங்களுடன் வசித்து வந்த சாலிடாரிடாட் (Solidaridad) என்ற இனக்குழுக்கான

1 La Paz - பொலிவியாவின் இரண்டாவது பெரிய நகரம்.

தண்ணீர் வினியோகம் துண்டிக்கப்பட்டது. வெளிநாட்டு பண உதவியுடன் இந்த பகுதியில் கட்டப்பட்ட பள்ளிக்கூடம், சுகாதார மையம் போன்றவைகள் தண்ணீர் இல்லாத காரணத்தால் இயங்க முடியவில்லை. எல் ஆல்டோ முழுவதும் இதே நிலைதான்.

சூயெஸ் நிறுவனத்திற்கு எதிராக கடுமையான எதிர்ப்பு எழுந்தது. உள்ளூர் இனமக்கள் குழு மற்றும் செயல்பாட்டாளர்கள் அடங்கிய ஃபெஜுவே (FEJUVE) என்ற அமைப்பு ஜனவரி 2005 ஆம் ஆண்டு தொடர்ச்சியாக வேலை நிறுத்தத்தில் ஈடுபட்டது. இது நகரத்தின் இயல்பு வாழ்க்கையை முடக்கிப்போட்டது. பொலிவிய குடியரசுத் தலைவர்கள் கன்சோலா சஞ்செஸ் டி லசோடா (Gonzola Sanchez de Lozada) மற்றும் கார்லோஸ் மீசா (Carlos Mesa) ஆகியோர் வெளியேற்றப்படுவதற்கு இந்த ஆரம்பகட்ட எதிர்ப்புகள் ஒரு முக்கிய காரணியாகும். அவர்களுக்குப் பின் பதவிக்கு வந்த முதல் பழங்குடி இன தலைவரான ஏவோ மொரால்ஸ்[1] (சூயெஸ் நிறுவனத்தின் வெளியேற்றத்திற்காக பேச்சுவார்த்தை நடத்தினார். நீண்ட போராட்டத்திற்கு பிறகு லா பாஸ் மற்றும் எல் ஆல்டோ பகுதிகளின் நீர்நிலைகள் மீட்கப்பட்டதை கொண்டாடும் வகையில் ஜனவரி 3, 2007 ஆம் ஆண்டு ஒரு நிகழ்ச்சிக்கு ஏற்பாடு செய்திருந்தார் அவர். "தண்ணீர் தனியார் வியாபரத்திற்காக கொடுக்கப்படக்கூடாது. அது ஒரு அடிப்படை சேவையாக அரசு பங்களிப்போடு இருக்க வேண்டும். அதன் மூலம் மட்டுமே இலவசமாக தண்ணீரை வழங்கமுடியும்" என்று மொரால்ஸ் கூறினார்.

அர்ஜெண்டினா

வெள்ளி ஆறு என்று அழைக்கப்படுகிற ரியோ டி லா ப்ளாட்டா (Rio de la Plata) ஆறு, அர்ஜெண்டினாவின் தலைநகரான பியோனஸ் அயர்ஸ் (Buenos Aires) நகரை உருகுவே நாட்டின் தலைநகரான மாண்டெவீடியோ (Montevideo) நகரத்திலிருந்து பிரிக்கிறது. கடந்த 500 வருடங்களாக இந்த ஆறு ஒரு மென்மையான கடல் (la Mar Dulce) என்று அழைக்கப்பட்டு வருகிறது. ஏனென்றால் இந்த ஆற்றின் அளவு பார்ப்பவர்களை ஒரு நன்னீர் கடல் என்று நினைக்க வைக்கும். ஆனால் தற்போது இந்த ஆறு வேறு காரணங்களுக்காக பிரபலமடைந்துள்ளது; மாசுபாட்டின் அளவை விண்வெளியிலிருந்து பார்க்கும்போது காணமுடிகின்ற சில ஆறுகளில் இதுவும் ஒன்று. மார்ச் 21, 2006 ஆம் ஆண்டு அர்ஜெண்டின அரசு சூயெஸ் நிறுவனத்தின் துணை நிறுவனமான

---

1 Evo Morales - எவோ என்று அனைவராலும் அழைக்கப்படும் பொலிவிய அரசியல்வாதி மற்றும் குடியரசுத் தலைவர்.

அகுவாஸ் அர்ஜெண்டினாஸ் (Aguas Argentinas) உடனான 30 வருட ஒப்பந்தத்தை திரும்பப்பெற்றது. இந்நிறுவனம் அந்த நாட்டில், 1993 ஆம் ஆண்டிலிருந்து பியோனஸ் அயர்ஸ் நகரத்திற்கான தண்ணீர் அமைப்பை இயக்கிக் கொண்டிருந்தது. கழிவுநீர் சுத்திகரிப்பில் ஈடுபடும் என்ற வாக்குறுதியை மீறி நகரத்தின் கழிவுகளை இந்த ஆற்றில் கொட்டியது இந்நிறுவனம். மேலும் முதல் பத்தாண்டுகளில் இந்நிறுவனம் 88 சதவீதம் அளவிற்கு விலையை ஏற்றியது என்பது மீறப்பட்ட இரண்டாவது வாக்குறுதியாகும். தண்ணீரின் தரம் என்பது இன்னொரு பிரச்சினை. ஏழு நகரங்களில் வழங்கப்பட்ட தண்ணீரில் நைட்ரேட் அளவு மிக அதிகம் மற்றும் குடிப்பதற்கு தகுதியில்லாததாக இருந்தது. ஏப்ரல், 2007 ஆம் ஆண்டு அந்தநகரின் குறைதீர்க்கும் அதிகாரி, இந்த பெருநகரத்தின் தெற்குப்பகுதி மாவட்டங்களில் வசிக்கும் மக்கள் திறந்த வெளி கழிவுகளுக்கு அருகில் வசிப்பதாகவும், மாசுற்ற தண்ணீரையே பருகுவதாகவும் தனது அறிக்கையில் கூறியுள்ளார்.

Food and Water Watch அமைப்பின் அறிக்கை கூறுவதுபோல், சேவைகள் மற்றும் உட்கட்டமைப்பில் முதலீடு செய்யாமல் 20 சதவீதம் என்ற அளவில் பெருமளவில் சூயெஸ் இலாபம் சம்பாதித்துள்ளது என்பதற்கு ஆதாரங்கள் இருப்பினும் அமெரிக்க வளர்ச்சி வங்கி 1999 ஆம் ஆண்டு வரையில் இந்நிறுவனத்திற்கு நிதி உதவி செய்து வந்தது. ஃப்ரான்ஸ் அரசின் ஆதரவோடு, “முதலீட்டின்” மூலம் 1.7 பில்லியன் அமெரிக்க டாலரும் வசூலிக்கப்படாத தண்ணீர் கட்டணங்கள் மூலம் 32 மில்லியன் அமெரிக்க டாலரும் சம்பாதித்துவிட வேண்டுமென்று சூயெஸ், உலகவங்கியின் மத்தியஸ்த நீதிமன்றத்தை அணுகியுள்ளது. சாண்டா ஃபே (Santa Fe) பெரு நகரத்தில் உள்ள 13 நகரங்களுக்கு தண்ணீர் வழங்க போடப்பட்ட இந்நிறுவனத்துடனான ஒப்பந்தம் அப்போதுதான் ரத்து செய்யப்பட்டிருந்தது. ஆகையால் இந்நிறுவனம் இம்மாகாணத்தின் அரசு மீது 180 மில்லியன் அமெரிக்க டாலர் நஷ்டஈடு கோரி வழக்கு போட்டுள்ளது. பியோனஸ் அயர்ஸ் மாநகரத்திலிருந்து வெளியேற வேண்டும் என்று அறிவிக்கப்பட்ட அதே நேரத்தில் அர்ஜெண்ட்டினாவில் தனது வலிமையான கோட்டையான கார்டோபா (Cordoba) நகரை விட்டும் வெளியேற வேண்டும் என்ற அறிவிப்பும் வந்தது.

மேலே கூறப்பட்ட அனைத்து நிகழ்வுகளிலும், வலிமையான மக்கள் சமூகத்தின் எதிர்ப்புதான் இந்த பின்வாங்கல்களுக்கு காரணம். இராபர்ட்டோ முனோஸ் (Roberto Munoz) மற்றும் பலரால் வழிநடத்தப்பட்ட நுகர்வோர்கள் மற்றும் சாண்டே ஃபா

நகர மக்களும் இணைந்த கூட்டணி வெற்றிகரமாக ஒரு பொது வாக்கெடுப்பை நடத்தியது. இதில் நான்கில் ஒரு பகுதிக்கு மேலான மக்கள் அதாவது அந்த நகரின் மொத்த மக்கள் தொகையில் 2,56,000 பேர் சூயெஸ் நிறுவனத்தின் ஒப்பந்தம் ரத்து செய்யப்படுவதற்கு ஆதரவாக வாக்களித்தார்கள். தண்ணீர் ஓர் உரிமை என்பதை வலியுறுத்துவதற்காக இவர்கள் நவம்பர், 2002 ஆம் ஆண்டு ஒரு கூட்டத்தை கூட்டினார்கள். இதில் செயல்பாட்டாளர்கள் மற்றும் குடிமக்கள் என்று 7,000 பேர் கலந்து கொண்டனர். இக்கூட்டம்தான் இந்த நிறுவனத்திற்கு எதிரான அரசியல் எதிர்ப்பை வடிவமைத்தது. கார்டோபா நகரில் அமைக்கப்பட்ட தண்ணீர் மீட்புக்கான மக்கள் குழு என்பது தொழிற் சங்கங்கள், பக்கத்து தொழில் மையங்கள், சமூக அமைப்புகள் மற்றும் அரசியல்வாதிகளை உள்ளடக்கிய ஒரு அமைப்பாகும். அனைவருக்கும் தண்ணீர் என்ற உறுதியான இலட்சியத்துடன் செயல்பட்ட இந்த அமைப்பு, அரசாங்கம், சூயெஸ் நிறுவனத்துடனான ஒப்பந்தத்தை ரத்து செய்ததில் முக்கிய பங்காற்றியது. "மாகாண அரசின் கட்டுப்பாட்டில், நுகர்வோர்கள் மற்றும் பணியாளர்களால் செயல்படுத்தப்படுகின்ற, ஊழல் இல்லாத, தரமான தண்ணீரை உறுதிப்படுத்த பல்கலைக்கழக வல்லுனர்களால் கண்காணிக்கப்படுகிற பொது நிறுவனம்தான் எங்களுக்கு தேவை" என்று லூயிஸ் பஸான் (Luis Bazan) கூறுகிறார். இவர் ஒரு தொழிலாளி; சூயெஸ் நிறுவனம் வழங்கிய வேலையை வேண்டாமென்று கூறியவர்.

மெக்சிகோ

இப்பகுதி முழுவதுதற்கும் தனியார்மயத்தின் தலைமையிடமாக இருப்பது மெக்சிகோதான். இப்பகுதியைச் சேர்ந்த பணக்காரரர்கள் தங்களுக்கு தேவையான தண்ணீர் முழுவதையும் தங்களின் கட்டுப்பாட்டில் வைத்துள்ளார்கள்; அரசின் அனைத்து மட்டங்களையும் கட்டுப்படுத்துகிறார்கள். இந்நாட்டில் உள்ள நீர்நிலைகளில் தண்ணீரில் 9 சதவீதம்தான் குடிப்பதற்கு தகுதியானது. இந்நகரின் நீர்நிலைகள் இரக்கமே இல்லாமல் உறிஞ்சி எடுக்கப்படுகின்றன. 12 மில்லியன் மெக்சிகோ மக்கள் சுத்தமான குடிநீருக்கான வழியில்லாமல் இருக்கிறார்கள். மேலும் 25 மில்லியன் மக்கள் ஒரு வாரத்திற்கு சில மணி நேரங்களே குழாய் தண்ணீர் இயக்கப்படும் பகுதியில் வசிப்பதாக தண்ணீருக்கான தேசிய கமிசன் கூறுகிறது. கழிவு நீரில் 82 சதவீதம் சுத்திகரிக்கப்படாமல் வீணாக சென்றுகொண்டிருக்கிறது. மெக்சிகோ நகரம் ஏறக்குறைய வறண்டுவிட்டது. இந்நகரத்தின் 22 மில்லியன்

மக்கள் நெருக்கடியின் விளிம்பில் வாழ்கிறார்கள். சேரிப்பகுதிகளில் சேவை என்பது மிக மோசமாக உள்ளது. தண்ணீர்க் குழாயை திறக்கிற போது கரப்பான் பூச்சி வெளிவருகிறது. மெக்சிகோ நகர் மற்றும் நாட்டின் பல "காலனிகளில்" கிடைக்கக்கூடிய தண்ணீர் ட்ரக்குகளில் விற்கப்படுகிறது. பெரும்பாலும் இந்த தண்ணீர் அரசியல்வாதிகளால் வாக்கிற்காக விற்கப்படுகின்றன. 1983 ஆம் ஆண்டு தண்ணீர் வினியோகிக்கும் பொறுப்பை அரசு நகராட்சிகள் வசம் ஒப்படைக்கப்பட்டது. பின், 1992 ஆம் ஆண்டு, நிதி உதவி பெறுவதை ஊக்குவிப்பதற்காக தேசிய தண்ணீர் மசோதா ஒன்றை அரசு நிறைவேற்றியது. மெக்சிகோவின் முன்னாள் குடியரசு தலைவர் வின்செண்ட் ஃபாக்ஸ் (Vincent Fox), மற்றும் கொக்ககோலா நிறுவனத்தின் தற்போதைய தலைவர் ஃபெலிப் கால்டரான் (Felipe Calderon) ஆகியோர் தண்ணீர் தனியார்மயத்தை ஆதரித்தார்கள். வின்செண்ட் ஃபாக்ஸ் கொக்ககோலாவின் முன்னாள் முதுநிலை நிர்வாக அதிகாரி ஆவார். உலக வங்கி மற்றும் அமெரிக்க வளர்ச்சி வங்கி மெக்சிகோவில் தனியார்மயத்தை மிக ஆர்வத்துடன் ஊக்கப்படுத்தி வருகிறது. அரசு, தனியார் கூட்டாண்மை குறித்து பேச்சுவார்த்தை நடத்த வேண்டும் என்கிற நிபந்தனையின் அடிப்படையில் 2002 ஆம் ஆண்டு உலக வங்கி இந்நகராட்சிகளுக்கு 250 மில்லியன் அமெரிக்க டாலரை கடனாக வழங்கியது. மெக்சிகோவில் சூயெஸ் நிறுவனம் மிக ஆழமாக வேரூன்றி இருக்கிறது. இந்நிறுவனம் மெக்சிகோ நகரம், கான்கன்[1] மற்றும் 12-க்கும் மேற்பட்ட மற்ற நகரங்களுக்கு தண்ணீர் சேவையை வழங்குகிறது. இதன் கழிவு நீர் சுத்திகரிப்பு பிரிவான டேக்ரமாண்ட், சான் லூயிஸ் பொட்டாசி[2] மற்றும் பல நகரங்களுக்கான ஒப்பந்தங்களையும் பெற்றுள்ளது. மெக்சிகோ தண்ணீர் கமிசனான CONAGUA-விற்கு தண்ணீர் தனியார்மயம் என்பதுதான் முதல் முன்னுரிமை. மற்ற நாடுகளில் உள்ளது போல, மெக்சிகோவிலும் தனியார்மயம் என்பது விலையேற்றம், மீறப்பட்ட வாக்குறுதிகள் மற்றும் கட்டணம் செலுத்த முடியாதவர்களுக்கு சேவை துண்டிப்பு ஆகியவைகளைக் கொண்டதாக இருந்தன. மாநில கணக்காளரின் ஆய்வில் ஒப்பந்தம் மற்றும் மாநில சட்டவிதிகள் மீறப்பட்டதற்கான ஆதாரம் கண்டுபிடிக்கப்பட்டதாக சால்டில்லோ[3] நகரில் செயல்படும் தண்ணீர் நுகர்வோர்களுக்கான சங்கம் கூறுகிறது. சால்டில்லோ நகரில் சூயெஸ் நிறுவனமும், ஸ்பெயின் நாட்டைச்

1 Cancun - மெக்சிகோவின் தென்கிழக்கு நகரம்.

2 San Luis Potosi - மெக்சிகோ நாட்டில் ஒரு மாநிலம்.

3 Saltillo - மெக்சிகோவின் வடகிழக்குப்பகுதியில் அமைந்துள்ள மிகப்பெரிய நகரம்.

சேர்ந்த அகுவாஸ் டி பார்சிலோனா (Aguas de Barcelona) நிறுவனமும் இணைந்து தண்ணீர் அமைப்பை இயக்கி வருகின்றன.

கார்ப்போரேட் நிறுவனங்களின் கட்டுப்பாட்டை எதிர்க்கவும், சுத்தமான தண்ணீருக்காக போராடவும் மக்கள் குழு ஒன்று சமீபத்தில் ஒன்றுகூடியுள்ளது. ஏப்ரல், 2005 ஆம் ஆண்டு, பகுப்பாய்வு, தகவல் தொடர்பு மற்றும் பயிற்சிக்கான மெக்சிகோ மையம் (Mexican Centre for Analysis, Information and Tarining (CASIFOB)) என்ற அமைப்பு தண்ணீர் தனியார்மயத்திற்கு எதிராக போராட்டத்தை அடிமட்டத்திலிருந்து நடத்த 400-க்கு மேற்பட்ட செயல்பாட்டாளர்கள், பழங்குடி மக்கள், சிறு விவசாயிகள் மற்றும் மாணவர்கள் கொண்ட கூட்டத்தை நடத்தியது. தண்ணீர் ஓர் உரிமை என்பதற்கான மெக்சிகோ அமைப்புகளின் கூட்டமைப்பு (The Coalition of Mexical Organisations for the Right to Water (COMDA)) என்ற அமைப்பு. செயல்பாடு மட்டுமில்லாமல் தண்ணீர் குறித்த கல்விக்கும் தன்னை அர்ப்பணித்துக் கொண்டது. இந்த கூட்டமைப்பில் சுற்றுச்சூழல், மனித உரிமைகள், பழங்குடி மற்றும் கலாச்சார குழுக்கள் அங்கம் வகிக்கின்றன. தங்களது முயற்சிக்கு அரசு ஆதரவு தரும் என்ற இந்த கூட்டமைப்பின் நம்பிக்கை கன்சர்வேட்டிவ் கட்சியை சேர்ந்த ஃபெலிப் கால்டரான் குடியரசு தேர்தலில் வெற்றிபெற்றதும் சுக்குநூறானது. நாட்டின் தண்ணீர் வினியோகத்தை தனியாரின் கட்டுப்பாட்டில் விடுவதற்கு பாலம் அமைக்கும் வேலையை கால்டரான் வெளிப்படையாக செய்து வருகிறார்.

சிலி

கடந்த பத்தாண்டுகளாக சிலியில் தண்ணீர் வினியோகம் ஏறக்குறைய தனியாரின் கட்டுப்பாட்டில் உள்ளது. பெரும்பாலும் பிரிட்டிஷ் தனியார் நிறுவனங்கள்தான் சேவையை வழங்குகின்றன. ஆளும் வர்க்கத்தின் நிலைப்பாடு சந்தை வியாபாரத்திற்கு ஆதரவாக உள்ளதால், சிலியில் தண்ணீர் தனியார்மயத்திற்கு எதிரான போராட்டம் நடத்துவது என்பது மிகக் கடினமாக உள்ளது. நவீன தாராளமய சந்தை சீர்திருத்தம் என்பதே சர்வாதிகாரி பினோசெட்[1] அவர்களின் கொள்கையாக இருந்தது. இக்கொள்கையே அவரது காலத்தில் நிறைவேற்றப்பட்ட அனைத்து அநீதிகளுக்கும் காரணமாக அமைந்தது. தண்ணீர், மின்சாரம், கல்வி மற்றும் சுகாதாரம் முதலிய அரசின் அனைத்து சேவைகளையும் தனியார்மயமாக்கிய ஒரு நாடு சிலி. ஆரம்பத்தில் இந்நாடு மார்க்கரட் தாட்சர் காலத்தில்

1 Pinochet - 1973 ஆம் ஆண்டிலிருந்து 1990 ஆம் ஆண்டு வரை சிலியை ஆட்சி செய்த சர்வாதிகாரி.

பின்பற்றப்பட்ட பிரிட்டிஷ் மாதிரியையே ஏற்றுக் கொண்டது. இதன் மூலம் தண்ணீர் தனியார் மயமாக்கலில், நிறுவனங்கள் ஒட்டுமொத்த அமைப்பையும் வாங்கி கட்டுப்படுத்தும். தனியார் நிறுவனங்களின் இத்தகைய கட்டுப்பாட்டால் சுற்றுச்சூழல் பாதிக்கப்படுவது குறித்த கவலை எழுவதால், எதிர்கால ஒப்பந்தங்களில் குத்தகைக்கு விடுதல் குறித்து ஆலோசிக்கப்படும் என்று அரசு ஒரு புதிய வழிகாட்டுதலை வெளியிடும் அளவிற்கு தள்ளப்பட்டது. இந்த மாதிரியான கட்டுப்பாட்டில், குறைந்தபட்ச அளவிலாவது அரசு கட்டுப்பாடு இருக்கும்.

லத்தீன் அமெரிக்க நாடுகளில் உள்ள தண்ணீர் தனியார்மய திட்டங்களில் உள்ளதுபோலவே, சிலியிலும், மில்லியன் கணக்கான மக்கள் தண்ணீர் வாங்கமுடியாத அளவிற்கு விலை கடுமையாக ஏறியது. தண்ணீரின் விலை 20 சதவீத அளவிற்கு உயர்ந்துள்ளதாக Food and Water Watch அமைப்பின் அறிக்கை கூறுகிறது. ஆனால், சில இடங்களில் 200 சதவீத அளவிற்கு விலையேற்றம் உள்ளதாக ஆவணப்படுத்தப்பட்டுள்ளது. 2000 இல் நடத்தப்பட்ட பொது வாக்கெடுப்பில் தண்ணீர் தனியார்மயத்தை எதிர்த்து 99.2 சதவீத சிலியின் மத்தியப் பகுதி மக்கள் வாக்களித்தனர். ஆனால் அதற்கு மாறாக உள்ளூர் தண்ணீர் சேவையை தனியார்மயமாக்கியது அரசு. ஆளும் வர்க்கத்திடம் ஆழமாக பதிந்துவிட்ட தனியார்மய எண்ணமே இதற்கு காரணம். மிச்செல் பாச்லெட் (Michelle Bachelet) அவர்களின் தலைமையிலான இடதுசாரி அரசு, சிலியின் தண்ணீர் வினியோகத்தில் பொது நிர்வாகத்தை கொண்டு வருவதில் பேச்சுவார்த்தை நடத்த திறந்த மனதோடு இருக்கும் என்ற நம்பிக்கை இருக்கிறது.

கனடாவைச் சேர்ந்த பாரிக் கோல்ட் (Barrick Gold) என்ற மோசமான பெயர் பெற்ற சுரங்க நிறுவனம், சிலி-அர்ஜெண்டினா எல்லையில் உள்ள மூன்று பனிமலைகளை அதில் உள்ள தங்கத்தை தோண்டியெடுப்பதற்காக உடைக்கப் போவதாக இருந்தது. ஆனால் மக்கள் சமூக குழுக்கள் இந்த மிரட்டலுக்கு எதிராக போராடி வெற்றி பெற்றிருக்கிறார்கள். பாஸ்குவா - லாமா[1] சுரங்கத்திலிருந்து 5,00,000 கிலோ கிராம் தங்கத்தை வெட்டியெடுக்க இந்நிறுவனத்திற்கு அனுமதி கொடுக்கப்பட்டது. உண்மையில் இது ஒரு சர்ச்சைக்குரிய செயலாகும். இந்தப் பகுதியைச் சுற்றி வசிக்கும் 70,000 சிறிய விவசாயிகளுக்கு நீராதாரமாக விளங்கும் பனிப்பாறைகளை 8,26,000 கன மீட்டர் அளவிற்கு வெடிவைத்து உடைப்பதுதான் இந்த

1 Pascua - Laama - ஆண்டிஸ் மலைத்தொடரில் அமைந்துள்ள தங்கம், வெள்ளி, தாமிரம் மற்றும் இன்னபிற தாதுக்கள் வெட்டியெடுக்கும் சுரங்கத் திட்டம்.

செயல்பாட்டின் ஆரம்ப திட்டம். இந்நிறுவனம் தனது ஆரம்ப கட்ட பணியான சுரங்கம் தோண்டுதல் என்பதை விட்டுவிட்டு, வெடிவைத்து தகர்க்க முடிவெடுத்தது. இதற்கிடையில் முன்னாள் குடியரசு தலைவர் பொறுப்பிற்கு போட்டியிட்ட சாரா லாரய்ன் (Sara Larain) தலைமையிலான சுற்றுச் சூழலியல்வாதிகளும், அவரது இயக்கமான நிலைத்த சிலி என்ற அமைப்பும் இணைந்து குடியரசுத் தலைவர் பாச்லெட்டிடமிருந்து இந்த தேசத்தின் சொத்தான பனிமலை எந்த காலத்திலும் பாதுகாக்கப்படும் என்றும், இந்த சொத்தை பாதுகாப்பதெற்கென்று சுற்றுச்சூழல் அமைச்சகம் அமைக்கப்படும் என்ற கையெழுத்திடப்பட்ட ஒப்பந்தத்தைப் பெற்றது.

ஈகுவடார்

மார்ச் 1, 2007 ஆம் ஆண்டு ஈகுவடார் நாட்டின் தலைநகரமான குயிட்டோ (Quito) மேயர், நான்கு வருடங்களாக நடப்பில் இருந்த தனியார் தண்ணீர் சேவையை நிறுத்துவதாக அறிவித்தார். இந்த திட்டம் நடைமுறைக்கு வர அரசு 20 மில்லியன் அமெரிக்க டாலரை முதலீடு செய்ய வேண்டியிருந்த வேளையில் சம்பந்தப்பட்ட தனியார் நிறுவனம் வெறும் 7 மில்லியன் அமெரிக்க டாலரையே முதலீடு செய்திருந்தது என்று ப்ரைஸ் வாட்டர் ஹவுஸ்[1] அறிவிப்பை மேற்கோள் காட்டி தண்ணீர் பாதுகாப்பிற்கான கூட்டமைப்பு கூறியது. அடுத்த ஆறு வருடங்களில் அந்த நிறுவனம் இலாபம் சம்பாதிக்க ஆரம்பித்தது. அடுத்த 30 வருடங்களில் அந்த நிறுவனம் 226 மில்லியன் அமெரிக்க டாலர் அளவிற்கு இலாபம் சம்பாதிக்கும். ஈகுவடார் நாட்டின் பெரிய நகரான கயாகுயில் (Guayaquil) பகுதிக்கு தண்ணீர் சேவையை வழங்கும் பொறுப்பை பெக்டல் நிறுவனத்தின் துணை நிறுவனமான கயாகுயில் இண்டராகுவா (Guayaquil Interagua) கையில் எடுத்ததும் அது சற்று வித்தியாசமாக நடந்துகொண்டது. இந்நிறுவனம் அனைத்து பணியாளர்களையும் நீக்கியது. 95 சதவீத கழிவு நீரை உள்ளூர் நீர்நிலைகளில் கலக்கவிட்டது. இதனால் 2005 ஆம் ஆண்டு மஞ்சள் காமாலை பரவியது. யாரெல்லாம் கட்டணம் செலுத்த முடியாதோ அவர்களுக்கு தண்ணீர் வினியோகத்தை நிறுத்தியது. பொதுப்பணிகளுக்கான குடிமக்கள் கண்காணிப்பு மையம் என்ற உள்ளூர் அமைப்பு, விதிமுறைகளை மீறியதற்கான

1 Price Water House - சர்வதேச அளவில் சேவை வழங்கும் நிறுவனம். இந்நிறுவனம் வழங்கும் சேவைத்துறைகள்: Accountants, Actuaries, Appraisers, Architects, Attorneys, Business Consultants, Business Development Managers, Copywriters, Engineers, Funeral Directors, Law Firms, Public Relations.

இந்த நிறுவனத்திற்கு தண்டத் தொகை விதிக்கவேண்டும் என்று அரசை வலியுறுத்தியது.

மற்ற நாடுகள்

பகோட்டா (Bagota), கொலம்பியா (Colombia), பராகுவே (Paraguay), நிகரகுவா (Nicaragua) மற்றும் பிரேசில் போன்ற நாடுகள் தண்ணீர் தனியார்மயத்தை ரத்து செய்த மற்ற லத்தீன் அமெரிக்க நாடுகள் அல்லது நகரங்களாகும். இருப்பினும், கார்ட்டாஜினா (Cartagena) உள்ளிட்ட சில கொலம்பிய நகரங்கள் தனியார் தண்ணீர் சேவையை ஏற்றுக் கொண்டுள்ளன; ஜுலை, 2005 ஆம் ஆண்டு பராகுவே நாட்டின் கீழவை தண்ணீர் தனியார்மயத்திற்கு ஆதரவாக செனட் கொண்டுவந்த மசோதாவை தள்ளுபடி செய்தது; நிகரகுவா நாட்டில் மக்கள் சமூக குழுக்கள் நடத்திய கடுமையான போராட்டங்களின் விளைவாக, அந்நாட்டின் கழிவுநீர் உட்கட்டமைப்பில் முதலீடு செய்ய தனியார் நிறுவனங்களை அனுமதிக்கக்கூடாது என்று அந்நாட்டு நீதிமன்றம் உத்தரவிட்டது; தனியார்மயத்திற்கு எதிரான பொதுமக்களின் எண்ணம் காரணமாக பிரேசிலில் தனியார் சக்திகள் பின்வாங்கின. தனியார் தண்ணீர் வினியோகத்தில் ஊழல், விலையேற்றம் மலிந்துள்ள பெரு நாட்டில் மட்டும் துரதிஷ்டவசமாக தனியார்மயம் விலக்கிக் கொள்ளப்படவில்லை.

ஆசிய - பசுபிக் பகுதிகள்

ஏறக்குறைய ஒவ்வொரு ஆசிய - பசிபிக் நாடும் தனியார் நிர்வாகத்தை அறிமுகப்படுத்தியுள்ளது அல்லது அது குறித்து ஆலோசித்துக் கொண்டிருக்கிறது. இந்த பகுதி முழுவதும் பெரிய தண்ணீர் நிறுவனங்கள் செயல்பட உலக வங்கியும், ஆசிய வளர்ச்சி வங்கியும் ஊக்கப்படுத்தி வருகின்றன. இவ்விரு வங்கிகளும் இணைந்து 2006 ஆம் ஆண்டு உலக தண்ணீர் கவுன்சிலின் பிராந்திய அமைப்பாக ஆசிய - பசிபிக் தண்ணீர் மன்றம் ஒன்றை ஆரம்பித்தன. டிசம்பர் 2007 ஆம் ஆண்டு அதன் முதல் கூட்டத்தையும் நடத்தின. தண்ணீர் தனியார்மயமாக்கப்பட்ட ஒவ்வொரு பகுதியிலும் எழுகின்ற கடுமையான எதிர்ப்பை எதிர் கொள்ளும் வகையில் இந்த தண்ணீர் நிறுவனங்களும், ஆசிய வளர்ச்சி வங்கியும் ஒருங்கிணைந்து செயல்படுமளவிற்கு தங்களை தகவமைத்துக் கொண்டிருக்கின்றன.

டிசம்பர் 2003 ஆம் ஆண்டு பாங்காக் (Bangkok) நகரில் நடந்த ஒரு கூட்டத்தில் தண்ணீர் உரிமையை பாதுகாப்பதற்கான ஆசிய - பசிபிக் அமைப்பு என்ற அமைப்பு ஆரம்பிக்கப்பட்டது. இம்மாநாட்டிற்கு ஜூபிலீ சவுத்[1] மற்றும் Asia - Pacific Movement on Debt and Development[2] நிதி உதவி செய்தது. ஆசிய - பசிபிக் பகுதிகளில் தண்ணீர் தனியார்மயத்தை எதிர்ப்பது, WTO-வின் அனைத்து வியாபார மற்றும் முதலீட்டு ஒப்பந்தங்களிலிருந்து தண்ணீரை விடுவிக்க பணியாற்றுவது, ஏழை நாடுகளின் கடன்களுக்கும், அந்நாடுகளுக்கு தனியார்மயத்தை எதிர்ப்பதற்கான அதிகாரம் இல்லாததற்கும் இடையேயான தொடர்பை வெளிப்படுத்துவது, மனித உரிமை என்ற அடிப்படையில் தண்ணீரை பரந்த அளவில் நிறுவனமயமாக்க அங்கீகாரம் பெறுவதை ஊக்கப்படுத்துவது போன்றவைகளை அடிப்படையாக கொண்டது இந்த அமைப்பின் போராட்டம். மே, 2007 ஆம் ஆண்டு கடனிலிருந்து விடுதலைக்கான கூட்டணி என்ற அமைப்பு, தனியார் தண்ணீர் சேவைகளை ஊக்கப்படுத்திய, சுற்றுச்சூழல் அழிப்பு மற்றும் அந்த பகுதியில் வறுமையை ஏற்படுத்திய உலக வங்கியை எதிர்த்து இந்த வங்கியின் ஆளுனர்களின் 40-ஆவது ஆண்டுக்கூட்டம் நடந்த இடத்தை முற்றுகையிட்டது.

இந்தியா

மக்கள் பாதுகாப்பு மற்றும் வளங்களின் மீதான அரசு கட்டுப்பாடு போன்ற வென்றெடுக்கப்பட்ட விஷயங்களை தனது பாரம்பரிய சொத்தாக கொண்டுள்ள நாடு இந்தியா. ஆனால், சில வருடங்களாக இங்கு உருவாகியிருக்கிற புதிய வியாபார வர்க்கத்தால் பல துறைகளில் இந்நாடு Washington Consent மாதிரியைப் பின்பற்ற ஆரம்பித்திருக்கிறது. "எங்கெல்லாம் சாத்தியமோ" அங்கு தனியார் தண்ணீர் சேவையை அனுமதிக்க 2002 ஆம் ஆண்டு தேசிய தண்ணீர் கொள்கையில் தண்ணீர் தனியார்மயம் ஊக்கப்படுத்தப்பட்டது. ஒரு வருடம் கழித்து, இந்திய நகர்ப்புற மேம்பாட்டு அமைச்சகம், மாநில அரசுகளை "நம்பமுடியாத அளவிற்கு பொது நிதியை" தண்ணீர் நெருக்கடிக்கு பயன்படுத்தப்படுவதாக குற்றஞ்சாட்டி, குடிநீர் துறையில் "வரவேற்கத்தக்க சூழலை" உருவாக்க வேண்டுமென்று பல வழிகாட்டுதல்களை மாநில அரசுகளுக்கு வழங்கியிருந்தது. இந்த வழிகாட்டுதல்கள் கடுமையான விவாதத்திற்குரியவை

1 Jubilee South - கடன் மற்றும் மேம்பாட்டுக்கான ஆசிய – பசிபிக் இயக்கம். மூன்றாம் உலக நாடுகளின் கடன்களை ரத்து செய்யக்கோரும் அமைப்பு இது.
2 மக்கள் இயக்கங்கள், கூட்டமைப்புகள், அரசுசாரா இயக்கங்களுக்கான பிராந்திய கூட்டமைப்பு. செயல் அலுவலகம் பிலிப்பைன்ஸில் உள்ளது.

என்று அந்த அமைச்சகத்திற்கு தெரியும்; 2000-இல், உலக வங்கியின் கொள்கைகளுக்கு ஆதரவான மற்றும் இணக்கமான அரசியல்வாதிகளால் ஏற்பாடு செய்யப்பட்ட தனியார்மயத்திற்கு ஆதரவான பொது நிகழ்ச்சியில் பங்கேற்க வந்த உலக வங்கியின் அப்போதைய தலைவர் ஜேம்ஸ் உல்ஃபோன்சன் (James Wolfensohn) அவர்களை கோபமடைந்த ஆந்திர விவசாயிகள் துரத்தியடித்தனர். இந்த மாற்றத்தினையும், அதன் மூலம் பத்து மடங்கு அளவிற்கு ஏற்படும் விலையேற்றத்தை நுகர்வோர்கள்தான் தாங்க வேண்டும் என்று இந்த அமைச்சகம் ஒத்துக்கொண்டது. இந்த அறிவிப்பு கடுமையான விமர்சனத்துக்குள்ளானது. இந்தியா தற்போது வேகமான தனியார்மயமாக்க சுழற்சியின் மத்தியில் இருக்கிறது. நகராட்சி ஒப்பந்தங்களைப் பெறுவதற்கும், ஒட்டுமொத்த ஆற்றையே வாங்கி விடுவதற்கும் நாடு முழுவதும் தனியார் தண்ணீர் நிறுவனங்கள் போட்டிப்போட்டுக் கொண்டிருக்கின்றன.

பெக்டல் நிறுவனம் தமிழ்நாட்டிற்கு தண்ணீர் மற்றும் கழிவுநீர் சேவைகளை அளித்து வருகிறது. ஜாம்ஷெட்பூர், ஆக்ரா, கொல்கத்தா மற்றும் விசாகப்பட்டினம் ஆகிய பகுதிகளில் வியோலியா இயங்கிவருகிறது. இந்தூரில் தண்ணீர் சேவை வழங்க தேம்ஸ் நிறுவனம் கண்வைத்துக் கொண்டிருக்கிறது. மைசூர், மங்களூர், ஹூப்ளி மற்றும் தர்வாட் பகுதிகளுக்கு தண்ணீர் வினியோகம் செய்ய ஆங்க்லியன் நிறுவனம் போட்டிப்போட்டுக் கொண்டிருக்கிறது. தன்னுடைய துணை நிறுவனமான டேக்ரமாண்ட் பெயரில் இயங்கிக் கொண்டிருக்கும் சூயெஸ் நிறுவனத்திற்கு, டெல்லி, சென்னை, பெங்களூரு மற்றும் நாக்பூர் போன்ற இடங்களில் தளங்கள் உள்ளன. டெல்லியில் சூயெஸ் கட்டிக்கொண்டிருக்கும் சுத்திகரிப்பு ஆலை இலாப நோக்கில் செயல்படுவதற்கு அரசு சார்பில் உறுதிகொடுத்திருப்பதால் இத்திட்டம் விவாதத்திற்குரிய ஒன்றாக இருக்கிறது. மேலும், உலக வங்கியின் உதவியோடு கட்டப்பட்ட டெஹ்ரி அணையின்[1] வழியாக, மேல் கங்கை கால்வாயிலிருந்து தண்ணீரை திசைமாற்றி டெல்லிக்கு குடிநீர் வினியோகம் செய்ய 30 கிலோமீட்டர் நீளத்தில் தொடர் குழாய்களை அமைக்கும் 50 மில்லியன் அமெரிக்க டாலர் மதிப்பிலான திட்டமும் இதில் அடங்கும். இந்த சர்ச்சைக்குரிய திட்டத்தால் ஆயிரக்கணக்கான மக்கள் தங்களது வீடுகளிலிருந்தும், நிலங்களிலிருந்தும் வலுக்கட்டாயமாக வெளியேற்றப்பட்டிருக்கிறார்கள். மேலும் கங்கையின் புனித நீரும் திசைமாற்றி விடப்படுகிறது. நவ்தான்யா (Navdanya), மற்றும்

1 Dehri Dam - இந்தியாவின் மிக உயரமான அணை; ஆசியாவின் இரண்டாவது உயரமான அணை.

தண்ணீர் ஜனநாயகத்திற்கான மக்கள் முன்னணி (People's Front for Water Democracy) போன்ற தண்ணீர் உரிமைக்காக போராடுகிற இயக்கங்களின் கடுமையான எதிர்ப்பால், இந்திய அரசு கடும் கோபத்துடன் பின்வாங்கி, இது ஒன்றும் தனியார்மயமாக்கமல்ல; அரசு தனியார் கூட்டாண்மைத் திட்டம், இதில் அரசின் கட்டுப்பாடு நிலைநிறுத்தப்பட்டுள்ளது என்று உறுதிகொடுத்துள்ளது.

சுற்றுச்சூழல் பேரழிவுகள் ஏற்படுத்தும் தாக்கம் மற்றும் இலட்சக்கணக்கானவர்கள் இடம்பெயர வேண்டும் என்பது குறித்து எழுந்த கடுமையான எதிர்ப்பால், பண்ணை நிலங்களுக்கு பெருமளவில் தண்ணீர் பாய்ச்சுவதற்காக தென்பகுதியில் உள்ள 16 ஆறுகளையும், 14 இமயமலை ஆறுகளையும் இணைக்கும் திட்டத்திலிருந்து அரசு தற்காலிகமாக பின்வாங்கியுள்ளது. தனியார் கார்பரேட் நிறுவனங்களுக்கு ஒட்டுமொத்த ஆற்றையே தாரைவார்க்கும் தனியார்மய நடவடிக்கைகளுக்கு எதிரான போராட்டம் என்பது குறைந்தளவு வெற்றியையே கொடுத்துள்ளது. சத்தீஷ்கர் மாநிலத்தில் உள்ள ஷியோநாத் என்ற ஆறு ஒரு தனியார் அமைப்புக்கு 27 கிலோமீட்டர் நீளத்திற்கு 22 வருட குத்தகைக்கு விடப்பட்டுள்ளது. கொக்ககோலா மற்றும் பெப்சி நிறுவனங்களை எதிர்த்து பாட்டில் தண்ணீருக்கு எதிரான இயக்கத்தையும் இந்தியா கண்டுள்ளது. இந்நிறுவனங்கள் ஊரகப்பகுதிகளில் தங்களது ஆலைகளை அமைத்து, அருவமான மற்றும் சுருங்கிக் கொண்டிருக்கிற நீர் வளத்தை சுரண்டிக்கொண்டு மக்களுக்கு பெரும் துயரங்களை விளைவிக்கின்றன.

மேதா பட்கர், வந்தனா சிவா மற்றும் அருந்ததி ராய் போன்ற அதிகம் அறியப்பட்ட தலைவர்களோடு உலகில் அணைகள் கட்டுவதற்கு எதிரான வலிமைமிக்க இயக்கத்தின் தாயகமாக இந்தியா இருக்கிறது. அடிமட்ட அளவில் நடத்தப்படும் நர்மதா பச்சோ அண்டோலான்[1] இயக்கத்தின் வலுவான போராட்டம் சர்தார் சரோவர் அணை கட்டப்படுவதற்கு எதிராக நடத்தப்படுகிறது. இந்த அணை உலகில் உள்ள 30 பெரிய அணைகளில் மிகப்பெரியது. நர்மதை ஆறு மற்றும் அதன் துணை ஆறு என்று மொத்தம் 3000 சிறிய மற்றும் நடுத்தர அளவிலான அணைகள் கட்ட திட்டமிடப்பட்டுள்ளன. இத்திட்டம், சிறுவிவசாயிகள், பழங்குடியினர் என்று 10 இலட்சம் மக்களை அவர்களின் சொந்த நிலத்திலிருந்து வெளியேற்றும்.

---

1 Narmada Bachao Andolan - நர்மதை ஆற்றின் குறுக்கே அணை கட்டுவதற்கு எதிர்ப்பு தெரிவிக்கும் சமூக இயக்கம். இதன் தலைவர் மேதா பட்கர்.

இந்தோனேசியா

உலக வங்கி மற்றும் ஆசிய வளர்ச்சி வங்கி ஆகியவற்றின் ஆசியுடனும், நிதி உதவியுடனும், சூயெஸ் மற்றும் தேம்ஸ் வாட்டர் என்ற இரு நிறுவனங்களும் ஜகார்த்தாவிற்கு தண்ணீர் வழங்க முன்னாள் இந்தோனேசிய சர்வாதிகாரி அவர்களிடம் சலுகை பெற்றன. ஆகையால் 1998 ஆம் ஆண்டு ஜகார்த்தாவிற்கு தண்ணீர் வழங்கும் முடிவு எந்த ஆலோசனையும் இல்லாமல், ஏல முறை இல்லாமல் தனியாருக்கு விடப்பட்டது. புதிய குழாய்கள் அமைக்கப்படும், மராமத்து பணிகளில் முதலீடு செய்யப்படும், ஏழைகளுக்கு தண்ணீர் வினியோகம் என்பது முறைப்படுத்தப்படும் போன்ற ஒப்பந்தங்களிலிருந்து இந்நிறுவனங்கள் பின்வாங்கியது முறைப்படி ஆவணப்படுத்தப்பட்டுள்ளது. யாரால் பணம் செலுத்த முடியுமோ அவர்களுக்கு வழங்கப்பட்ட இணைப்புகள் அதிகரித்தன; அதே வேளையில் ஏழைகளுக்கான தண்ணீர் வசதி என்பது படுமோசமானது. தண்ணீருக்கான கட்டணம் 35 சதவீதம் அதிகரித்து. ஏழைகளின் குடிநீர் இணைப்பிற்கு மீட்டர் பொருத்தப்பட்டது. ஜகார்த்தாவின் 70 சதவீத ஏழை மக்களுக்கு குழாய்த்தண்ணீர் இன்றளவும் கிடைக்கவில்லை. சூயெஸ் நிறுவனமும், தேம்ஸ் வாட்டர் நிறுவனமும் தாங்கள் உறுதியளித்த முதலீடுகளைச் செய்யவில்லை என்று ஜகார்த்தா போஸ்ட்[1] சுட்டிக்காட்டுகிறது. இவர்களின் நிர்வாகத்தில் ஒரு வருடத்தில் கொடுக்கப்பட்ட இணைப்புகளின் எண்ணிக்கை என்பது ஏற்கனவே அரசு கட்டுப்பட்டில் இருந்தபோது கொடுக்கப்பட்ட இணைப்புகளைவிட மிகவும் குறைவாக இருந்தது. (அதாவது 1988-1997 ஆம் ஆண்டுகளில் ஒரு வருடத்திற்கு 11.68 சதவீதமாக இருந்த இணைப்பு தனியார்மயமான பின் வருடத்திற்கு 5.61 சதவீதமாக குறைந்தது.) இந்நிறுவனங்களும், அரசும் கடுமையான எதிர்ப்பிற்கு ஆளாகின. இவர்களின் தோல்விகள் ஜூபிலீ சவுத், ஓய்வறியா போராளியான நிலா ஆர்தியானி (Nila Ardhianie) அவர்களின் தலைமையிலான Indonesian Forum on Globalization போன்ற அமைப்புகளால் ஆவணப்படுத்தப்பட்டன.

பிலிப்பைன்ஸ்

மணிலாவில் தண்ணீர் தனியார்மயம் என்பது, பணக்காரர்களுக்கு சாதகமானதாகவும், இருக்கின்ற வர்க்க வேறுபாடுகளை இன்னும் அதிகமாக்குவதாகவும்தான் இருந்தது. 1977 ஆம் ஆண்டு உலக வங்கி மற்றும் ஆசிய வளர்ச்சி வங்கியிடம் பெற்ற கடன்களின் மூலம்,

1 Jakarta Post - இந்தோனேசிய ஆங்கில செய்தித்தாள்.

மணிலா சூயெஸ் உள்ளிட்ட தனியார் நிறுவனங்களிடம் தண்ணீர் வழங்க கூட்டுவைத்துக் கொண்டது. மேனிலாட் வாட்டர் சர்வீசஸ் (Maynilad Water Services) என்ற புதிய நிறுவனம் இரும்பு உறுதி கொண்ட வாக்குறுதிகளைத் தந்து சலுகைகளைப் பெற்றது; தண்ணீருக்கான தொகை குறைக்கப்படும்; நடப்பு நுகர்வோர்களுக்கு தடையில்லா தண்ணீர் சேவை; அனைவருக்குமான தண்ணீர் சேவையை 2006 ஆம் ஆண்டுக்குள் விரிவுபடுத்தல்; ஒழுகும் உட்கட்டமைப்பை சரிசெய்து தண்ணீர் இழப்பு தடுக்கப்படும்; 2000-த்திற்குள் உலக சுகாதார அமைப்பின் தர நிர்ணயிப்பிற்குள் வந்து சேருதல். இதில் ஒன்றுகூட முடியும் தருவாயில் இல்லை என்று இந்த நிறுவனங்களுக்கு எதிராக ஒரு கடுமையான போராட்டத்தை மேற்கொண்ட Water for People Network of the Philippines என்ற அமைப்பு கூறுகிறது. அந்த நகரில் உள்ள 7 மில்லியன் ஏழை மக்களுக்கான தண்ணீர் சேவை சீரழிந்தது. அந்த நிறுவனம் தண்ணீரின் விலையை உடனே உயர்த்தியது. அக்டோபர் 2003 ஆம் ஆண்டு அந்த நகரத்தின் மேற்கு பகுதியில் காலரா தாக்கியதில் 6 பேர் உயிரிழந்தனர், 600 பேருக்கு மேல் மருத்துவமனையில் அனுமதிக்கப்பட்டனர். பிலிப்பைன்ஸ் பல்கலைகழகம் நடத்திய சோதனையில் மேனிலாட் நிறுவனம் வழங்கிய தண்ணீரில் இ.கோலி[1] என்ற பாக்டீரியா இருந்தது கண்டுபிடிக்கப்பட்டது. 1997-2007 ஆம் ஆண்டுகளுக்கிடையில் தண்ணீரின் விலை 357 சதவீதம் உயர்ந்தது.

ஆஸ்திரேலியா

தண்ணீர் நெருக்கடியின் தீவிரத்தன்மையை உணராமல் ஆஸ்திரேலிய அரசியல்வாதிகள் மறுக்கிறார்கள். வளர்ச்சிக்கான சாத்தியப்பாடுகள் பற்றி யோசிக்காமல் ஒரு வரம்பு என்பதில்லாமல் தங்களது நாட்டை ஒரு வளமான ஏற்றுமதி செய்யும் நாடு என்ற கோணத்தில் ஆஸ்திரேலியாவை விற்றுவருகிறது அந்நாட்டு அரசாங்கம். மேலும் தொழில் உற்பத்தியை அதிகரித்தும் வருகிறது. அந்த நாடு முழுவதும் கொக்ககோலா நிறுவனத்தின் ஆலைகள் பரந்து கிடக்கின்றன; தனியார் தரகர்கள் கிராமப்புற தண்ணீர் உரிமைகளை விற்கிறார்கள். மெய்நிகர் தண்ணீர் வணிகம் வளர்ந்து கொண்டிருக்கிறது; உப்புநீக்கும் ஆலைகள் கட்டப்பட்டு வருகின்றன. பெரிய ஐரோப்பிய தண்ணீர் நிறுவனங்கள் பல நகரங்களில் மோசமான தண்ணீர் சேவைகளை வழங்கி வருகின்றன. 1996 ஆம்

1 E.Coli - கிராம் நெகட்டிவ் வகையைச் சேர்ந்த பாக்டீரியா. இது உணவை விஷமாக்கும் தன்மை கொண்டது.

ஆண்டு, அடிலைட்[1] நகரத்திற்கு சூயெஸ் நிறுவனமும், தேம்ஸ் வாட்டர் நிறுவனமும் இணைந்து தண்ணீர் சேவை வழங்குவதற்கான ஒப்பந்தம் ஏற்பட்ட 15 மாதங்களில் அடிலைட் நகரமே கடுமையான துர்நாற்றத்தில் மூழ்கியது. அந்த நகரவாசிகள் இந்த நாற்றத்தை "big pong"[2] என்றழைத்தார்கள். இந்நிறுவனம் ஒரு முக்கியமான குப்பைப் பகுதியை கவனிக்காமல் விட்டதே இத் துர்நாற்றத்திற்கு காரணம் என்று ஆய்வு தெரிவித்தது. 1993-2000 ஆம் ஆண்டுகளுக்கிடையே அடிலைடு நகரில் தண்ணீர் கட்டணம் 60 சதவீதம் வரை உயர்ந்தது. தங்களுக்கு வழங்கப்பட்ட தண்ணீரில் ஒட்டுண்ணிகள் இருந்ததால் சிட்னி நகரவாசிகள் தண்ணீரைக் கொதிக்க வைத்து குடிக்குமளவிற்கு தள்ளப்பட்டார்கள். பழியை அரசாங்கம் சூயெஸ் நிறுவனத்தின் மீது போட்டது.

கழிவுநீரை சுத்திகரித்து அதை குடிப்பதற்கும், சமைப்பதற்கும் அனுப்பும் திட்டம் குயின்ஸ்லாந்தில் கடுமையான எதிர்ப்பின் காரணமாக நிறுத்தி வைக்கப்பட்டுள்ளது. ஜூலை, 2006 ஆம் ஆண்டு லாரி ஜோன்ஸ் (Laurie Jones) என்கிற குழாய்கள் சரிசெய்பவரும் (Plumber), உறுதிமிக்க போராளியான ரோஸ்மேரி மார்லேயும் (Rosemary Morley) இணைந்து கழிவுநீரைக் குடிப்பதற்கு எதிரான குடிமக்கள் (Citizens Against Drinking Sewage (CADS)) என்ற அமைப்பை வழிநடத்தி வறண்டுபோன டூவூம்பா (Toowoomba) நகரில் நடத்தப்பட்ட பொது வாக்கெடுப்பில் தண்ணீர் தனியார்மயத்திற்கு எதிரான அணியில் இருந்தார்கள். இப்போராட்டம் செய்தித் தாள்களில் தலைப்புச் செய்தியாக வெளியிடப்பட்டது. குயின்ஸ்லாந்து பிரதமர் விட்டுக் கொடுக்கவில்லை. இதே திட்டத்தை மற்ற நகரங்களுக்கும் கொண்டுசெல்ல திட்டமிட்டிருந்தார். குயின்ஸ்லாந்து பிரதமர் சிங்கப்பூர் நிறுவனமான நியூ வாட்டர் நிறுவனத்தின் பாட்டில் தண்ணீரைக் குடிப்பதுபோல் பத்திரிகையில் வந்த படத்தைப் பார்த்துவிட்டு CADS அமைப்பு பிப்ரவரி 2007 ஆம் ஆண்டு "எதற்காக குயின்ஸ்லாந்து பிரதமர் சிங்கப்பூரிலிருந்து வந்த கழிவுநீரைக்குடிக்க வேண்டும்?" என்று கேட்டு போஸ்டர்கள் வைத்தது. பிரிஸ்பேன்[3] நகருக்கு சுத்திகரிக்கப்பட்ட தண்ணீரை வழங்கும் திட்டம் அறிவிக்கப்பட்டபோது, CADS அமைப்பு Think Before You Drink: Is Sewage a Source of Drinking Water? என்ற தலைப்பிலான புத்தகத்தின் 4,00,000 பிரதிகளை வீடு வீடாக கொண்டு சேர்த்தது. மெல்போர்ன் (Melbourne) நகரின் சாதாரண மக்கள் தங்கள் எதிர்காலத்திற்கான தண்ணீர்

---

1 Adelaide - தெற்கு ஆஸ்திரேலியாவின் தலைநகர்.

2 பெரு நாற்றம்.

3 ஆஸ்திரேலியாவின் நகரமான குயின்ஸ்லாந்தின் தலைநகர்.

குறித்து திட்டமிட ஊக்குவிக்கும் வாட்டர் மார்க் ஆஸ்திரேலியா (Watermark Australia) என்ற கல்வித் திட்டத்தை விக்டோரியா பெண்கள் அறக்கட்டளையைச் சேர்ந்த லிஸ் மெக் அலூன்[1] நடத்துகிறது.

மற்ற நாடுகள்

இதே போன்ற எதிர்ப்புக் கதைகளை மற்ற ஆசிய - பசிபிக் நாடுகளிலிருந்தும் கேட்கமுடியும். 1997 ஆம் ஆண்டு வியட்னாம் சூயெஸ் நிறுவனத்துடனான தனது ஒப்பந்தத்தை ரத்து செய்தது. தென்கொரியாவில் தண்ணீர் துறையில் தனியார்மயத்தை கொண்டுவருவதைக் கண்டித்து கொரிய அரசு ஊழியர்கள் சங்கமும், தண்ணீர் தனியார்மயத்திற்கு எதிரான கூட்டு நடவடிக்கை குழுவும் இணைந்து ஒரு அறிக்கையை வெளியிட்டது. மலேசியாவில், மனித உரிமை அமைப்புகள், இனக்குழுக்கள் மற்றும் சுற்றுச் சூழலியலாளர்கள் என 127 அமைப்புகள் ஒன்று சேர்ந்து தனியார் மயத்திற்கு எதிரான மலேசிய கூட்டணி என்ற அமைப்பை ஆரம்பித்தன. இது திட்டமிட்ட தனியார்மயத்திற்கு கடுமையான எதிர்ப்பு தெரிவித்தது. இதனால் ஜனவரி, 2005 ஆம் ஆண்டு மலேசிய அரசு நாட்டின் தண்ணீர் சேவை என்பது ஒரு பொதுப்பணி என்று அறிவித்தது. ஆனால் 2006 ஆம் ஆண்டு மலேசிய அரசு நாட்டின் முக்கியமான மூன்று ஆறுகளையும் கட்டுப்படுத்தி 30 ஆண்டுகால சலுகையில், தனியார் நிறுவனங்கள் நிர்வாகம் செய்ய அனுமதிக்கும் மசோதாவை நிறைவேற்றியது இவர்களுக்கு ஒரு பின்னடைவாக இருந்தது.

டிசம்பர் 2004 ஆம் ஆண்டு சுனாமி தாக்கும் வரையில் இலங்கையில் தண்ணீரை தனியார் மயமாக்கும் முயற்சி நிறுத்திவைக்கப்பட்டிருந்தது. 2004 ஆம் ஆண்டு ஏற்பட்ட சுனாமி அந்த நாட்டின் தண்ணீர் சேவை அமைப்பையே நாசப்படுத்தியது. தேவையான நிதி உதவி மற்றும் கடன்கள் பெற இலங்கை தனியார் துறை நிர்வாகத்தை ஏற்றுக்கொள்ளவேண்டும் என்று ஆசிய வளர்ச்சி வங்கி கூறியது. சுனாமி தாக்கி நான்கு நாட்கள் கழித்து இலங்கை அரசு தனியாருக்கு தண்ணீர் துறையை திறந்துவிட சட்டமியற்றியது. காத்மண்டுக்கு (Kathmandu) தண்ணீர் வினியோகம் செய்ய பிரிட்டிஷ் தண்ணீர் நிறுவனமான செவெர்ன் ட்ரெண்ட் (Severn Trent) உடன் நேபாள அரசு 2006 ஆம் ஆண்டு ஒரு ஒப்பந்தம் போட்டது. இதற்கு செயல்பாட்டாளர்கள் கடுமையான எதிர்ப்பு தெரிவித்தனர். இந்த ஒப்பந்தம் ஏற்பட ஆசிய வளர்ச்சி வங்கி காரணமாக இருந்தது.

1 Liz McAloon - விக்டோரியா பெண்கள் அறக்கட்டளையைச் சேர்ந்த ஒருங்கிணைப்பாளர்.

2007 ஆம் ஆண்டு தான் பதவியேற்கும் விழாவில் நேபாளத்தின் திட்டம் மற்றும் பணிகள் துறை அமைச்சர் ஹிசிலா யாமி (Hisila Yami) தண்ணீர் வினியோகத்தை தனியாருக்கு கொடுக்கும் தனது அரசின் கொள்கையை விமர்சித்தார். தண்ணீரை விற்பது என்பது உங்களது தாயை விற்பதைப் போன்றது என்றும் கூறினார் அவர். அடுத்த மாதம், கடுமையான எதிர்ப்பின் காரணமாக நேபாளத்திலிருந்து வெளியேறுவதாக செவெர்ன் ட்ரெண்ட் அறிவித்தது. காத்மண்டுவின் தண்ணீர் என்பது அரசின் கட்டுப்பாட்டில்தான் இருக்கும் என்று யாமினி உடனே உறுதி கூறினார்.

ஆப்பிரிக்கா

தண்ணீருக்கான தேடல் என்பது ஆப்பிரிக்காவின் வறுமையோடு தொடர்புடையது. இந்த கண்டத்தில் உள்ள வாய்ப்புகளை பயன்படுத்திக்கொள்ள நிறுவனங்கள் சற்று மெத்தனமாகவே இருக்கின்றன. இருப்பினும், இக்கண்டத்திலும், தனியார்மயமாக்கமும் அதற்கான எதிர்ப்பும் இருந்துகொண்டுதான் இருக்கின்றன.

தென் ஆப்பிரிக்கா

1994 ஆம் ஆண்டு தென் ஆப்பிரிக்காவில் இன ஒதுக்கம் முடிவுக்கு வந்ததும், நாட்டின் 40 மில்லியன் மக்கள் தொகையில், 14 மில்லியன் மக்களுக்கு தண்ணீருக்கான வாய்ப்பே இல்லை; 21 மில்லியன் மக்களுக்கு சுகாதார வசதிகள் இல்லை. நெல்சன் மண்டேலா தலைமையிலான ஆப்பிரிக்க தேசிய காங்கிரஸ் அரசு இந்த மக்களுக்கு தண்ணீர் வழங்குவதாக உறுதியளித்தது. அதாவது ஒவ்வொரு மாதமும் ஒரு குடும்பத்திற்கு 6000 லிட்டர் தண்ணீர் இலவசமாக வழங்கப்படும் என்கிற உறுதிமொழி. இந்த உறுதிமொழி அட்டகாசமான ஆரம்பத்தைப் பெற்றது. ஆயினும், உலக வங்கியின் அழுத்தம் காரணமாகவும், புதிய அரசாங்கத்தை சந்தை சார்ந்த கொள்கைகளின் அடிப்படையில் மேம்படுத்த வேண்டும் என்ற பொறுப்பின் காரணமாகவும், ஜோகன்னஸ்பர்க் நகரின் தண்ணீர் தேவையை நிறைவேற்ற சூயெஸ் நிறுவனம் அழைக்கப்பட்டது. இந்நிறுவனம் உடனே கட்டணம் வசூலிக்கும் முறையை அறிமுகப்படுத்தி வீடுகளுக்கு மீட்டர் பொருத்தியது.

கடந்த பத்தாண்டைவிட தற்போதுதான் இலட்சக்கணக்கான மக்களுக்கு தண்ணீர் கிடைக்கிறது என்று ம்பேகி (Mbeki) அரசாங்கம் கூறுகிறது. ஆனால் தற்போது நடைமுறையில் உள்ள இலாபத்திற்காக தண்ணீர் வழங்கும் திட்டத்தின்படி 10 மில்லியன் மக்களுக்கு அவர்களால் கட்டணம் செலுத்த முடியவில்லை என்ற காரணத்தால் தண்ணீர் சேவை துண்டிக்கப்பட்டது குறித்து இவரது அரசாங்கம் எதுவும் கூறுவதில்லை.

தண்ணீர் தனியார்மயத்திற்கான கடுமையான எதிர்ப்புகள், கோஷங்கள் மாநகரங்கள் மற்றும் நகர்ப்புறப் பகுதிகள் முழுவதும் பரவியுள்ளன. மனித உரிமை குழுக்கள், தொழிலாளர்கள், சுற்றுச்சூழலியலாளர்கள் உள்ளிட்ட தண்ணீர் தனியார்மயத்திற்கு எதிரான தென் ஆப்பிரிக்க கூட்டணி என்ற அமைப்பு உருவாக்கப்பட்டுள்ளது. மேலும் இந்த அமைப்பில், நிலமற்ற விவசாயிகள் இயக்கம், தென் ஆப்பிரிக்க நகராட்சி பணியாளர்கள் சங்கம் மற்றும் ஜூபிலீ சவுத் ஆப்பிரிக்கா[1] போன்ற அமைப்புகளும் இணைந்துள்ளன.

மற்ற நாடுகள்

நமீபியாவில் ப்ரீபெய்டு (Prepaid) தண்ணீர் மீட்டருக்கு எதிராக The Namibian Natural Society for Human Rights என்ற அமைப்பு 2000 லிருந்து போராடிக் கொண்டிருக்கிறது. நைஜீரியாவில் The Bread of Life Development Foundationa/Water Watch என்ற அமைப்பு, தண்ணீர் தனியார்மயத்திற்கு ஆதரவான அரசின் போக்கை கண்டித்து ஒரு பிரச்சாரத்தை ஆரம்பித்துள்ளது. மற்ற முறைகேடுகள் ஒருபுறம் இருக்க இந்த திட்டங்களில் சுற்றுச்சூழல் ஆய்வு என்பதே இல்லை என்று இந்த அமைப்பு குற்றஞ்சாட்டுகிறது. தனியார் கட்டுப்பாட்டில் தண்ணீரைக் கொண்டுவரும் முகமாக அரசு பொது வினியோக தண்ணீரை நிறுத்தியது இந்த நைஜீரிய குழுக்களை கடும் கோபமுறச் செய்தது. காபன் நகரில் (Gabon) ஆரம்பத்தில் வியோலியா குறிப்பிட்ட அளவில் தண்ணீர் இணைப்புகளை வழங்கியது. அரசாங்கத்தின் சொந்த கஜானாவிலிருந்தும், உதவியாக பெறப்பட்ட தொகையும் இந்நிறுவனத்திற்கு முதலீட்டுத் தொகையாக வழங்கப்பட்டும் கூட தேவைக்கு ஏற்றார் போல் இணைப்புகளை வழங்கவில்லை வியோலியா. டிசம்பர் 2004 ஆம் ஆண்டு இப்பகுதி முதன்முதலில் ஏற்பட்ட டைபாய்டு காய்ச்சலை அனுபவித்தபோது, இதற்கு காரணம் தோல்வியடைந்த தனியார்மயம்தான் என்ற உள்ளூர் அதிகார அமைப்புகள் சுட்டிக்காட்டின. 2005 ஆம் ஆண்டு

1 தென் ஆப்பிரிக்காவை சேர்ந்த சமூக இயக்கம்.

ஃப்ரான்ஸ் நிறுவனமான SAUR-இன் செயல்பாடு மிக மோசமாக இருந்ததால் மாலி தன்னுடைய தண்ணீர் அமைப்பை மீண்டும் தேச உடமையாக்கியது. பிப்ரவரி, 2007 ஆம் ஆண்டு, கொடுக்கப்பட்ட வாக்குறுதி மீறப்பட்டதால் ஒப்பந்தம் போடப்பட்ட ஐந்தே வருடங்களில் பிரிட்டிஷ் தண்ணீர் நிறுவனமான செவெர்ன் ட்ரெண்ட் உடனான தனது 20 ஆண்டு ஒப்பந்தத்தை கயானா அரசு ரத்து செய்தது.

தண்ணீர் தனியார்மயத்திற்கு எதிரான கானா தேசிய கூட்டணி மற்றும் பொதுத்துறை ஊழியர்கள் ஒரு புறமும், உலக வங்கி மறுபுறம் என்று பல வருடங்களாக கானா நாட்டில் கடுமையான போராட்டம் நடந்து கொண்டிருக்கிறது. அரசுக்கு தண்ணீர் சேவைத்துறையில் நிதிஉதவி செய்ய உலக வங்கி சில நிபந்தனைகளை விதித்திருந்தது; கடுமையான ஐந்து வருட போராட்டத்திற்குப் பிறகு 2005 ஆம் ஆண்டு அக்ரா[1] பகுதியின் தண்ணீர் அமைப்பை செயல்படுத்தும் ஒப்பந்தம் டச்சு நாட்டை சேர்ந்த விட்டென்ஸ் (Vitens) என்ற நிறுவனத்திற்கும், தென் ஆப்பிரிக்காவைச் சேர்ந்த ராண்ட் வாட்டர் (Rand Water) என்ற நிறுவனத்திற்கும் அளிக்கப்பட்டது. 2002 ஆம் ஆண்டு அமைக்கப்பட்ட ஒரு சர்வதேச உண்மை அறியும் குழு ஒப்பந்தம் கையெழுத்தாகும் முன்பே தண்ணீர் கட்டணம் உயர்ந்துள்ளது என்று கூறியது. அங்கு தண்ணீர் சேவை என்பது ஏழைகளுக்கு எட்டாத தூரத்தில் உள்ளது. தான்சானியாவில் உள்ள உள்ளூர் மக்கள் ஒரு விதத்தில் அதிஷ்டசாலிகள். ஏனென்றால் 2005 ஆம் ஆண்டு பைவாட்டர் (Biwater) என்ற பிரிட்டிஷ் நிறுவனத்துடனான தனது ஒப்பந்தத்தை தான்சானிய அரசு ரத்து செய்தது. இந்த முக்கியமான திட்டத்திற்கு உலக வங்கி 143 மில்லியன் அமெரிக்க டாலர்களை முதலீடு செய்திருந்தது. ஆனால் இந்நிறுவனம் புதிய குழாய்கள் நிறுவப்படாமை, தண்ணீரின் தரத்திற்காக முதலீடு செய்யாமை மற்றும் அனைவருக்கும் சமமான முறையில் தண்ணீர் சேவை வழங்காமை போன்ற மீறப்பட்ட வாக்குறுதிகளை காரணம் காட்டி அரசு குற்றஞ்சாட்டியது. ஏப்ரல் 2006 ஆம் ஆண்டு பைவாட்டர் நிறுவனம் சர்வதேச மத்தியஸ்த மன்றத்தில் ஒப்பந்தத்தை ரத்து செய்ததற்காக தான்சானிய அரசு தனக்கு 25 மில்லியன் அமெரிக்க டாலர் நஷ்ட ஈடாக தரவேண்டுமென்று வழக்கு தொடுத்தது. சர்வதேச ஒற்றுமையின் ஒரு சிறந்த எடுத்துக்காட்டாக, கனடா மற்றும் சுவிட்சர்லாந்தை சேர்ந்த மனித உரிமை குழுக்கள் தான்சானிய மக்கள் சமூகத்துடன் இணைந்து இந்த நிறுவனத்திற்கு

1 Accra - கானா நாட்டின் தலைநகர்.

எதிராக சாட்சி சொல்ல ஒரு கூட்டு அறிக்கையை மத்தியஸ்த மன்றத்தில் தாக்கல் செய்தார்கள்.

ஐக்கிய அமெரிக்கா மற்றும் கனடா

தென்கோளப் பகுதியில் நடந்து கொண்டிருக்கும் போராட்டங்கள் போல வடகோளப் பகுதிகளிலும் போராட்டங்கள் நடந்து கொண்டிருக்கின்றன என்பது தென்கோளப் பகுதியில் உள்ள பலருக்கு தெரியாது. கனடா மற்றும் அமெரிக்கா மீது தண்ணீர் தனியார்மயம் உலக வங்கியால் புகுத்தப்படாவிட்டாலும் கூட அடிப்படை சேவைகள் மற்றும் வளங்களின் வளர்ச்சிக்காக சந்தை சார்ந்த தீர்வுகளை தழுவுவதால், இந்நாடுகளில் தனியார்மயத்திற்கான சூழல் கனிந்துள்ளது. நிதியில்லாமல் வாடும் நகராட்சிகள் தங்களது பொறுப்புகள் மற்றும் திட்டங்களின் சுமைகளை எப்படி இறக்கி வைக்கலாம் என்று பார்த்துக் கொண்டிருக்கின்றன. தண்ணீர் விலை நிர்ணயம் மற்றும் தனியார் முதலீட்டினால் ஏற்படும் சேமிப்புகள் போன்ற விஷயங்களால் நகராட்சிகளை சேர்ந்த அரசியல்வாதிகள் தங்கள் பகுதிகளின் நீர் அமைப்பை தனியாரிடம் விட்டுவிட தூண்டப்படுகிறார்கள். இருப்பினும் இரண்டு நாடுகளிலும் உள்ள மக்கள் இலாப நோக்கமில்லாமல் உரிய விலையில் வழங்கப்படும் தரமான தண்ணீர் குறித்த விழிப்பு உள்ளவர்கள். மேலும், தங்களது தண்ணீர் அமைப்பு தனியார் நிறுவனங்களுக்கு விற்கப்படுவதை கோபத்துடன் எதிர்க்கிறார்கள்.

கனடா

மிகச்சில நகராட்சிகள் மட்டுமே கனடாவில் தண்ணீரை தனியார்மயமாக்க முயற்சி எடுத்தன. Canadian Union of Public Employees, Council of Canadians மற்றும் Canadian Environmental Law Association ஆகிய அமைப்புகள் உள்ளடங்கிய ஒரு கூட்டமைப்பு Water Watch. நகராட்சிகளின் இந்த தனியார்மய முயற்சியை Water Watch கடுமையாக எதிர்க்கிறது. இந்த கூட்டணியில் தற்போது மாணவர்கள், பழங்குடியினர் மற்றும் உண்மையில் நம்பிக்கை உள்ள மக்கள் இணைந்துள்ளார்கள். கியூபெக் (Quebec) பகுதியில் இயூ செக்கர்ஸ் (Eau Secours) என்ற அமைப்பு இந்த விஷயத்தை பொதுமக்களின் பார்வைக்கு கொண்டு வந்ததில் வெற்றிபெற்றது.

1999 ஆம் ஆண்டு மாண்ட்ரியல் (Montreal) பகுதியில் திட்டமிட்டு நிறைவேற்றப்படவிருந்த தனியார்மய முயற்சியை இந்த அமைப்பு தடுத்து நிறுத்தியது. 2001 ஆம் ஆண்டு, வான்கூவர் (Vancour), பிரிட்டிஷ் கொலம்பியா (Brirish Columbia) பகுதிகளில் அமைந்துள்ள வடிகட்டும் ஆலைகளை தனியார்மயமாக்கும் முயற்சியை எதிர்த்து ஒரு பொது மன்றத்தில் ஆயிரக்கணக்கான மக்கள் ஒன்று திரண்டனர். 2003 ஆம் ஆண்டு ஹலிஃபாக்ஸ் (Halifax), நோவா ஸ்கோட்டியா (Nova Scotia) பகுதிகளில் உள்ள துறைமுகத்தை சுத்தப்படுத்தும் ஒப்பந்தத்திற்காக சூயெஸ் நிறுவனத்துடன் பேச்சுவார்த்தை நடத்தப்பட்டது; ஆனால் சுற்றுச்சூழல் தர நிர்ணய அளவுகளை பின்பற்ற அந்நிறுவனம் தயாராக இல்லை; இதே நிலைதான் 2010 ஆம் ஆண்டு குளிர்கால ஒலிம்பிக் நடந்த விஸ்லர் (Whistler) மற்றும் பிரிட்டிஷ் கொலம்பியா பகுதிகளிலும் நடந்தது; ஹாமில்டன் (Hamilton), ஆண்டாரியோ (Antoria), மாங்க்டன் (Mancton) மற்றும் சாக்வில்லே (Sacville) பகுதிகளில் போராளிகளின் போராட்டத்திற்கு குறைந்த அளவே வெற்றி கிடைத்து. இப்பகுதிகளில் கடுமையான எதிர்ப்புகள் இருப்பினும், வெவ்வேறு மட்டங்களில் தனியார்மயம் இருக்கிறது.

வணிகரீதியில் அமெரிக்காவிற்கு பெருமளவிலான தண்ணீரை ஏற்றுமதி செய்வதுதான் கனடாவின் மிகப்பெரிய கவலையாகும். North American Free Trade Agreement அடிப்படையில், தண்ணீர் என்பது ஒரு வணிகம் செய்யப்படக்கூடிய "பொருள்". அதாவது, எந்த பகுதியாவது தண்ணீரை வணிக ரீதியில் ஏற்றுமதி செய்ய ஆரம்பித்தால், பின் அந்தப் பகுதி நினைத்தாலும் அதிலிருந்து மீண்டுவிட முடியாது என்று அர்த்தம். தண்ணீர் என்பது ஒரு "முதலீடு" ஆகும். அமெரிக்க கார்ப்பரேட் நிறுவனங்கள் அல்லது ஃப்ரான்ஸ் நாட்டில் செயல்படும் அமெரிக்க துணை நிறுவனங்கள் கனடாவில் வணிகரீதியில் தங்களின் இருப்பை உறுதிப்படுத்திக் கொண்ட பிறகு, கனடாவின் தண்ணீர் மீது அந்த அரசு தனது கட்டுப்பாட்டை உறுதிப்படுத்த நினைத்தாலோ அல்லது விதிமுறைகளை மாற்ற நினைத்தாலோ அதனால் ஏற்படும் இழப்புகளுக்காக நஷ்டஈடு கேட்டு இந்நிறுவனங்கள் கனடா அரசிற்கு எதிராக வழக்கு போட முடியும். இலாபத்திற்காக கனடாவிலிருந்து தண்ணீரை ஏற்றுமதி செய்யும் முயற்சிக்கு எதிராக செயல்பாட்டாளர்கள் கவனம் செலுத்தி வருகின்றனர். கிரேட் லேக்ஸ் (Great Lakes), பிரிட்டிஷ் கொலம்பியா பகுதிகளிலிருந்து தண்ணீரை வணிகரீதியில் ஏற்றுமதி செய்வதை இந்த செயல்பாட்டாளர்கள் தடுத்து நிறுத்தினார்கள்.

ஐக்கிய அமெரிக்கா

அமெரிக்காவில், தனியார்மயமாக்கும் சோதனை முயற்சிகள் உள்ளூர் குழுக்களின் கடுமையான எதிர்ப்பின் காரணமாக நிறுத்தப்பட்டன. Food and Water Watch அமைப்பில் உள்ள தனது அணியோடு இணைந்து வெனோனா ஹாட்டர் (Wenonah Hauter) அவர்களது தலைமையின் கீழ் வாட்டர் அலைஸ் (Water Alies) என்ற அமைப்பு ஆராம்பிக்கப்பட்டது. இவர் சுத்தமான தண்ணீருக்கான அறக்கட்டளை நிதியம் ஒன்றை ஆரம்பித்து மராமத்து மற்றும் உட்கட்டமைப்பு நடவடிக்கைகளுக்கு நிதி உதவி செய்துவருகிறார். வரிகள் மூலம் இத்தகைய நிதியம் ஒன்றை நடத்துவதற்கு 90 சதவீத அமெரிக்கர்கள் ஆதரவு தெரிவித்துள்ளதாக ஒரு வாக்கெடுப்பில் தெரிவிக்கப்பட்டுள்ளதை எடுத்துக்காட்டுகிறார் இவர். நீர்ப்போராளிகள் என்று அழைக்கப்படுகிற லிஸ்ட்செர்வ்[1] அமைப்பு, வட அமெரிக்காவையும், சர்வதேச போராட்டங்களையும் எப்பொழுதும் ஒன்றோடொன்று தொடர்பில் இருக்குமாறு பார்த்துக் கொள்கிறது. அதேபோல் மின்னிபோலிஸ் (Minnepolis) பகுதியைச் சேர்ந்த ஷைனி வர்கீஸ்[2] அவர்கள் பணிபுரியும் நிறுவனம் சர்வதேச தண்ணீர் போராட்டங்கள் குறித்த புத்தகங்கள், குறிப்புகளை விவசாயம் மற்றும் வர்த்தகக் கொள்கை நிறுவனத்திலிருந்து (Institute for Agriculture and Trade Policy) வழங்கி வருகிறார்.

'யுனைட்டட் வாட்டர்' நிறுவனத்துடன் அட்லாண்ட்டா (Atlanta), ஜியார்ஜியா (Georgia) போன்ற பகுதிகள் 428 மில்லியன் அமெரிக்க டாலர் அளவிலான ஒப்பந்தத்தில் கையெழுத்திட்டன. ஆனால் நான்கு வருடங்கள் கழித்து, மோசமான தண்ணீர், உட்கட்டமைப்பு மற்றும் மீறப்பட்ட வாக்குறுதிகள் காரணமாக ஒப்பந்தம் ரத்து செய்யப்பட்டது. நியூ ஆர்லியன்ஸ் (New Orleans), லூசியானா (Louisiana) பகுதிகள் சூயெஸ் நிறுவனத்துடனான 1.5 பில்லியன் அமெரிக்க டாலர் ஒப்பந்தத்தை கைவிட்டன. அதேபோல் 2004 ஆம் ஆண்டு வியோலியா நிறுவனத்துடனான ஒப்பந்தத்தையும் ரத்துசெய்தன. இத்தகைய ஒப்பந்தங்களை ஏற்றுக்கொள்ளுதல் அல்லது ரத்து செய்யும் உரிமை வாக்காளர்களிடம் கொடுக்கப்பட்டது குறித்த புதிய சட்டங்களை ஏற்றுக்கொள்ள முடியாத மனநிலையில் இந்த நிறுவனங்கள் உள்ளன. சூயெஸ் நிறுவனத்தின் துணைநிறுவனமான யுனைட்டட் வாட்டர் எதிர்பாராமல் நேர்ந்த செலவு என்று

1 Listserv - ஒரே நேரத்தில் பல பேருக்கு மின்னஞ்சல் அனுப்பப் பயன்படுத்தப்படும் பதம்.

2 Shiney Varghese - விவசாயம் மற்றும் வணிக கொள்கை நிறுவனத்தைச் சேர்ந்த முதுநிலை கொள்கை ஆய்வாளர்.

5 மில்லியன் அமெரிக்க டாலரை கேட்டபோது லார்டோ (Laredo), டெக்சாஸ் (Texas) நகரங்கள் 2002 ஆம் ஆண்டு ஒப்பந்தத்தை ரத்து செய்தன. Concerned Citizens Coalition of Stockton என்ற அமைப்பின் கடுமையான போராட்டத்தின் காரணமாக தேம்ஸ் வாட்டர் மற்றும் அமெரிக்க கழிவு நீர் சுத்திகரிப்பு நிறுவனமான OMI உடனான தனது ஒப்பந்தத்தை ஸ்டாக்டன் மற்றும் கலிஃபோர்னிய மாகாணங்கள் ரத்து செய்தன. ஃபெல்டன் மற்றும் கலிஃபோர்னிய பகுதி மக்கள் ஃபெல்டன் ஃப்லோ (Felto Flow (Friends of Locally Owned Water)) என்ற பெயரில் அமைப்பு ஒன்றை ஏற்படுத்தி தங்கள் பகுதியின் தண்ணீர் வளத்தை CalAm நிறுவனத்திடமிருந்து மீட்டெடுக்க தங்களது வரிகளை உயர்த்திக் கொள்ளலாம் என்று 2005 ஆம் ஆண்டு நடத்தப்பட்ட ஓட்டெடுப்பில் தெரிவித்தனர்.

லெக்ஷிங்டன் (Lexington) மற்றும் கெண்டகி (Kentucky) பகுதிகளில் போராட்டம் இன்னும் தொடர்ந்து கொண்டிருக்கிறது. நவம்பர் 2006 ஆம் ஆண்டு ப்ளூகிராஸ் (Bluegrass) என்ற அமைப்பு தங்களின் தண்ணீர் வளம் தங்களுக்கு கிடைக்கவேண்டும் என்பதற்காக நடத்தப்பட்ட பொது வாக்கெடுப்பில் தோற்றது. 2004 ஆம் ஆண்டு நடந்த நகராட்சி தேர்தலில் தனியார்மயத்திற்கு ஆதரவான வேட்பாளர் வெற்றிபெற RWE நிறுவனத்தின் அமெரிக்க துணை நிறுவனமான அமெரிக்கன் வாட்டர் மில்லியன் கணக்கில் செலவு செய்தது. “இந்நிறுவனத்திற்கு எதிரான தாக்குதல் என்பது சட்டப்பூர்வமானது என்றால், அதிலிருந்து பாதுகாத்துக்கொள்ள மற்றும் திருப்பித்தாக்குவதற்கான ஒரேவழி அரசியல் ரீதியானது” என்று இந்நிறுவனத்தின் செய்திக்குறிப்பு கூறியது.

தண்ணீர் நெருக்கடி உள்ள பகுதிகளுக்கு தண்ணீரைக் கைப்பற்றி, சேமித்து பின் அதை நாட்டின் பிற பகுதிகளுக்கு கொண்டு விற்கும் திட்டங்களை உள்ளடக்கியதுதான் இந்த போராட்டக் குழுக்களின் போராட்ட உத்தி. 2002 ஆம் ஆண்டு, வடக்கு கலிஃபோர்னியாவிலிருந்து பெரிய ட்ரக்குகள் மூலம் தெற்கு கலிபோர்னியாவிற்கு தண்ணீர் எடுத்துச்செல்ல முயன்ற ரிக் டேவிட்ஜ் அவர்களின் அலாஸ்கா வாட்டர்[1] நிறுவனத்தின் ட்ரக்குகளை கோபமடைந்த மக்கள் தடுத்து நிறுத்தினார்கள். மஜோவ் பாலைவனத்தில்[2], தண்ணீரை சேமித்து விற்கும் காடிஸ் நிறுவனத்தின்[3] முயற்சியை இவர்கள் தடுத்து நிறுத்தினார்கள்.

1 Alasca Water - அமெரிக்க பாட்டில் தண்ணீர் நிறுவனம்.

2 Mojave Desert - கலிஃபோர்னியாவில் உள்ள பாலைவனம்.

3 Cadiz Corporation - மூலதனம் திரட்ட, ஒரு நிறுவனத்தை வாங்க அல்லது இன்னொரு நிறுவனத்தோடு இணைக்க ஆலோசனை வழங்க தென்னாப்பிரிக்காவில்

இதனால் இந்த நிறுவனத்தின் பங்குகள் சரிந்தன. லாஸ் விகாஸ் என்ற இடத்திலிருந்து 50 கிலோமீட்டர் தென்மேற்குப் பக்கத்தில் உள்ள மணற்பாங்கான சமவெளியை சேர்ந்த தண்ணீர் போராளிகள் நவம்பர் 2006 ஆம் ஆண்டு இந்த சமவெளிப் பகுதியிலிருந்து 14,000 ஏக்கர்-அடி (ஒரு ஏக்கர் அடி = 43,560 சதுர அடி) தண்ணீரை குழாய்கள் மூலம் எடுத்துச் சென்று பாலைவனத்தை மேம்படுத்தும் திட்டத்திற்கு எதிராக நீதிமன்றம் தீர்ப்பளித்ததை கொண்டாடினார்கள். 2000 பேருக்கு குறைவான மக்கள் தொகை கொண்ட இந்த நகரில் இந்த வழக்கிற்காக 60,000 டாலர்களைத் திரட்டினார்கள் இம்மக்கள். Progressive Leadership Alliance of Neveda (PLAN) என்ற புதிய அமைப்பு, நிவேடாவின் கிராமப்பகுதியிலிருந்து லாஸ் விகாஸ்[1] நகருக்கு தண்ணீரைக் குழாய்கள் மூலம் எடுத்துச் செல்லவிருக்கும் திட்டத்திற்கு கடுமையான எதிர்ப்பு தெரிவித்து போராடுகிறது. இத்திட்டம் வெற்றி பெற்றால், இதுதான் தண்ணீரை ஓரிடத்திலிருந்து மற்றோர் இடத்திற்கு எடுத்துச் செல்லும் மிகப்பெரிய திட்டமாக இருக்கும். இந்த பெரும் தவறு நேர்ந்துவிடாமல் தடுக்க போராடும் இந்த அமைப்பின் விருப்புறுதி காரணமாக, திட்டம் செயல்பாட்டுக்கு கொண்டுவரப்படும் என்பது சந்தேகமே. கலிஃபோர்னியாவை சேர்ந்த California Water Impact Network (C-WIN) என்ற அமைப்பு, தண்ணீரை தனியார்மயமாக்குதல் மற்றும் விதிமுறை தளர்த்தல்களுக்கு எதிராக நீதிமன்றங்களை நாடுகின்றது.

ஐரோப்பா

சர்வதேச தண்ணீர் நிறுவனங்களின் தாயகமான ஐரோப்பாவிலிருந்தும், தண்ணீர் உரிமைகளை பாதுகாக்க ஒரு வலிமையான இயக்கம் தோன்றியுள்ளது குறிப்பிடத்தக்கது. வளரும் நாடுகளில் தண்ணீரை தனியார்மயமாக்க ஐரோப்பிய யூனியன் நிதி உதவி செய்வதை நிறுத்தவும், ஐரோப்பிய யூனியன் சந்தையில் தண்ணீர் என்பது ஒரு பண்டமாக இருப்பதை தவிர்க்கவும் கோரும் இரண்டு கோரிக்கைகள் முன்வைக்கப்படுகின்றன. பல நாடுகளில் தனிநபர் போராட்டங்கள் நடந்து கொண்டிருக்கின்றன.

இயங்கும் நிறுவனம்.

1 Las Vegas - அமெரிக்க மாநிலமான நெவாடா மாநிலத்தில் அமைந்துள்ள மக்கள் தொகை அதிகமுள்ள நகரம்.

அயர்லாந்தில், ப்ரீபெய்ட் மீட்டர் அமைக்க எதிர்ப்பு வலுத்துக் கொண்டிருக்கிறது. சிசிலி[1], இத்தாலி நகர மக்கள் தங்களது தண்ணீரின் மீதான கட்டுப்பாட்டை மாஃபியா கும்பல்களிடமிருந்து கைப்பற்ற போராடிக் கொண்டிருக்கிறார்கள். ஹெர்ட்டென்[2] மற்றும் ஜெர்மனி நகர மக்கள் தனியார் தண்ணீர் நிறுவனங்களின் பங்குகள் விற்பனைக்கு வந்தபோது நீராதாரங்களை பாதுகாக்க அவர்களே அந்த பங்குகளை வாங்கினர். ஏப்ரல் 2004 ஆம் ஆண்டு எப்ரோ (Ebro) நதியிலிருந்து தென்பகுதியில் உள்ள நகரங்களுக்கு குழாய்கள் மூலம் தண்ணீர் கொண்டு செல்லும் திட்டத்தை ஸ்பெயின் கைவிட்டதை அந்நாட்டு மக்கள் கொண்டாடினார்கள்.

இத்தாலிய கல்வியாளரும், இலட்சியவாதியுமான ரிக்கார்டோ பெட்ரல்லா (Riccardo Petrella), தான் பங்கு வகித்த லிஸ்பன் குரூப்[3] என்ற அமைப்பிலிருந்து வெளிவந்து உலகளாவிய தண்ணீர் ஒப்பந்தத்திற்கான சர்வதேச கமிட்டி (International Committee for a Global Water Contract) என்ற பெயரில் ஒரு புதிய தண்ணீர் திட்டம் ஒன்றை ஆரம்பித்தார். மார்ச், 2007 ஆம் ஆண்டு, அனைவருக்கும் தண்ணீர் என்பதை உறுதிப்படுத்த சிறப்பான மற்றும் கடுமையான சர்வதேச திட்டங்கள் தேவை என்பதில் உறுதியாக உள்ள அரசியல்வாதிகள், பத்திரிக்கையாளர்கள், கல்வியாளர்கள் மற்றும் செயல்பாட்டாளர்கள் உள்ளிட்ட 500 பேர் அடங்கிய World Water Assembly for Elected Representative and Citizen (பிரெஞ்ச் மொழியில் AMECE என அழைக்கப்படும்) என்ற அமைப்பை இவர் ஏற்படுத்தினார். பெட்ரல்லா அவர்கள் டேனியல் மிட்டராண்ட் (Daniel Mitterrand) அவர்களுடன் இணைந்து போராடுகிறார். டேனியல் மிட்டராண்ட் அவர்கள் ஃப்ரான்ஸ் நாட்டின் முன்னாள் அதிபர் ஃப்ரான்காய் மிட்டராண்ட் (Francoi Mitterraand) அவர்களின் மனைவியாவார். மேலும் டேனியல் அவர்கள், ஃப்ரான்ஸ் நாட்டின் மாநகரங்கள் மற்றும் நகரங்களுக்கு பொது தண்ணீர் வினியோகத்தை மீட்டுத்தருவது, அனைவருக்கும் சமமான முறையில் தண்ணீர் வழங்கப்பட போராடுவது என்பவைகளை கொள்கையாக கொண்டு செயல்படும் ஃப்ரான்ஸ் லிபெர்டஸ் (France Liberte's) என்ற அறக்கட்டளையின் தலைவருமாவார். மிட்டராண்ட் அவர்கள் தனது நாட்டின் போராளிகளை பொலிவிய நாட்டு போராளிகளோடு இணைத்துள்ளார். இதன் மூலம் பொலிவிய

1 Sicily - மத்திய தரைக்கடலில் அமைந்துள்ள மிகப்பெரிய தீவு.

2 Herten - ஒரு நகராட்சி (ஜெர்மனி).

3 Lisbon Group - லிஸ்பன் பல்கலைக்கழகத்தில் உள்ள சமூக விஞ்ஞானத் துறையில் பணிபுரியும் ஆய்வாளர்களால் ஆரம்பிக்கப்பட விவாதக் குழு. (போர்ச்சுக்கல் தலைநகர் லிஸ்பன்).

நாட்டில் தோல்வியடைந்த தனியார்மயத்திற்கு எதிராக இருவரும் இணைந்து போராட முடியும். 2006 ஆம் ஆண்டு ஜெர்மனியைச் சேர்ந்த Bread For the World மற்றும் Heinrich Boll Foundation என்ற அமைப்புகள் இணைந்து World Council of Churches Ecumenical Water Network என்ற அமைப்பை ஆரம்பித்தன. "தண்ணீர் என்பது கடவுளின் கொடை, அடிப்படையான மனித உரிமை என்ற புரிதலின் அடிப்படையில் சமமான தண்ணீர் வினியோகம், தண்ணீர் பாதுகாப்பு, மற்றும் பொறுப்பான நிர்வாகம்" ஆகியவற்றிற்காக போராடுவதே இந்த அமைப்பின் நோக்கமாகும்.

Public Services International Research Unit என்ற ஆராய்ச்சி மையத்தின் பகுதி மையங்களான Public Services International மற்றும் David Hall போன்றவைகளில் டேவிட் பாய்ஸ் (David Boyes) அவர்கள் செய்த ஆய்வுதான் இந்த போராட்டங்களுக்கு முக்கிய திறவுகோலாக இருந்தது. இந்த ஆய்வு இதுவரை கிடைத்திடாத தரவுகள் மற்றும் பகுப்பாய்வுகளைத் தருகிறது. ஆம்ஸ்டெர்டாம் (Amsterdam) பகுதியைச் சேர்ந்த Corporate Europe Observatory என்ற அமைப்பைச் சேர்ந்த ஆலிவியர் ஹோட்மேன் (Olivier Hoedeman) மற்றும் பலர் இணைந்து அற்புதமான ஆய்வுகளைப் பிரசுரிக்கிறார்கள். கார்ப்பரேட் நிறுவனங்கள் மற்றும் அரசியல்வாதிகளுக் கிடையேயான தொடர்பை வெளிப்படுத்துவதன் மூலம், ஐரோப்பிய அரசியல்வாதிகள் மீது ஒரு அழுத்தத்தை கொடுத்து அவர்கள் வெளிப்படையாக இருக்க நிர்ப்பந்திக்கிறார்கள். 2007 ஆம் ஆண்டு சர்வதேச தண்ணீர் தினம் அன்று Corporate Europe Observatory மற்றும் 60-க்கு மேற்பட்ட இதர குழுக்கள் இணைந்து European Voice[1] என்ற பத்திரிக்கையில் ஒரு திறந்த கடிதத்தை எழுதின. இக்கடிதம் மூன்றாம் உலக நாடுகளில் தண்ணீரை தனியார்மயமாக்க ஐரோப்பிய யூனியன் எடுக்கும் முயற்சிகளை விமர்சித்தது. Public Service Internatioanal மற்றும் Corporate Europe Observatory போன்ற அமைப்புகள் பிரிட்டனைச் சேர்ந்த உலக மேம்பாட்டு இயக்கம்; நெதர்லாந்தை சேர்ந்த Transnational Insitute, Friends of the Earth International மற்றும் உலக வர்த்தக அமைப்பை எதிர்க்கிற இன்னபிற அமைப்புகளோடு இணைந்து செயல்படுகின்றன. இந்த அமைப்புகள் எங்களது உலகம் விற்பனைக்கல்ல என்று அறைகூவுகின்றன. சேவைகள் குறித்த காட்ஸ் (GATTS) பேச்சுவார்த்தைகளில் குடிநீரை சேர்க்கக்கூடாது என்று இவர்கள் ஒன்றிணைந்து WTO-வை வலியுறுத்தியதால் குடிநீர் அதில் சேர்க்கப்படவில்லை. நேபாளத்தில் உள்ள செயல்பாட்டாளர்களோடு இணைந்து செயல்பட்ட உலக மேம்பாட்டு இயக்கம், அந்நாட்டில்

1 The Economist Group - ஆல் நடத்தப்படும் ஆங்கில நாளிதழ்; ஐரோப்பிய யூனியன் குறித்த செய்திகளைத் தாங்கி வருகிறது.

தனியார்மயமாக்கும் முயற்சியில் இறங்கிக்கொண்டிருந்த பிரிட்டிஷ் செவெர்ன் ட்ரெண்ட் நிறுவனத்தை அங்கிருந்து வெளியேற்றியது. தண்ணீர் ஆராய்ச்சிக்கான சர்வதேச நார்வே சங்கம் என்ற சங்கம், தனியார் தண்ணீர் சேவைக்கு நிதி உதவி செய்கிற றிறிமிகிதி என்ற அமைப்பிற்கான நார்வே அரசின் ஆதரவை விலக்கிக்கொள்ளச் செய்ததில் முக்கிய பங்கு வகித்தது. மேலும் இந்த சங்கம், பொதுத்துறையல்லாத தண்ணீர் திட்டங்களுக்கு நிதி உதவி செய்யமாட்டோம் என்று உலக வங்கியையும் சொல்லச் செய்தது.

தண்ணீருக்கான நீதி கோரும் சர்வதேச இயக்கம் பிறக்கிறது

இத்தகைய போராட்டங்கள் பல்வேறு நாடுகளில் நடந்திருக்கும் அதே வேளையில், தேசிய மற்றும் சர்வதேச அளவிலான இத்தகைய போராட்டங்கள், இயக்கங்களின் தந்திரோபாயங்களை இணைக்கவும், ஆய்வுகளை பகிர்ந்து கொள்ளவும், சாத்தியமான இடங்களில் நிதி உதவி செய்துகொள்ளவும் உதவின. ஒருங்கிணைக்கப்பட்ட மற்றும் பலமுள்ள இந்த சர்வதேச அளவிலான தண்ணீருக்கான நீதி கோரும் இயக்கம் தனியார் தண்ணீர் நிறுவனங்களின் அதிகாரத்தை மட்டும் எதிர்த்துப் போராடுவதோடு மட்டுமல்லாமல், தங்களது மக்களுக்கு சுத்தமான தண்ணீர் வழங்குதல் மற்றும் நீராதாரங்களை பாதுகாத்தல் போன்ற பொறுப்புகளை கைவிட்ட அரசுகளை எதிர்த்தும் போராடிக் கொண்டிருக்கிறது. ஒருவரோடு ஒருவர் சமூக வலைத் தளங்களைப் (Ex.: Facebook) பயன்படுத்தியும், ஒரே நேரத்தில் பலபேர்களுக்கு மின்னஞ்சல் அனுப்பும் வசதியைக் கொண்டும் (Listservs) கோரிக்கை மனுவில் ஒரே நேரத்தில் நூற்றுக்கணக்கானவர்களின் கையெழுத்தைப் பெற்று அதை ஆயுதமாக பயன்படுத்த முடிந்தது. இத்தகைய வேகமான வேலைகள் இவ்வியக்கம் எந்த சர்வதேச அமைப்புகளுக்கு எதிராக போராடுகிறார்களோ அந்த அமைப்புகளின் கூட்டங்களில் கலந்து கொண்டிருக்கையிலேயே செய்யப்பட்டுவிடுகின்றன.

இரண்டாவது உலக தண்ணீர் மன்றம் - த ஹேக், மார்ச் 2000

உள்ளூர் போராட்டங்களால் ஆகர்ஷிக்கப்பட்ட மக்கள் சமூக குழுக்கள் இரண்டாவது உலக தண்ணீர் மன்ற கூட்டத்தில் கலந்துகொள்ள ஹேக் நகரை வந்தடைந்தனர். அங்குதான்

Blue Planet Project என்ற திட்டத்தின் கீழ் நாங்கள் சந்தித்துக் கொண்டோம். நாங்கள் முறைப்படியான நிகழ்ச்சி நிரலின் பகுதியாக இல்லாவிட்டாலும் கூட ஒரு அறையில் ஒன்றுகூடி, 21 ஆம் நூற்றாண்டின் தண்ணீருக்கான உலக கமிசனுடைய அறிக்கையை எதிர்கொள்வதற்காக புதிய அறிக்கை ஒன்றை நாங்கள் தயார் செய்தோம். இவ்வறிக்கையில் நாங்கள், உலக தண்ணீர் கவுன்சிலின் நடவடிக்கையின் முறைமை மற்றும் உள்ளடக்கம் எங்களை கவலையுறச் செய்தது என்று குறிப்பிட்டோம். இந்த நடவடிக்கை என்பது "தொழில்நுட்ப மனப்பான்மையிலும், ஆதிக்க மனப்போக்கிலும் இருந்தது. இதனால் தனியார்மயம், பெருமளவிலான முதலீடு மற்றும் உயிர்வேதியல் தொழில்நுட்பம் போன்றவைகள்தான் தற்போதுள்ள தண்ணீர் பிரச்சினைக்கான தீர்வு" என்று அந்த நடவடிக்கைக் குறிப்புகள் கூறியிருந்ததை" நாங்கள் கண்டித்தோம். "உள்ளூர் மக்கள், இனக்குழுக்களின் அனுபவம், அறிவு மற்றும் அவர்களுக்கான உரிமைகள் குறித்த அங்கீகாரம், அழுத்தம் என்பது போதுமானதாக" இந்த நடவடிக்கை குறிப்புகளில் இல்லை. தண்ணீர் என்பது அனைவருக்குமான உரிமையாக கருதப்பட வேண்டும்; அதேபோல் அனைத்து வடிவிலான ஒப்பந்தங்களிலிருந்தும் தண்ணீர் என்பது ஒரு விற்பனை செய்யக்கூடிய பண்டம் என்பது நீக்கப்படவேண்டும் என்று நாங்கள் எங்களது அறிக்கையில் கோரினோம்.

இந்த அறிக்கையோடு நாங்கள் ஊடகங்களை சந்திக்கச் சென்றோம்; மேலும் கூட்டம் நடந்து கொண்டிருந்த அரங்கிற்குச் சென்று எங்களது உள்ளூர் போராட்டங்கள் குறித்து விளக்கினோம்; ஒரு கட்டத்தில் ஆயிரக்கணக்கானோர் கூடியிருந்த கூட்டத்திற்கு தலைமையேற்ற உலக வங்கி அதிகாரி எங்களை அனுமதிக்கவில்லை. நான் மைக்கின் முன்பு டஜன் கணக்கில் எதிர்ப்பாளர்களை நிற்கவைத்துவிட்டு, நிகழ்ச்சி ஒருங்கிணைப்பாளரிடம், அவர் பேச அழைக்க இருக்கின்ற நபர்கள் பேசுவதற்கு முன்னால் இந்த எதிர்ப்பாளர்கள் பேசுவதை கேட்போம் என்று கூறினேன். பத்திரிக்கைகள் இதை விரும்பின; அங்கிருந்த ஆயிரக்கணக்கானோர் எங்களது கருத்துக்களோடு அவர்களது கருத்துக்களை பகிர்ந்து கொண்டார்கள். இந்த கூட்டத்தின் உத்தியோகப்பூர்வமான அறிவிப்பு என்ன என்பதில் எங்களுக்கு கவலை இல்லை என்றாலும், உலக தண்ணீர் கவுன்சிலிடம் நாங்கள் ஒரு இயக்கமாக வந்திருக்கிறோம், நாங்கள் போகப்போவதுமில்லை என்பதை உறுதிப்படுத்தினோம்.

உலக வங்கி எதிர்ப்பு, வாஷிங்டன், ஏப்ரல் 2000

ஒரு மாதம் கழித்து, எங்களது இந்த புதிய திட்டத்தின் செய்தியோடு உலக வங்கியின் வருடாந்திர கூட்டம் நடக்கும் வாஷிங்டன் நகருக்குச் சென்றோம். ஆயிரக்கணக்கானவர்கள் உலக வங்கியின் கொள்கைகளுக்கு எதிராக ஒன்றுகூடி, முதன்முதலாக தண்ணீர் தனியார்மய பிரச்சினையை கையிலெடுத்தார்கள். சான் ஃப்ரான்சிஸ்கோவை சேர்ந்த உலகமயமாக்கலுக்கான சர்வதேச மன்றம் (International Forum on Globalisation) என்ற கொள்கை மற்றும் ஆராய்ச்சி நிறுவனம் Foundry Methodist சர்ச்சில்[1] உலகமயம் குறித்து ஒரு சிறப்பு வகுப்பிற்கு ஏற்பாடு செய்தது. ஆஸ்கார் ஒலிவேரா (Oscar Olivera) இந்த வகுப்பில் கலந்துகொள்ளவும், உலகம் முழுவதிலிருந்தும் வந்துள்ள போராட்டக்காரர்களோடு இணைந்து பங்குகொள்ளவும் பொலிவியாவிலிருந்து வந்தார். விமான நிலையத்திலிருந்து ஊர்வலம் நடக்கும் இடத்திற்கு அழைத்துவரப்பட்ட அவரைப் பார்த்து பார்வையாளர்கள் நன்றியுடன் வாழ்த்தினர். அவருடைய வீரத்திற்காகவும், தலைமைப் பண்பிற்காகவும் அனைவரும் நீண்ட நேரம் கைதட்டி கண்ணீரோடு வாழ்த்து தெரிவித்தனர்.

மக்கள் மற்றும் இயற்கைக்கான தண்ணீர் - வான்ஹூவர், ஜூலை 2001

ஜூலை, 2001 ஆம் ஆண்டு, கனடர்களுக்கான கவுன்சில் என்ற அமைப்பும், ப்ளூ ப்ளானட்[2] என்ற திட்டமும் இணைந்து தண்ணீர் செயல்பாட்டாளர்களுக்கான முதல் சர்வதேச மக்கள் சமூக உச்சிமாநாட்டை நடத்தியது. 40 நாடுகளிலிருந்து 800-க்கு மேற்பட்ட செயல்பாட்டாளர்கள், கல்வியாளர்கள், சுற்றுச் சூழலியலாளர்கள், மனிதஉரிமை வல்லுனர்கள், பழங்குடியினர்கள் மற்றும் பொதுத்துறை தொழிலாளர்கள் வான்ஹூவர் மற்றும் பிரிட்டிஷ் கொலம்பியாவில் கூடினர். தண்ணீர் வினியோகம் குறித்து சந்தைகள் தெரிவுக்கும் கருத்துக்கள் "போலியான லாஜிக்" என்று இந்த மாநாடு அவைகளை ஒருமனதாக நிராகரித்தது. மேலும் தண்ணீர் ஓர் உரிமை என்பதை பாதுகாக்க ஐ.நா. கூட்டம் ஒன்றை நடத்தவேண்டும் என்று இம்மாநாடு கோரியது. தென்கோளப்பகுதி வடகோளப்பகுதிக்கு கற்றுக்கொடுக்க வேண்டியவைகள் நிறைய இருக்கின்றன என்ற புரிதலிலும், ஒரு இயக்கம் என்பது ஈகை மற்றும் "வளர்ச்சி" என்ற அடிப்படையில் இல்லாமல், சமத்துவம், ஒற்றுமை அடிப்படையில் அமையவேண்டும் என்ற புரிதலிலும்

1 அமெரிக்காவில் அமைந்துள்ள சர்ச்.

2 Blue Planet Project - நீருக்கான நீதிகோரும் இயக்கம்.

ஒரு பிணைப்பை உருவாக்கி செயல்படுவது என்று மாநாட்டில் முடிவெடுக்கப்பட்டது.

வளர்ந்து கொண்டிருக்கிற இந்த இயக்கத்தின் கனமான தருணம் எதுவென்றால் அனைவரும் கிமி பெர்னியா டொமிகோ[1] அவர்களுக்கு செலுத்திய ஒரு நிமிட அஞ்சலிதான். கொலம்பிய போராளியான இவர் இந்த மாநாட்டில் உரையாற்றுவதாக இருந்தது. ஆனால் ஒரு வாரத்திற்கு முன்பே "காணாமல் போய்விட்டார்". தன் மக்களின் வாழ்வாதாரத்தைப் பாதிக்கின்ற, அவர்களின் பாரம்பரிய நிலங்களை பாதிக்கின்ற உர்ரா ஹைட்ரோ எலக்ட்ரிக் அணைக்கு[2] எதிரான போராட்டத்தின் தலைவராக இருந்தார். தனது உயிருக்கு ஆபத்து உண்டு என்று அவர் அறிந்திருந்தார். இதற்கு ஆதாரமாக இவர் 1999 ஆம் ஆண்டு கனடா பாராளுமன்றத்தில், "இவ்வாறு செயல்படுவது என் உயிருக்கு ஆபத்து என்பது தெரியும். நாங்கள் கூட்டங்களுக்கு செல்வதை தடுக்க இராணுவ வீரர்கள் எங்களது படகுகளுக்கு நெருப்பு வைத்திருக்கிறார்கள். ..... இந்த அணைக்கு எதிராக யார் ஒருவர் பேசினாலும் அவர் கொரில்லாக்களோடு இணைந்து செயல்படுகிறார்கள் என்று குற்றஞ்சாட்டப்படுவார்கள். ஆகையால் இவர்கள் நம் மக்களையும், நமது தலைவர்களையும் இராணுவத்தின் இலக்குகளாக அறிவித்துள்ளார்கள்" என்று பேசியுள்ளார். நாங்கள் கிமி அவர்களுக்காக பிரார்த்தனை செய்ய அமர்ந்தபோது இந்த பணியின் காரணமாக எங்களது நண்பர்கள் பலரின் உயிருக்கு ஆபத்து உள்ளது என்பது எங்களுக்கு தெளிவாக தெரிந்தது. மரணம் குறித்த மிரட்டல்கள் இருக்கும் போது கிமி போன்ற சிலரிடமிருந்து தைரியத்தைப் பெறவேண்டும் என்றும் நினைத்தோம். (ஜனவரி 2006 ஆம் ஆண்டு, கொலம்பியாவின் வலதுசாரி இராணுவ அதிகாரியான சல்வாட்டொர் மான்குசோ (Salvatore Mancuso) கடந்த பதினைந்து ஆண்டுகளில் தன்னிடம் உள்ள கூலிப்படையை கொண்டு கிமி உள்ளிட்ட நூற்றுக்கணக்கானவர்களைக் கொன்றதாக ஒப்புக்கொண்டார்)

நீடித்த வளர்ச்சிக்கான உலக உச்சிமாநாடு
ஜோகன்னஸ்பர்க், ஆகஸ்ட் 2002

ஒருமித்த சக்தியாக ஒன்றுகூடும் அடுத்த பெரிய வாய்ப்பு ஜோகன்னஸ்பர்க்கில் நடந்த நீடித்த வளர்ச்சிக்கான உலக

---

1 Kimy Pernia Domico - கொலம்பிய பழங்குடி இனத் தலைவர்.

2 Urra Hydroelectric Dam - கொலம்பியாவில் பாயும் சினு ஆற்றின் குறுக்கே கட்டப்படவிருந்த அணை. (கட்டுமானப் பணிகள் நடந்து கொண்டிருக்கின்றன).

உச்சிமாநாடாகும். விட்வாட்டர்ஸ்ராண்ட்[1] பல்கலைக்கழகத்தில் இம்முறையும் உலகமயத்திற்கான சர்வதேச மன்றம் சிறப்பு வகுப்பிற்கு ஏற்பாடு செய்தது. இந்த நிகழ்வு ஆப்பிரிக்காவிலிருந்து ஆயிரக்கணக்கான செயல்பாட்டாளர்கள், கல்வியாளர்கள், சுற்றுச்சூழலியலாளர்கள், மற்றும் தென்னாப்பிரிக்காவில் உள்ள இந்த இயக்கத்தின் தலைவர்களான விர்ஜினியா செட்ஷெடி (Virginia Setshedi), பாட்ரிக் பாண்ட் (Patric Bond) மற்றும் ட்ரவோர் க்வானே (Trevor Ngwane) என்று ஏராளமானவர்களைக் கொண்டுவந்து சேர்த்தது. மேலும் எதியோப்பியாவிலிருந்து ட்வோல்டே எக்சியாஃபெர் (Tewolde Egziabher) அவர்களும், கானாவிலிருந்து பாட்ரிக் அபோயா (Patric Apoya) மற்றும் ருடால்ஃப் அமெங்கா-எடிகோ (Rudolph Amenga-Etego) ஆகியோர் கலந்து கொண்டனர். கார்ப்பரேட் நிறுவனங்கள் நடத்திய திருட்டுகள் குறித்த மனதைப் பிழியும் சம்பவங்கள் இந்த இயக்கத்தை ஒன்றிணைத்தது. இம்மாநாட்டில் கலந்துகொண்ட பங்கேற்பாளர்கள் தெனாப்பிரிக்க அதிபர் தபோ ம்பேகி மீது கடுமையான விமர்சனம் வைத்தனர். இவர் கார்ப்பரேட் நிறுவனங்களின் மாநாட்டிற்கு ஆதரவு தெரிவித்தது மட்டுமல்லாமல். ஜோகன்னஸ்பர்க் நகரிலும், இன்ன பிற பகுதிகளிலும் தனியார் தண்ணீர் சேவையையும் அறிமுகப்படுத்தியுள்ளார். இதனால் பல்லாயிரக்கணக்கான மக்களுக்கு தண்ணீர் சேவை துண்டிக்கப்பட்டுள்ளது.

நாங்கள் ஒரு பழைய பள்ளிப் பேருந்தை வாடகைக்கு எடுத்துக்கொண்டு, கடுமையான வறுமைக்கு ஆளாகியுள்ள ஆரஞ்ச் பண்ணை (Orange Farm) பகுதிக்கு Orange Farm Water Crisis Cmmittee-இன் தீரமிக்க தலைவரான ரிச்சர்ட் மொக்காலா (Richard Mokolo) அவர்களை சந்திக்க சென்றோம். அந்த பகுதியில் காணுமிடமெல்லாம், டயர்கள் எரிந்து கொண்டிருந்தன; குப்பைகள் மற்றும் எலிகள் தெருவில் இறந்து கிடந்தன; சாலையோரங்களே கழிவறைகளாய்; இரும்பு தகரங்களால் ஆன சிறிய அறையை அவர்கள் தங்களது வீடு என்கிறார்கள். அங்கு எங்கும் தண்ணீர் வசதி இல்லை. ஒரு பகுதிக்கு ஒரு குழாய்கள் வீதம் புதிதாக சூயஸ் நிறுவனத்தால் நிறுவப்பட்ட குழாய்களையும், தண்ணீர் குழாய்களோடு இணைக்கப்பட்ட அரசினால் தயாரிக்கப்பட்ட மீட்டரையும் எங்களுக்கு காட்டினார்கள். இதில் பயன்படுத்தப்படும் ஒவ்வொரு துளிக்கும் கட்டணம் செலுத்தவேண்டும். மற்ற பகுதிகளில் உள்ள பெரும்பாலான மக்கள் பரம ஏழைகளாக உள்ளனர். இவர்களால் தண்ணீருக்கான கட்டணத்தை கொடுக்க முடியாததால் இவர்களைப் பொருத்தவரை "எங்கு பார்த்தாலும் தண்ணீர், தண்ணீர், ஆனால் குடிக்க

1 Witwatersrand - ஜோகன்னஸ்பர்க்கில் அமைந்துள்ள பல்கலைக்கழகம்.

முடியாது” என்ற பாடல்தான் நினைவிற்கு வருகிறது. இதனால், இப்பகுதிவாசிகள் குறிப்பாக பெண்கள் கிலோமீட்டர் கணக்கில் நடந்து சென்று ஆறுகளிலும், ஓடைகளிலும் தண்ணீர் கொண்டு வருகிறார்கள். இதில் காலரா பரவுவதற்கான வாய்ப்பு அதிகமாக இருக்கிறது. அங்கு அமைக்கப்பட்ட புதிய குழாய்களை நாங்கள் ஆராய்ந்து கொண்டிருந்தபோதும், அப்பகுதியின் குழந்தைகள் அசுத்தமான தண்ணீரினால் இறந்து கொண்டிருக்கிற கதையை அப்பகுதி மக்களிடம் கேட்டுக் கொண்டிருக்கும் போதும், ஒரு பெரிய இரண்டடுக்கு BMW பேருந்திலிருந்து அழகிய உடையணிந்திருந்த நீடித்த வளர்ச்சிக்கான சர்வதேச உச்சிமாநாட்டிற்கு வந்த ஐரோப்பிய பிரதிநிதிகளும், சூயெஸ் நிறுவனத்தின் அதிகாரிகளும் தாங்கள் நிர்மாணித்திருக்கிற புதிய குழாய்கள் பற்றி அந்த பகுதி அரசியல்வாதிகளிடம் புகழ்ந்து பேசிக் கொண்டிருந்தார்கள். அங்கு வந்திருந்தவர்கள் யாரென்று அந்த மக்கள் உணர்ந்து கொண்டதும் கோபத்துடன் அவர்களை துரத்தியடித்தார்கள். அனைவரும் பயந்து ஓடிவிட்டார்கள். பேருந்து கண நேரத்தில் காணாமல் போனது. நீடித்த வளர்ச்சிக்கான சர்வதேச உச்சிமாநாடு குறித்து விமர்சனம் செய்ததால் ம்பெகி கடுமையாக கோபமடைந்தார். அதனால், அந்த மாநாட்டின் இறுதி நாளில் ஐக்கிய சமூக இயக்கம் நடத்தவிருந்த பேரணிக்கு அளிக்கப்பட்ட அனுமதி ரத்து செய்யப்படும் என்று அவரது அரசு மிரட்டியது. இந்த மிரட்டலைக் கண்டித்து அந்த வாரத்தின் முதற்பகுதியில் நாங்கள் மெழுகுவர்த்தி ஏந்தி அமைதியாக பேரணி நடத்தினோம். எங்களை ஒடுக்க காவல்துறையினர் தாக்குதல் நடத்தி கையெறி குண்டுகளை வீசினர். இதில் பலர் காயமடைந்தனர். சர்வதேச அளவிலான பேச்சாளர்கள் மற்றும் ஊடகங்கள் அங்கு இருந்ததால், காவல்துறையின் காட்டுமிராண்டித்தனமான செயலை இவர்கள் படம் பிடித்தார்கள். இந்த விஷயம் உலகம் முழுதும் சென்றது. இந்த அரக்கத்தனமான செயல்குறித்த விமர்சனம் தென்னாப்பிரிக்க பத்திரிகைகள் முழுவதிலும் சென்றது மட்டுமில்லாமல், எங்களுடைய கோரிக்கைகளுக்கு ஊடகங்களில் ஒரு முக்கிய அங்கீகாரமும் கிடைத்தது. இது நீடித்த வளர்ச்சிக்கான சர்வதேச உச்சிமாநாட்டின் கௌரவத்தையும், அதன் கார்ப்பரேட் நிறுவனங்கள் சார்புத்தன்மையும் பாதித்தது.

பேரணிக்கு அனுமதி கொடுக்குமாறு ம்பெகி அரசுக்கு அழுத்தம் அதிகரித்ததால் பேரணி நடத்தப்பட்டது. இருபதாயிரம் பேர் பங்கேற்ற இந்த பேரணி அலெக்ஸாந்த்ரா சேரிப் பகுதியிலிருந்து கிளம்பி, நீடித்த வளர்ச்சிக்கான சர்வதேச உச்சிமாநாடு நடக்கும் இடமான செல்வச் செழிப்புள்ள சாண்டன் பிஸினஸ் பூங்காவை

(Sandton Business Park) அடைந்தது. உலக ஊடகங்களின் முன்னிலையில், தண்ணீருக்கான உரிமை, வாழ்க்கை, கௌரவம் வேண்டும் மற்றும் தண்ணீர் தனியார்மயம் ஏற்படுத்திய பொருளாதார ரீதியிலான இன ஒதுக்கம் முடிவுக்கு வரவேண்டும் என்று மக்கள் கோஷமிட்டனர்.

மூன்றாவது உலக தண்ணீர் மன்றம் - கியோட்டோ, மார்ச் 2003

மூன்றாவது உச்சி மாநாடு நடப்பதற்குள், உலக தண்ணீர் கவுன்சில் பற்றியும், தண்ணீர் தனியார்மயம் பற்றிய பொது விமர்சனம் சிலரின் காதுகளைத் திறந்துள்ளது. மக்கள் சமூகத்தை சேர்ந்த விமர்சகர்கள் இந்த மாநாட்டில் கலந்துகொள்ள முதன்முதலாக அனுமதிக்கப்பட்டனர். நாங்கள் பங்குகொள்ள அனுமதிக்கப்படும் அனைத்து இடங்களின் மாற்றுக் கருத்துக்களை முன்வைத்தல், தென்கோளப் பகுதியில் உள்ள எங்களது நண்பர்களை வரவழைத்து அவர்களின் அனுபவங்களை மாநாட்டில் பங்கேற்றவர்களிடமும், ஊடகங்களிடமும் சொல்லச் செய்தல் போன்றவைகளை நடைமுறையாகக் கொண்டிருந்தோம். கியோட்டோவில் ஜப்பான் பிரதிநிதிகளோடும் இணைந்து பொது வினியோகத்திற்கான ஆதரவை பெறுவது போன்ற உத்திகள் குறித்து இணைந்து முடிவெடுத்தோம். அந்த மாநாட்டில் கலந்து கொண்ட ஜப்பான் நாட்டைச் சேர்ந்த தொழில்நுட்ப வல்லுனர்கள் தங்களது நாட்டில் பின்பற்றும் வெற்றிகரமான தண்ணீர் வினியோக முறையை விளக்கிக் கூறினார்கள். இந்தோனேசியாவில் உள்ள மிஙிளிழி அறக்கட்டளையைச் சேர்ந்த டோனி டூஜன் (Tony Tujan) ஜப்பானுடைய அனுபவம் அனைவருக்கும் ஏற்றுக் கொள்ளக்கூடியதாக உள்ளதால், ஜப்பான் நாட்டின் தொழில் வல்லுனர்களின் அனுபவம் மற்றும் அறிவை மணிலாவிற்கு கொண்டு வந்திருந்தால், எவ்வளவோ பணத்தையும், கஷ்டத்தையும் மிச்சப்படுத்தியிருக்கலாம் என்று வெளிப்படையாக அந்த மாநாட்டில் பேசினார்.

இரண்டு நாள் நடந்த முக்கியமான விவாதங்களில், அரசு - தனியார் கூட்டாண்மை குறித்த கடைசி நாள் நடந்த விவாத அரங்கிற்கு நான் பொறுப்பேற்று நடத்தவேண்டும் என்று கேட்டுக் கொள்ளப்பட்டேன். இந்த கூட்டாண்மைக்கு எதிரான எனது அறிக்கையை தாக்கல் செய்தேன். இந்த மன்றத்தில் நடந்த அனைத்து சூடான விவாதங்களில் மக்கள் சமூகத்தின் கருத்தை ஒவ்வொரு முறையும் எழுத்துப்பூர்வமான முறையில் வைக்கவேண்டியிருந்தது. உலகம் முழுதும் உள்ள 300 அமைப்புகளால் கையெழுத்திடப்பட்ட எங்களது கொள்கைகள் அடங்கிய குறிப்பு சமர்ப்பிக்கப்பட்டது. மேலும், “தண்ணீர்தான் வாழ்க்கை” என்ற பதாகையின் கீழ்

ஒவ்வொரு அமர்வின்போதும் எங்களது அனுபவங்களை சொல்ல நாங்கள் மைக்கின் முன்பு திரண்டோம். உலகின் மிகப்பெரிய தண்ணீர் நிறுவனங்களின் தலைவர்கள் மேடையில் அமர்ந்திருக்க கான்கம் (Cancum) பகுதியிலிருந்து வந்த ஒரு தொழிலாளி தன்னுடைய கையில் சூயெஸ் நிறுவனத்தால் வினியோகிக்கப்பட்ட இரண்டு தண்ணீர் பாட்டில்களை கொண்டுவந்தார். ஒரு பாட்டில் அவர் பணிபுரியும் ஐந்து நட்சத்திர ஓட்டலிலிருந்து கொண்டுவரப்பட்டது. அது மிகத்தூய்மையாக இருந்தது. இன்னொன்று அவர் வசிக்கும் பகுதியிலிருந்து கொண்டுவரப்பட்டது. இந்த தண்ணீர் மட்டும் மங்கிய நிறத்திலும், நாற்றமடிப்பதாக இருந்தது. அவர் மேடையில் அமர்ந்திருக்கும் சூயெஸ் நிறுவனத்தின் தலைமை நிர்வாக அதிகாரியான ஜீன்-லூயிஸ் சாஸ்ஸாட் (Jean-Louis Chaussade) அவர்களைப் பார்த்து "அவரது" தண்ணீரைக் குடிப்பாரா என்று கேட்டார். ஆனால் அவர் மறுத்துவிட்டார்.

Financing Water for All என்ற தலைப்பிலான தனது சர்ச்சைக்குரிய அறிக்கையை முன்னாள் IMF இயக்குனர் மிச்செல் காம்டெஸ்ஸஸ் (Michel Camdessus) சமர்ப்பித்தார். அதில் கூறப்பட்ட "பொய்யான தகவல்களை" நாங்கள் எங்களிடம் உள்ள அட்டைகளில் சுட்டிக்காட்டி உயர்த்திப் பிடித்துக்கொண்டோம். அந்த அட்டையோடு சிறிய மணிகளை கட்டி அவர் சொன்ன பொய்களுக்கு ஏற்ப ஆட்டிக் கொண்டிருந்தோம். ஒரு கட்டத்தில் அவர் கடுப்பாகி, "நீங்கள் மணியடித்துக் கொண்டிருப்பதை என்னால் கேட்கமுடிகிறது, ஆனால் நான் பேச்சை நிறுத்தமாட்டேன்" என்றார்.

ரெட் விடா (Red VIDA) - எல் சல்வாடார், ஆகஸ்ட் 2003

எங்களது போராட்டத்தில் ஒரு முக்கியமான கட்டம், அமெரிக்க உள்ளூர் குழுக்கள் அடங்கிய ரெட் விடா என்ற அமைப்பை உருவாக்கியதுதான். இதை ஆங்கிலத்தில் Inter-American Vigilance for the Defence and the Right to Water என்று மொழிபெயர்க்கலாம். ஆகஸ்ட் 2003 ஆம் ஆண்டு இந்த அமைப்பு எல் சல்வாடார் பகுதியில் ஒரு பிராந்திய கருத்தரங்கிற்கு ஏற்பாடு செய்திருந்தது. இந்த கருத்தரங்கில் இப்பகுதியில் உள்ள பல்வேறு குழுக்களின் செயல்பாடுகளை ஒன்றிணைத்து தனியார்மயமாக்கத்திற்கு எதிராக செயல்பட ஒரு முறைப்படியான அமைப்பை ஆரம்பிக்க வேண்டும் என்று ஒத்துக் கொள்ளப்பட்டது. மற்ற கூட்டங்களில் நாங்கள் கூறியதுபோல், இந்த கூட்டத்திலும் எங்களது கருத்தை எடுத்துச் சொன்னோம். தண்ணீர் என்பது "இந்த கிரகத்தில் வாழும் அனைவருக்கும் ஒரு

மறுக்கமுடியாத மனித உரிமை என்றும் அது ஒரு பொதுச்சொத்து" என்ற புரிதலையும் ஏற்படுத்த முயன்றோம்.

2005 ஆம் ஆண்டு, ஜனவரி 25-27 தேதிகளில் ரெட் விடா அமைப்பின் முதல் கூட்டம் பிரேசிலில் உள்ள போர்ட்டோ அலீகர் (Porto Alegre) நகரில் உலக சமூக மன்றக் கூட்டம் நடப்பதற்கு முன் நடந்தது. 14 நாடுகளிலிருந்து 30 அமைப்புகள் தனியார் கட்டுப்பாட்டுக்கு எதிரான மாற்று வழிமுறைகள் குறித்து யோசிக்கவும், சூயெஸ் நிறுவனத்திற்கு எதிரான சர்வதேச அளவிலான போராட்டத்தை ஆரம்பிக்க வேண்டும் என்பதற்காகவும் கூடியது. கொச்சபாம்பா (Cochabamba), பொலிவியா மேலும் சூயெஸ் நிறுவனத்திற்கு எதிராக லா பாஸ் மற்றும் எல் ஆல்டோ பகுதிகளில் நடக்கும் போராட்டங்களுக்கு ஆதரவு தர அந்த ஆகஸ்ட் மாதத்தில் பல குழுக்கள் அங்கு பயணம் மேற்கொண்டன. மேலும், உருகுவே நாட்டில் அக்டோபர் 2004 ஆம் ஆண்டு நடக்கவிருந்த பொதுத்தேர்தலை ஒட்டி நடத்தப்பட்ட பொது வாக்கெடுப்பில் தண்ணீர் என்பது ஒரு மனித உரிமை என்று அறிவிக்கச் செய்ததில் இந்த அமைப்பின் ஆதரவு இருந்தது. 2007 ஆம் ஆண்டு மார்ச் 24-26 தேதிகளில் ரெட் விடாவின் இரண்டாவது கூட்டம் பெருவில் உள்ள லிமா[1] நகரில் நடந்தது. இக்கூட்டத்தை பெரு நாட்டு தண்ணீர் துறையில் பணிபுரியும் தொழிலாளர்கள் அமைப்பான FFENTAP நடத்தியது. இங்கும் 14 நாடுகளிலிருந்து 40 அமைப்புகளின் பிரதிநிதிகள் கலந்துகொண்டனர். தனியார் மேலாண்மைக்கு மாற்றாக முன்வைக்கவேண்டிய விஷயங்களை முன்னெடுத்து செல்வது குறித்து ஆலோசிக்கப்பட்டது.

சர்வதேச அளவில் சூயெஸ் நிறுவனத்திற்கு எதிரான போராட்டத்தில் ரெட் விடா அமைப்பு முக்கிய பங்காற்றியது. சூயெஸ் நிறுவன பங்குதாரர்களின் கூட்டம் பாரிஸ் நகரில் நடந்தபோது அதை எதிர்க்க பொலிவியா, அர்ஜெண்டினா, உருகுவே மற்றும் சிலி போன்ற நாடுகளிலிருந்து வந்திருந்த ரெட் விடா அமைப்பின் உறுப்பினர்கள் பிலிப்பைன்ஸ் நாட்டிலிருந்து வந்திருந்த செயல்பாட்டாளர்களுடன் இணைந்து போராடினர். கூட்டம் அரங்கை சிலர் வண்ணமயமான பதாகைகளுடன் சூழ்ந்தபோது, Boston Common Asset Management என்ற சூயெஸ் நிறுவனத்தின் பங்குதாரராக உள்ள அமைப்பு இந்நிறுவனத்தின் செயல்பாடுகள் குறித்து விமர்சனங்களை வைத்து கூட்ட அரங்கில் இந்நிறுவனத்தை தாக்கி ஒரு அறிக்கையை வாசித்தது. இதைப்போன்ற அமைதியான போராட்டங்கள் பியோனஸ் அயர்ஸ், குய்ட்டோ, லா பாஸ்,

1 Lima - பெரு நாட்டின் தலைநகர்.

மாண்டிவீடியோ, மணிலா, ரோம் மற்றும் இன்னபிற நகரங்களில் நடந்தன.

மக்களுடைய உலக தண்ணீர் மன்றம் - டெல்லி, இந்தியா, ஜனவரி 2004

ஒவ்வொரு வருடமும் உலக சமூக மன்றம் (World Social Forum) என்ற அமைப்பின் மூலம் செயல்பாட்டாளர்கள், சுற்றுச்சூழலியலாளர்கள், கல்வியாளர்கள் மற்றும் முற்போக்கு அரசியல்வாதிகள் கூடி பொருளாதார உலகமயமாக்கல், தனியார்மயம் மற்றும் நாடுகளின் மீதான கார்ப்பரேட் நிறுவனங்களின் ஆதிக்கம் போன்றவற்றிற்கு மாறாக மாற்றுக் கருத்துக்களை முன்வைத்து விவாதிக்கிறார்கள். இந்த இடம் சர்வதேச அளவில் தண்ணீருக்கான நீதிகோரும் இயக்கத்திற்கு ஒரு முக்கியமான வாய்ப்பாகும். உலக சமூக மன்றம் என்பது சர்வதேச அளவில் பணக்கார அரசியல்வாதிகள் மற்றும் வியாபாரிகள் கலந்துகொள்ளும் உலக பொருளாதார மன்ற (World Economic Forum) கூட்டத்திற்கு எதிராக நடத்தப்படுகிறது.உலக சமூக மன்றத்தின் முதல் கூட்டம் பிரேசிலில் உள்ள போர்ட்டோ அலீகரில் நடந்தது. அடுத்த இரண்டு வருடங்களுக்கும் பிரேசிலே இந்த மாநாட்டை நடத்தியது. மீண்டும் 2005 ஆம் ஆண்டில் பிரேசில் இம்மாநாட்டை நடத்தியது. இந்த கூட்டத்தில் உலகம் முழுவதும் 150000 பேர் கலந்துகொண்டனர். ஒவ்வொரு மாநாட்டிலும், கருத்தரங்குகள், தனியார் தண்ணீர் ஆதிக்கத்திற்கு எதிரான போரட்டங்கள் குறித்த அனுபவ பகிர்வுகள், போராட்டங்களை மேலும் கொண்டுசெல்வதற்கான தந்திரங்கள் மற்றும் இயக்கத்தை எப்படி வலுப்படுத்துவது குறித்து பல அம்சங்களிலும் எங்களது இயக்கம் கலந்துகொண்டது. 2004 ஆம் ஆண்டு உலக சமூக மன்றத்தின் கூட்டம் மும்பையில் நடந்தது. நாங்கள் ஒரு இயக்கம் என்ற அடிப்படையில் இதில் கலந்துகொண்டோம்.

நாங்கள் இந்த மாநாட்டினூடே ஜனவரி 12-14 தேதிகளில், அதாவது மாநாடு ஆரம்பிப்பதற்கு இரண்டு நாட்களுக்கு முன்பு, டெல்லியில் People's World Water Forum என்ற தனிக்கூட்டத்தை நடத்தினோம். கூட்டம் நடந்த டெல்லியில் உள்ள இந்திய சர்வதேச மையத்தில் 65 நாடுகளிலிருந்து பிரதிநிதிகள் கலந்துகொண்டனர். இக்கூட்டத்தை உலகப் புகழ்பெற்ற உணவு மற்றும் தண்ணீர் குறித்த ஆராய்ச்சிகளை மேற்கொண்ட விஞ்ஞானி வந்தனா ஷிவா அவர்களும் அவரது அறிவியல்,தொழில்நுட்பம் மற்றும் சூழலியலுக்கான ஆராய்ச்சி அறக்கட்டளையும் ஏற்பாடு செய்திருந்தது. ஆசிய-பசிபிக் பகுதிகளில் நடந்துகொண்டிருக்கும் போராட்டங்களுக்கு அதரவு தெரிவிக்கவும், உலகம் முழுதும் இதைப்போன்ற போராட்டங்கள்

நடந்து வருகின்றன என்பதை தெரிவிக்கவும் இந்த கூட்டம் ஒரு முக்கியமான வாய்ப்பாக இருந்தது. ராஜஸ்தானைச் சேர்ந்த ராஜேந்திரசிங் என்பவரை சந்தித்து அவர் ராஜஸ்தானில் மழை நீர் சேமிப்பு குறித்து இயக்கம் நடத்தி வருவதையும் அறிந்து நெகிழ்ந்து போனோம், எங்களது ஆதரவையும் தெரிவித்தோம். இவர் அப்பகுதியில் "தண்ணீர் மனிதன்" என்றழைக்கப்படுகிறார். அவரது தருண் பாரத் சங் என்ற அமைப்பு 1000 கிராமங்களில் பணிபுரிந்து கிராம மக்களை வறட்சி குறித்த பிரச்சினைகளிலிருந்து மீட்டுள்ளது. தண்ணீரை தனியார்மயமாக்க வேண்டும் என்பவர்கள் இவரை வெறுக்கிறார்கள். 2002 ஆம் ஆண்டு ரவுடிகளால் சிங் கடுமையாக தாக்கப்பட்டார். தாக்கியவர்கள் உள்ளூரைச் சேர்ந்தவர்கள் என்று நம்பப்படுகிறது.

டெல்லி கூட்டத்தின் வெளிப்பாடாக, உலக வங்கிக்கு எதிராக போராட வேண்டும் என்கிற புதிய உத்வேகம் கிடைத்தது. அதாவது, காட்ஸ் பேச்சுவார்த்தையில் தண்ணீரை நீக்க செய்தல்; கொக்ககோலா மற்றும் சூயெஸ் நிறுவனங்களுக்கு எதிராக, தண்ணீர் ஓர் உரிமை என்பதை வலியுறுத்தி போராடுதல்; தனியார் தண்ணீர் சேவைகளுக்கு மாற்றுகளை ஆதரிப்பதற்கான தேவையை வலியுறுத்த புதிய வலைப்பின்னல் அமைப்பை உருவாக்குதல் போன்ற உத்திகள் வகுக்கப்பட்டன. The Reclaiming Public Water Network என்ற சர்வதேச மக்கள் சமூக அமைப்பு அரசுத்துறை பங்களிப்பை வலுப்படுத்துவதற்கான தகவல்கள், தந்திரோபாயங்கள் மற்றும் ஆதாரங்களை பகிர்ந்து கொள்கிறது. மேலும் எங்கு தேவைப்படுகிறதோ அங்கு அரசுத்துறை தொழில்நுட்ப அறிவையே வழங்குதல், பொதுத்துறைக்கு தேவையான நிதியை பொது நிதியிலிருந்தே பெறுதல் போன்ற விஷயங்களை இந்த அமைப்பு வலியுறுத்துகிறது.

நான்காவது உலக தண்ணீர் மன்றம் - மெக்சிகோ நகரம், மார்ச் 2006

உத்தியோகப்பூர்வமான அமைப்புகளை நிர்பந்திக்க முயல்வதற்குப் பதிலாக தண்ணீருக்கான நீதி கோரும் அமைப்பு தனது சொந்த நிகழ்வுகளை ஒருங்கிணைக்க முடிவு செய்தது. இதன் ஆரம்பமாக உலக தண்ணீர் மன்ற கூட்டம் நடந்த முதல் நாளில் 35,000 பேர் பங்கேற்ற மாபெரும் பேரணி நடந்தது. மெக்சிகோ நாட்டின் மனித உரிமை ஆர்வலர்களின் கூட்டணியான COMDA என்ற அமைப்பு International Forum on the Defense of Water என்ற மாற்று மக்கள் மன்றத்தை சேர்ந்த ஆயிரம் செயல்பாட்டாளர்கள் மற்றும் கல்வியாளர்கள் இம்மாநாட்டில் கலந்துகொள்ள ஏற்பாடு

செய்திருந்தது. இந்த மன்றக்கூட்டத்தின் ஒரு முக்கியமான நிகழ்வு என்னவென்றால் பொலிவியாவின் தண்ணீர் துறைக்கான புதிய அமைச்சர் ஆபெல் மாமனி (Abel Mamani) அவர்கள் ஆற்றிய உரைதான். அவர் தனது "மனிதாபிமான பார்வையை" எங்களோடு பகிர்ந்துகொண்டார். தனது நாடு, லத்தீன் அமெரிக்கா மற்றும் ஐ.நா. மட்டத்தில் தண்ணீர் ஓர் உரிமை என்பதற்கான போராட்டத்தை ஆதரிப்பதாக உறுதியளித்தார். கான்ஸ்டிடியூசன் சதுக்கத்தில்[1] உள்ள ப்ளாசா ஸொகாலோ[2] மைதானத்தில் எங்களது இயக்கம் ஒரு பெரிய பேரணியையும், இசைக் கச்சேரியையும் நடத்தியது. அங்கு கூடியிருந்த 20,000 இளைஞர்களின் மத்தியில் தண்ணீர் உரிமையைப் பற்றி நான் உரையாற்றினேன். எங்களது செய்தி ஊடகங்களில் பரவலாக பேசப்பட்டது. தண்ணீர் போராளிகள் தங்களது ஊர்களுக்கு கிளம்பிக் கொண்டிருக்கையில், மெக்சிகோவில் உருவாகியிருக்கிற ஒரு வலுவான, சக்திமிக்க இயக்கத்தின் பின்னால் சென்று கொண்டிருக்கிறோம் என்ற எண்ணம் பிறந்தது.

ஏழாவது உலக சமூக மன்றம் - நைரோபி, ஜனவரி 2007

ஜனவரி 27, 2007 ஆம் ஆண்டு நாற்பதிற்கு மேற்பட்ட ஆப்பிரிக்க நாடுகளிலிருந்து வந்திருந்த 250 செயல்பாட்டாளர்கள் நைரோபியில் உள்ள மொய் (Moi) அரங்கத்தில் உள்ள ஒரு அறையில் தங்களது தண்ணீர் வளங்களை கார்ப்பரேட் நிறுவனங்கள் திருடுவதை எதிர்த்தும், தங்களது உள்ளூர் நீராதாரங்களை பாதுகாக்கவும் ஆப்பிரிக்க நாடுகளுக்கிடையேயான முதல் அமைப்பை உருவாக்க கூடினார்கள். இந்த மாதிரியான போராட்டங்களில் நீண்ட காலமாக இயங்கிவரும் எங்களைப் போன்றவர்களுக்கு இது ஒரு நெகிழவைக்கும் விஷயமாகும். இம்மாநாட்டில் Ghana Coalitin Against Water Privatisation சார்பில் கலந்து கொண்ட அல்-ஹசன் ஆடம் (Al-Hasan Adam) அவர்களும், South African Coalition Against Privatisation சார்பில் கலந்து கொண்ட விர்ஜினியா செட்ஷெடி அவர்களும் தங்களது அரசாங்கங்களையும், உலக வங்கியையும் எச்சரித்தார்கள். "இன்று நாம் இந்த அமைப்பின் பிறந்தநாளைக் கொண்டாடுகிறோம், நாளை அனைவருக்கும் தண்ணீர் என்ற நாளைக் கொண்டாடுவோம்" என்று செட்ஷெடி பேசினார். "இந்த இயக்கத்தின் உதயம், தனியார்மயத்தை ஆப்பிரிக்கர்கள் எதிர்ப்பார்கள் என்று அரசுகள்,

1 Constitution Squre - மெக்சிகோ நகரத்தின் மையப்பகுதியில் அமைந்துள்ள சதுக்கம். இது Main Square அல்லது Arms Square என்றழைக்கப்படுகிறது.

2 Plaza Zocalo - கான்ஸ்டிடியூசன் சதுக்கத்தில் அமைந்துள்ள திடல்.

சர்வதேச நிதி நிறுவனங்களுக்கு தெரியப்படுத்த வேண்டும்" என்று ஆடம் பேசினார்.

அழிந்துகொண்டிருக்கும் நைவாஷா ஏரியைப் பார்த்து உண்மை அறிய சென்றதுதான் என்னைப் பொருத்தவரை ஒரு முக்கியமான நிகழ்வாகும். கிழக்கு ஆப்பிரிக்காவில் வசிக்கும் நீர் யானைகளுக்கு இந்த ஏரிதான் வாழ்விடமாக இருக்கிறது. இந்த ஏரி ஐரோப்பிய பகுதிகளுக்கு ரோஜாப் பூ வழங்க பயன்படுத்தப்படுவதால் அழிவின் விளிம்பில் இருக்கிறது. எரிமலைகளால் சூழப்பட்டுள்ள இந்த ஏரி உயிர் பல்வகைமையின் சொர்க்கமாகும். இப்பகுதியில் ஒட்டகங்கள், வரிக்குதிரைகள், நீர் எருமைகள், சிங்கங்கள் மற்றும் பல காட்டு விலங்குகள் வசிக்கின்றன. மேலும் 495 வகையான பறவையினங்களும் உள்ளன. இந்த பகுதியை ஐரோப்பியாவிலிருந்து அங்கு தங்கவந்தவர்களுக்கு தாரை வார்க்கும் ஒப்பந்தம் 1904 ஆம் ஆண்டு கையெழுத்தாகும் வரை, நைவாஷா ஏரியும் அதனைச் சுற்றியுள்ள நிலங்களும், மாசாய் இன மக்கள் தங்களது கால்நடைகளை மேய விடவும், வேட்டையாடுவதற்கும் பயன்பட்டன. விரைவில், அங்கே வசிக்க ஆரம்பித்த ஐரோப்பியர்கள் சிறந்த நிலங்களை வாங்கி தோட்டங்கள் அமைத்தார்கள். தங்களது வீடுகளைச் சுற்றி பூந்தோட்டங்களால் வேலி அமைத்தார்கள். 1985 ஆம் ஆண்டு 7,000 ஆக இருந்த மக்கள் தொகை இன்று 3,00,000 ஆக அதிகரித்துள்ளது. அங்கே உள்ள பூத்தொழிலில் பணிபுரிபவர்களில் பெரும்பாலானவர்கள் ஆப்பிரிக்கர்கள் குறிப்பாக பெண்கள். இவர்கள் எந்த தண்ணீர் வசதியும் இல்லாமல், கழிப்பிடமும் இல்லாமல் சாலையோரங்களில் வசித்துக் கொண்டிருக்கிறார்கள்.

ஆப்பிரிக்காவில், கொய்த பூக்களை ஏற்றுமதி செய்வதில் கென்யா முதலிடம் வகிக்கிறது; ஐரோப்பாவிற்கு அதிகளவில் வினியோகம் செய்கிறது. பிரிட்டிஷ்காரர்கள் இதற்காக ஒரு வருடத்திற்கு 3 பில்லியன் அமெரிக்க டாலர்களை செலவிடுகிறார்கள். சந்தையின் மூன்றில் ஒரு பங்கை கென்யா வினியோகம் செய்கிறது. அங்குள்ள முப்பதிற்கும் மேற்பட்ட பூ வளர்ப்பவர்களில் மூன்றில் இரண்டு பங்கு வெளிநாட்டவர்கள். இவர்கள் ஏரியைச் சுற்றி தொழிற்பண்ணைகள் அமைத்து தங்களது பண்ணைகளிலிருந்து மக்கள் வாழும் பகுதிகளை பிரிக்க இரும்பு வேலிகள் அமைத்து ஆயுதங்களுடன் பாதுகாப்பு ஏற்பாடுகளை செய்துள்ளனர். (பாலியல் ரீதியான துன்புறுத்தல்கள் மிக அதிகம். பல தொழிலாளர்கள் ஒரு நாளைக்கு 1 டாலர்தான் சம்பாதிக்கிறார்கள். அதிகளவில் பயன்படுத்தப்படும் பூச்சிக் கொல்லிகள் மற்றும் களைக் கொல்லிகளால் பலருக்கு உடல் நலம் கெடுகின்றது. நாங்கள் ஒரு

தொழிலாளரின் வீட்டிற்குச் சென்றோம். அந்த வீட்டில் உள்ளவர்கள் நிறுவனத்தின் சொத்தை எடுத்துச்சென்றால் அவர்கள் உயிருக்கு ஆபத்து என்ற குறிப்பு அவர் வீட்டில் இருந்தது). ரோஜாப் பூக்கள் என்பது 90 சதவீதம் தண்ணீர் என்று அர்த்தம். ஆகையால் ஐரோப்பா இந்த ஏரி மற்றும் இன்னபிற ஏரிகளை தங்களது நீர் ஆதாரம் பாதிக்கப்படக்கூடாது என்பதற்காக பயன்படுத்தினார்கள். அதன் விளைவு பயங்கரமானதாக இருக்கிறது. 15 வருடங்களுக்கு முன் இருந்த அளவைவிட இந்த ஏரி தற்பொழுது பாதியளவில்தான் இருக்கிறது. அங்கு வாழ்ந்துகொண்டிருக்கிற நீர்யானைகள் வெயிலில் செத்துக் கொண்டிருக்கின்றன. ஏதாவது செய்யப்படாவிடில் இன்னும் பத்து வருடங்களில் இந்த ஏரி "நாற்றமடிக்கிற குழம்பிய குட்டையாக" மாறிவிடும் என்று அறிஞர்கள் கூறுகின்றனர். இந்த ஏரியை சென்று பார்த்ததன் விளைவாக இந்த வசீகரிக்கும் ஏரியைக் காப்பாற்றுவதற்காக ஏரி நைவாஷாவின் நண்பர்கள் என்ற பெயரில் ஒரு அமைப்பு ஆரம்பிக்கப்பட்டது. ஆப்பிரிக்காவில் இலாப நோக்கிற்காக சீரழிக்கப்படும் டஜன் கணக்கான ஏரிகளில் நைவாஷாவும் ஒன்று. காலனிய ஆதிக்கம் ஒன்றும் அங்கு வீழ்ந்துவிடவில்லை.

பாட்டில் தண்ணீருக்கு எதிரான போராளிகள்

பாட்டில் தண்ணீர் துறையை எதிர்த்தும் ஒரு வலிமையான சர்வதேச இயக்கம் ஒன்றிணைந்து போராடுகிறது. உலகின் பல பகுதிகளில் உள்ள மக்களுக்கு சுத்தமான குடிதண்ணீருக்கான வழியில்லை என்பதால் அவர்கள் பாட்டில் தண்ணீரை நோக்கிப் போக நிர்பந்திக்கப்படுகிறார்கள் என்று இந்த இயக்கம் அறிந்திருந்தாலும், அனைவருக்கும் சுத்தமான தண்ணீர் கிடைத்து பாட்டில் தண்ணீர் என்பது பழங்கதையாகிவிட்டது என்ற காலம்வரும் என்ற நீண்டகால திட்டத்தை இந்த அமைப்பு நெறிப்படுத்துகிறது. தண்ணீர் சுத்தமாகவும், பொது வினியோக முறை சிறப்பாகவும் இருக்கிற நாடுகளில் இயங்கும் பாட்டில் தண்ணீர் நிறுவனங்களை எதிர்த்தும் இந்த இயக்கம் போராடுகின்றது. மேலும் மிக முக்கியமாக, தண்ணீரின் மீதானது மட்டுமல்லாமல், தண்ணீர் சார்ந்த கொள்கைகளின் மீதான கார்ப்பரேட் நிறுவனங்களின் கட்டுப்பாடுகளுக்கும் இந்த இயக்கம் சவால் விடுகிறது.

உதாரணமாக ஒரு நிகழ்வை சொல்லலாம்; 1998 ஆம் ஆண்டு நெஸ்லே நிறுவனம் பாகிஸ்தான் நாட்டில் உள்ள தண்ணீர் நெருக்கடிக்கு பாட்டில் தண்ணீர்தான் ஒரே தீர்வு என்று கூறி தனது வியாபார தளமாக அந்நாட்டை தேர்ந்தெடுத்தது. ப்யூர் லைஃப் (Purelife) என்ற பெயரிலான பாட்டில் தண்ணீரை அறிமுகப்படுத்தி இதில் தாதுக்கள் உள்ளதாகவும், இந்த தண்ணீர் உடல் பருமனைக் குறைக்கும் என்றும், உடல் சம்பத்தப்பட்ட உபாதைகளை குறைக்கும் தன்மை கொண்டது என்றும் இந்நிறுவனம் அறிமுகப்படுத்தியது. பாகிஸ்தான் அரசு இந்த நிறுவனம் தனது நாட்டின் மிகப்பெரிய நீர்நிலைகளைப் பயன்படுத்திக்கொள்ள அனுமதியளித்தது. இரண்டே வருடங்களில் இந்நிறுவனத்தின் இலாபம் 140 சதவீதம் அதிகரித்தது. விரைவில் இந்த உறவு கசக்க ஆரம்பித்தது. இந் நிறுவனம் இலாபத்திற்காக நீர்நிலைகளை வடிகட்ட ஆரம்பித்தது வெளிப்படையாக தெரிந்தது. மேலும் ஐ.நா. சர்வதேச தண்ணீர் ஒப்பந்த அடிப்படையில் ஒப்புக்கொள்ளப்பட்ட மனித உரிமைகள் இந்நிறுவனத்தால் மீறப்பட்டன. ப்யூர் லைஃப் பாட்டில் தண்ணீரின் விலை அனைவரும் வாங்கமுடியாத வண்ணம் அதிகரித்தது. பொதுமக்களின் கோபம் மற்றும் நெஸ்லே நிறுவனத்திற்கு எதிரான மக்கள் போராட்டத்தால் பிப்ரவரி 2005 ஆம் ஆண்டு பாகிஸ்தான் அரசு அனுமதியில்லாமல் விற்பனை செய்துகொண்டிருப்பதாக காரணம் கேட்டு இந்நிறுவனத்திற்கு நோட்டீஸ் அனுப்பியது. அதிலிருந்து இரண்டு பேரும் நீதிமன்றத்தில் முறையிட்டுக் கொண்டிருக்கிறார்கள்.

இதைப்போன்ற எதிர்ப்பு உலகம் முழுதும் எழுந்திருக்கிறது. தண்ணீருக்கான பிரேசில் குடிமக்கள் இயக்கத்தை சேர்ந்த ஃப்ராங்க்ளின் ஃப்ரெட்ரிக் (Franklin Fredrick) அவர்கள் ஜூன், 2005 ஆம் ஆண்டு தன்னுடைய சொந்த ஊரான சாவோ லாரன்கோ (Sao Lourenco) பகுதிக்கு நெஸ்லே நிறுவனம் ஏற்படுத்திய சேதங்களுக்காக அதை கண்டிக்க ஸ்விட்சர்லாந்தில் உள்ள அதன் தலைமையிடத்திற்கு பயணம் மேற்கொண்டார். இந்த பகுதியிலிருந்து அதிக அளவில் தண்ணீர் எடுக்கப்பட்டதால் அங்குள்ள புகழ்பெற்ற புராதன நீர்நிலைகளின் சுவை அழிந்துவிட்டது. பிலிப்பைன்ஸில் உள்ள துறைமுக நகரான பகோலாட்டிற்கு (Bacalod) அருகில் உள்ள கிராமமான பராங்காய் மான்சிலிங்கன் (Barangay Mansilingan) பகுதியில் வாழும் மக்கள் அங்கு ஏற்பட்ட அசிங்கமான நாற்றத்திற்கு கொகோகோலா நிறுவனம்தான் காரணம் என்று குற்றஞ் சாட்டியுள்ளனர். அப்பகுதியில் வாழும் 500 குடும்பங்களைச் சேர்ந்த மக்கள் ஆபத்து விளைவிக்கக்கூடிய குப்பைகளை அந்த பகுதியில்

உள்ள தங்களது நீர்நிலைகளில் இந்நிறுவனம் கொட்டுவதாகவும் கூறியுள்ளனர். இந்தோனேசியாவில் WALHI என்ற Indonesian Forum for the Environment மற்றும் Friends of the Earth Indonesia என்ற கூட்டமைப்புடனோன் மற்றும் கொக்ககோலா நிறுவனங்கள் மத்திய ஜாவா பகுதிகளில் அமைந்துள்ள நீர்நிலைகளிலிருந்து பெருமளவில் தண்ணீர் எடுத்துக்கொள்ள இந்தோனேசிய அரசு அளித்திட்ட சலுகைகளுக்கு எதிராக போராட்டத்தை நடத்தியது. மெக்சிகோவில் போரால் பாதிக்கப்பட்ட பகுதியான சியாபாஸ் (Chiapas) பகுதியில் உள்ள ஐந்து கிராமங்களுக்கு மட்டும் தண்ணீர் வினியோகம் செய்யும் உரிமைக்காக மண்டல அளவில் விதிகள் மாற்றப்பட்டதற்கு எதிர்ப்புகள் கிளம்பின. சில உரிமங்கள் 2050 ஆம் ஆண்டு வரை வழங்கப்பட்டுள்ளன.

ஜனவரி 20, 2005 ஆம் ஆண்டு இந்தியா முழுவதிலிருந்து திரண்ட ஆயிரக்கணக்கானவர்கள் 87 கொக்ககோலா மற்றும் பெப்சிகோ நிறுவனங்களின் ஆலைகளை சுற்றிவளைத்து இந்திய அரசியலமைப்பில் உறுதி கூறப்பட்டுள்ள உயிர்வாழ்வதற்கான உரிமையை மீறியதற்காக இந்நிறுவனங்கள் “இந்தியாவை விட்டு வெளியேற” வலியுறுத்தினார்கள். நாடு முழுவதும் இந்நிறுவனங்கள் அளவிற்கு அதிகமாக தண்ணீர் எடுப்பதற்கு எதிர்ப்பு தெரிவிக்கப்பட்டது. சில இடங்களில் இலவசமாகவும், சில இடங்களில் பெயரளவிற்கு தொகை கொடுத்துவிட்டு இந்நிறுவனங்கள் தண்ணீர் எடுத்தன. ஜூன், 2006 ஆம் ஆண்டு, வட இந்தியாவைச் சேர்ந்த மெடிகான்ச் (Mehdiganj) பகுதியில் உள்ள மக்கள் குழுத்தலைவர்கள் கொக்ககோலா ஆலையின் முன்பு அமர்ந்து இந்த ஆலை அதிகளவிலான காட்மியம் மற்றும் காரியத்தை வெளியேற்றுவதாக கூறி 12 நாட்கள் உண்ணாவிரதம் இருந்தனர். இந்த நிறுவனத்தால் இந்தியா முழுதும் ஏற்படுத்தப்படும் தண்ணீர் பற்றாக்குறையை எதிர்த்து அமைதியான முறையில் எதிர்ப்பு தெரிவித்த மேதாபட்கர் உள்ளிட்ட நாற்பதுக்கு மேற்பட்டோர் உலக தண்ணீர் தினமான மார்ச் 22, 2007 ஆம் ஆண்டு கைது செய்யப்பட்டனர்.

“கொக்கக்கோலா நிறுவனம் தண்ணீருடன் ஒரு நீடித்த, நிலையான உறவை வைத்திருக்கவில்லை. கொக்ககோலாவை குடிப்பது என்பது இந்தியாவில் உள்ள எண்ணற்ற மனிதர்களின் உயிர்களையும் அவர்களின் வாழ்வாதாரங்களையும் அழிப்பதில் பங்குகொள்வதற்கு சமம்” என்று India Resource Center சேர்ந்தவரும், கோக் நிறுவனத்திற்கெதிரான இயக்கத்தை சேர்ந்தவருமான அமித் ஸ்ரீவஷ்த்தவா கூறுகிறார்.

“இந்த போராட்டங்கள் கடுமையான வலிகளை ஏற்படுத்துகின்றன”. Indian Newspaper Society-இன் தலைவர் எம்.பி. வீரேந்திரகுமார் அவர்கள், பிளாச்சிமாடா[1] கிராமத்து மக்கள் கொக்கோகோலா நிறுவனத்திற்கு எதிராக நீதிமன்றத்தில் போராடிக் கொண்டிருப்பதை விவரிக்கிறார். நீதிமன்ற உள்ளூர் ஆலையை மூடச்சொல்லி உத்தரவு போட்டிருந்தாலும் “எந்த கட்டுப்பாடும் இல்லாமல் இந்த நிறுவனம் தன்னுடைய பணிகளை தொடர்ந்து கொண்டிருக்கிறது. மக்களின் பலவீனமான குரல் ஒரு சிலரால் மட்டுமே கவனிக்கப்படுகிறது. பேரழிவு ஏற்படுத்தக்கூடிய இந்த சுரண்டலை முடிவிற்கு கொண்டுவர ஒன்றும் செய்யப்படவில்லை. கைவிடப்பட்ட மக்களின் கவலைகள் இந்த சபிக்கப்பட்ட பூமியில் மங்கலாய் தெரிகின்றன. இந்த மக்களின் கஷ்டங்கள் இழுத்தடிக்கப்படுகிற வழக்குகள் மற்றும் வார்த்தை ஜாலங்களில் சிக்கிக்கிடக்கிறது. குரலற்ற தலித்துகளும், ஆதிவாசிகளும் கொதித்துக் கொண்டிருக்கும் கால்களுக்கடியில் தங்களது மண் அரித்துக்கொண்டு போவதைப் பார்த்துக்கொண்டு இந்த மனிதாபிமானமற்ற எதிரியை விரட்ட கடைசி போராட்டத்தை நடத்திக் கொண்டிருக்கிறார்கள்” என்கிறார் வீரேந்திரகுமார்.

இதைப்போன்ற போராட்டங்கள் வடகோளப் பகுதியிலும் நடந்து கொண்டிருக்கின்றன. நெஸ்லே நிறுவனம் அமெரிக்காவில் மட்டும் 75 இடங்களில் தண்ணீர் எடுப்பதோடு மட்டுமல்லாமல் 7 பிராண்டுகளுடன் செயல்படுகிறது, போலந்த் ஸ்பிரிங் (Poland Spring), ஐஸ் மவுண்டய்ன் (Ice Mountain), டீர் பார்க் (Deer Park), ஸெஃபிரில்ஸ் (Zephyrhills), ஆரோஹெட் (Arrowhead), ஒஸார்கா (OZarka) மற்றும் கலிஸ்டாகோ (Calistoga). கலிஃபோர்னியாவின் வடகிழக்குப் பகுதியில், மெக் க்ளவுட் (McCloud) பகுதியில் வசிப்பவர்களுக்கும் நெஸ்லே நிறுவனத்திற்கும் கடுமையான சண்டை ஏற்பட்டது. மவுண்ட் ஷாஸ்தா (Mount Shasta) பகுதியில் பாட்டில் தண்ணீர் விற்பனை செய்ய இந்நிறுவனத்திற்கு அனுமதியளிக்கப்பட்டிருந்தது. மெக் க்ளவுட் ஆற்றின் குறுக்கே கட்டப்பட்ட அணை மீதும், அப்பகுதியில் உள்ள நீர்நிலைகள் மீதும் மட்டற்ற உரிமைகள் இந்நிறுவனத்திற்கு வழங்கப்பட்டிருந்தது. Sweetner Alliance மற்றும் Michigan Citizens for Water Conservation போன்ற அமைப்புகள் Great Lake-ற்கு அருகிலுள்ள சேமிப்பு கிடங்கிற்கு இந்த ஏரியிலிருந்து தண்ணீரைக் குழாய்கள் மூலம் எடுத்துச்சென்று ஏற்றுமதி செய்ய முயற்சிப்பதாக

1 Plachimada - கேரளாவில் உள்ள கிராமம். கொக்கோகோலா நிறுவனத்திற்கு எதிரான இம்மக்களின் போராட்டம் பரவலாகப் பேசப்பட்டது.

நெஸ்லே நிறுவனத்திற்கு எதிராக வழக்கு தொடர்ந்தன. மெய்னே[1] ஒரு முக்கியமான போர்க்களமாக உள்ளது. ஃப்ரைபர்க் (Fryeburg) பகுதியில் உள்ள நெஸ்லே நிறுவனத்தின் போலந்த் ஸ்பிரிங் ஆலைக்கு எதிராக சுற்றுச்சூழல்வாதிகள், செயல்பாட்டாளர்கள் போராடிக் கொண்டிருக்கின்றனர். Save Our Water (SOW) இயக்கத்தைச் சேர்ந்த மக்கள் குழு தலைவர் டெனிஸ் ஹார்ட் (Denise Hart) அவர்கள் மெல்லிய குரலில் பேசக்கூடியவர். ஆனால் திடகாத்திரமானவர். நாட்டிங்காம்[2] பகுதியில் U.S.A Springs என்ற நிறுவனத்திற்கு 1.6 மில்லியன் லிட்டர் தண்ணீரை நிலத்தடி நீராதாரத்திலிருந்து எடுத்துக் கொள்ளலாம் என்று கொடுக்கப்பட்ட அனுமதியை எதிர்த்து போராடிக் கொண்டிருக்கிறார். இந்த திட்டத்தை நிறுத்துவதில் வெற்றிபெறாவிட்டாலும், அப்பகுதி அரசாங்கம், நிலத்தடி நீரை பாதுகாப்பதற்கான பாதுகாப்பு வழிமுறைள் குறித்த சட்டமியற்ற இந்தக் குழு பங்காற்றியிருக்கிறது. வெர்மாண்ட்[3] மாகாணத்தில் செயல்படும் Vermont Natural Resource Council என்ற கவுன்சில் தங்கள் மாநிலம் முழுதும் மேற்கொள்ளப்படும் முறையற்ற தண்ணீர் உறிஞ்சல் குறித்த எச்சரிக்கையால் இதைப்போன்ற சட்டம் தங்களுக்கும் வேண்டுமென்று போராட்டத்தை துவக்கியுள்ளது.

தேசிய மற்றும் சர்வதேச நிறுவனங்களுக்கு எதிராக இயக்கங்கள் போரட்டத்தை முன்னெடுத்திருக்கின்றன. வடஅமெரிக்காவில், Polaris Institute, Corporate Accountability International மற்றும் Alliance for Democracy போன்ற அமைப்புகள், பாட்டில் தண்ணீருக்கெதிரான ஆராய்ச்சிகளையும் போராட்டங்களையும் முன்னெடுத்துச் செல்கின்றன. பல்கலைகழக வளாகங்களிலும், சர்ச் பகுதிகளிலும் Corporate Accountability International அங்கு வருபவர்களிடம் கண்ணைக் கட்டிக்கொண்டு குழாய் தண்ணீர் எது பாட்டில் தண்ணீர் எது என்று கண்டுபிடிக்கும் ஒரு சவால் நிறைந்த போட்டியை நடத்துகிறார்கள். பலரால் வித்தியாசத்தை கண்டுபிடிக்கமுடியவில்லை. The Compaign to Stop Killer Coke என்ற போராட்ட அமைப்பு குவாதமாலா, நிகரகுவா, கொலம்பியா மற்றும் இந்தியாவில் கொக்ககோலா நிறுவனம் மனித உரிமைகளை மீறியிருக்கிறது என்ற கடுமையான செய்தியுடன் போராட்டக்களத்தில் இறங்கியுள்ளது. இவர்களும் மற்றக் குழுவினரும் இணைந்து கொக்ககோலா பங்குதாரர்களுக்கான வருடாந்திர கூட்டத்தில் கலந்துகொண்டு அந்த நிறுவனத்திற்கு நேரடியாக சவால் விடுகிறார்கள். இது பரவலாக ஊடகங்களின்

---

1 Meine - ஒரு நகராட்சி (ஜெர்மனி).

2 Nottingham - இங்கிலாந்தில் அமைந்துள்ள நகரம்.

3 அமெரிக்க மாநிலம்.

கவனத்தை ஈர்க்கிறது. வில்மிங்டனில் (Wilmington) 2004 ஆம் ஆண்டு நடந்த கூட்டத்தில், செயல்பாட்டாளர் ராய் ரோஜர் (Ray Rogers) தனது பேச்சை முடிக்க மறுத்ததால் பாதுகாப்பு காவலாளிகளால் கூட்டம் நடக்கும் அரங்கிற்கு வெளியே இழுத்துவரப்பட்டார். இவர்கள் கல்லூரி மற்றும் பல்கலைக்கழகங்களுக்கு சுற்றுப்பயணம் மேற்கொண்டு இந்நிறுவனங்களை புறக்கணிக்குமாறு கேட்டுக் கொள்கிறார்கள். நூற்றுக்கும் மேற்பட்ட அமெரிக்க கல்லூரிகள் மற்றும் பல்கலைக்கழகங்கள் கொக்ககோலா நிறுவனத்திற்கு எதிரான திட்டங்களை வைத்துள்ளனர். அவர்களில் 20 பேர் கோக்கை முற்றிலும் தடை செய்துவிட்டார்கள். சர்வதேச விமர்சனத்தின் காரணமாக 2005 ஆம் ஆண்டு நடந்த லைவ் 8 கான்சர்ட்ஸ் (Live 8 Concerts) என்ற இசை நிகழ்ச்சிக்கான முக்கிய நிதி உதவியாளர் என்ற நிலையிலிருந்து பின்வாங்கியது கொக்ககோலா. ஜூலை, 2006 ஆம் ஆண்டு, KLD என்ற "கார்ப்பரேட் நிறுவனங்களின் சமூக பொறுப்புக்கான" சந்தைப்படுத்துனர், வெளிநாடுகளில் உள்ள ஆலைகளில் தொடர்ந்து எழும் தொழிலாளர் பிரச்சினைகள், குழந்தைகளை கவர அந்நிறுவனம் பின்பற்றிய சந்தை செயல்பாடுகள் மற்றும் இந்தியா போன்ற நாடுகளில் தண்ணீரை முறைகேடாக பயன்படுத்தியமை போன்ற காரணங்களால் சமூகப் பொறுப்புள்ள நிறுவனங்கள் என்ற தன்னுடைய பட்டியலிலிருந்து கொக்ககோலா நிறுவனத்தை நீக்கியது.

பாட்டில் தண்ணீர் நிறுவனங்கள் திருப்பித் தாக்குகிறார்கள்

பலம்பொருந்திய இந்த தண்ணீர் நிறுவனங்களுக்கு எதிராக ஒருங்கிணைக்கப்பட்ட இந்த எதிர்ப்புகள், இந்நிறுவனங்கள் ஏற்படுத்திய சுற்றுச்சூழல் மற்றும் சமூக சேதங்கள் யாவும் ஒன்று சேர்ந்து தங்களது நிறுவனங்களுக்கு ஏற்படுத்திய கெட்ட பெயரை சரி செய்ய பொதுத் தொடர்பு சார்ந்த நிகழ்ச்சிகளை ஆரம்பிக்கும் நிர்ப்பந்தத்திற்கு இந்நிறுவனங்கள் தள்ளப்பட்டன. தண்ணீர் மீது தங்களுக்கு உள்ள பொறுப்பை நிரூபிக்க, நெஸ்லே நிறுவனம் ஆசிரியர்களுக்கு தண்ணீர் தொடர்பான கல்வி வழங்கும் (Water Education for Teachers - WET) நிகழ்விற்கு நிதி உதவி செய்கிறது. இதன் மூலம் ஒரு நீர்நிலை எவ்வாறு செயல்படுகிறது, தூய்மையான தண்ணீருக்கும் உடல் நலத்திற்கும் உள்ள தொடர்பு என்பது குறித்த

பாடத்திட்டங்கள் பிரசுரிக்கப்படுகின்றன. இந்த நிகழ்ச்சியை நடத்த 21 நாடுகளிலிருந்து 1,80,000 ஆசிரியர்கள் பயிற்றுவிக்கப்பட்டுள்ளனர். WET திட்டம், 2006 ஆம் ஆண்டு மெக்சிகோவில் நடந்த நான்காவது உலக தண்ணீர் மன்றக் கூட்டத்தில் குழந்தைகளையும் ஈடுபடுத்தி, இவர்களின் ஆதரவு உலக வங்கி, உலக தண்ணீர் கவுன்சில் போன்ற அமைப்புகளுக்கு உண்டு என்று காட்ட முயற்சித்தது.

தன்னுடைய எத்தோஸ் (Ethos) பிராண்டு மூலம் ஏழைகள் வாழும் பகுதிகளுக்கு சுத்தமான தண்ணீர் கொண்டுவரும் திட்டத்திற்கு ஸ்டார்பக் நிதிஉதவி செய்கிறது. மேலும் இந்நிறுவனம் ஒவ்வொரு வருடமும் சர்வதேச தண்ணீர் நாள் அன்று "குழந்தைகள் சுத்தமான தண்ணீர் பெற" உதவ Walk for Water என்ற திட்டத்திற்கும் நிதி உதவி செய்கிறது. இந்தியா மற்றும் கென்யா போன்ற நாடுகளில் உள்ள தண்ணீர் திட்டங்களுக்கும் நிதி உதவி செய்கிறது. "எத்தோஸ் தண்ணீரை வாங்குவதன் மூலம் உலகம் முழுதும் உள்ள குழந்தைகளின் வாழ்வில் ஏற்படும் மாற்றங்களில் நுகர்வோர்களும் பங்கு வகிக்கிறார்கள்" என்று இந்நிறுவனத்தின் தலைமை செயல் இயக்குனர் ஜிம் டொனால்ட் சர்வதேச தண்ணீர் தினத்தன்று தனது இணைய தளத்தில் கூறியுள்ளார். (இந்த கார்ப்பரேட் நிறுவனங்கள் இந்த முக்கியமான நாளை தங்களது இலச்சினை மற்றும் பிராண்டுகளை ஊக்கப்படுத்த பயன்படுத்திக் கொள்வதைக் கண்டு செயல்பாட்டாளர்கள் கடும் கோபமடைந்தனர். இதில் கோபமடைந்த ஒருவர் எத்தோஸ் இணையதளத்தில் கீழ்காணும் வாக்கியங்களை ஓடச்செய்தார்: எங்களுடைய தண்ணீரை வாங்குவதன் மூலம் நாங்கள் குழந்தைகளுக்கு உதவுகிறோம் என்று கூறுவதன் மூலம் நுகர்வோர்களை எங்களது தண்ணீரை வாங்கச் சொல்லி அவர்களை கவர்ந்திழுத்துக் கொண்டிருக்கிறோம் என்பது உங்களுக்கு தெரியுமா? அதுதான் உண்மை: உங்கள் ஊர் கடைகளில் ஒரு ஸ்டார்பக் பாட்டில் தண்ணீர் 1.80 அமெரிக்க டாலருக்கு விற்கப்படுகிறது. அதில் வெறும் 5 சதவீதம்தான் இலட்சியத்திற்காக செல்கிறது ………. நாங்கள் உலகில் உள்ள குழந்தைகளுக்கு உதவிக் கொண்டிருக்கிறோம் என்று கூறிக்கொண்டு பாட்டில் தண்ணீரை விற்பதன் மூலம் 360 மில்லியன் அமெரிக்க டாலர்களை சம்பாதிக்கப் போகிறோம்)

கெட்டுப்போன பேரை நல்லெண்ணச் செயல்கள் மூலம் மீட்டுவிடலாம் என்பதற்காக கொக்ககோலா தண்ணீரைத் தூய்மைப்படுத்தும் ஒரு தந்திரத்தை கையிலெடுத்தது என்று Wall Street Journal[1] கூறுகிறது. இந்நிறுவனம் 40 நாடுகளில் தண்ணீரை சுத்தப்படுத்தும் 70 திட்டங்களை செயல்படுத்துகிறது. இதன்

---
1 அமெரிக்காவிலிருந்து வெளிவரும் சர்வதேச தினசரி நாளிதழ்.

மூலம் தனது பெயருக்கு ஏற்பட்ட களங்கத்தைப் போக்க முடியும், புதிய நுகர்வோர்களைப் பெறமுடியும் என்று கொக்ககோலா நம்புகிறது. தன்னுடைய தண்ணீர் வெறியில் சிதைந்துபோன பொதுமக்கள் தொடர்பை சரிப்படுத்தமுடியும் என்று இந்நிறுவனம் நம்பிக் கொண்டிருக்கிறது. இந்நிறுவனத்தின் 400 பிராண்டுகளுக்கு மேற்பட்ட குளிர்பானங்கள் ஒரு வருடத்திற்கு 280 பில்லியன் லிட்டர் தண்ணீரைப் பயன்படுத்துகின்றன. நிறுவனத்தின் தலைவர் இ. நெவில்லெ இஸ்டெல் (E. Neville Isdell) "தண்ணீர் சார்ந்த தலைமைத்துவம்" என்பதுதான் தற்போதைக்கு மிக முக்கியமானது என்று கூறுகிறார். ராக் இசை குழுவான Jars of Clay-யின்[1] தண்ணீர் சார்ந்த திட்டமான Blood[2] உடன் கொக்ககோலா இணைந்துள்ளது. இந்த இசைக்குழு தன்னுடைய Good Monsters என்ற இசை ஆல்பத்தின் மூலம் கிடைக்கும் தொகையில் ஒரு குறிப்பிட்ட சதவீதத்தை ஆப்பிரிக்காவில் சுத்தமான தண்ணீர் வழங்க அளிக்கிறது. கொக்ககோலா வளரும் நாடுகளுக்கு "தூய தண்ணீர், சுகாதாரம் மற்றும் சுகாதாரம் குறித்த கல்வி" வழங்கும் முகமாக கார்கில்[3], டவ் கெமிகல் (Dove Chemical), ப்ராக்டர் & கேம்பல்[4], UNICEF மற்றும் CARE[5] போன்ற நிறுவனங்கள் மற்றும் அமைப்புகளோடு இணைந்து Global Water Challenge என்ற அமைப்பை ஆரம்பித்துள்ளது. ஜூன், 2007 ஆம் ஆண்டு பீஜிங்கில் நடந்த உலக தண்ணீர் மன்றத்தின் கூட்டத்திற்கு தண்ணீரைச் சேமிக்கும் உட்கட்டமைப்பிற்காக 20 மில்லியன் அமெரிக்க டாலரை அளித்தது கொக்ககோலா.

இது போன்ற தனிப்பட்ட முயற்சிகள் சில மக்களுக்கு சில இனங்களுக்கு கொஞ்சம் தண்ணீரை கொண்டு வரலாம். ஆனால் இவர்கள் யாருக்காக இருக்கிறார்கள் என்பதை கவனிப்பது

---

1 அமெரிக்காவை சேர்ந்த கிறிஸ்தவ ராக் இசைக்குழு.

2 ராக் இசைக்குழுவின் தண்ணீர் சார்ந்த திட்டத்திற்கான பெயர்.

3 Cargill - 1865 ஆம் ஆண்டு அமெரிக்காவில் ஆரம்பிக்கப்பட்ட சர்வதேச நிறுவனம். இதன் பணிகள்: Trading, Purchasing and Distributing Grain and Other Agricultural Commodities, Such as Palm Oil; Trading in Energy, Steel and Transport; The Manufacture of Livestock and feed; Producing Food Ingredients Such as Starch and Glucose Syrup, Vegetable Oils and Fats for Application in Processed Foods and Industrial Use.

4 Procter and Gamble - 1837 ஆம் ஆண்டு அமெரிக்காவில் ஆரம்பிக்கப்பட்ட கார்ப்பரேட் நிறுவனம். இந்நிறுவனம் உணவுப் பொருட்கள், தூய்மையாக்கிகள் மற்றும் வாசனைத் திரவியங்கள் போன்ற தனிநபர்களுக்கான பொருட்களை உற்பத்தி செய்கிறது.

5 CARE - Cooperative for Assistance and Relief Everywhere - ஆபத்து காலங்களில் மீட்பு நடவடிக்கையில் ஈடுபடும் சர்வதேச அமைப்பு. இது 1945 ஆம் ஆண்டு ஆரம்பிக்கப்பட்டது.

முக்கியம். பணம் சம்பாதித்துக் கொண்டிருக்கும் அதேவேளையில், தங்களுக்கு எதிரான விமர்சனங்களை முறியடிக்க இந்நிறுவனங்கள் எடுக்கும் முயற்சியாகும் இது. கொக்ககோலா நிறுவனத்தின் சர்வதேச கூட்டாண்மைக்கான இயக்குனர் டான் வெர்மீர் (Dan Vermeer) அவர்கள் பின்க்[1] இதழுக்கு "நாங்கள் எங்கு செயல்படுகின்றோமோ அங்கு உள்ளவர்கள் எங்களை நண்பர்களாக பார்க்கவேண்டும், எங்களை பொது மக்களின் ஆதரவாளராக பார்க்கவேண்டும். மேலும் உள்ளூர்வாசிகளுடன் ஒரு நேர்மறையான உறவை வெளிப்படுத்த இதுதான் சரியான வழி" என்று பேட்டியளித்துள்ளார்.

ஆனால் இதுபோன்ற விஷயங்கள் பிரச்சினையின் உண்மையான முகத்தை மறைக்கின்றன. அதாவது கொக்ககோலா, நெஸ்லே, சூயெஸ் மற்றும் வியோலியா போன்ற கார்ப்பரேட் நிறுவனங்கள் தண்ணீரை முறைகேடாகப் பயன்படுத்தும் விஷயத்தை மறைக்கின்றன. தண்ணீர் வினியோக முறையில் உள்ள குறைகளை மறைத்து அதற்கு இந்த நிறுவனங்கள் ஒரு மனிதாபிமான தோற்றத்தைக் கொடுக்கப் பார்க்கின்றன. சில விதிவிலக்குகள் தவிர இத்தகைய திட்டங்கள் மூலம் இந்நிறுவனங்கள் தங்களுக்கான சொந்த விதிமுறைகளை வகுத்துக்கொண்டு யாரால் கட்டணம் செலுத்தமுடியுமோ அவர்களுக்குதான் தண்ணீர், இல்லாதவர்களுக்கு தண்ணீர் இல்லை என்று கூறுகின்றன. இவர்களின் தர்ம செயல்களின் மூலம் இவர்கள் அடையும் பெயர் என்பது இந்த உலகின் தண்ணீரை தங்களது கட்டுப்பாட்டில் எடுத்துக்கொள்ள அவர்கள் செலவழிக்கும் மில்லியன்களுக்கு மத்தியில் காணாமல் போய்விடுகிறது. இவர்களின் உலகில் தண்ணீர் என்பது ஒரு மனித உரிமை இல்லை. அது தங்களது தனிப்பட்ட இலாபத்திற்கான சந்தைப் பொருள்.

ஒருவேளை தடையில்லாத தூயதண்ணீர் வினியோகம் நடப்பில் இருந்தால் இப்போது பேசப்படும் பிரச்சினை என்பது முக்கியமற்றது. ஆனால் தண்ணீர் பற்றாக்குறை அதனைத் தொடர்ந்த போராட்டங்கள் என்று உலகம் முழுவதிலிருந்து வரும் தகவல்களைப் பார்க்கும்போது, யாருக்கும் கட்டுப்படாத, ஜனநாயகமற்ற தனியார் கட்டுப்பாட்டை இனிமேலும் ஏற்றுக்கொள்வதற்கில்லை.

□ □ □

இத்தகைய சர்வதேச கூட்டங்களின் மூலம் தண்ணீர் ஓர் அடிப்படை உரிமை என்பதற்காக உருவான ஆயிரக்கணக்கான போராட்டங்களிலிருந்து நன்றாக ஒருங்கிணைக்கப்பட்ட, முதிர்ச்சியடைந்த தண்ணீருக்கான சர்வதேச இயக்கம்

1 Pink - ஆசியாவில் பிரபலமான கணினி வழி நாளிதழ்.

முகிழ்த்திருக்கிறது. உலகத் தண்ணீரின் எதிர்காலத்தை இந்த இயக்கம் வடிவமைத்துக் கொண்டிருக்கிறது. உலக வங்கி மற்றும் ஐ.நா. போன்ற சர்வதேச அமைப்புகளை நிர்ப்பந்தித்ததன் மூலம் இவ்வமைப்புகள் தனியார்மயமாக்கத்தின் தோல்வியை ஒப்புக்கொண்டன. சர்வதேச தண்ணீர் சார்ந்த கொள்கைகளில் இந்த இயக்கம் ஒரு தாக்கத்தை ஏற்படுத்தியிருக்கிறது. டஜன் கணக்கான நாடுகளில் அந்நாடுகளுக்கான தண்ணீர் சார்ந்த கொள்கைகளை இவ்வியக்கம் வடிவமைத்துக் கொடுத்துள்ளது. இவ்வியக்கம் தண்ணீரின் மீதான கட்டுப்பாடு குறித்த ஒரு வெளிப்படையான விவாதத்திற்கு வழிவகுத்தது. மேலும், தங்களுக்கு தாங்களே தீர்ப்புச் சொல்லிக்கொள்ளும் "தண்ணீர் மன்னர்களை" பார்த்து சவால் விட்டது இந்த இயக்கம். ஜனநாயகப்பூர்வமான ஒரு இயக்கத்தின் வளர்ச்சி என்பது ஒரு நேர்மறையான வளர்ச்சியாகும். தண்ணீருக்கான சண்டைகள் என்பது பூதாகரமாக உருவெடுக்கின்ற வேளையில் இந்த இயக்கத்தின் வளர்ச்சி தண்ணீர் வினியோகத்தில் தேவையான பொறுப்புத்தன்மை, வெளிப்படைத்தன்மை மற்றும் அரசின் மேற்பார்வை ஆகியவற்றை கொண்டுவரும்.

பகுதி - 5

தண்ணீரின் எதிர்காலம்

தாகத்துடன் இருப்பவர்களுக்கு எந்த விலையுமின்றி நீரூற்றிலிருந்து தண்ணீர் தருவேன்.

- Revealation[1] 21:6

குறைந்து கொண்டிருக்கிற நன்னீர் வினியோகம், தண்ணீரைப் பெறுவதில் சமத்துவமின்மை, தண்ணீரின் மீதான கார்ப்பரேட் நிறுவனங்களின் கட்டுப்பாடு ஆகிய மூன்று நெருக்கடிகள் நாம் வாழும் கிரகத்திற்கும், நமது வாழ்க்கைக்கும் மிகப்பெரிய சவாலாக உள்ளன. தற்போது ஏற்பட்டுக் கொண்டிருக்கிற காலநிலை மாற்றம், தண்ணீர் சார்ந்த நெருக்கடிகள் யாவும் ஒன்றிணைந்து வாழ்வா சாவா என்ற அடிப்படையில் ஒரு முடிவெடுக்க நம்மை நிர்ப்பந்திக்கின்றன. நமது நடத்தையை ஒட்டுமொத்தமாக மாற்றிக்கொள்ளவில்லையென்றால், சுருங்கிக் கொண்டிருக்கிற நன்னீர் வளங்களுக்கான மோதல்கள், பலம் பொருந்திய போர்கள் சூழ்ந்த உலகத்தை நோக்கி நாம் சென்று கொண்டிருப்போம். இந்த முரண்பாடு அல்லது சண்டை என்பது தேசங்களுக்கிடையோ, ஏழை பணக்கார நாடுகளுக்கிடையோ, பொது மற்றும் தனியார் நலன்களுக்கிடையோ, கிராம - நகர்ப்புற மக்களுக்கிடையோ அல்லது இயற்கைக்கும், செயற்கைகளுக்குமிடையோ ஏற்படலாம்.

---

1 Revelation 21:6 - பைபிளில் கூறப்பட்டுள்ள இறைவன் மற்றும் ஜான் ஆகியோருக்கிடையேயான உரையாடல். இதில் இறைவன் தனது இரண்டாவது வருகை பற்றி குறிப்பிடுகிறார்.

முரண்பாட்டின் மூலசக்தியாக தண்ணீர் உருவெடுத்துக் கொண்டிருக்கிறது

நாடுகளுக்குள்ளே...

தண்ணீர் சார்ந்த முரண்பாடுகள் என்பது தனிப்பட்ட முறையிலிருந்து பூகோள அரசியல் வரையில் தனது எல்லையை ஏற்கனவே வரையறுத்துள்ளது. ஆஸ்திரேலியாவில் ஏற்பட்ட தண்ணீர் நெருக்கடி தனிப்பட்ட விரோதங்களை உருவாக்கிக்கொண்டிருக்கிறது. சில நேரங்களில் சண்டையும் நடைபெறுகிறது. சிட்னியில், "தண்ணீர் மீதான வெறி" என்பது பக்கத்து வீட்டுக்காரர்கள் சட்டவிரோதமாக தண்ணீர் பாய்ச்சுவதை தடுக்கும் பொருட்டு மிக விழிப்போடு இருக்குமளவிற்கு செய்துள்ளது. வறட்சியால் சீரழிக்கப்பட்ட கிராமப்பகுதிகளில் தண்ணீர் திருட்டு அதிகரித்து வருகிறது. இதனால் தீயணைப்பு வீரர்கள் மின்யூப்[1] பகுதியில் உள்ள தண்ணீர் இணைப்புக் குழாய்களை பூட்டுப்போட்டு பாதுகாக்கின்ற அளவிற்கு தள்ளப்பட்டிருக்கிறார்கள். இந்த நிகழ்வை The Flying Doctors என்ற தொலைக்காட்சித் தொடர் எங்கும் பரப்பியது. மத்தியமேற்கு அமெரிக்காவில் ஏற்பட்ட தண்ணீர் நெருக்கடி கொலராடோ பகுதிகளை ஒட்டி வசிக்கும் மக்கள் மற்றும் தொழிற்சாலைகளுக்கிடையே சண்டையை ஏற்படுத்துகிறது. இங்கு 2.5 பில்லியன் அமெரிக்க டாலர் மதிப்பிலான திட்டங்கள் திட்டமிடப்பட்டிருப்பதாக New York Times இதழ் கூறியது. தண்ணீரைப் பயன்படுத்தும் போட்டியாளர்களுக்கிடையே கோபம் கனன்று கொண்டிருக்கிறது; பழைய எதிரிகள் எல்லாம் இன்னும் மோசமான அளவில் பகைமையை வளர்த்துக் கொண்டிருக்கிறார்கள்; சில மாநிலங்கள் சட்டரீதியில் சண்டை போட்டுக் கொண்டிருக்கிறார்கள் என்று இந்த இதழ் கூறுகிறது. கிளை ஆறுகளிலிருந்து தனக்கு அனுமதிக்கப்பட்ட அளவைவிட அதிகளவில் தண்ணீர் எடுப்பதாக யாமிங்[2] மாகாணத்திற்கு எதிராக மாண்ட்டனா[3] வழக்கு தொடர்ந்துள்ளது. உடா (Utah) மற்றும் நெவாடா (Neveda) பகுதிகளில் ஏற்பட்ட மக்கள்தொகை பெருக்கம் தண்ணீர் குழாய்களைப் பயன்படுத்துவதில் இரண்டு பகுதிகளையும் சண்டையில் கொண்டுவந்து நிறுத்தியுள்ளது.

---

1 Minyup - ஆஸ்திரேலியாவில் உள்ள விக்டோரியா மாகாணத்தில் உள்ள ஒரு நகரம்.

2 Wyoming - மேற்கு அமெரிக்காவில் அமைந்துள்ள ஒரு மாநிலம்.

3 Montana - மேற்கு அமெரிக்காவில் அமைந்துள்ள மற்றொரு மாநிலம்.

செயற்கை மழையை உருவாக்குவதன் மூலம் மழை "திருடப் படுவதாக" சீனாவில் மக்கள் கோபடைந்துள்ளனர். ஹெனான் (Henan) மாகாணத்தில் செயற்கை மழையை உருவாக்கி அதிலிருந்து கிடைக்கும் மழைக்காக வறட்சியடைந்த ஐந்து நகரங்கள் போட்டிபோட்டுக் கொண்டிருக்கின்றன. மத்திய ஜாவாவில் உள்ள க்ளாடென் (Klaten) பகுதியில் தண்ணீர் வளம் மிகவும் கொஞ்சமாக உள்ளது. அதனால் நிலங்களுக்கு தண்ணீர் பாய்ச்ச வரும் விவசாயிகள் ஒருவரோடு ஒருவர் சண்டை போட தங்களுடன் கோடாரிகள், சுத்தியல்கள் போன்றவற்றை எடுத்து வருகிறார்கள். நைரோபியில் உள்ள மிகப்பெரிய சேரிப்பகுதியான கிபெரா (Kibera) பகுதியில் வசிக்கும் ஒரு மில்லியன் மக்களுக்கு வெறும் 600 கழிவறைகளே உள்ளன. இதற்கு நீங்கள் கட்டணம் செலுத்த வேண்டும். இந்த கழிவறைகள் போதாது என்பதால் பலர் பிளாஸ்டிக் பைகளில் காலைக்கடனை முடிக்கும் அளவிற்கு தள்ளப்படுகிறார்கள். இவைகள் "பறக்கும் கழிவறைகள்" என்று சொல்லப்படுகின்றன. இந்த பகுதி மற்றும் பல பகுதிகளில் பெண்கள் நீண்ட தூரம் சென்றும் தண்ணீர் கொண்டுவரவில்லையென்றால் தங்களது கணவர்கள் அல்லது தந்தைகளின் கோபத்திற்கு ஆளாகிறார்கள். அங்கு குடும்ப வன்முறை என்பது தலைவிரித்தாடுகிறது.

தண்ணீர் போரட்டத்தில் பெண்கள் முதல் வரிசையில் நிற்கிறார்கள். மெக்சிகோ நகரத்திற்கு தேவையான தண்ணீரை தங்களிடமிருந்து பறித்துச் செல்லும் மெக்சிகோ அதிகார வர்க்கத்துடன் மஸாஹுயஸ்[1] பழங்குடி இனமக்கள் போராடுகிறார்கள். மெக்சிகோவில் வாழும் பல பழங்குடி இனமக்களுக்கு தண்ணீருக்கான வசதி என்பதே இல்லை. தண்ணீரைப் பாதுகாக்க வேண்டுமென்று மஸாஹுயஸ் பழங்குடி இனத்தைச் சேர்ந்த பெண்கள் இணைந்து Zapatista Army of Mazahua Women[2] என்ற அமைப்பை ஏற்படுத்தினர். இந்த அமைப்பு டிசம்பர் 11, 2006 ஆம் ஆண்டு தண்ணீர் வழங்கும் ஆலையின் வால்வை சட்டவிரோதமாக அடைத்தது. அதற்கு பதிலடியாக, தேசிய தண்ணீர் கமிசன், அவர்களின் கிராமங்களுக்கு 500 காவல்துறையினரை அனுப்பியது. பீட்ரிஸ் ஃப்லோரஸ் (Beatriz Flores) என்ற ஒரு போராளி, இந்த போராட்டம் வலுவடைந்து

1 Mazahuas - மெக்சிகோ பழங்குடி மக்கள்.

2 தண்ணீரைப் பாதுகாப்பதற்காக மஸாஹுயஸ் பழங்குடி பெண்கள் ஆரம்பித்துள்ள பாதுகாப்பு படை.

வருவதால் தான் சிறைக்குப் போகத் தயார் என்று Inter Press Service News Agency-க்கு[1] பேட்டியளித்துள்ளார்.

பணக்கார வடஅமெரிக்கர்கள் மற்றும் ஐரோப்பியர்கள் லத்தீன் அமெரிக்க பகுதிகளில் பெருமளவிலான நிலங்களை வாங்கி குவிப்பதன் மூலம் அந்த நிலப் பகுதிகளில் அமைந்துள்ள நீர்நிலைகளின் சொந்தக்காரர்களாவதைக் கண்டு லத்தீன் அமெரிக்காவில் கோபம் கொப்பளித்துக் கொண்டிருக்கிறது. அர்ஜெண்டினா மற்றும் சிலி நாடுகளில் உள்ள படகோனியா[2] பகுதிகளில் CNN நிறுவனத்தின் டெட் டர்னர்[3] 55,000 ஹெக்டேர் நிலத்தை வாங்கிப்போட்டுள்ளார். லூசியான பெனட்டன்[4] 9,00,000 ஹெக்டேர் நிலங்களை வாங்கியுள்ளார். இது வேல்ஸ் நகரத்தில் பாதியளவாகும். இதை மபுச்சே[5] பழங்குடி இனமக்கள் எதிர்க்கிறார்கள். ஏனென்றால் இப்பகுதி தங்களது பூர்விக இருப்பிடம் என்று கூறி போராடி வருகிறார்கள். 2002 ஆம் ஆண்டு இப்பகுதியில் உள்ள பெனெட்டன் எஸ்டேட்டில் காவல்துறையினர் நுழைந்து இம்மக்களை வெளியேற்றினர். இது தொடர்பாக வழக்கும் நடந்து கொண்டிருக்கிறது. படகோனியாவின் பரந்த பகுதிகள் வேலிகள் மூலம் அடைக்கப்பட்டுக் கொண்டிருக்கின்றன. பழங்குடி மக்கள் வெளியேற்றப்பட்டு இந்த வேலியடைக்கப்பட்ட பகுதிகளுக்கு சுத்தமான தண்ணீர் திருப்பிவிடப்படுகிறது என்று இதழியலாளர் தாமஸ் ப்ரில் மஸ்காரென்ஹாஸ்[6] கூறுகிறார்.

தென்னாப்பிரிக்காவில் உள்ள தண்ணீர் செயல்பாட்டாளர்கள் அங்கு வாழும் உள்ளூர் மக்களுக்கு பொருத்தப்பட்டுள்ள தண்ணீர் மீட்டரை எப்படி கழட்டியெறிவது என்பது குறித்து கற்றுக் கொடுக்கிறார்கள். ஜூலை, 2006 ஆம் ஆண்டு, தங்களுக்கு கிடைக்க வேண்டிய தண்ணீரை விடுதலைப்புலிகள் அவர்களுக்கு திருப்பிவிட்டுக் கொண்டதால் கோபமடைந்த இலங்கை விமானப்படை இவர்களுக்கு எதிராக தாக்குதல் நடத்தியது.

1 சர்வதேச அளவில் செயல்படும் செய்தி நிறுவனம். உலகின் அனைத்து கண்டங்களிலும் தனது தலைமையிடத்தை கொண்டுள்ளது.

2 Patagonia - தென் அமெரிக்காவின் தெற்கு முனையில் உள்ள ஒரு பகுதி.

3 Ted Durner - இராபர்ட் எடவர்ட் டெட் டர்னர்; அமெரிக்காவைச் சேர்ந்த பலம் வாய்ந்த ஊடகவியலாளர், வணிகம் செய்பவர்; உலகின் முதல் 24 மணி நேர செய்தி தொலைக்காட்சியான CNN –ஐ ஆரம்பித்தவர்.

4 Luciana Benetton - இத்தாலிய குடியரசின் செனட் சபை உறுப்பினர்.

5 Mapuche - சிலி, அர்ஜெண்டினா நாடுகளில் வாழும் பழங்குடியினர்.

6 Tomas Brill Mascarenhas - அர்ஜெண்டினாவில் உள்ள பியோனஸ் அயர்ஸ் பல்கலைக்கழகத்தின் அரசியல் விஞ்ஞானப் பிரிவு ஆராய்ச்சி மாணவர்.

ஜனவரி 7, 2007 ஆம் ஆண்டு, காத்மண்டு நகருக்கு தண்ணீர் வினியோகம் செய்யும் நேபாள தண்ணீர் வினியோக கார்ப்பரேசனைச் சேர்ந்த ஊழியர்கள், இப்பகுதிக்கு தண்ணீர் வினியோகம் செய்யும் உரிமையை செவெர்ன் ட்ரெண்ட் என்ற பிரிட்டிஷ் நிறுவனத்திற்கு வழங்கும் மசோதாவை எதிர்த்து, நேபாள அரண்மனை, பிரதமர் இல்லம் மற்றும் நகரின் மாநாட்டு அரங்கிற்கு கொடுக்கப்பட்டிருந்த தண்ணீர் இணைப்பை துண்டித்தனர். (இவர்கள் குடிமக்களுக்கான தண்ணீர் இணைப்பை துண்டிக்கவில்லை என்பது குறிப்பிடத்தக்கது). இதன் விளைவாக செவெர்ன் ட்ரெண்ட் போட்டியிலிருந்து விலகிக்கொண்டது. மே, 2006 ஆம் ஆண்டு மலேசியா, உயிருக்கு ஆபத்து ஏற்படுத்தும் வகையில் தண்ணீரை மாசுபடுத்துகிறவர்களுக்கு மரண தண்டனை விதிக்க வழிசெய்யும் புதிய தண்ணீர் சட்டம் ஒன்றை நிறைவேற்றியது. மலேசியாவில் பாதிக்கு மேற்பட்ட ஆறுகள் மாசடைந்துள்ளதாக ஆசியா டைம்ஸ்[1] கூறுகிறது. மேலும், நீர்நிலைகளை பராமரிக்க ஆகும் செலவு குறித்து மலேசிய அரசு வட்டாரங்களில் அதிர்வலைகள் ஏற்பட்டுள்ளது. இந்த புதிய சட்டத்திற்கு பரவலான ஆதரவு கிடைத்துள்ளது. டார்பர்[2] பகுதியில் தண்ணீர் பிரச்சினை என்பது முரண்பாட்டின் அடிநாதமாக விளங்குகிறது என்று Human Rights Watch[3] கூறுகிறது. பாலைவனமாகுதல் மற்றும் தொடர்ந்து ஏற்படும் வறட்சி, நாடோடி இனமக்களுக்கும் விவசாயிகளுக்கிடையேயும் பிரச்சினை வர காரணமாக உள்ளது. இதன் காரணமாக விவசாயிகள் தங்களது அரசுகளோடு முரண்பட்டு அரசின் பாதுகாப்பு சாவடிகளை தாக்குமளவிற்கு சென்றுவிட்டார்கள். தண்ணீர் நெருக்கடிக்கான பிரச்சினையை ஆராய்வதை விட்டுவிட்டு அரசு இராணுவத்தை அனுப்பிவைத்தது. "காலநிலை மாற்றத்திலிருந்து மக்கள் தொகை பெருக்கம், நுகரும் பாங்கு மற்றும் உலகமயாக்கம் ஆகியவற்றை பிரிக்கமுடியும் என்று நான் நினைக்கவில்லை. இது ஒரு நிகழ்வு" என்று தன்னுடைய Resource Wars என்ற புத்தகத்தில் மைக்கேல் க்ளாரே[4] கூறியுள்ளார்.

---

1 Asia Times - தாய்லாந்தில் வெளியிடப்படும் செய்தித்தாள்.
2 Darbur - நேபாளத்தின் பழைய அரண்மனைக்கு எதிரில் அமைந்துள்ள பகுதி.
3 மனித உரிமைகள் குறித்த ஆராய்ச்சி மற்றும் ஆலோசனை செய்யும் அரசு சாரா நிறுவனம். தலைமையிடம் நியூயார்க்.
4 Michael Klare - நான்கு கல்லூரிகள் மற்றும் ஒரு பல்கலைக்கழகம், மொத்தம் ஐந்து கல்வி நிறுவனங்கள் கொண்ட தொகுப்பு கல்வி நிறுவனத்தின் பேராசிரியர். இவர் ஒரு அமெரிக்கர்.

நியூயார்க், கொலம்பியா பல்கலைக்கழகத்தின் புவி மையத்தில் இயங்கும் Centre for International Earth Science Informatin Network என்ற அமைப்பைச் சேர்ந்த விஞ்ஞானி மார்க் லெவி (Marc Levy) அவர்களுக்கு மேற்கூறப்பட்ட எந்த விஷயமும் ஆச்சரியமான ஒன்றாக இல்லை. இவர் பல ஆண்டுகளாக வறட்சிக்கும், முரண்பாட்டிற்கும் இடையேயான தொடர்பை ஆராய்ச்சி செய்து வருகிறார். தானும் தனது நண்பர்களும் பல்லாண்டுக்கணக்கிலான குறிப்புகளைப் பயன்படுத்தி தேசம் மற்றும் அவற்றின் மாநிலங்களுக்கிடையேயான முரண்பாட்டை அறிவதற்கான ஒரு மாதிரியை (Model) எப்படி கண்டறிந்தார்கள் என்பதை ஏப்ரல் 14, 2007 ஆம் ஆண்டு நடந்த பத்திரிக்கையாளர் சந்திப்பில் பகிர்ந்துகொண்டார். தண்ணீர் பிரச்சினை தொடர்பாக ஏற்பட்ட இறப்புகள் என்பது இதற்கு முந்தைய பத்தாண்டிலும் நடந்துள்ளன என்று லெவி கூறினார். மேலும் இவர் இத்தகைய சம்பவங்கள் நடப்பதற்கு அனைத்து சாத்தியப்பாடுகளும் உள்ள இடங்களாக பின்வரும் நாடுகளை/பகுதிகளை சுட்டிக்காட்டுகிறார்: நேபாளம், வங்கதேசம், கோட்டெ டி’ஐவார்[1], சூடான், ஹைட்டி, ஆஃப்கானிஸ்தான் மற்றும் இந்தியாவின் ஒரு பகுதி.

நாடுகளுக்கிடையே...

உலகம் முழுவதும், 215-க்கும் மேற்பட்ட ஆறுகள், 300-க்கும் மேற்பட்ட நிலத்தடி நீர் நிலைகள் மற்றும் நீர்த்தேக்கங்கள் இரண்டு அல்லது அதற்கு மேற்பட்ட நாடுகளால் பங்கிடப்பட்டுக் கொள்கின்றன. இவற்றில் உள்ள மதிப்புமிக்க தண்ணீரை யார் பயன்படுத்துவது மற்றும் யார் இவைகளுக்கு சொந்தக்காரரர் என்பது குறித்த பிரச்சினை உருவாகிக் கொண்டிருக்கிறது. அதிகரித்துக் கொண்டிருக்கும் பற்றாக்குறை, சமமற்ற வினியோகம் போன்றவைகள் பல பகுதிகளில் ஒற்றுமையின்மையையும், சில இடங்களில் கலவரத்தையும் ஏற்டுத்தி பாதுகாப்பு தொடர்பான ஆபத்தை உருவாக்குகின்றன. பிரிட்டன் நாட்டின் முன்னாள் பாதுகாப்பு செயலாளர் ஜான் ரெய்ட் (John Reid) “தண்ணீருக்கான போர்” வந்துகொண்டிருப்பது குறித்து எச்சரிக்கிறார். 2006 ஆம் ஆண்டு நடந்த காலநிலை மாற்றம் குறித்த உச்சி மாநாட்டிற்கு முதல் நாள் தான் வெளியிட்ட அறிக்கையில் நீர்நிலைகள் பாலைவனங்களாக மாறிவருவதாலும், பனிப்பாறைகள் உருகிக் கொண்டிருப்பதாலும், தண்ணீர் வினியோகம் விஷமாகி வருவதாலும் கலவரம் மற்றும் அரசியல் முரண்பாட்டிற்கான வாய்ப்புகள் அதிகமிருப்பதாக

1 Cote D’ivoire - மேற்கு ஆப்பிரிக்க நாடு. இதற்கு இன்னொரு பெயர் ஐவரி கோஸ்ட் (Ivory Coast).

கூறியுள்ளார். சர்வதேச தண்ணீர் நெருக்கடி என்பது ஒரு பாதுகாப்பு சார்ந்த பிரச்சினையாக மாறுவதால், சுருங்கிக் கொண்டிருக்கிற நீர்வளங்களுக்காக ஏற்படுகிற முரண்பாடுகள் மற்றும் போர் நடவடிக்கைகளை எதிர்கொள்ள பிரிட்டிஷ் இராணுவம் தயாராக இருக்க வேண்டும் என்று சொல்லும் அளவிற்கு லெய்ட் சென்றார். "இத்தகைய மாற்றங்கள் கலவரத்தை ஏற்படுத்துவதற்கான சாத்தியப்பாடுகளை" கொண்டுள்ளதாக பிரிட்டனின் முன்னாள் பிரதமர் டோனி பிளேயர் The Independent[1] இதழில் கூறியுள்ளார். "டார்பர் பகுதியில் இன்று நாம் காணும் இந்த சோகமான முரண்பாடுகளுக்கு காரணம் தண்ணீர் பற்றாக்குறையும், விளை நிலங்கள் குறைவும்தான். இதை ஒரு எச்சரிக்கை மணியாக எடுத்துக்கொள்ள வேண்டும்" என்றும் அவர் கூறியுள்ளார்.

இதைப்போன்ற சச்சரவுகள் பல பகுதிகளில் இருப்பது பற்றி The Independent இதழ் செய்தி வெளியிட்டது. குறிப்பாக இஸ்ரேல், ஜோர்டான் மற்றும் பாலஸ்தீனம் ஆகிய நாடுகள் ஜோர்டான் ஆற்றை நம்பியே இருக்கின்றன. ஆனால் இந்த ஆறு இஸ்ரேலின் கட்டுப்பாட்டிற்குள் உள்ளது. 1998 ஆம் ஆண்டு யூஃப்ரடைஸ் ஆற்றின் குறுக்கே அணை கட்ட வேண்டும் என்கிற துருக்கி நாட்டின் திட்டம் அந்நாட்டை சிரியாவுடன் போர் செய்யக்கூடிய சூழலுக்கு கொண்டுவந்தது. தங்களது நாட்டிற்கு தேவையான தண்ணீர் வினியோகத்தில் துருக்கி வேண்டுமென்றே தலையிட்டு குழப்புவதாக சிரியா குற்றஞ்சாட்டுகிறது. கடந்த காலத்தில் பிரம்மபுத்திரா ஆறு குறித்து இந்தியா மற்றும் சீனாவிற்கிடையே பிரச்சினை இருந்தது. இந்த ஆற்றின் தண்ணீரை மடைமாற்றி விட வேண்டும் என்ற சீனாவின் திட்டம் மறுபடியும் கோபத்தை கிளப்பிக் கொண்டிருக்கிறது. அங்கோலா, போஸ்ட்வானா மற்றும் நமீபியா போன்ற நாடுகளில் ஓகவாங்கோ (Okavango) ஆறு குறித்த சர்ச்சை இருக்கிறது. தற்போது நமீபியா 300 கிலோமீட்டர் தொலைவிற்கு தண்ணீர் குழாய் அமைத்து அந்த ஆற்றின் தண்ணீரை உறிஞ்சி எடுக்கும் திட்டத்திற்கு எதிர்ப்பு வலுக்கிறது. மக்கள்தொகைப் பெருக்கம் எகிப்து மற்றும் எத்தியோப்பிய நாடுகளுக்கிடையே நைல் நதி குறித்த பிரச்சினையை கிளப்புகிறது. இமயமலையில் உள்ள உருகும் பனிப்பாறைகளால் நீர் மட்டம் அதிகரித்து கங்கையில் பெருகுவதால் வங்கதேசம் பாதிக்கப்பட்டு சட்டவிரோதமான முறையில் பலர் இந்தியாவில் தஞ்சம் புகுவது இந்தியாவிற்கு பிரச்சினையாக உள்ளது.

---

1 லண்டனில் பிரசுரிக்கப்படும் நாளிதழ்.

ஆயுதம் தாங்கிய போர் என்ற அளவிற்கு செல்வதற்கான சாத்தியங்கள் இல்லாவிட்டாலும் கூட, அமெரிக்க - கனடா எல்லையில் அமைந்துள்ள தண்ணீரை பகிர்ந்து கொள்வதில் பிரச்சினைகள் உள்ளன. கிரேட் ஏரியின் எதிர்காலம் குறித்த கவலை பல தரப்பிலும் எழுப்பப்படுகிறது. இந்த ஏரியைச் சுற்றி அமைந்துள்ள பகுதிகளில் உருவாகியுள்ள தொழிற்சாலைகள், அதிகரித்துவரும் மக்கள்தொகை மற்றும் இந்த ஏரியில் வேகமாக குறைந்துவரும் நீர்மட்டம் என்று யாவும் கவலையோடு பார்க்கப்படுகின்றன. இந்த ஏரியை ஆய்வு செய்ய சமீபத்தில் ஒரு கூட்டுக்குழு அமைக்கப்பட்டது. ஆனால் அமெரிக்க மாகாணங்களின் ஆளுனர்கள் இந்த ஏரியிலிருந்து அமெரிக்காவின் புறப்பகுதிகளுக்கு தண்ணீர் கொண்டு செல்லும் வகையில் ஏற்கனவே உள்ள ஒப்பந்தத்தில் ஒரு திருத்தத்தை செய்துள்ளனர். இதற்கு கனடா தெரிவித்த எதிர்ப்பு செவிடர் காதில் ஊதிய சங்கு போலாயிற்று. 2006 ஆம் ஆண்டு, இந்த ஏரியைச் சுற்றி அமெரிக்க கப்பற்படை ஆயுதங்களோடு கண்காணிப்பில் ஈடுபடும் என்ற திட்டத்தை அமெரிக்கா அறிவித்தது. மேலும் எரிக்கரையோரங்களில் துப்பாக்கி சுட பயிற்சி அளிக்கும் 34 பாதுகாப்பு மண்டலங்களை நிரந்தரமாக உருவாக்கியிருப்பதாகவும் அமெரிக்கா அறிவித்தது. இதற்கு முன்னும் அந்த ஏரிப்பகுதியில் கடுமையான எதிர்ப்பிற்கிடையேயும் துப்பாக்கி சுடும் பயிற்சியை அமெரிக்கா மேற்கொண்டுள்ளது. பயிற்சி நடக்கும் ஒவ்வொரு முறையும் ஏரியை நோக்கி 3000 ரவைகள் சுடப்பட்டன. தற்போதைக்கு இந்த பயிற்சி நிறுத்தப்பட்டிருந்தாலும், ஒரு காலத்தில் கூட்டுப்பயன்பாட்டிற்கானது என்று சொல்லப்பட்ட இந்த ஏரியின் மீதான தனது கட்டுப்பாட்டை அமெரிக்கா தெளிவாக அனைவருக்கும் புரியவைத்திருக்கிறது.

இதே போன்ற பிரச்சினை அமெரிக்க - மெக்சிகோ எல்லையில் நடந்து கொண்டிருக்கிறது. ரியோ க்ராண்ட் ஆற்றின் தண்ணீர் அமெரிக்காவை அடையும் முன்பு அந்த தண்ணீரை மடைமாற்றி தங்களுக்குப் பயன்படுத்திக்கொள்ளும் மெக்சிகோ விவசாயிகளின் நீண்ட கால வழக்கத்தை அமெரிக்காவைச் சேர்ந்த ஒரு தனியார் குழு நாப்தா[1] ஒப்பந்தத்தை காரணம் காட்டி மெக்சிகோ விவசாயிகளைத் தடுக்கிறது.

---

1 NAFTA - அமெரிக்கா, கனடா, மெக்சிகோ ஆகிய மூன்று நாடுகள் கையெழுத்திட்டுள்ள வர்த்தக ஒப்பந்தம்.

தண்ணீர் அகதிகள்

வாஷிங்டனில் உள்ள புவிக்கொள்கை மையத்தை சேர்ந்த லெஸ்டெர் ப்ரவுன் (Lester Brown) எதிர்காலத்தில் அதிகளவிலான தண்ணீர் அகதிகளின் வெளியேற்றம் குறித்து எச்சரிக்கிறார். 2006 ஆம் ஆண்டு, Plan B 2.0: Rescuing a Planet under Stress and a Civilization in Trouble என்ற தனது புத்தகத்தில், தண்ணீர் பற்றாக்குறையால் விளைச்சல் அளிக்காத நிலங்களால் எந்த பயனுமின்றி இலட்சக்கணக்கான மக்கள் தாங்கள் உயிர்வாழ வேண்டும் என்பதற்காக பெருமளவில் இடம்பெயருகின்ற மனதை உறையவைக்கும் காட்சியை நமக்கு அளிக்கிறார். இது நடக்கும் நாள் ஒன்றும் தொலைவில் இல்லை. தண்ணீர் பற்றாக்குறையை ஒரு நாட்டில் தனி நபருக்கு கிடைக்கும் தண்ணீரின் அடிப்படையில் கண்டுபிடிக்கலாம் என்று அவர் கூறுகிறார். 1995 ஆம் ஆண்டு, பல நாடுகளில் வசித்த 166 மில்லியன் மக்களுக்கு ஒரு நாளைய சராசரி வினியோகம் 1000 கன மீட்டருக்கு குறைவாகவே இருந்தது. இந்தளவு தண்ணீரை வைத்து வாழ்வின் அடிப்படை தேவைகளை நிறைவேற்றிவிட முடியும். ஆனால், 2050 ஆம் ஆண்டிற்குள், 1.7 பில்லியன் மக்கள் "தண்ணீர் வறுமையில்" வாழ்வார்கள். அவர்கள் சொந்த ஊரைவிட்டு வெளியேறும் கட்டாயத்திற்கு ஆளாவார்கள் என்று பிரவுன் கூறுகிறார்.

ஏற்கனவே தண்ணீர் அகதிகளை ஈரான், ஆஃப்கானிஸ்தான், பாகிஸ்தானில் சில பகுதிகள், வடமேற்கு சீனா மற்றும் ஆப்பிரிக்காவின் பல பகுதிகளில் கணமுடியும் என்றும் இவர் கூறுகிறார். தற்போது கிராமங்கள் மக்களால் கைவிடப்படுகின்றன. அதனைத் தொடர்ந்து ஒட்டுமொத்த நகரத்தையே இடமாற்றம் செய்யவேண்டியிருக்கும்: ஏமன் நாட்டின் தலைநகரம் சானா (Sana'a), பாகிஸ்தானில் உள்ள பலுசிஸ்தான் மாகாணம் க்வெட்டா (Quetta) போன்ற பகுதிகள் தண்ணீர் பிரச்சினையால் தங்களது இடங்களிலிருந்து மாற்றப்பட்டன. தற்போது மங்கோலியாவின் உட்பகுதி, நிங்ஸியா (Ningxia) மற்றும் கன்சு (Gansu) பகுதிகளில் பாலைவன அகதிகள் இருப்பதாக சீன விஞ்ஞானிகள் தெரிவிக்கின்றனர். குறைந்து கொண்டிருக்கும் தண்ணீர் வளத்தின் காரணமாக 4000 கிராமங்கள் கைவிடப்படும் ஆபத்தில் உள்ளன. ஈரானில் ஆயிரக்கணக்கான கிராமங்கள் அதிகரித்து வரும் பாலைவனத்தால் கைவிடப்பட்டன. நைஜீரியாவில் ஒவ்வொரு வருடமும் 3500 சதுர கிலோமீட்டர் நிலம் பாலைவனமாக மாற்றப்படுகிறது. இது அந்த நாட்டின் முக்கியமான சுற்றுச்சூழல் பிரச்சினையாக மாறியுள்ளது. மற்ற பகுதிகளில் உள்ளது போல வளர்ந்து கொண்டிருக்கிற பெருநகரங்களின் புறப்பகுதிகளுக்கு

இந்த விவசாயிகள் இடம்பெயரும் நிர்ப்பந்தம் ஏற்படுகிறது. இது அங்கு ஏற்கனவே இருக்கும் தண்ணீர் நெருக்கடியை இன்னும் அதிகமாக்குகிறது.

ஒவ்வொரு நாளும் இத்தாலி, ஸ்பெயின் மற்றும் ஃப்ரான்ஸ் கடற்கரைப் பகுதியில் இறந்த உடல்கள் கரை ஒதுங்குகின்றன என்று பிரவுன் கூறுகிறார். வறட்சியிலிருந்து தப்பிக்க ஒரு இடத்திலிருந்து மற்றோர் இடத்திற்கு எந்த பாதுகாப்பு வசதியுமில்லாமல் கடலில் பயணிக்கும்போது இந்த ஆபத்துகள் நிகழ்கின்றன. ஒவ்வொரு நாளும் மெக்சிகோ மக்கள் தங்களது உயிரை பணயம் வைத்து அமெரிக்க எல்லையை கடக்க முயல்கிறார்கள். வறண்டுபோன தங்களது நிலங்களை கைவிட்டு ஒவ்வொரு நாளும் 400-600 மெக்சிகோ விவசாயிகள் தங்களது கிராமங்களை விட்டு வெளியேறுகிறார்கள். அமெரிக்காவை அடைய இவர்கள் விஷத்தன்மை உள்ள ஆறுகளை கடக்கவேண்டும். (வெளிநாடுகளின் கட்டுப்பாட்டில் உள்ள மகிலாடோரா¹ ஆலைகள் ஆறுகளில் கொட்டி குவித்த குப்பைகளால் விஷத்தன்மையுடையதாக ஆறுகள் மாறின). இவர்கள் தங்களது கால்களில் பிளாஸ்டிக் பைகளை கட்டிக்கொண்டே ஆற்றைக் கடக்க வேண்டும்.

தண்ணீர் சர்வதேச பாதுகாப்பு சார்ந்த பிரச்சினையாக உருவெடுத்துக் கொண்டிருக்கிறது

ஐக்கிய அமெரிக்கா

தண்ணீர் என்பது சமீபத்தில் அதுவும் திடீரென்று பாதுகாப்பு மற்றும் அயல்நாட்டு கொள்கையில் முன்னுரிமை பெற்ற ஒன்றாக மாறியுள்ளது. 9/11 தீவிரவாதிகளின் தாக்குதலுக்குப் பிறகு, நீர்நிலைகள் மற்றும் குடிநீர் வினியோகம் ஆகியவற்றை தீவிரவாதிகளின் தாக்குதலிருந்து பாதுகாப்பது வெள்ளை மாளிகையின் முக்கிய பணியாக மாறியது. 2002 ஆம் ஆண்டு, பாராளுமன்றம் Department of Homeland Security என்ற அமைப்பை ஆரம்பித்ததும், தேசத்தின் தண்ணீர் உட்கட்டமைப்பை பாதுகாக்கும் பொறுப்பு ஒரு தனித்துறையாக மாற்றப்பட்டது; மேலும்

---

1 Maquiladora - மெக்சிகோ நகரில் அமைந்துள்ள தொழிற்சாலைகள் இவ்வாறு அழைக்கப்படுகின்றன.

உட்கட்டமைப்புகளை பாதுகாப்பதற்காக 548 அமெரிக்க டாலர்கள் ஒதுக்கப்பட்டன. அடுத்த வருடங்களில் நிதி ஒதுக்கீட்டின் அளவு அதிகரிக்கப்பட்டது. தேசத்தின் தண்ணீர் அமைப்பின் மீது தாக்குதல் நடத்தப்படும் பட்சத்தில் அதை எதிர்கொள்ள பயன்படுத்தப்படும் அறிவியல் அடிப்படைகள் மற்றும் உபகரணங்கள் ஆகியவற்றை மேம்படுத்த National Homeland Security Research Centre என்ற மையத்தை அமெரிக்க சுற்றுச்சூழல் பாதுகாப்பு முகமை (Environment Conservation Agency) ஆரம்பித்தது. தண்ணீர் அமைப்பை இயக்கும் பணியில் ஈடுபட்டுள்ள நபர்களுக்கு பாதுகாப்பு சம்பந்தமான பயிற்சியை கொடுக்க தண்ணீர் பாதுகாப்பு பிரிவு ஒன்றும் உருவாக்கப்பட்டது. குடிநீருக்கு ஏற்பட்டுள்ள ஆபத்தை உணர்த்தி தயார்நிலையில் வைத்திருக்க தண்ணீர் சார்ந்த தகவல் பகிர்வு மற்றும் பகுப்பாய்வு மையம் ஏற்படுத்தப்பட்டது. தேசத்தின் தண்ணீர் சார்ந்த பாதுகாப்பில் அரசு-தனியார் கூட்டாண்மையை ஏற்படுத்துவது National Homeland Security அமைப்பின் அதிகார வரம்பாகும். சந்தை பொருளாதார கொள்கைக்கு அமெரிக்கா உண்மையாக இருப்பதை இந்த அரசு-தனியார் கூட்டாண்மை முயற்சி காட்டுகிறது.

தண்ணீரின் மீதான ஆர்வம் என்பது அதனுடன் ம்டியவில்லை. ஆற்றலைப் போல் தண்ணீரும் ஒரு கேந்திர முக்கியத்துவம் வாய்ந்த ஒன்றாக மாறிவருகிறது. அமெரிக்க ஆற்றல் துறையின் முதுநிலை ஆய்வாளரான டாக்டர். ஆலன் ஆர். ஹாஃப்மேன் (Dr. Allan R. Hoffman), அமெரிக்காவின் ஆற்றல் பாதுகாப்பு என்பது அது தன்னிடம் கொண்டுள்ள நீர் வளங்களை சார்ந்தே இருக்கிறது, மேலும் உலகம் முழுதும் தண்ணீர் சார்ந்த பாதுகாப்பு நெருக்கடிகள் அதிகரித்து வருகின்றன என்றும் கூறியுள்ளார். "1973-1974 ஆம் ஆண்டு, அரபு நாடுகளில் ஏற்பட்ட எண்ணெய் சிக்கல்களுக்குப் பிறகு ஆற்றல் பாதுகாப்பு என்பது தேசத்தின் முக்கியத்துவம் வாய்ந்த பிரச்சினையாக மாறியுள்ளது. இனிவரும் ஆண்டுகளில் தண்ணீர் பாதுகாப்பு என்பது தேசிய மற்றும் சர்வதேச அளவில் முக்கியத்துவம் பெற்ற ஒன்றாக மாற கடமைப்பட்டுள்ளது" என்றும் அவர் கூறுகிறார். நிலத்தடி நீர்த்தேக்கங்களிலிருந்து தண்ணீரை உறிஞ்சி எடுத்தல், குழாய்கள் மற்றும் கால்வாய்கள் மூலம் அவற்றை ஒரிடத்திலிருந்து மற்றோர் இடத்திற்கு கொண்டு செல்லுதல், தண்ணீரை மறுசுழற்சிக்கு உட்படுத்துதல் மற்றும் உப்பு நீரை நன்னீராக்குதல் போன்றவைகள்தான் ஆற்றல் பாதுகாப்பை பெற கவனிக்க வேண்டிய முக்கியமான விஷயங்கள் என்று ஆலன் கூறியுள்ளார். இத்தகைய திட்டங்கள் அனைத்தையும் அமெரிக்க அரசு தனியார் நிறுவனங்களுடன் இணைந்து பின்பற்றிக்

கொண்டிருக்கிறது. மத்திய கிழக்குப் பகுதியில் அமெரிக்க அரசுக்கு உள்ள அக்கரை அப்பகுதியில் ஏற்பட்டுள்ள தண்ணீர் சார்ந்த முரண்பாடுகளால் பாதிப்பிற்குள்ளாகும் என்றும் அவர் கூறுகிறார்: "எந்தப்பகுதியில் எண்ணெய்க்காக அமெரிக்க அரசு ஆர்வம் செலுத்துகிறதோ அந்த பகுதியில் ஏற்படும் தண்ணீர் சார்ந்த முரண்பாடுகள் ஸ்திரத்தன்மையை குலைக்கின்றன. இது தொடர்ந்தாலோ அல்லது இன்னும் பூதாகரமானாலோ அமெரிக்கா தனது ஆற்றல் தேவைகளை 1970-களில் நடந்தது போல மிரட்டிப்பெற வேண்டியிருக்கும்." என்று ஆலன் மேலும் கூறுகிறார்.

ஏப்ரல், 2007 ஆம் ஆண்டு, பதவியிலிருந்து ஓய்வுபெற்ற இராணுவ அதிகாரிகள் அமெரிக்க குடியரசுத் தலைவரை சந்தித்து அமெரிக்காவின் தேசிய பாதுகாப்பிற்கு தண்ணீர் பற்றாக்குறையும், சர்வதேச அளவிலான எச்சரிக்கைகளும் "தீவிரமான பயமுறுத்தும்" விஷயங்களாக இருப்பதாக கூறியதாக CNA கார்ப்பரேசன்[1] வெளியிட்ட அறிக்கை கூறுகிறது. ஆறு ஓய்வுபெற்ற அட்மிரல்கள், ஐந்து ஓய்வுபெற்ற ஜெனரல்கள் எதிர்காலத்தில் தண்ணீருக்காக கடுமையான போர்கள் ஏற்படும், இதில் அமெரிக்காவும் இழுக்கப்படும் என்று எச்சரித்துள்ளனர். "அரசு திட்டமிடலில் உறுதுணையாக இருக்கும்" அமைப்பு என்று தன்னை கூறிக்கொள்ளும் Global Strategy Institute-ஐ சேர்ந்த எரிக் பீட்டர்சன் (Erik Petersen) அமெரிக்கா தனது வெளிநாட்டுக் கொள்கையில் தண்ணீருக்கு முதலிடம் கொடுக்க வேண்டும் என்று கோருகிறார். "சர்வதேச அளவில் தண்ணீர் சார்ந்த பிரச்சினைகளின் விமர்சனப்பூர்வமான பரிமாணங்கள் அனைத்தும் அமெரிக்காவில்" உள்ளதாக Voice of America News[2] இதழில் இவர் கூறியுள்ளார். "உலகளவில் ஸ்திரத்தன்மை, பாதுகாப்பு மற்றும் பொருளாதார மேம்பாடு உள்ள முக்கியமான பகுதிகளை கண்டறிவது நமது தேசத்தின் மீதான அக்கரையில் செய்யப்படும் ஒன்று; மேலும் இந்த சவால்களுக்கு தோதான காரணி தண்ணீர்தான்" என்றும் இவர் கூறுகிறார். இவரது நிறுவனம் IIT, ப்ராக்டர் & கேம்பல், கொக்ககோலா மற்றும் சாண்டியா தேசிய ஆய்வகம்[3]

---

1 Computer Network Assurance Corporation - தன்னுடைய வாடிக்கையாளர்களுக்கு பாதுகாப்பு சம்பந்தமாக ஆலோசனை மற்றும் தீர்வுகள் வழங்கும் அமெரிக்காவைச் சேர்ந்த பாதுகாப்பு சேவை அமைப்பு.

2 அமெரிக்கா, ஆப்பிரிக்கா, ஆசியா மற்றும் மத்திய கிழக்கு நாடுகள் சம்பத்தப்பட்ட செய்திகளை வெளியிடும் அமெரிக்க அரசின் அதிகாரப்பூர்வ நாளிதழ்.

3 Sandia National Laborateries - லாக்கீட் மார்ட்டின் கார்ப்பரேசனின் துணை நிறுவனமான சாண்டியா கார்ப்பரேசனின் நிர்வாகத்தின் கீழ் இயங்கும் அமெரிக்க ஆற்றல் துறையின் முக்கியமான இரண்டு தேசிய ஆய்வகங்கள்.

போன்ற நிறுவனங்களோடு இணைந்து Global Water Futures என்ற அமைப்பை ஆரம்பித்தது. "தொழில்நுட்பத்தின் மூலம் அமைதியான சுதந்திரமான உலகைப் பெறுதல் மற்றும் அமெரிக்கா இராணுவம் மற்றும் அணு ஆயுதத்தில் உயர்நிலை வகித்தல்" என்பதுதான் சாண்டியா தேசிய ஆய்வகத்தின் இலட்சியமாகும். அதனால்தான் அமெரிக்க அரசு ஆயுத உற்பத்தி செய்யும் ஒப்பந்தத்தை லாக்கீட் மார்ட்டின்[1] நிறுவனத்திற்கு வழங்கியது. இதன் மூலம் தண்ணீர் பாதுகாப்பு என்பது நேரடியாக இராணுவப் பாதுகாப்போடு இணைக்கப்படுகிறது.

Global Water Futures-இன் அதிகாரம் இரண்டு தன்மைகள் கொண்டது: சர்வதேச தண்ணீர் நெருக்கடி குறித்த அமெரிக்க கொள்கையில் தாக்கம் ஏற்படுத்துதல்; தீர்விற்கு தேவையான தொழில்நுட்பத்தை முன்னெடுத்துச் செல்லுதல். செப்டம்பர், 2005 ஆம் ஆண்டு, Global Water Futures வெளியிட்ட அறிக்கை சர்வதேச தண்ணீர் நெருக்கடி "மனித வரலாற்றில் ஒரு முக்கியமான கட்டத்திற்கு" அழைத்து செல்வதாக எச்சரித்தது. மேலும் அமெரிக்கா தண்ணீர் சார்ந்த பாதுகாப்பை இன்னும் தீவிரமாக அணுக வேண்டிய தேவையையும் விளக்குகிறது: எனவே எதிர்காலம் என்பது "தற்போது சர்வதேச அளவில் உள்ள தண்ணீர் சார்ந்த பிரச்சனையின் அடிப்படையில் பார்த்தால், தண்ணீரின் தரம் மற்றும் தண்ணீர் சார்ந்த நிர்வாகம் என்பது உலகின் முக்கியமான பகுதிகளில் அமெரிக்கா வகிக்கும் கேந்திர ரீதியிலான முதன்மைத் தன்மையை பாதிப்பதாக இருக்கும். உலகத்தின் தண்ணீர் தேவைக்கான பிரச்சினைகளை தீர்க்க முயலும்போது அந்த முயற்சி மனிதாபிமான மற்றும் பொருளாதார மேம்பாடு என்பதையெல்லாம் தாண்டியதாக இருக்கும் ...... இந்த கிரகத்தில் உள்ள ஒவ்வொரு பகுதியிலும் தண்ணீருக்காக கவனம் செலுத்தப்படும் கொள்கைகள் அனைத்தும் அமெரிக்க தேசிய பாதுகாப்பு திட்டத்தின் கீழ் விமர்சனப்பூர்வமான ஒன்றாக நோக்கப்படவேண்டும். அத்தகைய கொள்கைகள் சர்வதேச அளவில் தண்ணீர் ஏற்படுத்தும் சவால்களை எதிர்கொள்ளும் அமெரிக்க திட்டத்தை உள்ளடக்கிய ஒன்றாக, பரந்ததாக, விரிவானதாக இருக்க வேண்டும்" என்று அந்த அறிக்கை கூறுகிறது.

கொள்கை மற்றும் தொழில்நுட்பத்தில் புகுத்தப்படும் புதுமைகள் ஒன்றோடு ஒன்று இணைக்கப்பட வேண்டும் என்று அந்த அறிக்கை கூறுகிறது. Global Water Futures அரசாங்கங்கள் மற்றும்

---

[1] Lockheed Martin - விண்வெளி, இராணுவம் மற்றும் பாதுகாப்பு குறித்த அதிநவீன தொழில்நுட்பங்களுடன் சர்வதேச அளவில் இயங்கும் அமெரிக்க நிறுவனம். இந்நிறுவனம் 1995 ஆம் ஆண்டு ஆரம்பிக்கப்பட்டது.

தனியார் துறையினர் புதுமை மற்றும் ஒருங்கிணைப்பில் நெருக்கமாக பணியாற்ற கோருகிறது. தொழில்நுட்ப வளர்ச்சியில் அரசு-தனியார் கூட்டாண்மையை உருவாக்க "இரண்டு மடங்கு" முயற்சியை இந்த அறிக்கை கோருகிறது. அமெரிக்கா இராக்கை ஆக்கிரமித்திருப்பது என்பது அங்கு ஜனநாயகத்தை மீட்டுக்கொண்டு வர அல்ல, மாறாக எண்ணெய் வளங்களை கண்டறிந்து அவற்றை அமெரிக்க தனியார் நிறுவனங்களுக்கு தாரை வார்ப்பதற்கே என்று அமெரிக்க அரசை குற்றஞ்சாட்டும் விமர்சனங்களுக்கு பதிலளிக்கையில் இந்த அறிக்கை, இலாபம் மீட்டும் நோக்குடன் இத்தகைய செயல்பாடுகள் மூலம் அமெரிக்காவின் ஜனநாயக மதிப்புகள் பாதுகாக்கப்பட வேண்டும் என்று கூறுகிறது: "தண்ணீர் சார்ந்த பிரச்சினை என்பது அமெரிக்க தேசிய பாதுகாப்பிற்கு சிக்கல் தரக்கூடியதாக இருக்கிறது; மேலும் மனிதாபிமானம் மற்றும் ஜனநாயக வளர்ச்சிக்கான அமெரிக்க விழுமியங்களை தூக்கி நிறுத்தும் தன்மை உடையது. சர்வதேச தண்ணீர் பிரச்சினையில் இணைந்து இருப்பது அமெரிக்க தனியார் துறைக்கு வணிக வாய்ப்புகளை உறுதிப்படுத்துகிறது" என்றும் அந்த அறிக்கை கூறுகிறது. தண்ணீர் சார்ந்த பிரச்சினைகளில் ஈடுபட்டிருக்கும் அமெரிக்க முகமைகளை இந்த அறிக்கை அட்டவணைப்படுத்துகிறது. அதில் வணிக துறையும் உள்ளது. இத்துறை "சர்வதேச தண்ணீர் சந்தையில் தண்ணீர் சார்ந்த வணிகத்தையும், ஆராய்ச்சியையும் வழிநடத்துகிறது, மேலும் போட்டியை அதிகரிக்கிறது" என்கிறார் அவர்.

குவாராணி[1] (Guarani) நிலத்தடி நீர்த்தேக்கம்

தென் அமெரிக்காவில் உள்ள மிகப்பெரிய நிலத்தடி நீர்த்தேக்கமான குவாராணி நீர்த்தேக்கத்தின் மீது அமெரிக்கா அதிக அக்கறை எடுத்து வருவது அந்த பகுதியில் கவலையை ஏற்படுத்தி வருகிறது. இந்த நீர்த்தேக்கம் அர்ஜண்டினா, பிரேசில் மற்றும் உருகுவே போன்ற நாடுகளின் நிலப்பகுதிகளுக்கு கீழே பரவிக் காணப்படுகிறது. இந்த நீராதாரம் அப்பகுதியில் உள்ள 500-க்கு மேற்பட்ட நகரங்களுக்கு தண்ணீர் சேவையை அளித்துவருகிறது. இந்த நீர்த்தேக்கத்தை சுற்றி அமெரிக்க இராணுவம் கண்காணிப்பில் ஈடுபட்டுள்ளதால், இந்நீர்நிலையை மேம்படுத்துவதற்கான ஏற்பாடுகள் நடப்பதாகவும், உலக வங்கி மற்றும் ஐ.நா. அமைப்புகளால் நிர்வகிக்கப்படுகிற நிதி உதவி செய்யும் அமைப்பான Global Environment Facility என்ற

1 அர்ஜண்டினா, பிரேசில், உருகுவே மற்றும் பராகுவே நாடுகளின் நிலப் பகுதிகளுக்கு அடியில் பரவி காணப்படும் நிலத்தடி நீர்த்தேக்கம்.

அமைப்பு அமெரிக்க நலனை முன்னிறுத்தி இத்திட்டத்தில் இணைந்திருப்பதாகவும் குற்றச்சாட்டுகள் குவிந்த வண்ணம் இருக்கின்றன என்று National Geographic News[1] கூறுகிறது. லத்தீன் அமெரிக்க நாடுகளில் பல ஆண்டுகளாக செய்யப்பட்ட ஆய்வுகளினால் பெறப்பட்ட தரவுகளை தனியார் நிறுவனங்களின் இலாபத்திற்காக அமெரிக்கா எளிதாக பெற்றுவிடும் என்று பிரேசில் மக்கள் சமூக இயக்கமான க்ரிட்டோ டாஸ் அகுவாஸ் (Grito Das Aguas) கவலை தெரிவிக்கிறது. இந்த "நீரியல்-புவிசார் அரசியல்" ஆதிக்கம் என்பது இந்த பகுதியில் வளங்கள் ஆக்கிரமிப்பு செய்யப்பட்ட வரலாற்றின் கடைசி அத்தியாயமாகும் என்று நோபல் பரிசு பெற்றவரும் அர்ஜண்டினாவின் செயல்பாட்டாளருமான அடோல்ஃபா எஸ்குவெல் (Adolfo Esquivel) கூறுகிறார். (ஜார்ஜ் புஷ் பராகுவே பகுதியில் இந்த நிலத்தடி நீர்த்தேக்கத்தின் அருகில் 1,00,000 ஏக்கர் பண்ணை நிலங்களை வாங்கியுள்ளதாக அந்த பகுதியில் பல ஆண்டுகளாக பேச்சு நிலவுவதாக உறுதிப்படுத்தப்படாத செய்தி ஒன்று கூறுகிறது. ஆல்டோ பராகுவே (Alto Paraguay) பகுதியின் ஆளுனர் எராஸ்மஸ் ரொட்ரிகுஸ் அகோஸ்டா (Erasmo Redriguez Acosta) இந்த செய்தியை உறுதிப்படுத்தியதாக The Guardian அவரது செய்தியை மேற்கோள் காட்டுகிறது. இந்த வதந்திகள் யாவும் இந்த பகுதியில் அமெரிக்கா காட்டிவரும் அக்கறை குறித்த கவலையை போக்குவதாக இல்லை).

நிலத்தை வாங்கிப்போட்டிருக்கும் இந்த திட்டம் என்பது சுற்றுச்சூழல் மற்றும் மனிதாபிமான செயல்களுக்கானது என்று பரவலாக சொல்லப்பட்டாலும், பிற்காலத்தில் தனியார் முதலீட்டாளர்கள் அந்த பகுதிக்கு வரவழைக்கப்படுவார்கள் என்று அப்பகுதி மக்கள் கவலைப்படுவதில் காரணம் உள்ளது. Global Environment Facility தனது இணையதளத்தில் இந்த திட்டத்தில் தனியார் துறையின் பங்களிப்பை வெளிப்படையாக தெரிவிக்கிறது: "காலநிலை மாற்றம் மற்றும் உயிர்பல்வகைமை இழப்பு போன்ற சர்வதேச சுற்றுச்சூழல் பிரச்சினைகள் தனியார் துறையின் தொழில்நுட்ப, நிர்வாகம் மற்றும் நிபுணத்துவத்தின் மூலமே தீர்க்கப்படும் என்பது தெள்ளத்தெளிவு .... Global Environment Facility-இன் செயல்பாடுகளில் தனியார் துறை என்பது முக்கியமான பங்குதாரர் மற்றும் Global Environment Facility உடன் தனியார் துறை இணைந்து சர்வதேச சுற்றுச்சூழல் சார்ந்த சவால்களை தீர்ப்பதில் முக்கிய பங்கு வகிக்கிறது" என்று அந்த இணையதளம் கூறுகிறது.

---

[1] அறிவியல் சம்பந்தமான செய்திகளை வெளியிடும் அமெரிக்க இதழ். இதே பெயரில் தொலைக்காட்சி அலைவரிசையும் உள்ளது.

மேலும் இந்த இணையதளம், தங்களது - Global Environment Facility - திட்டங்களில் தனியார் துறையையும் இணைத்து அதை உறுதிப்படுத்துவதில் உலக வங்கி முக்கிய பாத்திரம் வகிப்பதாக கூறுகிறது. மேலும் Global Environment Facility அமைப்பால் நிதி உதவி செய்யப்பட்ட 12-க்கு மேற்பட்ட காலநிலை மாற்றம் குறித்த திட்டங்களில் தனியார் ஆற்றல் சேவை நிறுவனங்கள் ஈடுபடுகின்றன என்றும் அந்த இணையதளம் கூறுகிறது. "Global Environment Facility அமைப்பால் நிதி உதவி செய்யப்பட்ட திட்டங்களில் உயிர்பல்வகைமை பாதுகாப்பில் ஆர்வமுள்ள தனியார் துறை மற்றும் வியாபாரக் குழுமங்கள் பங்குபெறுவதை உறுதிப்படுத்துவதற்கான வழிமுறைகள் குறித்து பிரேசில் நாட்டின் சுற்றுச்சூழல் அமைச்சகம் விவாதித்து வருவதாகவும்" இந்த இணையதளம் கூறுகிறது.

ஐரோப்பா

ஃப்ரான்ஸ், ஜெர்மனி மற்றும் பிரிட்டன் போன்ற நாடுகள் நீண்ட காலமாக தென்கோளப் பகுதியில் தங்களின் தண்ணீர் நிறுவனங்களின் நலனை தூக்கி நிறுத்தியுள்ளன. தற்போது இந்த நாடுகள் தங்களது பன்னாட்டு நிறுவனங்களின் சேவையை வழங்குவதற்காக அந்தந்த நாடுகளில் பேச்சுவார்த்தை நடத்த தங்களது தூதரகங்களை பயன்படுத்துகின்றன. தன்னுடைய அயல்நாட்டுக் கொள்கை மற்றும் அயல்நாட்டு உதவி ஆகியவற்றை பயன்படுத்தி சூயெஸ் மற்றும் வியோலியா நிறுவனங்களுக்கு வளரும் நாடுகளில் வாய்ப்புகளை பெற்றுத்தருவதில் ஃப்ரான்ஸ் மும்முரமாக ஈடுபடுகிறது. தற்போது ஐரோப்பாவில் தண்ணீர் சார்ந்த பாதுகாப்பு பிரச்சினையை ஆராய்வதற்கு Global Water Futures என்ற அமைப்பை ஒத்த ஐரோப்பிய அமைப்பு உருவாக்கப்பட்டிருக்கிறது.

அரசு, தனியார் துறை மற்றும் மக்கள் சமூகத்திற்கிடையேயான கூட்டாண்மையை அதிகப்படுத்தவும், "பரந்த ஐரோப்பாவில் உள்ள தண்ணீர் சார்ந்த சவால்களுக்கு தீர்வு காணவும்" 2006 ஆம் ஆண்டு ஐரோப்பிய தண்ணீர் கூட்டாண்மை (European Water Partnership (EWP)) என்ற அமைப்பு உருவாக்கப்பட்டது. இது "கேந்திர முக்கியத்துவம் வாய்ந்த ஆய்வை" மேற்கொள்ளும்; மேலும் "ஐரோப்பிய தண்ணீர் தொழிற்துறையில் போட்டிக்கான ஆதரவையும் முதலீட்டையும் அதிகப்படுத்தும் ஒரு வழிமுறையாக" செயல்படும். EWP தண்ணீர் சார்ந்த இரண்டு முக்கியமான விஷயங்களை கையில் எடுத்தது: அதாவது, தண்ணீர் வினியோகம் மற்றும் சுகாதார தொழில்நுட்ப தளம் (Water Supply and Sanitation Technology Platform) மற்றும் ஐரோப்பிய பிராந்திய செயல்முறை (European Regional

Process). இந்த இரண்டு விஷயங்கள் மூலம் மெக்சிகோவில் நடந்த நான்காவது உலக தண்ணீர் மன்ற கூட்டத்தில் ஐரோப்பாவின் நிலைபாடு முன்வைக்கப்பட்டது. தண்ணீர் வினியோகம் மற்றும் சுகாதார தொழில்நுட்ப தளம் என்பது ஐரோப்பிய தண்ணீர் துறையில் போட்டியை விரிவுபடுத்தவும் தொழிநுட்ப புதுமைகளை அதிகப்படுத்துவதற்குமான ஒரு "தொழில்நுட்ப தளம்". EWP-இன் தலைவர் டாக்டர். க்ளாட் ரௌலட் (Dr. Claude Roulet). இவர் சர்வதேச அளவில் 80 நாடுகளில் இயங்கிக் கொண்டிருக்கும் டெக்ஸாஸ் மாகாணத்தை சேர்ந்த ஸ்லம்பெர்கெர் (Schlumberger) என்ற ஆற்றல் தொழில்நுட்ப நிறுவனத்தின் துணைத்தலைவருமாவார். மேலும் இவர் EUROGIF (European Oil and Gas Innovative Forum) நிறுவனத்தின் துணைத்தலைவராவார். இந்நிறுவனம் ஐரோப்பிய ஆற்றல் துறையின் போட்டித்தன்மையை அதிகரிக்க உருவாக்கப்பட்ட 2500 உறுப்பினர்களை கொண்ட அமைப்பாகும்.

ஐரோப்பாவின் தண்ணீர் கூட்டாண்மையில் இடம்பெற்றுள்ள பல உறுப்பினர்கள் தண்ணீர் தொழில்நுட்ப நிறுவனங்களாகும். அமெரிக்காவில் உள்ள Global Water Futures-ஐ போன்று ஐரோப்பிய தண்ணீர் கூட்டாண்மை ஐரோப்பாவின் தண்ணீர் சார்ந்த பாதுகாப்பையும், ஐரோப்பிய தனியார் துறையைச் சார்ந்த தண்ணீர் மறுபயன்பாட்டு உற்பத்தி நிறுவனங்களையும் இணைக்கிறது. தண்ணீர் தொழில்நுட்ப துறை அமைப்புகள், பல்கலைக்கழகங்கள், அரசு ஆராய்ச்சி நிறுவனங்கள் மற்றும் சட்டரீதியில் ஆலோசனை சொல்லும் அமைப்புகள் ஐரோப்பிய தண்ணீர் கூட்டாண்மையில் உறுப்பினர்களாக உள்ளன. "தண்ணீர் சார்ந்த பாதுகாப்பு குறித்தும், ஒரு கார்ப்பரேட் நிறுவனமாக நாம் என்ன செய்யவேண்டும்" என்பது குறித்து விவாதிக்கவும் ஒவ்வொரு வருடம் ஜூன் மாதத்தில் தண்ணீர் மீதான ஐரோப்பிய கொள்கைக்கான உச்சி மாநாட்டை ஐரோப்பிய தண்ணீர் கூட்டாண்மை நடத்துகிறது. இந்த உச்சிமாநாட்டிற்கு ஐரோப்பிய நண்பர்கள் (Friends of Europe) என்ற அமைப்பு நிதி உதவி செய்தது. இந்த அமைப்பு பிரஸ்ஸல்ஸ் பகுதியை சேர்ந்த ஒரு சிந்தனையாளர்கள் குழு ஆகும். அரசியலிலிருந்து ஓய்வுபெற்ற மூத்த அரசியல்வாதிகளின் சொந்தக்காரர்களும், பிரஸ்ஸல்ஸில் அமைக்கப்பட்ட முத்தரப்பு கமிசனின் முன்னாள் உறுப்பினர்கள்தான் இந்த அமைப்பின் உறுப்பினர்கள் ஆவர். இந்த அமைப்பின் தலைவர் விஸ்கவுண்ட் எடியன்னெ டாவிக்னான் (Viscuont Etienne Davignon). இவர் சூயெஸ் நிறுவனத்தின் பொறியியல் துணை நிறுவனமான சூயெஸ்-ட்ராக்டபெல் (Suez-Tractebel) நிறுவனத்தின் துணைத்தலைவர். பொருளாளர்கள், பாஸ்கல் லாமி (Pascal Lamy),

உலக வர்த்தக மையத்தின் டைரக்டர் ஜெனரல்; ஜோச்சிம் பிட்டர்லிச் (Joachim Bitterlich), வியோலியாவின் நிர்வாக துணைத்தலைவர். (டாவிக்னான் ஆப்பிரிக்காவிற்கு நிதி உதவி செய்யும் கொள்கையில் ஐரோப்பிய மேம்பாட்டு கமிசனர் அவர்களுக்கு ஆலோசனை வழங்குகிறார். சூயெஸ் நிறுவனத்தினுடனான இவரது தொடர்பால் இவர் அந்த பொறுப்பில் நியமிக்கப்பட்டதற்கு கடுமையான எதிர்ப்பு கிளம்பியுள்ளது).

ஐரோப்பிய தண்ணீர் கூட்டாண்மையின் 2007 ஆம் ஆண்டு கூட்டம் "தண்ணீர் பாதுகாப்பு - ஐரோப்பா தன்னிடம் திட்டம் ஏதேனும் வைத்துள்ளதா?" என்பதை மையப்படுத்தியதாக இருந்தது. "தண்ணீர் மற்றும் ஆற்றல் பாதுகாப்பை அதிகரிப்பது" மற்றும் "தண்ணீரில் உள்ள முதலீட்டு வாய்ப்புகள்" ஆகிய தலைப்புகளை உள்ளடக்கியதாக அமர்வுகள் இருந்தன. வாஷிங்டனுக்கு என்ன நோக்கம் உள்ளதோ அதே நோக்கம்தான் இங்கும் இருந்தது. ஐரோப்பிய தண்ணீர் கூட்டாண்மை தனக்கான இணையதளம் மற்றும் ப்ளாக் (Blog) ஒன்றையும் ஆரம்பித்தது. அந்த ப்ளாக் "ப்ளூ கோல்டு (Blue Gold)" என்றழைக்கப்பட்டது. (இந்த பெயர் இந்த புத்தகத்தின் ஆசிரியரை சிரிக்கவைத்தது. ஏனென்றால் யார் தண்ணீரை இலாபம் சம்பாதிக்கும் ஒரு ஆதாரமாக பார்க்கிறார்களோ அவர்களை விமர்சிக்க இவர் கண்டுபிடித்த பதத்தைத்தான் அவர்களும் பயன்படுத்தினார்கள்). அந்த ப்ளாக்கில் கீழ்கண்ட வாசகங்கள் இருந்தன: "பாட்டில் தண்ணீர் ஏழைகளுக்கு நலம் பயப்பதாக உள்ளது. சுற்றுச்சூழல் குறிக்கோள்களை வென்றெடுக்க சந்தை சார்ந்த உபகரணங்களை ஐரோப்பிய கமிசன் ஆதரிக்கிறது".

சீனா

தண்ணீர் என்பது தேசிய பாதுகாப்பின் முக்கியமான பொருள் என்ற விஷயம் சீன அரசின் உயர்மட்டத்தை சென்றடைந்துள்ளது. ஐரோப்பா மற்றும் அமெரிக்காவில் உள்ளதைப்போல், சீனாவிலும் தேசிய பாதுகாப்பு கொள்கையோடு இணைந்த தனியார் துறை தொழிநுட்ப புதுமைகளைத்தான் சீனாவும் விரும்புகிறது. சீனாவிற்கென்று தனியாக தனியார் தண்ணீர் சார்ந்த தொழில்நுட்ப துறை என்பது கிடையாது என்பதுதான் அமெரிக்கா மற்றும் ஐரோப்பாவோடு ஒப்பிடுகையில் உள்ள ஒரு வித்தியாசம். எனவே சீனா, அமெரிக்கா மற்றும் ஐரோப்பாவில் அமைக்கப்பட்டுள்ள தொழிற்சாலைகளையே நம்பி இருக்க வேண்டியுள்ளது. சீனாவின் நீர்வள அமைச்சகம் என்பது தன்னுள் 12 துறைகளை உள்ளடக்கிய பெரிய அமைச்சகமாகும். தண்ணீர் சார்ந்த கொள்கை, திட்டமிடல்,

நிதி உதவி மற்றும் பெருமளவில் தண்ணீர் சார்ந்த உட்கட்டமைப்பை அதிகரித்தல் உள்ளிட்ட “பொருளாதார ஒழுங்குபடுத்தும் நடவடிக்கைகளை” மேற்பார்வையிடுவது இந்த அமைச்சகத்தின் பொறுப்பாகும். இந்த அமைச்சகத்தின் அதிகாரப்பூர்வ இணையதளம் “சீன அரசிற்கும் சமூகத்திற்கும் தண்ணீர் என்பது ஒரு முக்கியமான பிரச்சினையாக உருவெடுத்துள்ளது” என்று கூறுகிறது. ஒவ்வொரு வருடமும் சீன அரசின் வழிகாட்டுதலின் பேரில் இந்த அமைச்சகம் தண்ணீர் சார்ந்த கண்காட்சியை நடத்துகிறது. இதில் “சமீபத்தில் உருவாக்கப்பட்ட உற்பத்திப்பொருட்கள் மற்றும் தொழில்நுட்பங்கள்” பார்வைக்கு வைக்கப்படுகின்றன. மேலும், “சீன தண்ணீர் துறைக்கு சேவை செய்கிற புதிய தளமாக” இந்த கண்காட்சி உருவெடுத்துள்ளது.

மேலும் இந்த அமைச்சகம் பீஜிங்கில் ஏப்ரல் 2007 ஆம் ஆண்டு நடந்த சீனா தண்ணீர் மாநாட்டை அங்கீகரித்தது. “சுத்திகரிப்பு மற்றும் அளவற்ற தண்ணீர் வினியோகத் தேவையை இலாபம் அளிக்கக்கூடிய காலம் வரை உறுதிபடுத்துவது” என்பதுதான் இந்த மாநாட்டின் சாரம். இந்த மாநாட்டிற்கு சர்வதேச உப்புநீக்கும் சங்கம் (IDA), சீனாவைச் சேர்ந்த மென்சவ்வு தொழில்நுட்ப நிறுவனமான மோட்டிமோ (Motimo) நிதி உதவி செய்தது. இம்மாநாடு சீன அதிகாரிகள், சூயெஸ், வியோலியா போன்ற சர்வதேச தண்ணீர் நிறுவனங்கள் மற்றும் IIT, ஹைப்லக்ஸ் போன்ற நூற்றுக்கணக்கான தண்ணீர் தொழில்நுட்ப கார்ப்பரேட் நிறுவனங்களை ஒன்றாக இணைத்தது. “ஒட்டுமொத்த உலகமும் பங்குபெற காத்திருக்கும் அளவிற்கு சீனாவின் தண்ணீர் என்பது ஒரு பெரிய சந்தையாகும்” என்று சீனாவின் கட்டுமானப் பணி அமைச்சர் கி பாக்ஸிங் (Qui Baoxing) கூறினார். “முதலீடு மற்றும் திட்டமிடலில் தற்போது உள்ள நடைமுறை என்பது தண்ணீர் சார்ந்த திட்டங்களை தவிர்க்க முடியாதபடி தனியார்மயத்தை நோக்கி கொண்டுசெல்வதுதான். இந்த துறை இதற்கு முன்னெப்போதும் இல்லாதவகையில் இன்னும் வெளிப்படையாக உள்ளது” என்றும் அவர் கூறினார்.

அதே வேளையில், அமெரிக்கா போல் சீன அரசும் அதன் எல்லைப் பகுதிக்கும் வெளியே உள்ள நீராதாரங்களை வென்றெடுக்க செயல்பட்டுக் கொண்டிருக்கிறது. மனித இனத்தில் பாதி பேருக்கு தண்ணீர் வழங்கக்கூடிய நீர் ஆதாரமாக திபெத் இருக்கிறது. ஏனென்றால் திபெத் பீடபூமியிலிருந்து உருவாகும் 10 முக்கிய நீர்நிலைகள் ஆசியா முழுவதும் பாய்கிறது. ஒரு வருடத்திற்கு இந்த நீராதாரங்களிலிருந்து நிரந்தரமாக 17 கன பில்லியன் மீட்டர் தண்ணீரை மடைமாற்றிவிடும் திட்டத்திற்கு திபெத்தியர்கள் மற்றும்

தங்களது தினசரி வாழ்க்கைக்கு இந்த நீராதாரங்களையே சார்ந்து வாழும் ஆசிய நாடுகளும் கடுமையான எதிர்ப்பு தெரிவிக்கின்றன. (திபெத்தியர்கள் திபெத்தை ஒரு ஆக்கிரமிக்கப்பட்ட நாடு என்று நினைக்கிறார்கள்). பிரிட்டிஷ் கொலம்பியா பல்கலைக்கழகத்தை சேர்ந்த திபெத் இயற்கை வளங்களுக்கான வல்லுனர் டாஷி செரிங் (Tashi Tsering) இந்த திட்டம் என்பது திபெத் நீராதாரங்கள் மீதான ஒரு வகையான சுரண்டல் என்பதையே பிரதிபலிக்கிறது என்று Radio Free Europe[1] வானொலியில் கூறியுள்ளார்: "இவர்கள் தண்ணீர் வினியோகத்திற்காக மட்டுமே திபெத்தை பார்க்கிறார்கள். தண்ணீர் சார்ந்த கட்டுமானப்பணிகளுக்கும், வணிகத்திற்கும் திபெத் நீராதாரங்கள் மிகப்பொருத்தமாக இருக்கின்றன. இவர்கள் ஏற்கனவே அனைத்து ஆறுகளையும் மடைமாற்றி, அணைகளையும் கட்டிவிட்டதால், வேறு எங்கு அணைகள் கட்டமுடியும், தண்ணீர் சார்ந்த திட்டங்களை மேற்கொள்ளமுடியும் என்று பார்த்துக் கொண்டிருக்கிறார்கள்" என்று அவர் கூறியுள்ளார்.

தங்களது சொந்த நாட்டின் பாதுகாப்பை உயர்த்த தண்ணீர் வினியோகத்தின் மீதான கட்டுப்பாட்டை பெற இந்த அதிகார மட்டங்கள் முன்னுதாரணங்களை உருவாக்கிக் கொண்டிருக்கிறார்கள். அதிகரித்துக் கொண்டிருக்கிற சர்வதேச பொருளாதார போட்டியில் முதலிடம் பெற இவர்கள் விரும்புகிறார்கள். அதற்கு இவர்களுக்கு தண்ணீர் தேவை. சர்வதேச அளவில் ஒரு தண்ணீர் குழுமத்தை ஏற்படுத்தும் போட்டியில் அமெரிக்கா மற்றும் ஐரோப்பா தங்களது நிறுவனங்களின் நலனை முன்னிறுத்துகின்றன. சீனாவைப் பொருத்தவரை, அது ஒரு வளர்ந்துவரும் பொருளாதாரமாக இருப்பதால் தண்ணீர் வினியோகத்தை கைப்பற்றுவது என்பது அதைப் பொருத்தவரை வாழ்வா சாவா என்பதைப் போன்றது. "சீனா தன்னுடைய தண்ணீர் பிரச்சினையை தீர்க்காவிட்டால், அது அந்த நாட்டிற்கு முடிவையே தேடித் தரும்" என்று பண்டங்கள் குறித்த ஆய்வளரான ஜிம் ரோஜெர்ஸ் (Jim Rogers), ஹாங்காங் ஸ்டாண்டர்ட்[2] இதழில் கூறியுள்ளார். தண்ணீருக்காக உலகம் முழுதும் ஏற்படுகிற முரண்பாடுகள் மற்றும் போர்கள் குறித்து எழும் கவலைகளுக்கு இந்த சீனா என்கிற சூப்பர் பவர் புதிய பரிமாணத்தை கொடுக்கிறது.

---

1 அமெரிக்க பாராளுமன்றத்தின் நிதி உதவியுடன் இயங்கும் வானொலி.

2 Hong Kong Standard - ஹாங்காங் நகரில் வெளியிடப்படும் இலவச ஆங்கில செய்தித்தாள்.

நீல உடன்படிக்கை:
தண்ணீருக்கான மாற்று எதிர்காலம்

இதைப்போன்ற முரண்பாடுகள் மற்றும் சண்டைகள் குறித்த காட்சியை தவிர்ப்பதற்கு மனித இனத்திற்கு இன்னும் வாய்ப்புகள் உள்ளன. தண்ணீரின் மீதான சர்வதேச உடன்படிக்கையோடு நாம் ஆரம்பிப்போம். இந்த நீல உடன்படிக்கை (நீலம் என்பது தண்ணீரை குறிக்கும்) என்பது மூன்று அம்சங்களைக் கொண்டது: சுத்தமான தண்ணீர் மற்றும் பூமி, அதில் வாழும் மற்ற உயிரினங்களுக்கு தண்ணீர் ஓர் உரிமை என்பதை மக்களும் அரசுகளும் அங்கீகரிக்கிற - தண்ணீரைப் பாதுகாக்கிற உடன்படிக்கை (Water Conservation Covenant); தண்ணீர் மற்றும் அதற்கான வளங்களைப் பெற்றுள்ள வடகோளப் பகுதியும், அதைப்பெறாத தென்கோளப் பகுதியும் ஒன்றாக இணைந்து தண்ணீருக்கு நீதிகோரும் உடன்படிக்கை (Water Justice Covenant); தண்ணீர் என்பது அனைவருக்கும் அடிப்படையான மனித உரிமை என்பதை அனைத்து அரசாங்கங்களும் ஒத்துக்கொள்ளும் தண்ணீர் ஓர் ஜனநாயக உரிமை என்பதற்கான உடன்படிக்கை (Water Democracy Covenant). ஆகையால் ஒரு பொதுச் சேவை என்ற அடிப்படையில் தனது குடிமக்களுக்கு சுத்தமான தண்ணீரை ஒரு அரசு வழங்குவது மட்டுமல்லாமல், மற்ற நாடுகளின் குடிமக்களும் அத்தகைய சுத்தமான தண்ணீரைப் பெறுவதற்கு உரிமை உள்ளவர்கள் என்பதை அங்கீகரிக்க வேண்டும். மேலும், நாடுகளுக்கிடையேயான தண்ணீர் சார்ந்த பிரச்சினைகளுக்கு அமைதியான முறையில் தீர்வுகாண வேண்டும்.

Friends of the Earth Middle East[1] என்ற அமைப்பு பின்பற்றிய Good Water Makes Good Neighbours திட்டம் ஒரு சிறந்த உதாரணமாகும். இத்திட்டம் பங்கிடப்பட்ட தண்ணீர் பயன்பாடு குறித்து பேசுகிறது. இந்த பகுதியில் பேச்சுவார்த்தையின் மூலம் அமைதியான உடன்படிக்கை எட்டுவது குறித்தும் பேசுகிறது. இன்னொரு உதாரணம், லேக் கான்ஸ்டன்ஸ்[2] என்ற அழகான ஏரி மீட்கப்பட்டிருப்பது. இந்த ஏரியை ஜெர்மனி, ஆஸ்திரியா, ஸ்விட்சர்லாந்து மற்றும் லிச்டென்ஸ்டெய்ன்[3] ஆகிய நான்கு நாடுகள் மீட்டு அதன் தண்ணீரைப் பங்கிட்டுக் கொள்கின்றன.

---

1 மத்திய கிழக்கு நாடுகளில் சுற்றுச்சூழல் அமைதிக்காக செயல்படும் அமைப்பு.
2 Lake Constance - ஆல்ப்ஸ் மலையின் அடிவாரத்தில் அமைந்துள்ள ஏரி.
3 Lichtenstein - மத்திய ஐரோப்பிய நாடு.

தேசம் - மாநில அளவில் அதன் அரசியலமைப்புச் சட்டத்திலும், சர்வதேச சட்டம் என்ற அடிப்படையில் ஐ.நா. அமைப்பிலும் தண்ணீருக்கான உரிமையை வலியுறுத்தும் புதிய உடன்படிக்கையை இந்த நீல உடன்படிக்கை உருவாக்கும். இந்த நீல உடன்படிக்கையை உருவாக்க ஒருங்கிணைந்த மற்றும் ஒட்டுமொத்த சர்வதேச ஒத்துழைப்பு தேவைப்படும்; மேலும் மேலே கூறப்பட்ட மூன்று முக்கிய நெருக்கடிகளை கீழ்கண்ட மாற்றுகளின் மூலம் தீர்க்க முடியும்.

நீர்நிலைகள் பாதுகாப்பு

சுருங்கிக் கொண்டிருக்கும் நன்னீர் வினியோகம் என்ற முதலாவது நெருக்கடிக்கான மாற்று நீர்நிலையைப் பாதுகாப்பதுதான். இந்த கிரகத்தின் தண்ணீர் அமைப்பை பாதுகாக்கும் வழிமுறைகள் குறித்து நிறைய ஆவணங்கள் வெளிவந்துள்ளன. அதற்கான அறிவும், பரிந்துரைகளும் அந்த ஆவணங்களில் உள்ளன. நம்மிடம் அரசியல் திட்டம் இல்லை என்பதுதான் விஷயம். முதலில் நீர்நிலைகளை மீட்டல் மற்றும் நீராதாரங்களைப் பாதுகாப்பதும்தான் மிகமுக்கியமான நடவடிக்கையாகும். தண்ணீரை நாம் ஒட்டுமொத்தமாக துஷ்பிரயோகம் செய்வதுதான் காலநிலை மாற்றத்திற்கு முக்கிய காராணம் என்றும், வரும் காலங்களில் நமது நடத்தை நீரியல் சுழற்சியையே அழித்துவிடும் என்று தாங்கள் நம்புவதாக ஸ்லோவேகியா நாட்டின் விஞ்ஞானியான மிச்சல் க்ராவிக் (Michal Kravick) அவர்களும் அவரது நண்பர்களும் கூறுகின்றனர். இதற்கு ஒரேவழி பெருமளவில் நீர்நிலைகளை மீட்டெடுப்பதுதான் என்கின்றனர். வறண்டுபோன நிலங்களுக்கு தண்ணீரை மீண்டும் கொண்டு வாருங்கள் என்பதுதான் இவர்களின் கோரிக்கை. எவ்வளவு முடியுமோ அவ்வளவு மழைநீரை சேமித்து இந்த பூமிக்கு அனுப்புங்கள்; அதன் மூலம் நிலத்தடி நீர் அமைப்பு ஈடுகட்டப்பட்டு அது மீண்டும் சுற்றுப்புறச்சூழலுக்கு அனுப்பப்பட்டு வெப்பநிலை ஒழுங்குபடுத்தப்படும்; இதனால் நீரியல் சுழற்சி புதுப்பிக்கப்படும். அனைத்து மனிதர்களும், தொழில் மற்றும் விவசாய துறையில் செயல்படுபவர்கள் அனைவரும் இந்த கட்டளைக்கு ஒத்துப்போக வேண்டும். இந்த திட்டத்தின் மூலம் இலட்சக்கணக்கானவர்கள் வேலைவாய்ப்பு பெற்று தென்கோளப் பகுதியில் வறுமையை போக்கமுடியும். நமது நகரங்கள் அனைத்தும் பசுமைப் பாதுகாப்பு மண்டலங்கள் என்ற வரம்பிற்குள் வரவேண்டும். நாம் நமது நன்னீரின் நுரையீரல் மற்றும்

சிறுநீரகம் என்றழைக்கிற வனங்களையும், ஈரநிலங்களையும் மீட்க வேண்டும்.

நாம் கவனிக்க வேண்டிய மூன்று முக்கியமான விஷயங்கள் உள்ளன. முதலாவது, நமது உள்ளூர் நீர்நிலைகளில் தண்ணீரை சேமிக்கும் வகையில் அதற்கான நிபந்தனைகளை உருவாக்குவது மிக முக்கியம். அதாவது இயற்கை தந்த இடங்களில் தண்ணீரை சேமித்துவைப்பது. அங்கிருந்து தண்ணீர் பிற இடங்களுக்கு வழிந்தோடும். எல்லா மட்டங்களிலும் தண்ணீரைத் தேக்கி வைப்பது: மாடித்தோட்டங்கள், அலுவலக கட்டிடங்கள், மழைநீரை சேமித்து பின் புவியில் சேர்க்கும் நகர்ப்புற திட்டங்கள்; உணவு உற்பத்தியில் தண்ணீர் சேகரம் செய்தல்; தினமும் நாம் வெளியேற்றும் தண்ணீரை சேமித்து கடலில் விடாமல் சுத்தமாக நிலத்திற்கு அனுப்புதல்.

இரண்டாவது, நிலத்தினடியில் தண்ணீர் இயற்கையான முறையில் பதிலீடு செய்யப்படும் வேகத்தைவிட அதிகளவில் நிலத்தடி நீரை தோண்டி எடுக்கக் கூடாது. அவ்வாறு செய்தால், அடுத்த தலைமுறைக்கு தேவையான தண்ணீர் இருக்காது. ஒரு வங்கி புதிய வைப்புத்தொகைகளை வாங்காமல் கடன் கொடுத்துக்கொண்டு இருக்க முடியாததைப் போல் பதிலீடு செய்யப்படும் வேகத்தை விட உறிஞ்சும் வேகம் அதிகரித்து விடக்கூடாது. ஒவ்வொரு அரசும், தங்களுடைய நிலத்தடி நீர் வினியோகம் குறித்து கடுமையான ஆய்வை மேற்கொள்ளவேண்டும்; சேமிப்புகள் தீர்ந்து போகும் முன் நிலத்தடியிலிருந்து தண்ணீர் எடுக்கப்படுவதை முறைப்படுத்த வேண்டும்.

மூன்றாவது, நமது நிலத்தையும், நிலத்தடி நீராதாரத்தையும் மாசுபடுத்துவதை கட்டாயம் நிறுத்தவேண்டும். இது கடுமையான சட்டமியற்றலின் மூலம் பின்பற்றப்படவேண்டும். "இத்தகைய சட்டங்கள் மனதை மாற்றிவிடாது ஆனால் இதயமில்லாதவர்களைத் தடுக்கும்" என்று மார்ட்டின் லூதர் கிங் ஜூனியர் கூறியுள்ளார். எண்ணெய் மற்றும் மீத்தேன் வாயு உற்பத்தியில் தண்ணீர் துஷ்பிரயோகம் செய்யப்படுவது நிறுத்தப்பட வேண்டும். தொழிற்சாலை மற்றும் வேதிப்பொருள் சார்ந்த விவசாயத்தால் தண்ணீருக்கு விளைந்த ஆபத்து குறித்து நிறைய எழுதப்பட்டிருக்கின்றன. 2007 ஆம் ஆண்டு, Who Owns the Water? என்ற தலைப்பில் வெளியிடப்பட்ட புத்தகத்தில் அதன் தொகுப்பாளர்களான க்ளாஸ் லான்ஸ் (Klaus Lanz), கிறிஸ்டியன் ரெண்ட்ச் (Christian Rentsch), ரெனே ஸ்வார்சென்பாக் (Rene Schwarzenbach) மற்றும் லார்ஸ் முல்லெர் (Lars Muller) ஆகியோர், விவசாயத்தில்

நீலப்புரட்சி நடத்தப்பட்டு "ஒரு துளி தண்ணீரில் பல பயிர்" பெற வலியுறுத்துகிறார்கள். மேலும் பயிர்களை வளர்க்க அதிகளவில் வேதிப் பொருட்களை பயன்படுத்துவதை நிறுத்தவேண்டும் என்றும் கோருகிறார்கள். இன்று உலகம் முழுதும் உள்ள விவசாயிகள் தாங்கள் ஐம்பது ஆண்டுகளுக்கு முன்னர் எவ்வளவு உரங்களை பயன்படுத்தினார்களோ அதைவிட ஆறு மடங்கு அளவில் உரங்கள் பயன்படுத்துவதை இவர்கள் சுட்டிக்காட்டுகின்றனர். அதிகளவு தண்ணீர் பிடிக்கிற உயிர் எரிபொருள் பயிர்களை உற்பத்தி செய்ய அனைவரும் அதை நோக்கி ஓடுவதன் ஆபத்தை உணர்த்தும் வகையில் பல குரல்கள் எழுப்பப்படுகின்றன. இந்த மாதிரியான பயிர் உற்பத்தி பண்ணை முறையில் செய்யப்படுகிறது. இதற்கு அரசுகள் கடுமையான மானியம் வழங்குகின்றன. சண்ட்ரா போஸ்டல் உள்ளிட்ட பலர் நீடித்த உணவு உற்பத்திக்கு சொட்டு நீர் பாசனம் முதலிய வழிகளை சுட்டிக்காட்டுகின்றனர்.

உலகமயத்திற்கான சர்வதேச மன்றம் "மானியம்" என்ற எண்ணம் குறித்து விரிவாக எழுதியுள்ளது. இதன் மூலம், தேசம் - மாநிலம் சார்ந்த கொள்கைகள் மற்றும் சர்வதேச வர்த்தக விதிகள் மூலம் நிலைத்த விவசாயம் ஏற்றம் பெறவும் மற்றும் சுற்றுச்சூழலை பாதுகாக்கவும் உள்ளூர் உணவு உற்பத்தியை ஆதரிக்கவும் முடியும். இதைப்போன்ற கொள்கைகள், மெய்நிகர் தண்ணீர் ஏற்றுமதியை தடுக்கும்; மேலும் நாடுகள் குழாய்கள் மூலம் பெருமளவில் தண்ணீர் எடுத்துச்செல்வதை தடுக்கமுடியும் அல்லது வரையறைக்கு உட்படுத்த முடியும். தண்ணீர் மற்றும் கழிவுநீர் உட்கட்டமைப்பில் பழமை வாய்ந்த முறைகளினால் ஒவ்வொரு நாளும் அதிகளவில் வீணாகும் தண்ணீரைச் சேமிக்க முடியும். உள்ளூர் சட்டங்கள் மூலம் ஒவ்வொரு மட்டத்திலும் தண்ணீர் சேமிப்பு முறைகளை செயல்படுத்த முடியும்.

க்ராவிக் ஒன்றும் பரந்த பார்வை கொண்ட சிந்தனைவாதி அல்ல. இந்த இயற்கை சார்ந்த தீர்வு என்பது பொருளாதார உலகமயமாக்கல் மற்றும் அதன் பின்னால் இருக்கின்ற வளர்ச்சிக்கு சவாலாக இருக்கும் என்று அவருக்கு தெரியும். (மறைந்த அமெரிக்க சுற்றுச்சூழலியல்வாதியான எட்வர்ட் அப்பேய் (Edward Abbey) வளர்ச்சிக்காகத்தான் வளர்ச்சி என்பது புற்றுநோய் செல் போன்றது என்று கூறியுள்ளார்). உப்புநீக்கம், கழிவுநீர் மறுபயன்பாடு மற்றும் நானோ தொழில்நுட்பம் போன்ற தொழில்நுட்ப தீர்வுகளில் போடப்படும் பெருமளவிலான முதலீடுகளை இந்த திட்டம் பாதிக்கும் என்பது இவருக்கு தெரியும். "நாம் பேசும் தீர்வு என்பது பெரிய நிறுவனங்கள்

முதலீடு செய்கிற மிகச்சிறப்பான கவர்ச்சியான தொழில் - பொறியியல் சார்ந்த வணிகம் அல்ல மாறாக ஆயிரக்கணக்கான மக்களுக்காக கவனத்துடன் உருவாக்கப்பட்ட மக்கள் திட்டமாகும்" என்று அவர் கூறுகிறார். "சமூக மேம்பாட்டிற்கான நிலைத்த திட்டங்களை" நிறைவேற்றுவதன் மூலம் இந்த நீல கிரகத்தை பாதுகாக்குமாறு இவர் அரசுகள் மற்றும் சர்வதேச நிறுவனங்களை கேட்டுக்கொள்கிறார். இத்தகைய திட்டங்கள் ஏற்கனவே இவர்கள் ஆதரிக்கிற தொழில்நுட்பத்தை விட மலிவானது. இதன் மூலம் உயிர்பல்வகைமை பாதுகாக்கப்பட்டு இயற்கை பேரழிவுகள் மற்றும் போர்களை தடுக்க முடியும் என்கிறார் அவர்.

புதிய Acequia[1] முறையின் மூலம் நிறைய அனுபவங்கள் நமக்கு கிடைக்கின்றன. இந்த முறை ஒரு பண்டை காலத்திய இயற்கை வழியிலான நீர்ப்பாய்ச்சும் முறையாகும். இந்தியாவைச் சேர்ந்த ராஜேந்திர சிங் அவர்கள் வறண்ட நிலங்களுக்கு தண்ணீர் பாய்ச்ச பயன்படுத்துகிற வழிமுறைக்கு இந்த பண்டைய மரபு பயன்பட்டது. ஜெனிவாவை சார்ந்த சர்வதேச மழைநீர் சேகரிப்பு கூட்டமைப்பு சர்வதேச அளவில் நிலைத்த மழைநீர் சேகரிப்பு திட்டங்களுக்காகவும், அதற்கான ஐ.நா. சபை ஆதரவுக்காகவும் பணியாற்றுகிறது. இத்தகைய சீர்திருத்தங்களை மேற்கொள்ள நமக்கு 10 வருடங்கள் இருக்கிறது என்று க்ராவிக் கூறுகிறார். எளிதாக சொன்னால், நீரியல் சுழற்சியில் உள்ள தண்ணீர் நமக்கு எப்பொழுதும் எல்லாவற்றையும் தரும்; அதாவது நாம் அதற்காக கவலைப்பட்டால் மட்டும், பூமி தன்னைத்தானே புதுப்பித்துக்கொள்ள அனுமதித்தால் மட்டும்.

தண்ணீருக்கான நீதி

தண்ணீருக்கான நீதி ஒன்றுதான் சமமற்ற தண்ணீர் நுகர்வு என்ற இரண்டாவது நெருக்கடிக்கான மாற்று ஆகும். இலட்சக்கணக்கான மக்கள் தங்களது நாடுகளில் சுத்தமான தண்ணீர் இல்லாமல், சுகாதாரம் இல்லாமல், கல்வி இல்லாமல் வாழ்கிறார்கள். ஏனென்றால் தங்களது நாடுகள் உலக வங்கி மற்றும் சர்வதேச பண நிதியத்திற்கு தாங்கள்பட்ட கடன் சுமையால் அந்த வசதிகளை செய்து கொடுக்கமுடியவில்லை. அதன் விளைவாக ஏழை நாடுகள் தங்களது கடனை அடைக்க சொந்த மக்களையும் அவர்களின் வளங்களையும் சுரண்டுகிறார்கள். ஒவ்வொரு நாளும் இறந்து கொண்டிருக்கிற ஆயிரக்கணக்கான உயிர்களை காப்பாற்ற வேண்டுமென்றால் தாங்கள் பட்டுள்ள கடனிலிருந்து மீள வேண்டுமென்று 60-க்கும் மேற்பட்ட நாடுகள் கோருவதாக ஜுபிலீ சவுத், Make

---

1 கால்வாய்கள், ஆறுகள், ஏரிகள் மூலம் நீர்ப்பாய்ச்சும் சமூக முறை.

Poverty History[1], Action Aid[2] போன்ற அமைப்புகள் கூறுகின்றன. பல வடபகுதி நாடுகள் தாங்கள் அளிக்கும் கடன் உதவியை GDP-இல் அனுமதிக்கப்பட்ட 0.7 சதவீதத்திலிருந்து குறைத்துவிட்டன. உதாரணத்திற்கு அமெரிக்கா தனது GDP-இல் அயல்நாட்டு உதவியாக 0.17 சதவீதத்தையே அளிக்கிறது. அதுவும் புஷ் நிர்வாகத்தில், அமெரிக்க கார்ப்பரேட் நிறுவனங்கள் அனுமதிக்கும் பட்சத்தில்தான் கடன் வழங்கப்படுகிறது.

தற்போது இருக்கக்கூடிய ஒரே ஒரு பொருளாதார மாதிரி இதுதான் என்ற வேஷத்தில் புதிய காலனிய மேலாதிக்கத்தை உட்புகுத்துவதன் மூலம், பல கார்ப்பரேட் நிறுவனங்கள் புரிந்து கொண்டிருக்கும் செயல்கள் உண்மையில் கிரிமினல் தன்மை கொண்டதாகும். பல நாடுகளில் இந்த கார்ப்பரேட் நிறுவனங்கள் பல வருடங்களுக்கு வரிவிலக்கு பெறுகிறார்கள்; மேலும் அந்த நாடுகளில் உள்ள மக்களையும், சுற்றுச்சூழலையும் வெறுப்போடு நடத்துகிறார்கள். உலகமயத்திற்கான சர்வதேச மன்றத்தில் செயல்படும் டாக்டர். டேல் வென் (Dr. Dale Wen) கூறுவது போல, ஒருவர் சீனாவின் மண்ணிற்கு அதிகளவில் சேதம் விளைவிக்கும் சர்வதேச கார்ப்பரேட் நிறுவனங்களை கண்டனம் செய்யாமல், சீனாவை மட்டும் கண்டிக்க முடியாது. முதல் உலக நாடுகள் அந்நிய மண்ணில் செயல்படும் தங்களது கார்ப்பரேட் நிறுவனங்கள் மீதான கட்டுப்பாட்டை தங்களது கையில் எடுத்துக்கொள்ளும் தேவை உள்ளது. உதாரணத்திற்கு கனடா சுரங்க நிறுவனங்கள் சுற்றுச்சூழலை துஷ்பிரயோகம் செய்வதில் பெயர்பெற்றவர்கள். இவர்களின் செயலுக்கு இவர்களை பொறுப்பேற்க செய்வது கனடா அரசின் பொறுப்பாகும்.

தண்ணீர் நிறுவனங்கள்தான் படு மோசமாக நடந்துகொள்கின்றன. இவைகளை ஏழை நாடுகளை விட்டு வெளியேற்ற வேண்டும். உலக வங்கி, ஐ.நா. மற்றும் வடபகுதி நாடுகள், அனைவருக்கும் சுத்தமான தண்ணீர் வழங்கவேண்டும் என்பதில் உண்மையுடையவர்களாக இருந்தால், இவர்கள் மூன்றாம் உலக நாடுகளின் கடன்களை ரத்து செய்யவேண்டும்; அயல் நாட்டு உதவியை அதிகரிக்க வேண்டும்; பொதுச் சேவைகளுக்கு நிதி வழங்க வேண்டும்; தங்களுடைய பகாசுர தண்ணீர் நிறுவனங்கள் ஏழை நாடுகளின் தண்ணீரை

1 வறுமை ஒழிப்பு கோரி சர்வதேச அளவில் செயல்பட்டுக் கொண்டிருக்கும் இயக்கங்களால் வைக்கப்படும் பிரச்சாரம்.

2 ஆப்பிரிக்கா, ஆசியா, ஐரோப்பா, ஆஸ்திரேலியா மற்றும் மத்திய கிழக்கு நாடுகளில் உள்ள குழந்தை வறுமையை ஒழிக்க செயல்படும் அரசு சாரா அமைப்பு. இந்த அமைப்பு 1972 ஆம் ஆண்டு ஆரம்பிக்கப்பட்டது.

உறிஞ்சி அந்த நாடுகளை வறண்டுபோகச் செய்யவேண்டாம் என்று கேட்டுக்கொள்ள வேண்டும்; நீராதாரத்தை பாதுகாப்பதற்கான திட்டங்களில் முதலீடு செய்ய வேண்டும். முதல் உலக நாடுகளில் உள்ள குடிமக்கள் தங்களது அரசுகளின் போலித்தனத்தை உணரவேண்டிய தேவை உள்ளது. இவர்கள் அந்நிய தண்ணீர் நிறுவனங்கள் தங்களது நாடுகளில் செயல்பட மற்றும் அந்த நிறுவனங்கள் இலாபம் சம்பாதிக்க அனுமதிக்க மாட்டார்கள். அதைபோலவே சர்வதேச நிதி மற்றும் வர்த்தக நிறுவனங்கள் மூன்றாம் உலக நாடுகளில் தண்ணீரை பண்டமாக்குவதையும் அவர்கள் அனுமதிக்கக்கூடாது. தண்ணீருக்கான நீதி கோரும் இயக்கத்தில் செயல்படும் பலர், நிலைத்தன்மை, ஒத்துழைப்பு, சுற்றுச்சூழல் நேர்மை மற்றும் உண்மையான தர அளவுகள் சார்ந்த புதிய சர்வதேச வர்த்தக விதிமுறைகளை உருவாக்க நேர்மையான வர்த்தக குழுக்களுடன் இணைந்து பணியாற்றுகிறார்கள். பொது மருத்துவமனை, பள்ளிக்கூடம் மற்றும் தண்ணீர் அமைப்பிற்காக தென்கோளப் பகுதிக்கென்று ஒரு சாதாரண அளவிலான வரி குறித்தும் ஒவ்வொரு இயக்கமும் விவாதிக்கிறது.

தண்ணீர் சமத்துவமின்மையினால் ஏற்படும் பாதிப்பை தாங்குகிற இரண்டு குழுக்களை இங்கே குறிப்பிடுவது பொருத்தமானது: பெண்கள் மற்றும் பழங்குடியினர். பெண்கள் சுற்றுச்சூழல் மற்றும் மேம்பாட்டு சங்கம் (Women's environment and Development Organisation (WEDO)) என்ற சர்வதேச ஆலோசனை மன்றம் பெண்களை கொள்கைகள் உருவாக்குபவர்கள் என்ற நிலையில் வைத்து அவர்களுக்கு அதிகாரங்களை அதிகரிக்க வேண்டும் என்று கோருகிறது. உலகில் தண்ணீர் சார்ந்த 80 சதவீத பணிகளை பெண்கள்தான் செய்வதால் தண்ணீர் அசமத்துவத்தின் பாதிப்பை அவர்கள்தான் தாங்குகிறார்கள் என்று இந்த அமைப்பு கூறுகிறது. சுற்றுச்சூழல் பாதுகாப்பு, வறுமை ஒழிப்புடன் கூடிய பெண்களுக்கான அதிகாரம் வழங்குதல் மற்றும் பாலின சமத்துவத்திற்கு தண்ணீர் ஒரு முக்கியமான காரணியாகும். தண்ணீர் குறித்த கொள்கை முடிவுகள் உள்ளூர் மக்களால் எடுக்கப்பட்ட நிலையிலிருந்து இன்று மேல்மட்டத்திற்கு (உதாரணத்திற்கு உலக வங்கி) சென்றுவிட்டது. உலகம் முழுதும் தண்ணீரோடு புழங்குவதில் பெண்கள்தான் முதலில் இருப்பதால், முடிவெடுக்கும் விஷயத்தில் பெண்கள் முக்கியமான பங்குதாரர்கள் என்பதை அங்கீகரிக்க வேண்டும்.

பழங்குடி இன மக்கள்தான் தண்ணீர் திருட்டு மற்றும் தண்ணீர் பங்கு பிரித்து வழங்கப்படுவதில் அதிக

பாதிப்புக்குள்ளாகுபவர்களாக இருக்கிறார்கள். இவர்களுடைய நிலம் மற்றும் தண்ணீர் போன்றவற்றின் மீதான சொத்துரிமையை அரசுகள் பாதுகாக்கவேண்டும். 2007 ஆம் ஆண்டு, சர்வதேச தண்ணீர் தினத்தன்று தண்ணீரைப் பெருமைபடுத்துங்கள், தண்ணீரை மதியுங்கள், தண்ணீருக்கு நன்றியோடு இருங்கள், தண்ணீரை காப்பாற்றுங்கள் (Honour the Water, Respect the Water, Be Thankful for the Water, Protect the Water) என்ற கோஷத்தோடு அத்தினத்தை நடவடிக்கை தினமாக அனுசரிக்க வேண்டுமென்று Indigenous Environmental Network (IEN) என்ற அமைப்பு கோரியது. அரசாங்கங்கள் மற்றும் வடகோளப் பகுதியைச் சேர்ந்த கார்ப்பரேட் நிறுவனங்கள் கொள்ளையடிக்கும் நீராதாரங்கள் யாவும் பாரம்பரிய நிலப்பகுதியில் அமைந்தவை என்று இந்த அமைப்பு கூறுகிறது. அதனைத் தொடர்ந்து நடக்கிற சுரண்டல், தனியார்மயமாக்கம் மற்றும் மாசுபாடு ஆகியவை இந்த புனிதமான இடங்களில் அமைந்துள்ள கலாச்சார வளங்களின் சமநிலையை புரட்டிப்போடுகின்றன என்றும் இந்த அமைப்பு கூறுகிறது. "இந்த புனிதமான தண்ணீரைப் பாதுகாக்க பழங்குடி மக்களுக்கு ஆதரவாக குரல் உயர்த்துவோம்" என்று இந்த அமைப்பு சவால் விடுகிறது.

தண்ணீர் ஜனநாயகம்

தண்ணீரானது கார்ப்பரேட் நிறுவனங்களின் கட்டுப்பாட்டில் உள்ள மூன்றாவது நெருக்கடிக்கான மாற்று பொதுக் கட்டுப்பாடுதான். சர்வதேச அளவிலான தண்ணீர் குழுமத்தை உருவாக்குதல் என்பது சமூகரீதியில், சுற்றுச்சூழல் ரீதியில், அறத்தின் அடிப்படையில் தவறானது. மேலும் தண்ணீர் வினியோகம் என்பது சமூக மற்றும் சுற்றுச்சூழல் அடிப்படையில் இல்லாமல் வணிக ரீதியில் மேற்கொள்ளப்படுகிறது. சர்வதேச தண்ணீர் நிறுவனங்கள் தண்ணீர் பாதுகாப்பு, தண்ணீர் நீதி, தண்ணீர் ஜனநாயகம் போன்றவற்றின் அடிப்படையில் இயங்க நினைத்தால் தண்ணீர் துறையில் இவைகளால் ஒரு போட்டி நிலையை பின்பற்றமுடியாது. அரசால் மட்டுமே இத்தகைய கொள்கைகளின் அடிப்படையில் செயல்பட முடியும். தண்ணீர் தொழிற்சாலைகள். பாட்டில் தண்ணீர் நிறுவனங்கள், தண்ணீர் மறுபயன்பாட்டு தொழில்துறை உள்ளிட்ட தண்ணீர் கார்ப்பரேட் நிறுவனங்கள் இலாபம் சம்பாதிக்க நுகர்வு அதிகரிப்பை சார்ந்திருக்கிறார்கள். எனவே இவர்கள் தண்ணீரைப் பாதுகாத்து சேமித்து வைக்கும் முயற்சியில் ஒருபோதும் இறங்கமாட்டார்கள். மேலும், தண்ணீரை வினியோகிக்கும் கட்டுப்பாடு இந்த நிறுவனங்களின் கையில் உள்ளதால் இவர்கள்

செயல்படும் நாடுகளில் உள்ள மக்கள் மேற்பார்வை செய்யும் வாய்ப்பு என்பது குறைவே. தண்ணீர் என்பது உலகத்தில் உள்ள அனைவருக்கும் பொதுவானது, அது உள்ளூர் சார்ந்த ஜனநாயக ரீதியிலான மற்றும் பொது நிர்வாகத்திற்கு உட்பட்டது என்ற அளவில் புரிந்துகொள்ளப்பட வேண்டும். கார்ப்பரேட் கட்டுப்பாட்டில் உள்ள தண்ணீருக்கான மாற்று வழிகள் நிறைய உள்ளன. அதற்கான எண்ணற்ற உதாரணங்கள் உள்ளன.

பொதுப்பணிகளுக்கான சர்வதேச அமைப்பு (PSI) மற்றும் உலக மேம்பாட்டு இயக்கம் போன்ற அமைப்புகள் கார்ப்பரேட் கட்டுப்பாட்டில் உள்ள தண்ணீருக்கான மாற்று வழிகள் குறித்து பல பணிகள் ஆற்றியுள்ளன. இந்த அமைப்புகள் பொதுத்துறை - பொதுத்துறை (PUPS) கூட்டாண்மையை வலியுறுத்துகிறது. Water as a Public Service என்ற தலைப்பிலான தங்களது படைப்பில் டேவிட் ஹால் மற்றும் இமானுவேல் லோபினோ கூறுவது போல், தண்ணீர் நிறுவனங்கள் அரசியல், பொது நியாயம், சட்ட அதிகாரங்கள், நிதி ஆதாரங்கள், மற்றும் நிலைத்த தொழிலாளர் சக்தி ஆகியவற்றை பெற்றிருக்க வேண்டும். வட மற்றும் தென்கோளப் பகுதியில் நன்கு வளர்ந்துள்ள தண்ணீர் நிறுவனங்கள் இவைகள் யாவற்றையும் பெற்றுள்ளன. ஆனால் தென்கோளப் பகுதியில் உள்ள பல நிறுவனங்கள் இன்னும் இவைகளை முழுமையாகப் பெறவில்லை. அதாவது, தேவை இருக்கும் இடத்தில் நன்று வளர்ந்துள்ள பொதுத்துறை அமைப்பு தேவை இருக்கும் இன்னொரு இடத்திற்கு பயன்படும் வகையில் தனது திறமையை இடமாற்றம் செய்யவேண்டும்; வளரும் நாடுகளில் உள்ள பொதுத்துறை சங்கங்கள் அல்லது ஓய்வூதியத் தொகை வாரியங்கள் போன்ற பொதுத்துறை நிறுவனங்கள் தங்களது நிதி ஆதாரங்களை பொது தண்ணீர் வினியோக சேவையை ஆதரிக்கும் பொதுத்துறை - பொதுத்துறை கூட்டாண்மை திட்டங்களுக்கு பயன்படுத்தப்படலாம். இது இந்த நாடுகளின் திறன் மேம்பாட்டுக்கான ஒரு வழிமுறையாகும். மக்களுக்கு கழிவுநீர் சேவைகள், தண்ணீர் வினியோகம் ஆகிய பணிளை செய்வதற்கான திறனை உள்ளூர் நிர்வாகம் மற்றும் பணியாளர்களுக்கு வழங்குவதே இதன் நோக்கம்.

பொதுத்துறை - பொதுத்துறை கூட்டாண்மைக்கு உதாரணமாக, ஸ்டாக்ஹோம்[1] மற்றும் ஹெல்சிங்கி[2] தண்ணீர் அமைப்புகளுக்கிடையே உள்ள கூட்டாண்மை; எஸ்த்தோனியா (Estonia), லட்வியா (Latvia) மற்றும் லித்துவேனியா (Lithuania)

1 Stockholm - ஸ்வீடன் நாட்டின் தலைநகரம்.

2 Helsinki - ஃபின்லாந்து நாட்டின் தலைநகரம்.

போன்ற முன்னாள் சோவியத் யூனியன் நாடுகளுக்கிடையேயான கூட்டாண்மை; ஆம்ஸ்டெர்டாம் வாட்டர்¹ மற்றும் இந்தோனேசியா, எகிப்து நாடுகளின் நகரங்களுக்கிடையேயான கூட்டாண்மைகளைச் சொல்லலாம். தண்ணீரின் மீதான ஒத்துழைப்பு என்பது மனித இனத்தை ஒன்றிணைக்கும் சக்தியாக எப்படி மாறும் என்பதற்கு இது ஒரு வலுவான எடுத்துக்காட்டாகும். சிறப்பாக செயல்பட்டுக் கொண்டிருக்கிற பொதுத்துறை சார்ந்த ஒவ்வொரு தண்ணீர் அமைப்பும் உலகில் தண்ணீர் தேவையுள்ள மூன்று பெரு நகரங்களை மட்டும் "தத்தெடுத்துக் கொண்டால்", அரசு - தனியார் கூட்டாண்மையை சர்வதேச அளவில் செயல்பட அனுமதிக்கப்பட்டு ஏற்கனவே என்ன கட்டணம் வசூலிக்கப்பட்டதோ அதில் ஒரு சிறு பகுதியை மட்டுமே வசூலிக்க வழிசெய்யமுடியும் என்று பொதுப்பணிகளுக்கான சர்வதேச அமைப்பு கூறுகிறது.

மார்ச் 2007 ஆம் ஆண்டு உலக மேம்பாட்டு இயக்கம் வெளியிட்ட Going Public: Southern Solutions to the Global Water Crisis என்ற தலைப்பிலான அறிக்கை நான்கு முக்கியமான பொதுத்துறை தண்ணீர் வினியோக அமைப்பை எடுத்துக்காட்டுகிறது: பிரேசிலில் போர்டோ அலீகர்; இந்தியாவில் தமிழ்நாடு; கம்போடியாவில் நாம்பென்; உகண்டாவில் கம்பாலா. அனைத்து நாடுகளும் ஒன்றிலிருந்து மற்றொன்று மாறுபட்டவைகள்; இவைகள் உள்ளூர் பிரச்சினைகளுக்கு உள்ளூர் தீர்வுகளை வழங்குகின்றன. திறனைப் பெறுவதற்கான முயற்சி, பொறுப்புத்தன்மை, வெளிப்பாடான தன்மை மற்றும் சமூக பங்கேற்பு என்பவைகள் இந்த நாடுகள் அனைத்திற்கும் பொதுவானவைகள். பொதுத்துறை தண்ணீருக்கான நிதி உதவி குறித்து பொதுப்பணிகளுக்கான சர்வதேச அமைப்பு பிரத்யேகமாக எழுதியிருக்கிறது. முற்போக்கான மத்திய அரசின் வரி விதிப்பு, நுண் நிறுவனங்கள் மற்றும் கூட்டுறவு நிறுவனங்கள் மூலம் நிதி உதவி செய்தல் மூலம் இந்த தண்ணீர் அமைப்பு தினமும் செயல்பட உதவ வேண்டும் என்று பொதுப்பணிகளுக்கான சர்வதேச அமைப்பு கோருகிறது. வளர்ச்சி வங்கிகள் தாங்கள் எந்த நோக்கத்திற்காக ஆரம்பிக்கப்பட்டதோ அந்த நோக்கத்திற்கு திரும்ப வேண்டும். இவைகள் திறனுள்ள, வெளிப்படையான மற்றும் ஜனநாயக தன்மை கொண்ட லாப நோக்கமில்லாத பொதுத்துறை அமைப்பில் முதலீடு செய்யவேண்டும்.

மற்ற பகுதிகளில் உள்ள தண்ணீரின் மீதான கார்ப்பரேட் நிறுவனங்களின் கட்டுப்பாடு கடுமையாக எதிர்க்கப்பட வேண்டும். இதற்கு தனியார் நிறுவனங்களுக்கு தற்போது இருக்கிற

---

1 Amsterdam Water - நெதர்லாந்தை சேர்ந்த தண்ணீர் நிறுவனம்.

தண்ணீர் நெருக்கடிக்கு தீர்வு காணும் பங்கு இல்லை என்று சொல்வதாக அர்த்தமில்லை. அனைத்து தனியார் செயல்பாடுகளும் பொதுத்துறையின் கடுமையான மேற்பார்வையின் கீழ் மற்றும் அரசின் வரம்பினுள் வரவேண்டும். பாதுகாப்பு மற்றும் தண்ணீருக்கான நீதி கோரும் இலட்சியங்களை பொதுவாகக் கொண்டு அனைவரும் ஒன்றிணைந்து செயல்பட வேண்டும். இந்த உலகம் மிச்சல் க்ராவிக் அவர்களின் மழைநீர் சேமிப்பு குறித்த ஆலோசனைகள், மற்றும் மாசுமாட்டிற்கு எதிரான, நீராதாரத்தை பாதுகாக்க அவர் கோரிய கடுமையான சட்டங்களை பின்பற்றுவதாக இருந்தால், எதிர்காலம் ஒவ்வொரு கடலிலும் அலறிக் கொண்டிருக்கும் உப்புநீக்கும் ஆலைகளை அனுமதிக்காது, மேகத்திலிருந்து தண்ணீரை உறிஞ்சும் எந்திரங்கள் இருக்காது; பாட்டில் தண்ணீரை அருந்துவதற்கான காரணமும் இனி இருக்காது.

தண்ணீர் மறுபயன்பாட்டு தொழில்நுட்ப துறை மீது கடுமையான கட்டுப்பாடுகள் விதித்து அதன் மூலம் ஏற்படப்போகும் மாற்றங்களுக்காக அரசு காத்துக் கொண்டிருக்க முடியாது. மேலும் இந்த துறையில் அரசின் முதலீடு என்பது பொதுமக்களின் நலனுக்காக இருக்குமாறு பார்த்துக்கொள்ள வேண்டும். அதைப்போல, நாடுகள் அல்லது மக்கள் சமூகங்களில் பாட்டில் தண்ணீர்தான் குடிப்பதற்கு பாதுகாப்பானது எனில், பாட்டில் தொழிற்சாலையை அரசு கட்டுப்படுத்த வேண்டும். அதுவும் அந்த பாட்டில் தண்ணீர் நல்ல தன்மை வாய்ந்ததாக, உள்ளூர் உற்பத்தியாக இருக்கும் பட்சத்தில். நமது இறுதி இலட்சியம் பாட்டில் தண்ணீருக்கான தேவை என்பது எங்கும் இல்லாதவாறு ஒழிக்கவேண்டும் என்பதுதான்.

தண்ணீருக்கான உரிமை:
இவ்வுரிமைக்கான காலம் கனிந்துள்ளது

இறுதியாக, தண்ணீருக்கு நீதிகோரும் சர்வதேச இயக்கம், தண்ணீரை யார் கட்டுப்படுத்துவது என்பது குறித்த கேள்விக்கு பதிலளிக்க சர்வதேச விதிகளில் மாற்றங்கள் கொண்டுவரவேண்டுமென்று வற்புறுத்திக் கொண்டிருக்கிறது. தண்ணீர் தன்னுள் ஒரு பொருளாதார பரிமாணத்தை கொண்டிருப்பினும், பொதுவாக அது ஒரு வணிகப்பொருள் என்று

புரிந்துகொள்ளப்படக்கூடாது. மாறாக இது ஒரு மனித உரிமை மற்றும் பொதுச்சொத்து என்றே புரிந்துகொள்ளப்பட வேண்டும். ஒரு பொதுச்சேவை என்ற அடிப்படையில் போதுமான, பாதுகாப்பான, அனைவரும் பயன்படுத்தக்கூடிய தண்ணீரை வழங்கும் வகையில் அனைத்து நாடுகளையும் பொறுப்பேற்க வைக்கிற சட்டங்கள்தான் இப்பொழுது நமக்கு தேவை. "அனைவருக்கும் தண்ணீர், எங்கும் எப்பொழுதும்" என்பதுதான் இலட்சியமாக இருந்தாலும், தண்ணீரை தங்களது கட்டுப்பாட்டில் கொண்டுவர முயலும் கார்ப்பரேட் நிறுவனங்கள் இந்த சிந்தனையை கடுமையாக எதிர்த்தார்கள். பல அரசாங்கங்கள், அது பணக்கார அரசுகளாக இருந்தால் அவைகளின் கார்ப்பரேட் நிறுவனங்கள் மூலம் தண்ணீரை பண்டமாக்கி இலாபமடைகின்றன; ஏழை அரசுகளாக இருந்தால் அவைகள் இந்த இலட்சியத்தை நிறைவேற்றுவது கடினம் என்று பயப்படுகின்றன. எனவே இயக்கங்கள் மற்றும் குழுக்கள் தண்ணீர் ஓர் உரிமை என்பதை அரசியலமைப்பின் மூலம் அங்கீகாரம் பெற நாடுகளை ஒன்று திரட்டிக் கொண்டிருக்கின்றன. அதேவேளையில், சர்வதேச அளவில் இந்த உரிமையை நிலைநாட்ட ஐ.நா. அமைப்பில் ஒரு ஒப்பந்தத்தை உருவாக்கவும் இவர்கள் போராடிக் கொண்டிருக்கிறார்கள்.

சுவிட்சர்லாந்தில் உள்ள அலையன்ஸ் சட்[1] என்ற அமைப்பைச் சேர்ந்த ராஸ்மேரி பார் (Rosmarie Bar) என்பவர், அனைவரையும் பொறுப்பேற்கவைக்கும் ஒப்பந்தம் அல்லது உடன்படிக்கை என்பது கொள்கை அடிப்படையிலானது என்கிறார். தண்ணீர் நுகர்வு என்பது ஒரு மனித உரிமையா அல்லது வெறும் தேவையா? தண்ணீர் என்பது காற்று அல்லது கொக்கோகோலா போன்ற பொருளா அல்லது அதையும் தாண்டியதா? தண்ணீர் குழாயை திறக்கும் அல்லது மூடும் அதிகாரம் யாருக்கு கொடுக்கப்பட்டுள்ளது - மக்களுக்கா, அரசுக்கா அல்லது யாருக்கும் புலப்படாத சந்தையின் கைகளுக்கா? மணிலா அல்லது லா பாஸில் உள்ள ஒரு வறண்ட மாவட்டத்திற்கான தண்ணீரின் கட்டணத்தை யார் நிர்ணயிக்கிறார் - தேர்ந்தெடுக்கப்பட்ட உள்ளூர் தண்ணீர் வாரியமா அல்லது சூயெஸ் நிறுவனத்தின் தலைமை செயல் அதிகாரியா? என்று கேள்விகளை அடுக்குகிறார் பார். சர்வதேச தண்ணீர் நெருக்கடி ஒரு நல்ல நிர்வாகம் வேண்டி கதறி அழுகிறது என்று பார் கூறுகிறார். நல்ல நிர்வாகம் என்பது அனைவரும் பொறுப்பேற்கக்கூடிய, சட்ட

---

[1] Alliance Sud - ஏழைநாடுகள் மற்றும் அவற்றின் மக்களின் நலன்களுக்கான கொள்கைகளை வகுக்கச் சொல்லி சுவிட்சர்லாந்து அரசை நிர்ப்பந்திக்கும் ஒரு அமைப்பு.

அடிப்படைகளைக் கொண்டது. இந்த அடிப்படைகளில்தான் அனைவருக்கும் பொதுவான மனித உரிமை பொருந்தியிருக்கிறது. ஒரு ஐ.நா. உடன்படிக்கை, தண்ணீர் என்பது ஒரு பண்டமல்ல அது ஒரு சமூக மற்றும் கலாச்சார சொத்து என்பதை உறுதிப்படுத்திவிட முடியும். இது ஏழை பணக்கார நாடு என்றில்லாமல் பொதுவான, ஒத்த உணர்வுடன் கூடிய விதிகளின் தொகுப்பாக செயல்பட முடியும். மேலும் சுத்தமான, மலிவாண கட்டணத்தில் தண்ணீரை தனது குடிமக்களுக்கு வழங்குவது ஒவ்வொரு மாநிலத்தின் கடமை என்று இந்த உடன்படிக்கை மூலம் தெளிவுபடுத்திவிடமுடியும். இத்தகைய உடன்படிக்கை ஏற்கனவே ஏற்கப்பட்டுள்ள மனித உரிமைகள் மற்றும் சுற்றுச்சூழல் விதிகளை பாதுகாப்பதாக இருக்கும்.

நெஸ்லே நிறுவனத்துடன் கடுமையாக போராடிக் கொண்டிருக்கும் மிச்சிகனை சேர்ந்த வழக்கறிஞர் ஜிம் ஆல்சன் (Jim Olson), தனியார்மயமாக்கம் என்பது தண்ணீரின் இயல்புத் தன்மையும் மற்றும் மனித உரிமைகள் ஆகியவற்றோடு ஒத்துப்போகாது என்ற விஷயம் "திரும்பத் திரும்ப" சொல்லப்படவேண்டும் என்கிறார். "மனித தலையீடு இல்லையென்றால் தண்ணீர் அதன் போக்கில் போய்க் கொண்டிருக்கும். தலையீடு என்பது அதை பயன்படுத்துவதற்கான உரிமை; சொந்தம் கொண்டாடி அதை தனியார்மயமாக்கி மற்றவர்களை நுகர்விலிருந்து விலக்கி வைப்பது இல்லை. அரசுக்கு சொந்தமான சொத்து என்பதற்கும் தனியாருக்கு சொந்தமான சொத்து என்பதற்கும் என்ன வித்தியாசம் என்பது மிக முக்கியம். அரசுக்கு சொந்தமான சொத்து என்பது பொதுமக்களின் நலனுக்காக, அவர்களின் சுகாதாரத்திற்காக, பாதுகாப்பிற்கானதாகும், இலாபம் சம்பாதிப்பதற்காக அல்ல" என்று ஜிம் ஆல்சன் கூறுகிறார். இன்னொரு பக்கம் நாடுகள், உலக வங்கியோடு சேர்ந்து கொண்டு தங்களது தண்ணீரை தனியார் கார்ப்பரேட் நிறுவனங்கள் பயன்படுத்துவதற்கான உரிமையை வழங்க பேச்சுவார்த்தை நடத்தினால் அந்த நாடுகள் தங்களது குடிமக்களுக்கான உரிமைகளை மறுக்கிறது என்று அர்த்தம்.

மனித உரிமைகள் குறித்த உடன்படிக்கை நாடுகளின் மீது மூன்று கடமைகளை முன்வைக்கிறது: மதிக்கும் கடமை - அதாவது மனித உரிமையை அனுபவிக்கிற உரிமையில் தலையிடும் வண்ணம் நடவடிக்கை அல்லது கொள்கை முடிவுகள் எடுக்காமல் அரசு விலகி இருக்க வேண்டும்; பாதுகாப்பதற்கான கடமை - அதாவது, மனித உரிமையை அனுபவிக்கும் போது மூன்றாம் நபர்களின் தலையீட்டை தடுப்பதற்கான கடமை அரசிற்கு உண்டு; அடுத்து நிறைவேற்றும்

கடமை - அதாவது இந்த உரிமையை அனுபவிப்பதற்காக கூடுதல் நடவடிக்கைகளை எடுத்தல். பாதுகாக்கும் கடமையில், அரசுகள் தண்ணீர் நுகர்வில் சமத்துவத்தை மறுக்கும் கார்ப்பரேட் நிறுவனங்களை கட்டுப்படுத்தும் நடவடிக்கையும் அடங்கும்.

சாத்தியமான முறையில், தண்ணீருக்கான உரிமையை வலியுறுத்தும் உடன்படிக்கை என்பது மக்கள் தங்களது அரசுகளை பொறுப்புள்ளவர்களாக இருக்கக் கோரி அவைகளை நீதிமன்றத்தில் நிறுத்தவும், சர்வதேச அளவில் தீர்வு பெறவும் உதவும். "மற்ற நாடுகள் பின்பற்றும் உரிமைகள் மற்றும் கடமைகள் என்ற அடிப்படையில் இல்லாமல் தனிநபர்களின் அடிப்படையில்தான் மனித உரிமைகள் வரையறுக்கப்பட்டுள்ளன. இதன் மூலம் தண்ணீர் என்பதை ஒரு உரிமையாக மாற்றுவதன் மூலம், இதை மக்களிடமிருந்து பறிக்க முடியாது. உரிமைகள் சார்ந்த அணுகுமுறையின் அடிப்படையில், தண்ணீர் மாசுபாட்டால் பாதிக்கப்பட்டவர்கள், தங்களது அன்றாடத் தேவைகளுக்கான தண்ணீரைப் பெறும் உரிமையிலிருந்து மறுக்கப்பட்டவர்கள் யாவும் அதற்கான நிவாரணம் பெற அணுகும் உரிமை வழங்கப்பட்டவர்கள் ஆவர். தனிநபர்கள் மற்றும் அரசு சாரா நிறுவனங்கள் இந்த மனித உரிமை சட்டங்களைப் பயன்படுத்துவதற்கான வாய்ப்பு இந்த சட்டங்களில் உள்ளது" என்று World Conservation Union[1] கூறுகிறது.

தண்ணீர் ஓர் உரிமை என்பதற்கான உடன்படிக்கை என்பது அரசின் கடமைகள் மற்றும் அந்த அரசுகளின் விதிமீறல்களை பொதுமக்களுக்கு இன்னும் தெளிவாக காட்டும். இந்த உரிமை ஒப்புக்கொள்ளப்பட்டதும், குறிக்கோள்கள், கொள்கைகள் மற்றும் காலவரம்பு உள்ளிட்ட செயல் திட்டத்தை உடனடியாக உருவாக்க கோரி அரசின்மேல் எதிர்பார்ப்பு அதிகரிக்கும். புதிதாக நிறைவேற்றப்பட்ட உரிமைகளுக்கு ஏற்றவாறு நாடுகள் தங்களது உள்ளூர் விதிகளில் திருத்தங்கள் மேற்கொள்ளவேண்டும். புதிய உரிமைகளை கண்காணிக்கும் புதிய வழிமுறைகள் உருவாக்கப்பட வேண்டும். பெண்கள், பழங்குடியினர் போன்ற விளிம்புநிலை மக்களின் தேவைகளில் கவனம் செலுத்தப்பட வேண்டும் என்றும் World Conservation Union கூறுகிறது.

ஐ.நா. அமைப்பின் உடன்படிக்கையை தேசிய சட்டம் மற்றும் தேசிய செயல் திட்டமாக மாற்ற, மக்கள் சமூகத்தின் ஈடுபாட்டை உறுதிப்படுத்த உதவும் கோட்பாடுகளை இணைக்க

---

[1] சுற்றுச்சூழல் சவால்களுக்கு சாத்தியமான தீர்வுகள் எடுக்கக் கோரி இயங்கும் சர்வதேச அமைப்பு. தலைமையிடம் சுவிட்சர்லாந்து. இந்த அமைப்பு 1948 ஆம் ஆண்டு ஃப்ரான்சில் ஆரம்பிக்கப்பட்டது.

ஒரு உடன்படிக்கை தேவைப்படுகிறது. இது தண்ணீர் ஓர் உரிமை என்பதற்காக போராடும் மக்களின் கையில் இன்னொரு அரசியலமைப்பு உபகரணத்தை அளிக்கும். Friends of Earth Paraguay என்ற அமைப்பு 2003 ஆம் ஆண்டு வெளியிட்ட அறிக்கையில், "இயற்கை சொத்தின் மீதான உள்ளூர் மக்களின் கட்டுப்பாடு என்பது இந்த உரிமையின் பிரிக்கமுடியாத அம்சமாகும். அதன்மூலம் நீராதாரத்தை நிர்வகிக்கும் பொறுப்பு, இந்த நீராதாரம் அமைந்திருக்குமிடம், நீர்நிலைகள் மற்றும் நிலத்தடி நீர்த்தேக்கங்கள் மீதான நிர்வாகம் என்று அனைத்தும் இந்த உரிமையின் பிரிக்கமுடியாத அம்சங்களாகும்" என்று கூறப்பட்டுள்ளது. தண்ணீருக்கான உரிமை அளிக்கும் இந்த உடன்படிக்கை தண்ணீர் என்ற சொத்தை அழித்துக் கொண்டிருக்கும் நாடுகளுக்கான முறையான பயன்பாட்டுக் கொள்கைகள் மற்றும் முன்னுரிமைகளை வகுக்கும். "இந்த புவியில் தண்ணீர் நிலைத்திருப்பது என்பது அதை முறையான நிர்வாகத்திற்கு உட்படுத்துவதிலும், பாதுகாப்பதிலும் உள்ளது என்பதை மனித மனம் மறந்துவிடுகிறது. இது மனித இனத்திற்கு தேவையான தண்ணீருக்கும் இயற்கை தன்னிடம் கொண்டுள்ள நீர்வளத்திற்குமிடையேயான முரண்பாட்டையே பிரதிபலிக்கிறது" என்று Friends of Earth Paraguay சொல்கிறது.

ஐ.நா. அமைப்பில் ஏற்பட்டுள்ள முன்னேற்றம்

1947 ஆம் ஆண்டு நிறைவேற்றப்பட்ட ஐ.நா. மனித உரிமைகள் தீர்மானத்தில் தண்ணீர் சேர்க்கப்படவில்லை. ஏனென்றால் அப்பொழுது தண்ணீர் என்பது மனித உரிமை பரிமாணம் கொண்டது என்று கருதப்படவில்லை. தண்ணீர் கொள்கையில், அரசுகள் மற்றும் ஐ.நா. போன்றவற்றின் பங்கு என்ன என்ற நிலையிலிருந்து விலகி தனியார் தண்ணீர் நிறுவனங்களை ஆதரிக்கிற அமைப்புகள் மற்றும் நிறுவனங்கள் இவ்விஷயங்களில் முடிவெடுக்க அனுமதிக்கப்பட்டிருந்தது. இருப்பினும் பல பத்தாண்டுகளாக ஐ.நா. அமைப்பில் தண்ணீர் ஓர் உரிமை என்பதற்கான உடன்படிக்கை உருவாக்கப்பட வேண்டும் என்று அறைகூவல் விடுக்கப்பட்டிருக்கிறது. தண்ணீர் நிறுவனங்களின் செயல்பாடுகள் சர்வதேச அளவில் உள்ளதால், இந்நிறுவனங்கள் சர்வதேச நிதி நிறுவனங்களால் ஆதரிக்கப்படுவதால், தண்ணீர் உரிமையை பாதுகாக்க தேசம் - மாநிலம் அளவிலான சட்டம் போதுமானதாக இருக்காது என்று மக்கள் சமூகம் வாதிடுகிறது. இந்த தண்ணீர் பிரபுக்களின் சர்வதேச பரவலை தடுக்க சர்வதேச சட்டங்கள் தேவைப்படுகின்றன என்று நாங்கள் வாதிட்டோம். மேலும்,

1990 ஆம் ஆண்டு நடந்த ரியோ புவி உச்சிமாநாட்டில், தண்ணீர், காலநிலை மாற்றம், உயிர்பல்வகைமை மற்றும் பாலைவனமாதல் குறித்த முக்கிய அம்சங்கள் யாவும் செயல்திட்டங்களாக மாற இலக்கு வைக்கப்பட்டது. அன்றிலிருந்து இன்றுவரை தண்ணீர் தவிர அனைத்தின் மீது ஐ.நா. உடன்படிக்கை உள்ளது.

இந்த முயற்சி பலனளிக்க ஆரம்பித்தது. தண்ணீர் ஓர் உரிமை என்பது ஐ.நா. சபையின் பல தீர்மானங்களிலும் அறிவிப்புகளிலும் அங்கீகரிக்கப்பட்டது. இதில், 2000 ஆம் ஆண்டு பொதுச்சபையில் வளர்ச்சிக்கான உரிமை என்ற பெயரில் நிறைவேற்றப்பட்ட தீர்மானம்; 2004 ஆம் ஆண்டு விஷக்கழிவுகள் குறித்து ஐ.நா. மனித உரிமைகள் குழுவின் தீர்மானம்; மே, 2005 ஆம் ஆண்டு 116 உறுப்பினர்களைக் கொண்ட அணிசேரா நாடுகளின் கூட்டமைப்பு அனைவருக்கும் தண்ணீருக்கான உரிமை குறித்து நிறைவேற்றிய தீர்மானம். 2002 ஆம் ஆண்டு பொருளாதார, சமூக, கலாச்சார உரிமைகளுக்கான ஐ.நா. கமிட்டி நிறைவேற்றிய மிக முக்கியமான தீர்மானத்தை General Comment (No.15) ஏற்றுக்கொண்டது. இந்த தீர்மானம், மற்ற மனித உரிமைகளை அடைவதற்கு முதல் தேவையாக தண்ணீருக்கான உரிமை இருக்கிறது, "இவ்வுரிமை ஒரு கவுரவமான வாழ்க்கை வாழ தவிர்க்க முடியாதது" என்று கூறுகிறது. (ஒரு வல்லுனர்கள் குழு அமைக்கப்பட்டு அந்த குழு ஐ.நா. சபையில் மனித உரிமைகள் குறித்து நிறைவேற்றப்பட்ட ஒப்பந்தங்கள் அல்லது உடன்படிக்கைகளுக்கு அதிகாரபூர்வ விளக்கம் அளிக்கும். அந்த விளக்கம் General Comment என்றழைக்கப்படும்). தண்ணீர் ஓர் உரிமை என்ற General Comment (விளக்கம் எண் 15) - இன் அதிகாரப்பூர்வ விளக்கம் ஐ.நா. சபையின் பங்கையும் உள்ளடக்கிய பயணத்தில் ஒரு முக்கியமான மைல் கல்லாகும்.

ஆனால், 2004 ஆம் ஆண்டு World Conservation Union அமைப்பை சேர்ந்த ஜான் ஸ்கான்லோன் (John Scanlon), ஏஞ்சலா கேஸ்ஸர் (Angela Cassar) மற்றும் நோமி நீம்ஸ் (Noemi Nemes) ஆகியோர் Water as a Human Right? என்ற தலைப்பில் வெளியிட்ட ஆய்வறிக்கையில், General Comment (விளக்கம் எண் 15) என்பது ஒரு விளக்கம்; இது யாரையும் கட்டுப்படுத்தும் ஒப்பந்தமோ உடன்படிக்கையோ அல்ல என்று குறிப்பிடப்பட்டுள்ளது. சர்வதேச சட்டத்தில் தண்ணீர் ஓர் உரிமை என்று அனைவரையும் கட்டுப்படுத்தும் சட்டத்தை நிறைவேற்ற கட்டுப்படுத்துவதற்கென்றே ஒரு உடன்படிக்கை தேவைப்படுகிறது. ஆகையால் ஒரு முழுமுதலான உடன்படிக்கைக்கான அழுத்தம் கொடுக்கப்பட்டது. 2004 ஆம் ஆண்டு, ஜெர்மனியின் Bread for the World என்ற அமைப்பைச் சேர்ந்த டனுதா சச்செர் (Danuta

Sacher), Right to Water Program -ஐ சேர்ந்த அஷ்பாக் கல்ஃபான் (Ashfaq Khalfan), ஒரு புதிய மாநாட்டிற்கு அறைகூவல் விடுத்தார்கள். அந்த மாநாட்டில், Friends of the Right to Water என்ற அமைப்பு உதயமானது. General Comment - விளக்கம் எண் 15 - இல் ஸ்தாபிக்கப்பட்டுள்ள உரிமைகளை வலுப்படுத்த தண்ணீருக்கான நீதி கோரும் மற்ற இயக்கங்கள் மற்றும் அரசாங்கங்களை ஒன்றுதிரட்ட ஆரம்பித்தது இந்த அமைப்பு. மேலும், ஒரு உடன்படிக்கை மூலம் தண்ணீர் ஓர் உரிமை என்பதை நிறைவேற்றுவதற்கான வழிமுறைகளை இந்த அமைப்பு முன்வைத்தது.

நவம்பர் 2006 ஆம் ஆண்டு, புதிதாக உருவாக்கப்பட்ட ஐ.நா. மனித உரிமைகள் கவுன்சில் பல நாடுகளிலிருந்து விடுக்கப்பட்ட அறைகூவல்களுக்கு பதிலளிக்கும் விதமாக மனித உரிமைகளுக்கான உயர் அதிகாரி அலுவலகத்தை சர்வதேச மனித உரிமைகளின் அடிப்படையில் தண்ணீர் நுகர்வோடு தொடர்புடைய கடமைகளின் உள்ளடக்கம் குறித்து ஒரு விரிவான ஆய்வுநடத்தி, எதிர்கால திட்ட நடவடிக்கைகளை வழங்கிடுமாறு வேண்டிக் கொண்டது. இந்த வேண்டுதல் என்பது குறிப்பாக எந்த உடன்படிக்கையையும் குறிப்பிடாவிட்டாலும், பலர் அதற்கான சாத்தியக்கூறுகள் இதில் உண்டு என்று நினைக்கிறார்கள். ஏப்ரல். 2007 ஆம் ஆண்டு, கனடர்கள் கவுன்சில் ப்ளூ ப்ளானட் திட்டத்தை சேர்ந்தவரும், Friends of the Right to Water என்ற அமைப்பை ஆரம்பித்தவர்களில் ஒருவருமான அனில் நாய்டு (Anil Naidoo), உலகம் முழுவதிலும் உள்ள 176 குழுக்கள் கையெழுத்திட்ட தண்ணீர் ஓர் உரிமை என்பதற்கான உடன்படிக்கை கோரும் கடிதத்தை ஐ.நா. கமிசனர் மேடம் லூய்ஸ் ஆர்பர் (Madam Louise Arbour) அவர்களிடம் சமர்ப்பிக்க ஏற்பாடு செய்தார்.

தென்கோளப் பகுதியில் உள்ள அரசாங்கங்களின் ஆதரவைப் பெறுவது முக்கியமான ஒன்றாக இருக்கிறது. ஏனென்றால், தண்ணீர் ஓர் உரிமை என்ற வாக்குறுதியை நிறைவேற்றிவிட்டால் இந்த உடன்படிக்கையை மக்கள் தங்களுக்கு எதிராக பயன்படுத்துவார்கள் என்று இந்த அரசுகள் பயப்படுகின்றன. புதிய மனித உரிமை கடமைகளைச் செயல்படுத்துவது என்பது முற்போக்கான ஒன்றாக புரிந்து கொள்ளப்படும் என்று இந்த உடன்படிக்கைக்கு ஆதரவானவர்கள் குறிப்பிடுகின்றனர். இந்த உரிமையை உடனே நிறைவேற்ற அதிகாரம் இல்லாத அரசுகள் இவ்வுரிமையை உடனே நிறைவேற்றவில்லை என்பதற்காக அவர்கள் பொறுப்பாக மாட்டார்கள். இந்த உரிமையை நிறைவேற்ற குறைந்த பட்ச நடவடிக்கைகளை எடுப்பதுதான் தற்போதைய தேவை. உண்மையான முன்னுரிமைகளை மறைத்து சில

அரசுகள் தங்களது திறமையின்மையை காரணம் காட்டிக் கொண்டிருக்கின்றன. உதாரணமாக பொதுப்பணிகளுக்கு நிதி ஒதுக்குவதைவிட இராணுவச் செலவிற்கு அதிக செலவு செய்கின்றன. 1993 ஆம் ஆண்டு மனித உரிமைகளுக்கான ஐ.நா. மாநாட்டில் ஒத்துக்கொண்டது போல, "வளர்ச்சி என்பது அனைத்து வகையான மனித உரிமைகளை அனுபவிப்பதற்கான வாய்ப்புகளை வழங்கும் வேளையில், வளர்ச்சி குறைபாடுதான் இந்த சர்வதேச அளவில் அங்கீகரிக்கப்பட்ட மனித உரிமைகள் செயல்படுத்த முடியாமைக்கு காரணம் என்று சொல்லக்கூடாது". மனித உரிமை உடன்படிக்கை என்பது தேசம் - மாநிலம் மற்றும் குடிமக்களுக்கிடையேயானது. தண்ணீர் ஓர் உரிமை என்பதை அங்கீகரிப்பது. ஒரு நாடு தன்னுடைய நீர் வளங்களை நிர்வகிக்கும் இறையான்மையை இது பாதிக்காது. வளரும் நாடுகள் தங்களது இலட்சியத்தை அடைய முதல் உலக நாடுகளும், அதன் வளர்ச்சி முகமைகளும் நிதி உதவி செய்வதுதான் அனைவராலும் எதிர்பார்க்கப்படுகிற ஒன்றாகும். மேலும் இந்த நாடுகள் மற்றும் உலக வங்கி ஆகியவற்றின் உதவிகள் இலாப நோக்கமில்லாத தண்ணீர் சேவைகளுக்காகத்தான் திருப்பிவிடப்படுகின்றன என்பதை உறுதிப்படுத்த வேண்டும்.

முரண்படுகின்ற பார்வைகள்

தண்ணீருக்கு நீதி கோரும் சர்வதேச இயக்கம் இத்தகைய வளர்ச்சிகளால் பரவசமும், ஊக்கமும் அடைந்திருக்கிற வேளையில், இந்த போராட்டம் தண்ணீர் கார்ப்பரேட் நிறுவனங்கள், சில வடகோள நாடுகள் மற்றும் உலக வங்கி போன்ற அமைப்புகளால் தவறான நோக்கங்களுக்காக கைப்பற்றப்பட்டு உடன்படிக்கையில் தனியார் துறையையும் சேர்த்துவிடக்கூடும் என்ற கவலையும் அதிகரித்திருக்கிறது. தண்ணீர் ஓர் உரிமை, அந்த உரிமை நிறைவேற்றப்படுவதற்கான காலம் வந்துவிட்டது என்கிற புரிதல் பரவலாக இருக்கிறது. சமீப காலம் வரை இதை எதிர்த்தவர்கள் கூட தங்களது எதிர்ப்பை கைவிட்டுவிட்டு இந்த உரிமைக்கான செயல்பாடுகள் மற்றும் அதன் இறுதிப்பொருளை வடிவமைப்பதில் உதவ முடிவெடுத்துள்ளார்கள். எதிர்த்தவர்கள் கூட இன்று ஆதரிப்பது என்பது, தண்ணீருக்கான உரிமை கோரும் சர்வதேச இயக்கத்தின் கடுமையான உழைப்பிற்கு கிடைத்த பலன் என்பது ஒரு முரண்நகை. சமீப காலம் வரை சர்வதேச நிறுவனங்கள் மற்றும் பெரிய தண்ணீர் நிறுவனங்கள் தண்ணீர் உரிமை குறித்த உடன்படிக்கைக்கு கடுமையான எதிர்ப்புகள் தெரிவித்தார்கள். தனியார் தண்ணீர் நிறுவனங்களின் தாயகமான ஃப்ரான்ஸ், ஜெர்மனி

மற்றும் இங்கிலாந்திலும் இதைப்போலவே எதிர்ப்புகள் கிளம்பின. த ஹேக் மற்றும் கியோட்டோ நகரங்களில் நடந்த சர்வதேச தண்ணீர் மன்ற உச்சிமாடுகளில் உலக தண்ணீர் கவுன்சிலின் உறுப்பினர்களும், அரசுகளும் தண்ணீர் ஓர் உரிமை என்பதற்கான உடன்படிக்கை கோரும் மக்கள் சமூகத்தின் அறைகூவலை மறுத்து, தண்ணீர் என்பது மனித தேவையே அன்றி அது ஒரு உரிமை இல்லை என்றார்கள். தெளிவாகச் சொல்லப்போனால், கட்டணம் செலுத்த முடியாது என்ற அடிப்படையில் நீங்கள் ஒரு மனித உரிமையை விற்கவோ அல்லது அதை மறுக்கவோ முடியாது.

மெக்சிகோ நகரில் நடந்த நான்காவது உலக தண்ணீர் மன்ற கூட்டம், தண்ணீருக்கான உரிமை என்கிற அமைச்சக மட்டத்திலான தீர்மானத்தை ஒத்துக்கொள்ளவில்லை. ஆனால் உலக தண்ணீர் கவுன்சில் Right to Water: From Concept to Implementation என்ற தலைப்பில் ஒரு அறிக்கையை வெளியிட்டது. இது பல ஐ.நா. ஆவணங்களில் கூறப்பட்டுள்ளவற்றை அப்படியே வழங்கிய ஒரு சாரமற்ற அறிக்கை. இதில் தனியார் துறை பற்றி ஒரு இடத்தில் கூட சொல்லப்படவில்லை. (ஆனால் தண்ணீருக்கான உரிமை "பல்வகையான வழிகளில்" நிறைவேற்றப்பட முடியும் என்று அதில் கூறப்பட்டுள்ளது). அதைப்போலவே பொது - தனியார் கூட்டாண்மை பற்றியும் அதில் ஒன்றும் குறிப்பிடப்படவில்லை. இந்த அறிக்கை தண்ணீர் ஓர் உரிமை என்பதற்காக எந்த உடன்படிக்கையையும் பரிந்துரைக்காத வேளையில், இந்த அறிக்கைக்கு முன்னுரை எழுதிய லாய்க் ஃபாச்சான் அவர்கள் (Loic Fauchon) நிலைமையின் சாராம்சம் மற்றும் இந்த கார்ப்பரேட் நிறுவனங்களும் உலக வங்கியும் தாங்கள் எந்த பக்கம் இருப்பதாக தங்களை உணர்கின்றன என்பதை பின்வருமாறு உணர்த்துகிறார்: "தண்ணீருக்கான உரிமை என்பது மனித கௌரவத்திலிருந்து பிரிக்க முடியாத ஒன்று. அதைத்தவிர வேறுவகையில் கூற யாராவது துணிவார்களா? உண்மையில் யாராவது துணிவார்களா?" (லாய்க் ஃபாச்சான் அவர்கள் உலக தண்ணீர் கவுன்சிலின் தலைவர் மற்றும் சூயெஸ் நிறுவனத்தின் முதுநிலை நிர்வாகி).

உலக தண்ணீர் கவுன்சில் மிகயில் கோர்ப்பச்சேவ் அவர்களால் நடத்தப்படும் சுற்றுச்சூழல் கல்வி அமைப்பான க்ரீன் கிராஸ் இண்டெர்நேசனல் (Green Cross International) உடன் இணைந்து செயல்படுகிறது. க்ரீன் கிராஸ் இண்டெர்நேசனல் தண்ணீருக்கான உரிமை கோரும் ஐ.நா. உடன்படிக்கைக்கு ஆதரவாக ஒரு பிரச்சாரத்தை ஆரம்பித்துள்ளது. இது கோரும் உடன்படிக்கை லாய்க் ஃபாச்சான் அவர்கள் கோரும் உடன்படிக்கையை ஒத்தது.

இருப்பினும் இதன் வரைவு உடன்படிக்கை தண்ணீரை தனியார் நிறுவனங்கள் சுரண்டுவதில், "மட்டற்ற இலாபமும் ஊகச் செயல்பாடுகளும்" இருப்பதாக ஒத்துக்கொள்கிறது. இருப்பினும் இந்த வரைவு உடன்படிக்கை வணிகத்தையும் தண்ணீருக்கான மனித உரிமையையும் ஒரே தளத்தில் வைக்கிறது. இதன் மூலம் தண்ணீர் சேவைகளுக்கு தனியார் நிதி உதவிக்கான வாசல் திறக்கப்படுகிறது; தண்ணீர் நிறுவனங்கள் மீதான தனியார் நிர்வாகத்தை அனுமதிக்கிறது; தண்ணீர் அமைப்பு சந்தை விதிகளை பின்பற்றவேண்டும் என்று கூறுகிறது. க்ரீன் கிராஸ் அமைப்பின் வரைவு உடன்படிக்கையை ஆய்வு செய்த கனடாவைச் சேர்ந்த வியாபார வல்லுனரும், கனடா ப்ளூ ப்ளானட் திட்டத்திற்கான சட்ட ஆலோசகருமான ஸ்டீவன் ஸ்ரிப்மேன் (Steven Shrybman) அவர்கள் வரைவு நகல் "தண்ணீர் ஒரு மனித உரிமை என்ற சர்வதேச சட்ட பாதுகாப்பிலிருந்து பின்வாங்குமளவிற்கு கடுமையான குறைகளை கொண்டிருக்கிறது" என்று கூறுகிறார். இருப்பினும் கோர்ப்பசேவ் தனது கார்ப்பரேட்டுகளுக்கு ஆதரவான நிலைபாட்டை Financial News[1] இதழுக்கு அளித்த பேட்டியில் மீண்டும் உறுதிப்படுத்தியுள்ளார். இந்த கார்ப்பரேட்கள்தான் உலகின் தண்ணீர் பிரச்சினையை தீர்ப்பதற்கான அறிவுசார்ந்த மற்றும் நிதிசார்ந்த பலத்தை கொண்டுள்ள "நிறுவனங்களாக" இருக்கின்றன. ஆகையால் "நான் அவர்களோடு இணைந்து பணியாற்ற" தயாராக உள்ளேன் என்று அந்த பேட்டியில் கூறியுள்ளார்.

தண்ணீருக்கான உரிமை கோரும் சர்வதேச அமைப்பு இதைப் போன்ற ஒரு ஒப்பந்தம் அல்லது உடன்படிக்கைக்கு ஒருபோதும் ஒத்துக்கொள்ளாது. ஐ.நா. உயர் அதிகாரிக்கு நூற்றுக்கணக்கன அமைப்புகள் சமர்ப்பித்த கடிதத்தில் தண்ணீர் என்பது ஒரு பொதுச்சொத்து என்பது குறித்து ஒரு தெளிவான நிலைபாட்டை எடுக்க வலியுறுத்தப்பட்டுள்ளது. இந்த இயக்கங்களைப் பொருத்தவரை ஓர் உடன்படிக்கை என்பது தண்ணீர் ஒரு மனித உரிமை என்பது மட்டுமல்லாமல் அது ஒரு பொதுச்சொத்து என்ற விஷயம் வெளிப்படையாக தெரிவிக்கப்படவேண்டும் என்பதில் உறுதியாக இருந்தன. மேலும், தண்ணீர் ஓர் உரிமை என்பது குறித்த ஐ.நா. அமைப்பின் உடன்படிக்கையை மக்கள் சமூகம் ஏற்றுக்கொள்ள வேண்டுமானால் தற்போதுள்ள சர்வதேச மனித உரிமை சட்டங்களில் உள்ள இரண்டு குறைபாடுகள் நீக்கப்பட வேண்டும்: அர்த்தமுள்ள செயல்படுத்தும் வழிமுறைகளை

1 பொருளாதாரம் தொடர்பான செய்திகளை வெளியிடும் லண்டனிலிருந்து வெளியாகும் வாராந்திர இதழ்.

உருவாக்கத் தவறியது, சர்வதேச அமைப்புகளை கட்டுப்படுத்தத் தவறியது ஆகியவைகள்தான் இந்த இரண்டு குறைபாடுகள்.

மேடம் ஆர்பர் அவர்களிடம் தான் அளித்த கடிதத்தில் வழக்கறிஞர் ஸ்டீவன் ஸ்ரிப்மேன் சர்வதேச அளவில் உள்ள சட்டங்களில் ஏற்படும் வளர்ச்சிகள் ஐ.நா. அமைப்பின் ஒப்புதலோடு ஏற்கப்படவில்லை, மாறாக உலக வர்த்தக மையத்தின் ஆதரவோடுதான் நடந்துகொண்டிருக்கிறது என்று கூறியுள்ளார். மேலும், அரசுகளுக்கிடையேயான ஆயிரக்கணக்கான இருதரப்பு உடன்படிக்கைகள் யாவிலும் கார்ப்பரேட் நிறுவனங்களுக்கு சாதகமான விஷயங்கள் சேர்க்கப்பட்டுள்ளன என்றும் அதில் குறிப்பிட்டுள்ளார். "இந்த உடன்படிக்கைகளின் கீழ், தண்ணீர் ஒரு பண்டமாக, முதலீடாக, சேவையாக கருதப்படுகிறது. ஆகையால் இத்தகைய உடன்படிக்கைகளில் உள்ள விதிமுறைகள் சுற்றுச்சூழல் மற்றும் மனித உரிமைகளை காக்கும் சட்டங்களை இயற்றவிடாமல் அரசுகளுக்கு பெரும் தடையாக இருக்கின்றன. இத்தகைய வர்த்தக மற்றும் முதலீட்டு உடன்படிக்கைகளால் நன்கு வலுப்பெற்றுள்ள தனியாரின் உரிமைகள் வணிக நோக்கமற்ற அரசுகளின் சமூக கொள்கைகளின் மீது தாக்குதல் ஏற்படுத்துகின்றன" என்றும் அந்த கடிதத்தில் கூறியுள்ளார் ஸ்டீவன்.

மேலும், இந்த உடன்படிக்கைகள் யாவும் தனியார் நிறுவனங்களுக்கு தண்ணீரின் மீதான சொத்துரிமையை நிலைநாட்டி அதில் அரசுகள் தலையிடா வண்ணம் ஒரு புதிய உபகரணத்தை கொடுத்துள்ளன என்று ஸ்டீவன் கூறுகிறார். "இதைப்போன்ற தனியார் உரிமைகள், தண்ணீருக்கான மனித உரிமையை அடைவதில் ஒரு தெளிவான தீவிரமான தடையாய் விளங்குகின்றன" என்றும் கூறுகிறார். இந்த உடன்படிக்கைகளின் கீழ் இயங்கிக் கொண்டிருக்கும் தனியார் தீர்ப்பாயங்கள் மனித உரிமை வரையறைகள் மற்றும் முதலீட்டு, வர்த்தக சட்டங்களுக்கிடையேயான முரண்பாடுகளை தீர்த்து வைத்து மத்தியஸ்தம் செய்வதில் இறங்கியுள்ளன. இந்த பணியை செய்வதற்கு இந்த தீர்ப்பாயங்கள் பொருத்தமானவைகள் அல்ல. இந்த எதார்த்தத்தை புரிந்துகொள்ள வேண்டும் என்று கேட்டுக்கொள்ளும் ஸ்டீவன், மனித உரிமைகளுக்கான முதல் மத்தியஸ்தர் தாங்கள்தான் என்கிற பாத்திரத்தை ஐ.நா. அமைப்புகள் அனைத்தும் உறுதிப்படுத்தவில்லை என்றால், அவைகள் யாவும் ஒரு வழிப்போக்கர்கள் போல் பார்க்கப்படும் ஆபத்து உள்ளது என்றும் இவர் எச்சரிக்கிறார். ஏனென்றால் இந்த தனியார் தீர்ப்பாயங்கள் மனித உரிமை சட்டங்கள் குறித்த கேள்விகளை தீர்க்கும் முயற்சியில் ஐ.நா. அமைப்பின் சட்டகத்திற்கு வெளியே செயல்பட்டுக்

கொண்டிருக்கிறார்கள். பலமுள்ளதாக இருக்க வேண்டுமானால், தனியார் மற்றும் அதன் வணிக நலன்களுக்கு எதிரான முரண்பாடு எழும்போது, தண்ணீரின் மீதான மனித உரிமைக்குதான் முன்னுரிமை என்று நாம் உருவாக்கும் உடன்படிக்கை உரத்துச் சொல்லவேண்டும்.

அடித்தட்டு மக்கள் போராட்டங்கள் வழிகாட்டுகின்றன

இன்னொரு போட்டிக்கான களம் தயாராகிக் கொண்டிருக்கிறது. தண்ணீர் ஓர் உரிமை என்பதை கையாள ஐ.நா. சபைக்கு அழுத்தம் கொடுத்ததில் வெற்றிபெற்றிருக்கிற அதே வேளையில், தண்ணீருக்கான உரிமை கோரும் சர்வதேச அமைப்பு இந்த உடன்படிக்கை என்கிற உபகரணம் சரியானதுதான் என்பதை நிரூபிக்க கடுமையாக உழைக்க வேண்டும். பல நல்ல அறிகுறிகள் தென்படுகின்றன. பல முக்கியமான நாடுகள் இன்னும் தண்ணீர் உரிமைக்கு எதிராக இருக்கின்றன. உதாரணமாக அமெரிக்கா, கனடா, ஆஸ்திரேலியா மற்றும் சீனா போன்ற நாடுகளை கூறலாம். சமீப காலமாக பல நாடுகள் தண்ணீர் உரிமைக்காக குரல்கொடுக்கிற பக்கம் வந்துகொண்டிருக்கின்றன. மார்ச், 2006 மற்றும் நவம்பர் 2006 ஆம் ஆண்டுகளில் ஐரோப்பிய பாராளுமன்றம் தண்ணீரை ஓர் உரிமையாக ஏற்று தீர்மானம் நிறைவேற்றியது. தண்ணீர் நெருக்கடி குறித்து ஐ.நா. சபை 2006 ஆம் ஆண்டு வெளியிட்ட மனித வளர்ச்சி அறிக்கைக்கு பதிலளிக்கும் விதமாக பிரிட்டன் தன்னுடைய எதிர்ப்பிலிருந்து பின்வாங்கி தண்ணீர் ஓர் உரிமை என்பதை அங்கீகரித்தது. அஷ்பாக் கல்ஃபான் கூறுவது போல பல நாடுகள் ஒன்று அல்லது மற்றொரு வடிவத்தில் தண்ணீர் ஓர் உரிமை என்பதை பல தீர்மானங்களின் மூலம் ஆதரித்திக்கின்றன. வாக்குறுதியை நிறைவேற்றக்கூடிய வகையில் ஓர் உடன்படிக்கைக்கான ஆதரவை பெறுவதுதான் பெரிய சவாலாக இருக்கிறது. இங்குதான் மக்கள் சமூகம் மிகவும் பலமுள்ளதாக இருக்கவேண்டிய இடம். பல நாடுகளில், தண்ணீர் உரிமைக்கான குழுக்கள் தங்களது அரசுகளை பணியவைக்க கடுமையாக உழைக்கிறார்கள்.

அவர்கள் ஐ.நா. சபையின் நடவடிக்கைகளுக்காக காத்துக் கொண்டிருக்கவில்லை. பலர் தங்களது நாடுகளுக்குள் தண்ணீர் ஓர் உரிமை என்பதை உள்ளூர் சட்டமியற்றல்கள் மூலம் வலுப்படுத்துவதற்காக ஏற்கனவே கடுமையாக உழைத்துக் கொண்டிருக்கிறார்கள். அக்டோபர் 31, 2004 ஆம் ஆண்டு உருகுவே நாட்டு மக்கள்தான் தண்ணீர் ஓர் உரிமை என்பதை வலியுறுத்தி உலகிலேயே முதன் முதலில் வாக்களித்தார்கள். வாழ்வு மற்றும் தண்ணீர் ஆகியவற்றை பாதுகாப்பதற்கான தேசிய

கமிசனை சேர்ந்த ஆட்ரியானா மர்குசியோ (Adriana Maquisio), மரியா செல்வா ஆர்டிஸ் (Maria Selva Ortiz) மற்றும் Friends of Earth Uruguay அமைப்பை சேர்ந்த ஆல்பெர்ட்டோ வில்லாரியல் (Alberto Villareal) ஆகியோர் தலைமையில், தண்ணீர் ஓர் உரிமை என்கிற அரசியலமைப்புச்சட்ட திருத்தத்திற்காக நடத்தப்படுகிற பொது வாக்கெடுப்பிற்கு தேவைப்படும் 3,00,000 கையெழுத்துக்களைப் பெற்று அதை பாராளுமன்றத்தில் சமர்ப்பிக்க வேண்டியிருந்தது. இந்தப் பணியை இயக்கங்கள் இணைந்து செய்து வாக்குச் சீட்டுகள் யாவும் பாராளுமன்றத்தில் கொண்டு சேர்க்கப்பட்டன. (பாராளுமன்றத்தில் இந்த வாக்குகளை "மனித ஆறு" போன்று கொண்டு சேர்த்தார்கள்). வாக்கெடுப்பில் மூன்றில் இரண்டு பங்கு பெரும்பான்மையில் வென்றார்கள். எதிர்ப்பாளர்கள் கிளப்பிவிட்ட புரளிகளைப் பார்க்கும்போது இது ஒரு அசாதரணமான வெற்றி. சட்டதிருத்தத்தில் பயன்படுத்தப்படுகிற பதம் என்பது முக்கியம். தற்போது உருகுவேயில் தண்ணீர் என்பது அடிப்படையான மனித உரிமை. அதுமட்டுமல்லாமல் அரசு தண்ணீர் சார்ந்த கொள்கைகளை வகுக்கும்போது பொருளாதார அக்கரையைவிட சமூக அக்கரைக்கு முதலிடம் கொடுக்க வேண்டும். மேலும், "மனித நுகர்விற்கான தண்ணீர் வினியோகம் என்கிற பொதுப்பணி பிரத்யேகமாக, நேரடியாக சட்டப்பூர்வமான அரசு சார்ந்த நபரால்தான் வழங்கப்பட வேண்டும்" என்று அரசியலமைப்புச் சட்டம் கூறுகிறது. அதாவது கார்ப்பரேட் நிறுவனங்களுக்கு எந்த பங்கும் கிடையாது.

பல நாடுகள் தண்ணீர் ஓர் உரிமை என்பதற்கான சட்டங்களை நிறைவேற்றியுள்ளன. தென்னாப்பிரிக்காவில் இனஒதுக்கம் தோற்கடிக்கப்பட்ட போது, தண்ணீர் ஒரு மனித உரிமை என்று வரையறுத்து நெல்சன் மண்டேலா புதிய அரசியலமைப்பை உருவாக்கினார். இருப்பினும் இந்த திருத்தம் வினியோகம் குறித்து அமைதி காத்தது. அதன் பிறகு உலக வங்கி தென்னாப்பிரிக்காவின் தண்ணீர் சேவையை தனியார்மயமாக்க புதிய அரசை பணிய வைத்தது. ஈகுவேடார், எதியோப்பியா மற்றுக் கென்யா போன்ற பல வளரும் நாடுகளின் அரசியலமைப்புச் சட்டங்களிலும் கூட தண்ணீர் ஒரு மனித உரிமை என்று வரையறுக்கப்பட்டுள்ளது. ஆனால் அவர்களும் பொதுவினியோகம் குறித்து குறிப்பாக எதையும் சொல்லவில்லை. ஏப்ரல் 2005 ஆம் ஆண்டு பெல்ஜிய பாராளுமன்றம் தண்ணீர் ஒரு மனித உரிமை என்பதை அங்கீகரிக்கும் வரையில் அரசியலமைப்பில் திருத்தம் கொண்டுவர கோரி ஒரு தீர்மானம் நிறைவேற்றியது. செப்டம்பர் 2006 ஆம் ஆண்டு ஃப்ரான்ஸ் செனட் சபை தனது தண்ணீர் மசோதாவை ஒவ்வொரு நபரும் சுத்தமான

தண்ணீரை நுகர்வதற்கு உரிமை பெற்றிருக்கிறார் என்றவகையில் திருத்தியது. ஆனால் இரண்டு நாடுகளும் வினியோகம் குறித்து ஒன்றும் சொல்லவில்லை. உருகுவே நாட்டிற்கு அடுத்து தனது அரசியலமைப்பில் தண்ணீர் பொதுவினியோகம் மூலம் வழங்கப்பட வேண்டும் என்று கூறியுள்ள நாடு நெதர்லாந்து. இந்நாடு 2003 ஆம் ஆண்டு தண்ணீர் வினியோகத்தை முற்றிலும் பொதுத்துறைக்கு மாற்றும் வகையில் சட்டம் இயற்றியது. ஆனால் நெதர்லாந்து தன்னுடைய சட்டதிருத்தத்தில் தண்ணீர் ஓர் உரிமை என்பதை உறுதிப்படுத்தவில்லை. உருகுவே மட்டும் தண்ணீர் ஓர் உரிமை என்பதை வலியுறுத்தி அதை பொதுவினியோகத்தில் வழங்க வேண்டும் என்று சட்டமியற்றியுள்ளது. ஆகையால் இந்நாடு பல நாடுகளுக்கு முன்மாதிரியாக இருக்கிறது. இந்த சட்டத் திருத்தத்தின் விளைவாக சூயெஸ் நிறுவனம் அந்த நாட்டை விட்டு வெளியேற வேண்டி வந்தது.

இதைப் போன்ற பரவசமான முன்னெடுப்புகள் நடந்து கொண்டிருக்கின்றன. ஆகஸ்ட் 2006 ஆம் ஆண்டு, இயற்கை ஏரிகள் மற்றும் குளங்களைப் பாதுகாப்பது என்பது வாழ்வதற்கான உரிமையை பெருமைப்படுத்துவதற்கு சமமானது என்று இந்திய உச்ச நீதிமன்றம் தீர்ப்பு வழங்கியது. நீதிமன்றத்தை பொருத்தவரையில் இது மற்ற எல்லா உரிமைகளைவிட அதிமுக்கியமான உரிமை. நாட்டின் அரசியலமைப்புச் சட்டத்தில் கூறப்பட்டுள்ள சுகாதரத்திற்கான உரிமை என்பதில் தண்ணீருக்கான உரிமை அடங்கி உள்ளது என்று நேபாள நீதிமன்றத்தில் வாக்குவாதம் நடந்து கொண்டிருக்கிறது. சவ்டோ[1] குடிமக்களின் உரிமைகளை மீறுகிறது என்ற அடிப்படையில் மீட்டர் பொருத்தும் நடைமுறைக்கு எதிராக தண்ணீர் தனியார்மயத்திற்கான தென்னாப்பிரிக்க கூட்டமைப்பு ஜோகன்னஸ்பர்க் உயர் நீதிமன்றத்தில் வழக்கு தொடுத்துள்ளது. வர்த்த ஒப்பந்தங்களில் திணிக்கப்பட்டுள்ள சந்தை மாதிரியை மறுதலிக்கும் வகையில் "அனைத்து உயிரனங்களுக்கும் தண்ணீர் நுகர்விற்கான உரிமை மற்றும் மனித உரிமைக்கான தென் அமெரிக்க உடன்படிக்கை" வேண்டும் என்று பொலிவியா குடியரசுத் தலைவர் எவோ மொரால்ஸ் அறைகூவல் விடுத்துள்ளார். குறைந்த பட்சம் டஜன் கணக்கான நாடுகள் இந்த அறைகூவலுக்கு செவி சாய்த்துள்ளன. மக்கள் சமூக இயக்கங்கள் உருகுவே நாடு செய்ததுபோல அரசியலமைப்பு திருத்தம் வேண்டி கடுமையாக உழைத்துக் கொண்டிருக்கிறார்கள். இதற்கு அவர்கள் ஒன்றரை மில்லியன் கையெழுத்துகள் தேவைப்படுகின்றன. மேலும் இவர்கள்

1 Soweto - ஜோகன்னஸ்பர்க்கில் அமைந்துள்ள ஒரு நகர்ப்புறப் பகுதி.

நீதிமன்றங்களில் பல வழக்குகளை சந்தித்துக் கொண்டிருக்கிறார்கள். மேலும் மிக ஆபத்தான சூழலிலும் வாழ்கிறார்கள். உருகுவே மாதிரி (Model) தண்ணீர் உரிமைக்காக சட்டதிருத்தம் கோரும் பல குழுக்கள் COMDA (The Coalition of Mexican Organisations for the Right to Water) அமைப்பில் இணைந்துள்ளார்கள்.

மனித உரிமை ஆர்வலர்கள், வளர்ச்சி, உண்மைக்கு ஆதரவான, உழைப்பாளர்கள் மற்றும் சுற்றுச்சூழல் குழுக்களுடன் இணைந்து தண்ணீர் ஓர் உரிமை என்கிற ஐ.நா. சபையின் உடன்படிக்கைக்கு எதிர்ப்பு தெரிவிக்கும் கனடா அரசின் போக்கை மாற்ற ப்ளூ ப்ளானட் திட்டத்தின் வழிகாட்டுதலில் Canadian Friends of the right to Water என்ற அமைப்பை கனடாவில் ஆரம்பித்துள்ளனர். அமெரிக்காவில் Food and Water Watch அமைப்பின் வழிகாட்டுதலில் உள்ள ஒரு அமைப்பு தேசத்தின் தண்ணீர் என்கிற சொத்தை பாதுகாக்க ஒரு தேசிய தண்ணீர் அறக்கட்டளை ஆரம்பிக்கவேண்டுமென்றும், தண்ணீர் ஓர் உரிமை என்பதற்கான அரசின் கொள்கையில் மாற்றம் வேண்டும் என்றும் கோரிக்கை விடுத்துள்ளது. தண்ணீர் ஓர் உரிமை என்று அங்கீகரிக்கப்பட இத்தாலியில் ரிக்கார்டோ பெட்ரெல்லா ஒரு இயக்கத்தை வழி நடத்துகிறார். இந்த இயக்கம் அரசியல்வாதிகளின் அனைத்து மட்டங்களிலும் பெரியளவில் ஆதரவைப் பெற்றுள்ளது. தண்ணீர் ஓர் உரிமை என்பதற்கான வேகம் என்பது அதிகரித்துக் கொண்டிருக்கிறது; இதற்கான காலம் கனிந்துள்ளது.

❏ ❏ ❏

இதுதான் நாம் செய்ய வேண்டிய வேலை: புவியில் உள்ள அனைவரும் பயன்படுத்தும் வகையிலான தண்ணீரன்றி வேறு எதையும் பெறக்கூடாது. அதைப்போல் அனைத்து மக்களும், தாங்கள் உயிர்வாழ வேண்டுமானால் இந்த தண்ணீரை புத்திசாலித்தனத்துடன் நிர்வகிக்கவேண்டும். சந்தை சார்ந்த அடிப்படைக் கொள்கைகளை நிராகரிக்க நாம் தயாராக இல்லை என்றால் இது நடக்காது. போட்டி குறித்த தற்போதைய கோட்பாடு என்பது தண்ணீரைப் பொருத்தமட்டில் வரம்பற்ற வளர்ச்சி மற்றும் தனியார் உடைமை என்பதாகும். இந்தக் கோட்பாடு ஒத்துழைப்பு, நிலைத்தன்மை மற்றும் பொது தலைமைத்துவம் என்ற கோட்பாடுகளால் இடப்பெயர்ச்சி செய்யப்பட வேண்டும். பொலிவியாவின் எவோ மொரால்ஸ் தன்னுடைய அக்டோபர் 2006 ஆம் ஆண்டு அனைத்து தென் அமெரிக்க அரசின் தலைவர்களுக்கு எழுதிய கடிதத்தில் 'நன்றாக வாழ' ஒரு உண்மையான ஒருங்கிணைப்பை உருவாக்கும் தேவைதான் நமது இலட்சியம்". நாம் 'நன்றாக வாழுங்கள்' என்று சொல்வோம், ஏனென்றால் நாம் மற்றவர்களைவிட சிறப்பாக

வாழ வேண்டும் என்று ஆசைப்படவில்லை. இயற்கை மற்றும் மற்றவர்களை பணயம் வைத்து வரம்பிலா வளர்ச்சி அடைவதில் நாம் நம்பிக்கை கொள்ளவில்லை. 'நன்றாக வாழுங்கள்' என்பது தலா வருமானம் மட்டும் பற்றி சிந்திப்பதில்லை. மாறாக கலாச்சார அடையாளம், இனம், நம்மிடையே மற்றும் நமது தாயான பூமியுடன் நல்லிணக்கம் குறித்து சிந்திப்பதுதான்" என்று விளக்கியுள்ளார்.

மனித இனத்திற்கு இயற்கையின் கொடையான தண்ணீர் குறித்து நாம் கற்றுக்கொள்ள நிறைய பாடங்கள் உள்ளன. இந்த தண்ணீர் நாம் இந்த புவியுடனும், மற்றவர்களோடும் எப்படி நல்லிணக்கத்தோடு வாழ்வது என்று நமக்கு பாடம் கற்பிக்கும் தன்மை கொண்டது. ஆப்பிரிக்காவில் பின்வருமாறு கூறுகிறார்கள்: "நாங்கள் குளங்களுக்கு தண்ணீர் எடுக்க மட்டும் செல்லமாட்டோம், எங்களுடைய நண்பர்களும், எங்களுக்கான கனவுகளும் எங்களை சந்திக்க அங்கு தயாராக இருக்கிறார்கள் (அவர்களைச் சந்திப்பதற்காகவும் செல்வோம்)".